व्यंकटेश माडगूळकर

I0612065

'साहित्य अकादमी पारितोषिक' विजेती श्रेष्ठ कादंबरी
'The Shadow From Ladakh' या इंग्रजी पुस्तकाचा अनुवाद

सुमीता

लेखक
डॉ. बी. भट्टाचार्य

अनुवाद
व्यंकटेश माडगूळकर

मेहता पब्लिशिंग हाऊस

THE SHADOW FROM LADAKH

by Dr. B. BHATTACHARYA

सुमीता / अनुवादित कादंबरी

अनुवाद : व्यंकटेश माडगूळकर

Email : author@mehtapublishinghouse.com

© ज्ञानदा नाईक

मराठी पुस्तक प्रकाशनाचे हक्क मेहता पब्लिशिंग हाऊस, पुणे.

प्रकाशक

सुनील अनिल मेहता, मेहता पब्लिशिंग हाऊस,
१९४१, सदाशिव पेठ, माडीवाले कॉलनी, पुणे ३०.

अक्षरजुळणी

इफेक्ट्स, २१/६ब, आयडिअल कॉलनी, कोथरूड, पुणे ३८.

मुखपृष्ठ

चंद्रमोहन कुलकर्णी

मुखपृष्ठावरील लेखकाचे छायाचित्र

शेखर गोडबोले

प्रकाशनकाल

पहिली आवृत्ती मार्च, १९७० / दुसरी आवृत्ती, २००६ /
मेहता पब्लिशिंग हाऊस यांची तिसरी आवृत्ती मे, २०१२ /
चौथी आवृत्ती जुलै, २०१४

P Book ISBN 9788184983890
E Book ISBN 9789353170875
E Books available on :
play.google.com/store/books
www.amazon.in/b?node=15513892031

लेखकाविषयी

'शॅडो फ्रॉम लडाख' ह्या कादंबरीला साहित्य अकादमीचे १९६७चे पारितोषिक मिळाले. तेव्हा ह्या कादंबरीचे लेखक डॉ. भट्टाचार्य म्हणाले, ''परदेशात नाव होणे ही मोठी गोष्ट आहेच; पण मला नेहमी वाटे की, माझ्या देशातल्या लोकांना माझे नाव माहीत व्हावे. म्हणून अकादमीचे पारितोषिक मिळाल्यावर मला संतोष हा झाला की, चला – आता लेखक म्हणून मी माझ्या देशातही माहीत झालो; इतके दिवस युरोप आणि अमेरिकेतील वाचकच मला ओळखत होते.''

एखाद्या लेखकाचा परदेशात उदो-उदो झाल्यावर त्याचे महत्त्व आपल्या देशात पटते. त्यामुळे पुष्कळदा असे होते की, लेखक इथल्या देशाविषयी उदासीन राहतो. आपली पुस्तके इंग्रजी भाषेत लिहून परदेशात प्रसिद्ध करतो. एकवार पश्चिमेकडे गाजावाजा झाला की, मग इथे आपोआप आपले नाव होईल, अशी त्याला खात्री असते.

डॉ. भट्टाचार्यांचा जन्म १९०६मध्ये बिहार येथे झाला. विद्यार्थिदशेतच त्यांना गुरुवर्य रवींद्रनाथ टागोर ह्यांचा सहवास लाभला.

'सो मेनी हंगर्स' ही आपली पहिली कादंबरी त्यांनी १९४७मध्ये इंग्लंडला प्रसिद्ध केली आणि ती खूप गाजली. अनेक भाषांत तिची भाषांतरे झाली. चिनी भाषेतसुद्धा. एकट्या स्वीडन देशातच ह्या कादंबरीच्या तीस हजार प्रती खपल्या. 'म्युझिक फॉर मोहिनी' ही भारतातील जातपातव्यवस्थेच्या पार्श्वभूमीवर लिहिलेली दुसरी कादंबरी विशेष गाजली. फ्रान्स आणि स्पेनमध्ये 'बुक सोसायटी'ने ही कादंबरी निवडली. 'शिकागो ट्रिब्यून'ने लिहिले की, पर्ल बकच्या 'गुड अर्थ'च्या तोडीची ही कादंबरी आहे. 'शॅडो फ्रॉम लडाख' ही त्यांची सहावी कादंबरी आहे. खास भारतीय असा, पण अगदी वेगळा विषय ह्या कादंबरीत त्यांनी हाताळला आहे. गांधीवादी जीवनपद्धती आणि

आजचा तंत्रनिष्ठ समाज ह्यांचा परस्परांशी काही संबंध आहे का? परकीय आक्रमणाविरुद्ध अहिंसात्मक प्रतिकार कितपत यशस्वी ठरेल, ह्यासंबंधीची चर्चाही चिनी आक्रमणाच्या वेळी लिहिल्या गेलेल्या ह्या कादंबरीत केलेली आहे. कादंबरी वाचल्यानंतर वाचकाला वाटते की, सुवर्णमध्य काढला पाहिजे. डॉ. भट्टाचार्य स्वत: काहीच निर्णयात्मक असे सांगत नाहीत. उत्तम कलावंताप्रमाणे ते केवळ ही समस्या वाचकांसमोर नीट मांडून बाजूला होतात.

डॉ. भट्टाचार्यांनी प्रवास खूपच केला आहे. सांस्कृतिक शिष्टमंडळातून ते १९५१मध्ये रशियाला गेले होते. स्टॉकहोमला भरलेल्या आंतरदेशीय लेखक परिषदेलाही ते हजर होते. ऑस्ट्रेलियातील ॲडिलेड शहरी भरलेल्या आर्ट फेस्टिव्हललाही ऑस्ट्रेलिया सरकारच्या निमंत्रणानुसार ते गेले होते. न्यूझीलंडमधील चार विद्यापीठांनी मिळून त्यांना एक पारितोषिक दिले आहे.

वॉशिंग्टनला भारतीय वकिलातीतील 'प्रेस अटॅची' म्हणूनही त्यांनी काम पाहिले आहे. हार्वर्ड युनिव्हर्सिटीतर्फे भरलेल्या लेखकांच्या आंतरदेशीय परिषदेला ते गेले होते.

त्यानंतर डॉ. भट्टाचार्य नागपूरला राहिले. एके काळच्या लघुकथालेखिका आणि सौभाग्यवती सलील भट्टाचार्य ह्या सुविद्य पत्नी, दोन मुली आणि एक मुलगा असा त्यांचा परिवार आहे.

डॉ. भट्टाचार्यांच्या 'शॅडो फ्रॉम लडाख' ह्या इंग्रजी कादंबरीचा हा मराठी अनुवाद

– सुमीता

पुस्तकाच्या निमित्ताने

चिनी आक्रमणाच्या वेळी लिहिल्या गेलेल्या 'शॅडो फ्रॉम लडाख' या डॉ. भट्टाचार्यांच्या कादंबरीचा कै. ती. तात्यांनी केलेला 'सुमीता' हा अनुवाद आहे. माझ्या आठवणीप्रमाणे कादंबरीचा अनुवाद हा प्रकार हाताळण्यास तात्या फारसे उत्सुक नव्हते.

डॉ. भट्टाचार्य युरोप व अमेरिकेच्या वाचकांना ठाऊक होते; पण भारतीय भाषाभगिनींनी त्यांच्याकडे लक्ष वळवले नव्हते. फ्रान्स, स्पेन, इंग्लंड, स्वीडन, अमेरिका इथे चर्चिल्या आणि वाखाणल्या गेलेल्या या भारतीय साहित्यिकाची मराठी भाषक वाचकांना तात्यांनी ओळख करून द्यावी, असा आग्रह सर्वांनी धरला होता.

ज्यांच्या साहित्यकृती अन्य परकीय भाषांत आहेत, अशा एका दिग्गज साहित्यिकाची अप्रतिम इंग्रजी साहित्यकृती तात्यांच्या सिद्धहस्त लेखणीमधून मराठीत आली.

तात्यांनी १९६३ ते १९७४ या काळात अनुवादात्मक लेखन केले. एकूण चार पुस्तकांचे अनुवाद त्यांच्या साहित्यनिर्मितीच्या वाटचालीत त्यांनी केले. पहिला अनुवाद मॅन्युअल कॉमरॉफ यांच्या 'बिग सिटी लिटिलबॉय' या कादंबरीचा 'मंतरलेले बेट' या नावाने केला. आणि दुसरा अनुवाद डॉ. भट्टाचार्य यांच्या 'शॅडो फ्रॉम लडाख' या कादंबरीचा 'सुमीता' (१९७०). एखाद्या वाङ्मयप्रकारात गुंतून न राहता विविध वाङ्मयप्रकार हाताळावेत, साहित्याच्या प्रांतात वेगवेगळ्या दिशा धुंडाळाव्यात आणि काही वाटा आपल्या पायांनी पाडाव्यात, ही ऊर्मी सदैव प्रज्वलित ठेवणाऱ्या त्यांच्यातल्या वैविध्यपूर्ण, सकस आणि विस्तारत राहायला आवडणाऱ्या साहित्यिकाने अनुवादाच्या प्रदेशातही आपला वेगळा ठसा उमटवला.

— ज्ञानदा नाईक

All rights reserved along with e-books & layout. No part of this publication may be reproduced, stored in a retrieval system or transmitted, in any form or by any means, without the prior written consent of the Publisher and the licence holder.

Please contact us at **Mehta Publishing House,** Pune.

Email : production@mehtapublishinghouse.com

Website : www.mehtapublishinghouse.com

◆ *या पुस्तकातील लेखकाची मते, घटना, वर्णने ही त्या लेखकाची असून त्याच्याशी प्रकाशक सहमत असतीलच असे नाही.*

। एक ।

विमानातील गुबगुबीत, उबदार सीटमध्ये रेलून बसल्या-बसल्या तिनं थोडी हालचाल केली आणि झोपेनं जडावलेले डोळे उघडून पाहिलं. सीटच्या दोन्ही रांगांमधून जाणाऱ्या अरुंद वाटेनं हवाई सुंदरी घाईघाईनं निघाली होती, ती थांबली. ओणवं होऊन तिनं विचारलं –

"आणखी एक ब्लँकेट देऊ का आपल्याला?"

"नको, थँक्स! आहे ते पुरं आहे."

साडी नेसलेली ती हवाई सुंदरी बाजूला वाकली आणि खालच्या गालिच्यावर पडलेली उशी उचलून सुरुचीच्या मानेखाली देत म्हणाली –

"आपण आता हिमालयावरून चाललो आहोत."

इतर प्रवाशांची झोपमोड होऊ नये, म्हणून तोंड अगदी कानापाशी आणून ती हलक्या आवाजात बोलत होती –

"त्या पलीकडच्या सीटमध्ये बसता का, म्हणजे खिडकीतून पाहता येईल!"

आश्चर्यचकित होऊन सुरुचीनं विचारलं, "हिमालय? कोणता भाग?"

मुलीचा आवाज किंचित चढला, थोडा नाटकी झाला –

"आपण लडाखच्या अगदी जवळ आहोत."

विमानात मंद उजेड होता. ती मुलगी दिसेनाशी होईपर्यंत सुरुची तिच्या पाठमोऱ्या आकृतीकडे पाहत राहिली. ही काहीशी आपल्या मुलीसारखी दिसते, नाही? नाही! तसा काही सारखेपणा नाही; कदाचित डोळ्यांमुळे वाटत असेल. काही विशेष बोलताना तिच्या डोळ्यांच्या बाहुल्याही अशाच गडद होतात. पण सुमीता कधी प्रसाधनं वापरीत नाही. आणि ही काही बंगाली मुलगी दिसत नाही.

सुरुचीनं एक निःश्वास सोडला. गेले दहा दिवस ती एकटी होती. आपल्या मुलीपासून किती दूर – परक्या

देशात होती. साडी नेसलेली मुलगी पाहताच, सुमीताची आठवण होणं अगदी साहजिक होतं. प्रवास संपला. घरी जाताना किती बरं वाटतंय! नवी दिल्लीच्या विमानतळावर येऊन सुमीता वाट बघत असेल. असला तर सत्यजितही असेल. त्यानं मला मॉस्कोला का बरं जायला लावलं?

विमान एकदम थरथरलं. सुरुचीनं खुर्चीचे हात घट्ट धरून ठेवले. विमान पुन्हा आपल्या वेगानं जाऊ लागलं, तेव्हा तिच्या मनात आलं – लडाख!

अर्धवट उठून तिनं आपली सीट बदलली. ती पलीकडच्या सीटवर जाऊन बसली. मॉस्कोला वनुकोव विमानतळावर ह्या सीटवर एक रशियन प्रवासी होता. जाताना दोन्ही हात जोडून तो म्हणाला होता, "नमस्ते."

त्यावर, तिनं रशियन पद्धतीनं झोकात म्हटलं होतं – "दसविदानीया!"

उगीच नाही दहा दिवस रशियाच्या राजधानीत घालवले!

हिमालयाच्या रांगा स्वच्छ चांदण्यानं न्हाऊन निघाल्या होत्या. शिखरावरचं बर्फ चमकत होतं. दोन शिखरांमधल्या काळ्या सावल्यासुद्धा उजळ दिसत होत्या. ह्याच भागातली ती नावं होती. लडाख, तिबेट आणि सिकियांगला जोडणारा चिन्यांनी केलेला 'अक्साई चीन' रस्ता. भारताच्या हद्दीतून जाणारा, भारताचा नकाशा न जुमानणारा.

सुरुचीचं विमान दिल्लीहून निघालं, त्याच्या आदल्या दिवसापर्यंत धक्का देणारी ही बातमी वर्तमानपत्रातून झळकलेली नव्हती; तिनं ती वाचली होती विमानातच. एरवी, विमानतळावरच आपल्या नवऱ्याला तिनं ह्या बातमीचा अर्थ विचारला असता. चिनी लोकांविषयी असलेल्या विश्वासामुळे त्यानं तिची समजूतही घातली असती. ही बातमी तशी नवीन नव्हती. गेले वर्षभर कुणकुण होतीच. भारताच्या सरहद्दीचा लचका तोडण्यासाठी चीन पुढे-पुढे येतो आहे. पण सुरुचीच्या नवऱ्यानं अगदी शांतपणे तिला समजावलं होतं.

हा सगळा गैरसमज चुकीच्या नकाशामुळं झालेला होता. चाऊ-एन-लायने नेमकं हेच आपल्या पंतप्रधानांना दिल्ली भेटीत सांगितलं होतं. ते नकाशे जुने, चँग कैशेकच्या राजवटीत तयार झालेले होते.

"थांब हं थोडी!" असं म्हणून सुरुचीच्या नवऱ्यानं शेल्फवरच्या मासिकांच्या चळतीतून एक मासिक काढून आणलं होतं आणि भराभरा पानं उघडून हवं होतं, ते सापडल्यावर आपलं लांब बोट चाऊ-एन-लाय आणि पंतप्रधान नेहरू ह्या दोन भाग्यविधात्यांच्या एकत्र फोटोवर ठेवून तो म्हणाला होता, –

"हे बघ नीट!"

दोघांनी हातात हात घातलेले होते. चाऊ-एन-लायचा चेहरा हसत होता आणि किती प्रेमभरानं ते नेहरूंकडे बघत होते! सत्यजितनं विचारलं होतं –

"एखाद्याच्या माणुसकीबद्दल शंका कशी घ्यायची, सांग!"

आणि आताची ही बातमी म्हणत होती, '*भारतीय संरक्षक नाक्याकडून कळते की, स्वयंचलित रायफली घेतलेल्या चिनी सैनिकांच्या तुकड्या 'अक्साई चीन' रस्ता सोडून पुष्कळ आत आल्या आहेत.*' भारतीय चौक्या ओलांडून त्या जात आहेत; जणू काही आपलीच भूमी आहे, अशा थाटात भारतीय हद्दीतून त्यांची संचलनं होत आहेत.

आपल्याबरोबर असलेल्या शिष्टमंडळातील इतर सदस्यांकडे सुरुचीनं पाहून घेतलं. एकूण नऊ जण होते. त्या सगळ्यांच्या हातात आजचं वर्तमानपत्र होतं. सगळ्यांच्या चेहऱ्यावर चिंता दिसत होती. तिच्या शेजारच्या सीटवर असलेला, केसरी वस्त्र ल्यायलेला बुद्ध साधू संघमित्र – त्या बातमीच्या मथळ्यावर बोट ठेवून डोळे मिटून बसला होता. जणू काही त्याच्या प्रार्थनेच्या शक्तीनं बातमीचा अर्थ बदलणार होता. त्याच्या मागेच बसलेला नॅशनल कॉंग्रेसचा पी. के. मेनन दबक्या आवाजात आपल्या शेजाऱ्याशी – कम्युनिस्ट बलवंतसिंगाशी बोलत होता. हे आणि इतर सहा जण – सगळ्यांना आपली स्वत:ची पाळंमुळं होती, तरी जागतिक शांतता ह्या एका स्वप्नामुळं ते एकत्र बांधले गेले होते.

शांतता परिषदेसाठी निघालेल्या शिष्टमंडळाकडून आणखी अपेक्षा ती कोणती करायची?

मॉस्कोला पोहोचल्यावर सुरुचीनं त्या सगळ्यांना बोलतं करायचा प्रयत्न केला होता; पण त्यांनी ठरवलेलंच दिसलं : लडाख ह्या विषयावर चर्चा नाही! मन अस्वस्थ करणाऱ्या त्या बातमीकडे डोळेझाक करायची. इतर देशांतून आलेल्या शिष्टमंडळांनीही हाच कित्ता गिरवला होता. पाच दिवसांच्या शांतता परिषदेच्या अधिवेशनात 'लडाख' ह्या शब्दाला मज्जाव होता. सुरुचीला कारण कळलं होतं. आगीत तेल ओतून साधणार काय? कदाचित ती आपसूक विझेल.

सुरुचीनं खिडकीतून बाहेर दृष्टी टाकली. दहा दिवस होऊन गेले होते. आता परिस्थिती काय आहे? धुक्यातून पलीकडे सगळा भूभाग दिसत होता. चांदण्यानं न्हाऊन निघालेली बर्फाच्छादित स्वप्नभूमी... त्या स्वप्नभूमीत वस्ती नव्हती. भारतीय चौक्या तेवढ्या होत्या. नुसते ठिपके आणि दोन ठिपक्यांमध्ये अनेक मैलांचं अंतर.

सुरुची डोळे मिटून सीटवर आरामशीर बसली. तिला मॉस्कोतील सगळा प्रसंग आठवला. महिला सदस्यांची मीटिंग आठवली. 'जागतिक शांतता प्रस्थापनेच्या कार्यात महिलांचा वाटा' ह्या विषयाची चर्चा चाललेली होती. चर्चा ऐकत असतानाच एकीकडे सुरुचीचं मन गॉर्की स्ट्रीटवर असलेल्या एका दुकानात घुटमळत होतं. मेणाच्या बाहुल्या! मोठ्या घेराचा झगा आणि कसली वेगळीच टोपी घातलेली एक सुंदर बाहुली किती आवडली आहे आपल्याला... घ्यावीच ती! आपल्या एवढ्याशा घरात जागा कुठे आहे चांगलीशी पण? नसे ना का; पण घ्यावीच ती बाहुली....

तेवढ्यात कोणी तरी नाकातून बोललं आणि सुरुची भानावर आली. चकित मुद्रेनं वक्त्या बाईकडे बघू लागली. पेकिंगहून आलेल्या म्हाताऱ्या तुंग पाव बाई बोलत होत्या. जगातल्या सगळ्या आजीबाईंच्या चेहऱ्यावर दिसतात त्या काळजीच्या रेषा, सुरकुत्या ह्या आजींच्या चेहऱ्यावरही दिसत होत्या.

पीस काँग्रेसचा जो हॉल होता, त्याच्या पलीकडे असलेल्या खेळण्यांच्या दुकानात ह्या बाईची आणि सुरुचीची भेट झालेली होती. बाई भडक तांबड्या रंगाची इंजिनं खरेदी करत होत्या.

"माझ्या नातवंडांसाठी घेतेय." मृदू हसून त्यांनी खुलासा केला होता. "टोळीच्या टोळी आहे मला नातवंडांची!" थांबत-थांबत त्या बोलत होत्या; पण त्यांचं इंग्रजी बरं होतं.

बाईंचं भाषण चालू होतं – "*आम्हा चीनमधल्या लोकांचा एकच विचार आहे, एकच कार्यक्रम आहे, एकच योजना आम्ही मानतो* –" चढ्या कर्कश आवाजात बाई आपल्या मातृभाषेत बोलत होत्या आणि निकेलच्या फ्रेमचा चष्मा घातलेली एक तरुण दुभाषी मुलगी त्याचं भाषांतर इंग्रजीत सांगत होती. "*भांडवलशाहीवर घाव घाला – शेवटचा प्राणघातक घाव.*" त्यांचा आवाज ह्या वेळी अगदी पट्टीत गेला होता. "*जुन्या जगाच्या होळीतून नवे, शांततापूर्ण जग जन्माला येईल. सहजीवन ही पोराटोरांनी ऐकावी, अशी निव्वळ भाकडकथा आहे. कॉम्रेड्स, हे मोहजाल फेकून द्या. सत्यस्थितीकडे डोळे उघडे ठेवून बघा. शांतता – चिरस्थायी शांतता ही युद्धावाचून साधणं केवळ अशक्य आहे! जागतिक शांततेसाठी युद्धच हवे. अनेक युद्धे टाळण्यासाठी एक युद्ध!*"

सुरुची एकदम म्हणून गेली – "नो!"

मनाला होणाऱ्या यातना तिच्या आवाजात होत्या, पण थांबली.

सगळ्यांच्या माना तिच्याकडे वळल्या, पण काही शब्द उमटले नाहीत.

हॉलमध्ये शांतता पसरली.

एकाएकी आलेल्या अडथळ्यामुळं चिनी बाई गप्प झाल्या होत्या. एक मिनिट गेलं.

मग स्वच्छ इंग्रजीत, बाई गुरगुरल्या –

"भारतातून आलेल्या ह्या सन्मान्य सभासदांना माझं म्हणणं मान्य नाही! त्यांच्या देशानं आपलं नव्यानं मिळवलेलं स्वातंत्र्य भांडवलशाही सत्तेला विकून टाकलं आहे आणि तो ह्या सत्तेचा खुश-मस्कऱ्या बनला आहे. हे लोक केवळ भिकारी बनून, मदत म्हणून भिरकावलेल्या तुकड्यावर जगत आहेत!"

खरं तर सुरुची दुखावली गेली होती; पण बळेच चेहऱ्यावर हसू आणून शांतपणे तिनं उत्तरं दिलं –

"विकसनशील अशा प्रत्येक देशाला मदत घ्यावीच लागते. 'पीपल्स रिपब्लिक ऑफ चायना'ला आजपर्यंत रशियानं प्रचंड प्रमाणात मदत केली नसती; तर तुमच्या देशातील उद्योगधंदे, तुमची आर्थिक स्थिती –"

चिनी बाई आता रागानं थरथर कापत होत्या. त्या पुन्हा गुरगुरल्या –

"अँग्लो-अमेरिकन भांडवलशाहीचे निर्लज्ज हुजरे –" मूठ आदळून आपला लठ्ठ हात सोटा आपटावा तसा त्यांनी हवेतच आपटला आणि त्याच क्षणी मागून एक तीक्ष्ण चिनी शब्द उच्चारला गेला. तो शब्द ऐकताच बाई गप्प झाल्या, क्षणभर रोखून बघत राहिल्या... भावनावेग आवरून, ओठांवर आलेले शब्द गिळून स्तब्ध बघत राहिल्या आणि लगेच अडखळत व्यासपीठ उतरल्या. आपल्या जागेवर जाऊन बसल्या. बैठक मोडली. हॉल मोकळा झाला. तरी मान खाली घालून सुरुची विचारमग्न बसून राहिली होती. शांतता परिषदेत युद्धाचा जयजयकार! हा अनपेक्षित धक्का होता. किती भयाण स्थिती ही!

ज्याची लोकसंख्या सबंध जगाच्या एक-चतुर्थांश आहे, तो चीन जर असं मानत असेल – एक म्हातारी आजी जर म्हणत असेल की, अर्धं जग जळून जावं; त्याची ओंजळभर रेडिओॲक्टिव्ह राख व्हावी, तर –

"ऐकलं का –!"

सुरुचीनं वर पाहिलं. पावलांचा आवाज कानी आला नव्हता. पुन्हा चिनी चेहराच. पूर्वी कधी न पाहिलेला. जवळ आलेल्या तरुण चिनी बाईनं वळून आसपास पाहिलं. दोघीच आहेत याची खात्री करून घेतली. आणि दोन्ही मांड्यांवर छाट असलेल्या गर्द हिरव्या स्कर्टमधून दिसणारे नितळ घाटदार पाय खुर्चीत विसावले.

"सिस्टर, माझं ऐकून घे थोडं."

हा आवाज नाकातून नव्हता, सगळे उच्चारही अमेरिकन वाटत होते. ती सुरुचीला म्हणाली, "तुंग पावनं शब्द अगदी चुकीचे वापरले. आमच्या भारतीय बंधुभगिनींबद्दल असं बोलण्याचं तिला कारणच नव्हतं."

एकदम हलकं वाटून सुरुचीनं श्वास सोडला.

"म्हणजे, तुम्हालाही वाटलं की, तुमची ही आजी इथे अगदी बोलू नये ते बोलली. शांतता परिषदेच्या उद्देशालाच तिनं हादरा दिला!"

ही तरुणी अगदी ठाम स्वरात बोलत होती –

"हे बघ, आपण मुद्द्याची गोष्ट बोलू या. तुझ्या-माझ्या दृष्टीनं एक महत्त्वाची गोष्ट आहे. आपल्या ह्या दोन थोर देशांतील लोक, एकमेकांचे शेजारी म्हणून शतकानुशतकं नांदताहेत. मधे हिमालयाची उत्तुंग भिंत आहे. मिळून-मिसळून वागायला इतकी वर्षं संधी नव्हती; पण आता शास्त्रानं भूगोलावर मात केलीय."

सुरुची घाईघाईनं बोलली, "मोठा अडथळा गेला खरं आता. पण तो होता, तरीसुद्धा त्याच्यामुळं आपण दूर नव्हतो राहिलो. आमचे धर्मोपदेशक डोंगर ओलांडून सिकियांगच्या भागात पोहोचले होतेच की. त्याची साक्ष देणारी बौद्ध लेणी अजून आहेत. आणि किती प्रवासी आले-गेले. आमच्या नालंदासारख्या विद्यापीठांना भूषण वाटावं असे ह्यु-एन्-त्संग, इत्सिंगसारखे तुमचे प्रवासी इकडे येऊन, राहून गेलेत."

चिनी तरुणीचा देखणा चेहरा हसरा झाला. आधीच बारीक असलेले तिचे डोळे आता काळ्या काडीनं काढलेल्या जाड रेषांसारखे दिसू लागले.

"अगं, तुझ्या नेहरूंनी लिहिलं आहे हे – पुन्हा एकदा, भारत आणि चीन एकमेकांना बघू लागले आहेत. पूर्वस्मृतींनी त्यांची मनं भरून गेली आहेत. पुन्हा एकदा नवे यात्रेकरू आभाळातून किंवा मधला डोंगर ओलांडून शुभकामना घेऊन येऊ-जाऊ लागले आहेत. दोघांमध्ये पुन्हा ताजे स्नेहसंबंध दृढावत आहेत. माहीत आहेत का तुला नेहरूंचे ते शब्द?"

सुरुचीनं त्या तरुणीचा हात हातात घेतला आणि ती म्हणाली, "मन उदास व्हावं, असा काही गैरसमज ह्या दोन देशांत झालेला आहे. तुला अजून कळलं नसेल; पण खरंच अगदी हास्यास्पद आहे हे. मी दिल्ली विमानतळ सोडला आणि –"

चिनी तरुणीनं सुरुचीच्या हातातला आपला हात सोडवून घेतला. दोन्ही हात तिच्या खांद्यावर ठेवले. ती थोडीशी वाकली. तिचा चेहरा आता ताठर झाला होता.

"ह्या भांडवलशाही सत्ता, आमच्या सद्हेतूबद्दल गैरसमज पसरविण्याची संधी कधीही सोडणार नाहीत. त्यांची प्रचारयंत्रणा फार ताकदवान आहे. पण तू आणि मी खरं-खोटं तपासून घेतलं पाहिजे. भांडवलशाहीच्या कचाट्यातून तुम्हाला सोडवूच, हा आमचा पण आहे. आम्ही तुम्हाला खरंखुरं स्वातंत्र्य देऊ. तुमचं गुलाम बनलेलं शासन उलथून टाकायला, तुमच्या मध्यमवर्गाची मिरासदारी मोडायला, लोकांची सत्ता आणायला आम्ही तुम्हाला मदत करू."

ती थोडी थांबली, बघत राहिली. "नक्की!"

तिच्या आवाजाला धार होती.

“आमच्यावरही ऐतिहासिक जबाबदारी पडलेली आहे; आणि आम्ही ती पार पाडण्याची हमी घेतली आहे!”

सुरुची अवाक् होऊन बघत राहिली. ते सडसडीत हात आता तिच्या खांद्यावर जड वाटू लागले. शेवटी, पडलेल्या आवाजात ती म्हणाली –

“पण, मग –”

“मग मुक्त भारताचं आम्ही नंदनवन बनवू. तुम्हा लोकांवर आमचा जीव आहे; माहीत आहे ते तुला!” तिच्या गुलाबी ओठांवर स्मित दिसू लागलं.

“तुमच्यापाशी असलेली थोर सांस्कृतिक परंपरा, गांधीजींच्या अहिंसा तत्त्वाच्या शिकवणुकीमुळं तुमच्यात आलेलं चैतन्य....”

ओठांवरचं ते स्मित आता तिच्या चिनी गालाकडे पसरलं, डोळ्यांत उतरलं.

“भारतातील जनतेचं आणि आमचं मित्रत्व इथून पुढे दहा हजार वर्षं राहील.”

“पण –”

“हिंदी-चिनी भाई-भाई! भाई-भाई... तुझ्या देशातल्या त्या दूरदर्शी कवीनं ही नेमकी घोषणा दिली.”

सुरुचीच्या खांद्यावरचे हात तिनं काढून घेतले. ताठ उभी राहून ती म्हणाली –
“आपण पुन्हा भेटू हं सिस्टर! कदाचित भारतातसुद्धा भेटू!!”

ती वळली आणि चटचट चालत दरवाज्याकडे गेली.

आता, चांदण्या रात्री आकाशातून लडाखकडे पाहताना सुरुचीचं मन त्यावरून सुंदर पण आतून पोलादी अशा चिनी तरुणीच्या चेहऱ्याच्या आठवणीनं वेढून टाकलं. पुन्हा किती तरी प्रश्न सुचून ते विचारण्यासाठी सुरुचीनं तिचा शोध घेतला. पण ती मुळी पीस काँग्रेसची सदस्य नव्हतीच. मग? वकिलातीतल्या अधिकाऱ्याची बायको?

सुरुचीनं चौकशी केली; पण काही पत्ता लागला नाही. ती बाई नाहीशीच झाली. भाससुद्धा असेल नुसता!

डोळे उघडताच तीव्र प्रकाशाचा झगमगाट दिसला. तिचे डोळे दुखले. दरम्यान, तिला झोप लागलेली होती. विमानात घोषणा झाली –

‘आपण नव्या दिल्लीला उतरतो आहोत. कृपा करून संरक्षक पट्टे बांधून घ्या.’

ती हवाई सुंदरी कस्टम अधिकाऱ्यांना देण्याचे फॉर्म उतारूंकडून गोळा करीत होती. सुरुचीपाशी येऊन तिनं विचारलं, “आपल्याला काही मदत हवी का?”

नव्यानं रंगरंगोटी केलेला तिचा चेहरा आता थकलेला दिसत होता.

सुरुचीला वाटलं, तिला म्हणावं – ‘तू जरा झोप घ्यायला हवी होतीस.’

आपल्या सुमीतासारख्या दिसणाऱ्या त्या मुलीकडे हसून पाहत तिनं निरोप घेतला. मला कशाला मदत आता, सुमीता आली असेल. गांधीग्राम ते दिल्ली म्हणजे अठरा तासांचा रेल्वेप्रवास. मॉस्को-दिल्ली प्रवासाच्या दुप्पट. आणि सुमीता दिल्लीला आज पहिल्यांदा येत होती.

पासपोर्ट कंट्रोलच्या समोर लांबलचक रांगेत उभं राहणं आता लवकर संपावं, असं तिला वाटू लागलं. कस्टमची काही काळजी नव्हती; कारण म्हणण्यासारखं काही तिनं आणलंच नव्हतं; अगदी ती मेणाची बाहुलीसुद्धा. उगीच सुमीताला बाहेर खोळंबून राहायला नको.

''मॅडम, आपल्यासाठी पत्र आहे; आमच्या पत्त्यावर आलेलं.''

पांढरा युनिफॉर्म घातलेला एअर इंडियाचा अधिकारी सुरुचीच्या हातात पत्र देत म्हणाला.

सुमीताचं हस्ताक्षर पाहताच सुरुचीच्या तोंडाला एकाएकी कोरड पडली. म्हणजे? ही विमानतळावर आली नाहीच? काही तरी अनपेक्षित घडलं असलं पाहिजे.

सत्यजितला बरं नाही काय?

खांद्याला लटकावलेली जड एअरबॅग लवकर निघता निघेना. घाई-गडबडीनं उघडली; तर पत्रकं, पुस्तिकांनी टिच्चून भरलेल्या बॅगेत वाचायचा चष्मा लवकर सापडेना. तेवढ्यात किती शंका मनात येऊन गेल्या.

सत्यजितचा हृदयविकार तर बळावला नसेल?

पत्र वाचल्यावर मनावरचा विलक्षण ताण कमी झाला. सत्यजितसंबंधीचा काही मजकूर नव्हता, गांधीग्राम नावाचं खेडं... त्यावर संकट ओढवलेलं होतं. खेड्यापलीकडे तीन मैल पसरलेल्या कुरणाला धोका होता. पोलादाचा कारखाना उभा राहत होता आणि कुरण नाहीसे होणार होते. खेड्यातील गुराढोरांच्या तोंडचा घास काढून घेऊन कारखाना वाढणार होता.

सुमीतानं लिहिलं होतं –

'आम्ही हे कधीही होऊ देणार नाही. म्हणजे बड्या लोकांशी झगडा आला, त्यांच्या त्वरित योजनांना अडथळा आला. मला बाबांच्या बरोबर राहिलं पाहिजे; गाव सोडून मला दोन-तीन दिवस हलता येणार नाही. वैतागून गेलेय मी. आणि हे सगळं घडतंय ते लडाखमुळं – तुला माहीत आहे ना?'

लडाख! बर्फाच्छादित अशा त्या डोंगरकपारीवर चांदणं लखलखत होतं आणि तिथे काही घडत होतं, त्याची झळ हजार मैल दूर असलेल्या गांधीग्रामला लागत होती. हे का, आणि कसं घडलं?

■

। दोन ।

सत्यजित सेन, त्याची बायको आणि मुलगी राहत होती ते घर, खेड्यातल्या इतर दोनशे घरांसारखेच होते. चिरलेल्या बांबूनं उभारलेला सांगाडा, त्याला जाड मातीचा गिलावा असलेल्या भिंती आणि माथ्यावर गवताचं छप्पर.

हे गाव नवं होतं. हजारो वर्षांचा इतिहास असलेल्या इतर खेड्यांपेक्षा वेगळं होतं. स्वातंत्र्यानंतर उभं राहिलेलं. त्यापूर्वी ते उगवलंच नव्हतं, असं नाही; पण लहान तरव उपटून ते पुन्हा लावावं, तसं झालेलं होतं. खेड्याचा पुनर्जन्म झाला होता. नावसुद्धा नवं ठेवलेलं होतं.
आपलं नाव कुण्या गावाला दिलेलं गांधींना आवडलं नसतं; पण गांधी केव्हाच गेले होते. मारेकऱ्याची गोळी उडाली होती.

ही गोळी केवळ एक हृदय छेदूनच गेली नव्हती; एका जोरदार साम्राज्यालाही शह देणारे प्रेम आणि अहिंसेचे फडफडते निशाण फाडून ती गेली होती. पण एकाएकी एक कृश, वृद्ध माणूस उठला होता आणि हाच झेंडा उचलून, अर्धवट राहिलेले ते आध्यात्मिक पुनर्रचनेचे काम करू लागला होता. मोजक्या अनुयायांसह तो हजारो मैल पायी हिंडला. अडीच हजार वर्षांपूर्वी भगवान बुद्ध हिंडले, तसाच. लोकांकडून त्यागाचं दान मागत राहिला. जे जमीनदार होते, त्यांच्याकडून त्यानं भूमिहीनांसाठी भूमी मागितली. हा नवा 'अहिंसक मार्क्स' संपत्तीचे समान वाटप हृदयपरिवर्तनातून घडवीत होता.
आश्चर्य हे की, त्याचे हत्यार मर्यादित प्रमाणात पण उपयोगी ठरले. कसलीशी आंच लागलेल्या पुष्कळ लोकांनी दान देऊन टाकलं. मिळालेल्या जमिनींचं वाटप ग्रामपंचायती गावोगाव भूमिहीनांना करू लागल्या. कधी-कधी एखाद्या जमीनदाराकडून

गावच्या गाव दान मिळू लागलं. असंच एक गाव मिळालं. दात्यानं इच्छा व्यक्त केली की – हे गाव गांधीजींच्या सेवाग्रामसारखं व्हावं.

कृश तनू, वृद्ध अशा त्या माणसानं गावाचं नाव ठेवलं 'गांधीग्राम' आणि सेवाग्राममधल्या एका तरुण कार्यकर्त्याच्या हाती ते देऊन पुढची हजार मैलांची पदयात्रा करण्यासाठी तो निघून गेला.

सत्यजित सेन सेवाग्रामला दहा वर्षांपूर्वी येऊ राहिला होता. शिष्यवृत्ती मिळवून तो केंब्रिजला गेला होता आणि युद्धजन्य परिस्थितीमुळे तीन वर्षांतच परत आला होता. आल्यानंतर तो गुरुदेव टागोरांच्या शांतिनिकेतनला गेला होता. टागोरांनी तेव्हा ग्रामीण पुनर्रचनेचं काम केलेलं होतं.

त्यानं टागोरांना प्रश्न केला होता –

"आपण जर एकाच खेड्यात अडकून राहिलो, तर संबंध भारताचं काय?"

केंब्रिजला बहुमान मिळविलेल्या त्या तरतरीत, उंच तरुणाकडे पाहून टागोरांनी स्मित केलं. ते म्हणाले, "भारताचा विचार राहू दे; एका खेड्यापासून सुरुवात करू. आता एक खेडं आदर्श करू शकलो, तर सबंध भारतासाठी तो नमुना होईल." मग त्यांनी आपल्या समाजसेवेबद्दलच्या कल्पना सांगितल्या. आर्थिक उन्नती महत्त्वाची नाही; त्याशिवाय इतर गोष्टी महत्त्वाच्या आहेत.

'आपल्याला सुख हवे आहे; श्रीमंती नव्हे. सुख म्हणजेच श्रीमंती. सुख सर्वशील असतं. सार्थ जीवनात सुख असतं; मालमत्ता मिळविण्यात नाही.'

हे सार्थ जीवन शांतिनिकेतन आपल्याला देईल का? मालमत्ता करणं, ही गोष्ट सत्यजितला कधीच महत्त्वाची वाटली नव्हती. आंतरिक सामाधान हेच खरं. केंब्रिजला असताना सत्यजित अस्वस्थ असे. अंतरात तुफान चालू असे. एकदा तर आपण बौद्ध साधू व्हावं आणि सिलोनमध्ये किंवा थायलंडमध्ये जाऊन मठात राहावं, ह्या कल्पनेनं तो झपाटलेला होता. शांतिनिकेतन त्याला आदर्श वाटलं, ते ह्यामुळेच.

एवढं आकर्षक ठिकाण इतरत्र क्वचित असेल. शहरी गोंधळापासून शांतिनिकेतन दूर होतं. इथे तांबडी माती होती, उग्र वावटळी होत्या. आवाराच्या कडेला लागून लहानसा ओढा खळखळत होता. इथे फळांनी लहडलेल्या बागा होत्या, सुगंधी झुडपं होती, फुलांनी बहरलेल्या वेली होत्या.

वर्ग भरत ते झाडांच्या छायेखाली. आपल्या चटया अंथरूण विद्यार्थी त्यावर बसत आणि फूटभर उंचीच्या कठड्यावर शिक्षक बसत. डोक्यावरच्या झाडात एखादा पक्षी सुरावर गाऊ लागला की, वर्ग मध्येच थांबत असे. शिक्षकाच्या कंठातून निघालेल्या बोलापेक्षा, ह्या पक्ष्यांच्या बोलातून विद्यार्थी जास्त काही शिकत असत.

शांतिनिकेतन घर होतं आणि देऊळही होतं. पण एक वेगळं देऊळही इथे होतं. कसलीही मूर्ती नसलेलं काचेचं देऊळ. त्यात चोहोदिशांनी सूर्यप्रकाश येई. इथे स्वत: कविवर्य टागोरांचं किंवा इतर शिक्षकांचं साप्ताहिक व्याख्यान असे. ह्यात दुराग्रही शिकवण नसे. जागतिक धर्मावर कविवर्यांचा विश्वास होता. 'मानवता धर्म' असं ते त्याला म्हणत.

सत्यजित सेन ग्रामीण सुधारणेत भाग घेत होता आणि शिक्षकही होता. प्रथम जेव्हा त्यानं वर्ग घेतला, तेव्हा विद्यार्थ्यांनी त्याला फुलं दिली. प्रत्येकीनं सुगंधी फुलांचा एक गुच्छ आपल्या शिक्षकाला दिला. हात जोडून ह्या भेटीचा स्वीकार करीत असताना सत्यजितचे डोळे एका मुलीवर क्षणभर खिळून राहिले. ती मुलगी लाजली, वळून मागे गेली, पार शेवटच्या ओळीत जाऊन बसली. वटवृक्षाच्या बुंध्याआड तिनं स्वत:ला लपवलं. तिची मान बारीक होती, हात गोंडस होते आणि रंग सोनसळी होता.

सत्यजितच्या मनातून ती पोर जाईना. तो तिच्याकडे पुन:पुन्हा पाहत होता. वर्ग संपला तरी किती तरी वेळ विटांच्या चौथऱ्यावर तो बसून राहिला. कविवर्यांनी ज्या सार्थ जीवनाचं वर्णन केलं होतं – तेच इथे, सत्यजितपुढे चटईवर मूर्त साकार झालेलं त्याला दिसलं होतं.

दुसऱ्या दिवशी तास संपण्याअगोदर त्याला त्या मुलीचं नाव कळलं – सुरुची. सुरुची नाव होतं तिचं.

शुक्रवारी अर्थशास्त्राचा तासच नव्हता. सत्यजित कोणी नाकारल्यासारखा एकटाच आपल्या खोलीपुढल्या व्हरांड्यात आरामखुर्चीवर पडून राहिला होता. त्यानं वाचनात मन गुंतविण्याचा प्रयत्न करून पाहिला. पण अधूनमधून त्याची नजर सारखी सालवृक्षांच्या रांगांपलीकडे असलेल्या दोन मजली इमारतीकडे जात होती. तिथे स्त्रियांसाठी शेजघर होतं.

पायऱ्यांवर पावलं वाजली आणि सत्यजित भानावर आला. दोन मुली येत होत्या, त्यांपैकी एक होती सुरुची! दोन्हीही मुलींनी नमस्कारासाठी हात जोडले, तेव्हा गोंधळलेला सत्यजित नमस्कार परत करायचा विसरून बघतच राहिला.

ह्या मुली एका विशेष कामगिरीवर आल्या होत्या. नुकताच नाताळ झालेला होता. शिक्षकांकडे त्यांच्या मित्रांकडून पुष्कळ भेट-कार्डे आली होती. ही कार्डे गोळा करून त्यांची चित्रांची पानं वेगळी करून ती खेड्यातल्या मुलांना वाटण्याचा ह्या मुलींचा इरादा होता.

"आम्हाला छान रंगीत कार्डं हवीत सर. मुलांना किती आनंद होईल! तुम्हाला आलेली कार्डं टाकून तर दिली नाहीत ना?"

"अजून नाही."

"परदेशी मित्रांकडून तुम्हाला सुरेख कार्डं आली असतील!"

सुरुची काही बोलेल म्हणून सत्यजित वाट पाहत होता, पण ती गप्पच होती. तशी ती अबोलच होती. वर्गातसुद्धा केवळ तिचा हळू, किंचित घोगरा आवाज ऐकायला मिळावा, म्हणून त्यानं किती वेळा तिला प्रश्न विचारले होते.

वर्ग सुटल्यावर गळून गेलेली सुरुची आपल्या चटईवरून उठताना तिला डोळे भरून पाहण्याची संधी सत्यजित कधी चुकवत नसे.

आता ती त्याच्यासमोर उभी होती. सत्यजितच्या खांद्यालासुद्धा लागणार नाही, एवढी. तिच्या चेहऱ्याकडे बघत असताना सत्यजित म्हणत होता – ह्या मुलीबद्दल आपल्याला नेमकं कसलं आकर्षण आहे बरं?

क्षणभर तिनं डोळे वर करून पाहिलं आणि पुन्हा खाली नजर लावली. मैत्रीण थोडी धीट असावी. ती 'कळलं' अशा अर्थी मंद हसली.

सत्यजित सेन घाईनं आपल्या खोलीत गेला. तो परत बाहेर आला. सुरुचीला कोपरखळी मारून 'कार्ड घे' असा इशारा तिच्या मैत्रिणीनं केला. पण ती तशीच उभी होती. पुन्हा मैत्रिणीनं कोपरखळी दिली, पण सुरुचीनं हात उचलला नाही. शेवटी सत्यजित म्हणाला –

"ही घ्या कार्डं, रमोला!"

अर्थशास्त्राचा एक तास आणि त्यानंतरचा अर्थशास्त्राचाच तास ह्या दोन्हींतलं अंतर फारच कंटाळवाणं जाऊ लागलं. मग इतर वेळी सुरुची दिसते का, म्हणून सत्यजित धडपड करू लागला.

आणि त्याच्या ध्यानात आलं की, सकाळी अगदी लवकर उठलं की, फायदा होतो. पहाटे प्रभातफेरी निघे. सहा मुलं आणि सहा मुली मिळून ही प्रभातफेरी काढीत. गाणी म्हणत आणि झोपलेल्यांना जागवत. हा क्रम रोजचा होता.

एकदा जागा होऊन सत्यजित बाहेर आला आणि ह्या घोळक्यात सुरुची आहे, हे त्याला कळलं. आपण अंथरुणात पडल्या-पडल्या, गेला आठवडाभर नुसती गाणीच ऐकत राहिलो, ह्याचं त्याला किती वाईट वाटलं.

मग, सूर्योदयापूर्वी जागा होऊन प्रभातफेरी येण्याची वाट पाहत तो अंथरुणावर पडून राही. गाण्याचा आवाज जवळ-जवळ आला की, उठून व्हरांड्यात येऊन उभा राही. प्रभातफेरी हिरवळीपलीकडच्या तांबड्या वाटेनं जाई. सुरुचीचा चेहरा नीट दिसत नसे. ती कधी वळून सत्यजितकडे पाहत नसे. पण तिचं जेवढं दर्शन होई, तेवढं सत्यजितला पुरे असे.

दिवसाची सुरुवात तर उत्तम होई. मग तो उमेदीनं वाट पाही – दुपारी झाडाच्या सावलीत भरणाऱ्या वर्गाची.

दोन महिने गेले.

एकदा वर्ग सुटल्यावर त्यानं सुरुचीला हाक मारली आणि बोलायचं आहे, म्हणून तिला थांबवून घेतलं. विद्यार्थिनींनी सुरुचीकडे अर्थपूर्ण कटाक्ष टाकले. रमोला कोपरखळी मारून गेली. सगळेच गेले. दोघंच राहिली. मग सत्यजित पुढे आला आणि एक मिनिट न बोलता, नुसतं तिच्याकडे पाहण्यातच गेलं.

"रुची, रुची... तू माझ्याशी लग्न करशील का?"

गोंधळलेल्या नजरेनं तिनं क्षणभर सत्यजितकडे पाहिलं. ह्या प्रश्नामुळं ती आश्चर्यचकित झालेली दिसली नाही. त्याच्या लक्षात आलं. स्त्रियांना पूर्वसूचना जात्याच मिळतात, हे खरं.

पुन्हा एकदा हळुवारपणे तो बोलला, "माझ्याशी लग्न करशील, रुची?"

"मी... आपण...?"

"हो, तू हवी आहेस मला!"

'ही लग्नाची मागणी आहे!' सुरुची स्वत:शी म्हणाली. पुस्तकातून वाचलेले प्रसंग तिला आठवले. पण हा प्रकार वेगळाच दिसतो. रोखठोक प्रश्न... अर्थशास्त्राच्या तासात विचारलेल्या प्रश्नासारखा.

त्याच वेळी सुरुचीचा एवढासा हात त्यानं आपल्या हातात घेतला.

"रुची!"

"पण माझे आई-वडील –"

रुचीचं वय त्या वेळी केवळ एकोणीस वर्षांचं होतं.

"मी विचारीन त्यांना. मला माहीत आहे, आपली जात एक नाही. पण, इथे शांतिनिकेतनमध्ये जातीला काही महत्त्व नाही. मी गुरुदेवांना विचारीन."

"त्यांच्यावरच अवलंबून आहे –"

सत्यजितचा चेहरा उजळला.

"मग काहीच काळजी नाही."

"मग नॅन्सी किंगचं काय?"

"कुणाचं?"

"आणि हॅरिएट ग्रीन... स्टेला जॉन्सन...!"

"तुला कुणी सांगितली ही नावं?"

त्याच्या डोळ्याला डोळा देऊन ती म्हणाली, "तुम्हीच की! त्यांनी पाठविलेली ख्रिसमस भेटकार्डं दिलीत... आठवत नाही?"

सत्यजितला एकदम हसू आलं.

"आम्ही पाहिलं चित्राची पानं फाडून घेताना."

"पाहिलं आणि विणलं, पुढं?"

"विणलं काय, स्टेला जॉन्सननं तर छापील मजकुरापुढं लिहिलंच होतं – वुईथ ऑल माय लव्ह!"

"त्याचा त्रास झाला?"

सत्यजितनं हातात घेतलेली तिची बोटं घामेजली होती.

"नाऽही. त्याचा काय त्रास व्हायचा?"

"त्या शब्दांना काही अर्थ असतो का?"

"नसतो?"

"तू दिलास, तो नसतो. नॉट लव्ह."

"ऑल माय लव्ह...!"

"नुसता उपचार... अर्थहीन शब्द नुसते."

"उपचार म्हणून कोणी आपलं प्रेम देईल का?"

"तसं लिहितात... तिकडे परदेशात."

तरी तिचं समाधान झालेलं दिसलं नाही.

"स्टेला जॉन्सन ही लग्नाची बायको आहे दुसऱ्याची."

"आणि दुसऱ्या दोघी?"

एक क्षणभर तो गप्प झाला. आठवणींची जळमटं झटकून टाकावीत तसे त्यानं हातवारे केले अन् उसन्या थट्टेखोरपणे म्हणाला, "माझ्याशी लग्न करण्यासाठी त्या एकमेकींच्या झिंज्या उपटतील, असं वाटतं तुला?"

"नाही, पण –"

"मला बायको आहे पाहिली!"

तिनं आपला हात सोडवून घेतला. श्वास जोरात चालू लागला. तिच्याकडे डोळे भरून पाहिल्यावर सत्यजित म्हणाला, "माझ्या बायकोचं नाव आहे, सु रु चि!"

लग्न झालं. प्रेम उत्तरोत्तर वाढत राहिलं. इतक्या उत्तम पुरुषाला प्रेम लाभायचं नाही, तर कुणाला? पण मग त्या वटवृक्षाखाली त्यानं एकाएकी मागणी घातली, तेव्हा आपण असं का वागलो? हो-नको का केलं? विश्वास का नाही ठेवला लगेच?

पण, अशी वागले मी? खरंखरं?

पर्णकुटी हे एके काळचं आपलं राहतं घर गुरुदेवांनी ह्या जोडप्यासाठी दिलं होतं. एका पिंपळाच्या झाडाभोवतीच हे घर बांधलेलं होतं. खालच्या फांद्या तेवढ्या तोडलेल्या होत्या, वरचा विस्तार तसाच होता. घरावर राजछत्र धरावं, तसा तो

शोभत असे. पिंपळावर राहणारी पाखरं सकाळी गोड गाऊन या राजा-राणींना जागं करीत. सुरुचीनं मागल्या परसात एक कण्हेरीचं झुडूप लावलं होतं. फार जलदीनं ते वाढलं आणि तांबड्याभडक फुलांनी बहरून गेलं. सुरुचीचे केस लांबसडक होते; त्यांचा सैलसर अंबाडा ती आपल्या गोऱ्या मानेवर घालत असे आणि रोज कण्हेरीच्या फुलांचा झुबका त्यात खोवीत असे.

पुन्हा कधी म्हणून त्या ख्रिसमस कार्डांचा उल्लेख तिनं आपल्या नवऱ्यापाशी केला नाही.

त्या गोष्टीविषयी बोलायला सत्यजित राजी नसतो, याची जाणीव तिला झाली होती. जे काही काल घडलं, ते झाकलेलंच राहू दे. कालची गोष्ट कशाला; आला दिवस महत्त्वाचा होता. आजचा आणि उद्याचा. आणि परवाचा आणि तेरवाचा – आणि पुढचे सगळेच.

दोन वर्षांनी सुमीता जन्माला आली. ती सरकू, रांगू लागली आणि पुन्हा एकवार सत्यजितला अस्वस्थ, बेचैन वाटू लागलं. किती काळ ह्यातच गुंतून राहायचं?

एकवार बापूजी शांतनिकेतनला आले. नेहमी येत-जात असत, तसेच. त्यांचं सेवाग्राम तेव्हा उभं राहिलेलं होतं.

संध्याकाळी प्रार्थना संपल्यावर त्यांनी सत्यजितच्या खांद्यावर हात ठेवून म्हटलं, "तुझी आठवण येत होती मला... गेले काही महिने!"

"माझी? किती भाग्याची गोष्ट ही!"

"तू सेवाग्रामला आलं पाहिजेस. मला नेहमीच तसं वाटायचं; पण आज मी पाहिलं, तुलाही माझ्यासारखंच वाटतंय!"

बस – एवढंच बोलणं झालं. दुसऱ्या दिवशी गांधीजी दुपारच्या गाडीनं कलकत्त्याला निघाले. रेल्वे स्टेशनवर पुन्हा त्यांची नजर सत्यजितकडे लागली.

त्या नजरेचा अर्थ कळून सत्यजितनं विचारलं, "मी ह्या आठवड्याभरात सेवाग्रामला आलो, तर चालेल का?"

"तिथे यायचं म्हणजे काय करायचं, हे तुला कळलं का? तिथे लोकांना धडे शिवायचे नाहीत. त्यांच्यातच राहायचं; आपले विचार आपल्या कृतीमधून त्यांना कळले पाहिजेत."

सत्यजितनं हे सगळं रुचीला सांगितलं आणि भर घातली –

"पण तुला ते खडतर आयुष्य पत्करण्याचं काही कारण नाही. तू आपली इथंच राहा – निदान काही काळ तरी –"

त्याकडे पाहून सुरुची म्हणाली, ''तुम्ही नसल्यावर मी इथे राहून काय करू?''

एका आठवड्यानंतर काही जुजबी सामानसुमान बरोबर घेऊन ती दोघं निघाली. सेवाग्राममध्ये राहायला जास्ती सामानाची गरजच नव्हती. झोपडीत राहायचं, चटईवर बसायचं, खाटल्यावर झोपायचं. स्वत: सूत कातून त्या कापडाचे स्वत:पुरते कपडे बनवायचे. स्वयंपाकघरातील अद्यावत उपकरणांचीसुद्धा काहीही जरुरी नव्हती. एखादा शेतकरी खातो तसं साधं जेवण घ्यायचं. पैसा-अडका म्हणजे उगाच ओझं. तीच गत समजा डोक्यावरील विचारांची. लांबलचक प्रवासात, मन धुऊन-पुसून स्वच्छ करायचं आणि कोरी पाटी घेऊन वर्ध्यापासून आठ मैल टांग्यातून अंतर काटून सेवाग्रामात पोहोचायचं.

मग महिन्यांमागून महिने गेले;

वर्षे गेली.

देश स्वतंत्र झाला. त्याच वर्षी सुमीता मुळाक्षरं शिकली. घराच्या भिंतीवर खडूनं खर्डे गिरवू लागली.

गांधीग्राम झालं आणि पुन्हा एकवार बिऱ्हाड उचलावं लागलं. कुठून कुठं जावं लागलं. पण फरक फक्त जागेचाच; राहणीत काही फरक झाला नाही. गांधीग्राम म्हणजे दुसरं सेवाग्रामच होतं. फरक सांगायचा, तर इथे आल्यावर सत्यजितनं आपलं आडनाव सोडून दिलं. जातीचा बोध व्हायचं आता कारण नव्हतं. नुसतं सत्यजित. पूर्वी ऋषी-मुनी करीत असत, तसंच. पण ऋषी-मुनींनी आडनावांबरोबर नावंही सोडली होती, जात सोडली; एवढेच नव्हे, तर मूळही टाकून दिलं.

ह्या सगळ्या घडामोडींशी सुरुचीनं स्वत:ला जमवून घेतलं. ती शांत, स्थिर राहिली. सत्यजितच्या हाती ओली मातीच आलेली होती; हवा तसा आकार देता येत होता.

तिच्या परीक्षेचा काळ लगेच आला. एक विलक्षण गोष्ट घडली.

सत्यजितची अभ्यासिका आणि शेजघर एकच होतं. त्याच खोलीत भिंतीला लागून त्याची झोपण्याची खाट होती. सुरुचीनं पाना-फुलांचं भरतकाम केलेली स्वच्छ पांढरी चादर ह्या खाटल्यावर असायची. शेजारच्या खोलीत सुरुची आपल्या बाळासह झोपायची.

सत्यजितला जेव्हा सुरुची हवी असे, तेव्हा संध्याकाळच्या जेवणानंतर तो तिचा हात हळूच दाबून सोडून देई. ही खूण ठरलेली असे. मग बाळाला नीट झोपवून सुरुची हळूच सत्यजितपाशी झोपायला यायची.

अशी ही खूण सत्यजितनं अलीकडे कित्येक आठवड्यांत केली नाही... जवळ-जवळ महिना तसाच निघून गेला. सुरुचीला तो हवा होता, म्हणून तिनं

कितीदा संधी आणली, पण सत्यजित थंडच होता. खरं तर त्यानं खूण न करताही ती त्याच्याजवळ जाऊ शकली असती; पण सुरुचीला लाज वाटे. इतकी वर्षं लग्नाला झाली, तरी तिची लाज गेलेली नव्हती.

कुठे तरी काही तरी चुकलं होतं!

एकदा-दोनदा तिला त्याच्या डोळ्यांत ती इच्छा दिसली. सुरुचीची छाती धडधडली, पण लगेच तो बाहेर पडला. बाहेरचं बांबूचं फाटक लावून घेऊन निघून गेला आणि रात्री किती तरी उशिरा परत आला तसा आपल्या खोलीत जाऊन झोपला.

मग एके दिवशी सुरुची निश्चयानं बसून राहिली. वाट पाहत जागत बसून राहिली. सत्यजित आला आणि स्तब्ध उभा राहिला. अंधाराकडे एकटक बघत व्हरांड्यात उभा राहिला. सुरुची प्रेमभरानं जवळ गेली. स्पर्श करताच तिच्या लक्षात आलं की, त्याचं अंग कापतं आहे.

असं परक्यासारखं का?

त्याचा हात तिनं आपल्या छातीवर ठेवला. चटचट ब्लाउजची बटणं काढली आणि आपल्या उघड्या छातीवर त्याचा रुंद पंजा दाबला.

किती आवेगानं त्यानं तिला मिठीत घेतली... आपल्या खोलीत नेली आणि किती-किती सुख दिलं! मग इतके दिवस त्यानं आपली इच्छा अशी दाबून का ठेवली होती —?

''काय झालं होतं तुम्हाला?''

तो बाजूला झाला. खाटल्याच्या कडेला बसून राहिला. ती झोपूनच होती. अंगावरून हात फिरवून त्याला झोपवायला उत्सुक करीत होती. तो उठला आणि बाहेर पडला. पावलांच्या आवाजावरून तिला कळलं की – तो गेला.

सुरुची चकित झाली. आणि मग तिला शरम वाटली. अर्धा-एक तास एकत्र झोपण्याचं सुख बिघडून गेलं होतं. घाईघाईनं तिनं कपडे केले. आपल्या खोलीत गेली. तिच्या डोळ्यांतून पाण्याच्या धारा लागल्या.

मी काय गुन्हा केला, म्हणून त्यांनी मला टाकून दिली?

दुसऱ्या दिवशी दोघंही रात्री जणू काही घडलंच नाही, अशी वागली. सुमीता शाळेला गेली.

आणि सत्यजित म्हणाला, ''मला बोलायचं आहे तुझ्याशी रुची.''

''काय?''

ती त्याच्या शेजारी येऊन बसली.

''शांतिनिकेतन सोडण्यापूर्वी मी तुला काय सांगितलं होतं, आठवतं काय? तू इथे राहा; माझ्याबरोबर येऊन तुला सुख लाभणार नाही.''

"पण मी लावून घेतलं ना सुख... इतकी वर्षं झाली!"

"माझं नीट ऐकून घे. तुझ्या मदतीवाचून मला काही करता येणार नाही. मी कुठं तरी भरकटेन."

एवढं बोलून तो एकाएकी स्तब्ध झाला.

त्याचे डोळे काही वेगळेच दिसू लागले.

कसल्या भीतीनं त्याला पछाडलं होतं?

त्याचा खिन्न चेहरा बघून सुरुचीला भडभडून आलं.

"काय करू मी, म्हणजे तुम्ही सुखी व्हाल? मला आज्ञा करा... माझ्यावर एवढा विश्वास नाही का?"

"आहे. म्हणून तर म्हणतोय की, तू साह्य कर मला."

"सांगा, काय करू मी?"

"गांधीजी गेले, त्याला दोन वर्षं झाली. त्यांची शिकवण कृतीत आणण्याची जबाबदारी आहे आपल्यावर. दिवसेंदिवस आपण विसरत चाललोय त्यांची तत्त्वं!"

ती गप्प राहून ऐकत होती.

"ब्रह्मचर्यावर गांधीजींचा विश्वास होता. आत्मिक बळ मिळविण्यासाठी संपूर्ण ब्रह्मचर्य पाळलं पाहिजे, असं ते सांगत. अशी शपथ घेण्याची सक्ती त्यांनी कधी कुणावर केली नाही; पण त्यांची इच्छा असे तशी. माहीत आहे तुला?"

होय, सुरुचीला माहीत होतं. आश्रमातील काही जोडपी तशी राहत होती, हेही तिला माहीत होतं. धर्मवीर आणि कुमारी यांच्याबाबतीत काय घडलं, तेही तिला आठवत होतं. दोन वर्षं आश्रमात ती दोघं होती. आम्ही लग्न करणार, असं त्यांनी एके दिवशी सांगितलं. गांधीजींनीच लग्न लावलं. ते आग्रह करीत तसाच अगदी साधा विधी झाला. आणि त्या नवरा-बायकोंनी लगेच ब्रह्मचर्याची शपथ घेतली.

कितीशी पाळता आली ती त्यांना?

कुमारी गर्भार राहिली, तेव्हा लग्नाला अजून वर्षसुद्धा झालं नव्हतं.

सत्यजित बोलत होता –

"गांधीजींनी लिहिलं आहे – 'ज्यांना देशसेवा करायची असेल, त्यांनी ब्रह्मचर्य पाळलंच पाहिजे; मग ते विवाहित असोत अगर नसोत.' आपली विषयलालसा पुरी करणं, हा लग्नामागचा हेतू असू नये."

हे गांधीजींचे शब्द तिला माहीत होते; पण ब्रह्मचर्यामुळे कोणा देशभक्ताला अधिक बळ कसं मिळेल, हे तिला उमजत नव्हतं.

सत्यजितच्या मनात काय आहे, याची कल्पना तिला आली. नको, इतक्या लवकर हे घडायला नको.

आपल्याला काय म्हणायचं आहे, हे स्पष्ट सांगण्यासाठी सत्यजित धडपडत

होता; पण ते स्पष्ट सांगणं फार कठीण होतं.

"रुची, ऐक. हे बघ, माझी मतं काहीही असली तरी ती तूही मानली पाहिजेस, अशी सक्ती मी कधी करणार नाही. ते गांधीजींच्या शिकवणुकीविरुद्ध होईल. यातून एकच वाट आहे –"

सुरुची चकित होऊन पाहत होती. एका महान विभूतीचा हा आदर्श समोर ठेवून सत्यजित स्वत:चं जीवन घडवू पाहत होता. सुरुचीनं कस्तुरबांचा आदर्श पुढे ठेवावा, असं त्याला वाटत होतं का? असंच असलं पाहिजे. दक्षिण आफ्रिकेतल्या लढ्यापासून गांधीजींबरोबर कस्तुरबा होत्या. त्यांनी गांधीजींना सदैव साथ दिली. पण सुरुचीला हे कसं झेपणार? ती सर्वसामान्य स्त्री होती, दुर्बळ होती. दहा जणींप्रमाणं तिच्याही जीवनासंबंधीच्या कल्पना होत्या.

तिच्या मनात भीती दाटून आली.

हा भोग आपल्या वाट्याला येणार का?

"यातून एकच वाट आहे –"

सत्यजितचा चेहरा आता जास्ती खिन्न दिसू लागला होता. एवढंच तुटकपणे म्हणून तो काही वेळ स्तब्ध राहिला आणि मग स्फोट व्हावा तसे शब्द आले –

"तू तुझं स्वातंत्र्य घे."

"स्वातंत्र्य! काय करू ते घेऊन?"

"लग्न कर पुन्हा. माझ्यासारखा वेडा बघू नकोस दुसरा. तू तरुण आहेस. आताशी कुठं एकोणतीस वर्षांचं वय आहे तुझं. तुला सुख देईल, असा पुरुष बघ!"

"सुख?" सुरुचीच्या डोळ्यांत खळ्कन पाणी आलं. खाली मान घालून ती रडू लागली. मनात उसळून आलेल्या कढाला तिनं वाट दिली.

काही वेळ तसाच गेला.

"रुची, तुझ्याइतकंच मलाही दु:ख होतंय. म्हणूनच म्हणालो मी की, मला साह्य कर. नाही तर मी कुठं तरी भरकटेन."

तिनं पदरानं डोळे पुसले, पण ते पुन्हा भरून आले. हुंदके देत-देत ती बोलली–

"साह्य कर... म्हणजे स्वातंत्र्य घे तुझं – हेच म्हणता ना तुम्ही?"

"हो, आणखी काय म्हणू –?"

ती गप्प झाली. रडू थांबलं. आर्द्र होऊन हलक्या आवाजात ती पुटपुटली, "तुम्ही काहीही सांगा; मी अवज्ञा नाही करणार."

सत्यजितला जाणीव नव्हती. तिनं हा त्याग केला तरी काय झालं? बाकीचं सहजीवन होतंच की.

पत्नी म्हणून, आई म्हणून काय भोगावं लागणार आहे, हे तिलाही नीटसं कळलं नाही. एक मूल होऊन सगळं संपलेलं नव्हतं... पुष्कळ वर्षं तिनं मनोमनी

इच्छा बाळगली होती की, आपल्याला दोन मुलगे असावेत.

तरी पण, त्या काळी, तिचा देवावर विश्वास होता. श्रद्धा होती.

वर्षांमागून वर्षं गेली, काही क्षण असे आले की, सतावून गेलेल्या त्या देवानं संयम सोडला, तुफान उसळलं आणि त्यानं सुरुचीला सत्यजितकडे ओढलं. मीलन घडवलं.

सुरुचीनं थंड, शांत राहण्याचा प्रयत्न करूनही तिच्यातल्या मातृत्वानं ते क्षण अधाशासारखे पकडले.

वर्षांमागून वर्षे गेली.

असे क्षण कमी-कमी येत गेले.

ह्या असंबद्ध गाण्यातून मूल जन्माला आलं नाही. ती मनोमनी आशा करीतच राहिली आणि शेवटी तिला कळून चुकलं की, आता आशा संपली!

भराभर वर्षे गेली.

सरत्या तारुण्यात कधी-मधी तिला एकटं-एकटं वाटे. कुठं आहेत ती आपली दोन मुलं?

नावंसुद्धा दिली होती आपण त्यांना – अजय आणि संजय.

आता चाळिशी आली होती, सुमीता वीस वर्षांची झाली होती; तरीसुद्धा मधेच तिला अजय-संजयची स्मृती येई. आई होण्याची उत्कट इच्छा तिच्या चेहऱ्यावर अगदी ठळक दिसे.

एकदा असा तिचा चेहरा बघून सुमीता ओरडली –

"काय गं झालं आई?"

उत्तर आलं नाही, त्याऐवजी प्रश्न आला –

"सुमीता, आपल्याला दोन धाकटे भाऊ असावेत, असं नाही वाटत तुला?"

"हो गं, हो! किती वाटतं!"

यावर काही तरी वेगळ्याच आवाजात ती म्हणाली, "सुमीता, नीट लक्षात ठेव मी काय सांगते ते. लग्नानंतर हवी तेवढी मुलं होऊ देत तुला. कुण्णाचं ऐकू नकोस, त्याबाबतीत."

सुमीता आईकडे बघतच राहिली. काय झालंय हिला?

काही वेळ गेला आणि सुरुचीचा चेहरा पुन्हा सौम्य, शांत झाला.

"बरं का सुमीता, तुझी आई वेडगळ आहे थोडीशी. बोलू नये, ते ती बोलून जाते...."

■

। तीन ।

सुमीता घरातून येऊन फाटकापाशी थांबली होती. नेहमीप्रमाणं ती आणि सत्यजित दोघं गावातून सकाळचा फेरफटका मारण्यासाठी निघाली होती. सत्यजितला व्हरांड्यातून पायऱ्या उतरून येताना पाहताच इतका वेळ मनात होतं, ते तिनं बोलून दाखवलं.

"बिचारी आई! मी दिसेन म्हणून विमानतळावर भिरभिर बघेल आणि मी दिसण्याऐवजी वाईट बातमी देणारं ते पत्र तिच्या हातात पडेल!"

विमानाच्या शिडीवरून उतरून येणाऱ्या आईला तिला बघायचं होतं. परदेशी राहून परतल्यावर ह्या आपल्या भूमीवर पाय टाकताना कोणत्या भावना तिच्या मनात गर्दी करीत असतील? आईला जाऊन साधे दहाच दिवस झाले होते; पण किती काळ लोटला, असं वाटत होतं.

"दोनच तासांपूर्वी तिचं विमान लडाखवरून जात असणार." बांबूचं फाटक लावून घेता-घेता सत्यजित म्हणाला.

जाण्यापूर्वी एकच दिवस अगोदर हे फाटक सुरुचीनं रंगवलं होतं. गावातच मिळालेला रंग तिनं वापरला होता; पण ते वेडंवाकडे फाटक आता कसं लख्ख दिसत होतं.

"लडाख! काश्मीरचा भाग ना?"

सत्यजितनं दूरवर पाहिलं. क्षितिजाकडे – हजार मैल पलीकडे.

"हे बघ –" हाताची मूठ वळून तो म्हणाला, "हा हात – भारताच्या अगदी उत्तरेकडचा प्रदेश, काश्मीर. याची राजधानी श्रीनगर – श्रीनगरपासून असा रस्ता –" त्यानं दुसऱ्या हातानं हवेत रेघ ओढून म्हटलं. "डोंगर ओलांडून उत्तरेकडे – लडाखकडे जातो. बारा हजार फूट उंचीवर लेह आहे. भारत आणि लडाख ह्यांना जोडणारा विमानमार्ग तेवढा आहे; मधल्या निर्जन भागात काही नाही."

"लेहपर्यंतच आपली हद्द?"

"नाही – नाही, लडाखचा प्रदेश सिकियांग आणि तिबेटच्या हद्दीपर्यंत आहे. डोंगर, दऱ्याखोरी ह्यांतून वाटा थेट आपल्या संरक्षक नाक्यापर्यंत जातात. किती उंचीवर? वीस हजार फूट! ह्या संरक्षक नाक्यावरच्या आपल्या जवानांना लागणारे खाद्यपदार्थ, गरजेच्या वस्तू – सगळं विमानातून खाली टाकावं लागतं."

विलक्षण थंडीत तंबूत बसून राहिलेले पहारेकरी तिला दिसू लागले. एक टोळी, मग मध्ये खूप अंतर आणि दुसरी टोळी. डोंगरकपारीतील दहा मैलांचं अंतर म्हणजे सपाटीवरच्या हजार मैलांना भारी. बाहेरच्या जगाचा आणि त्यांचा संपर्क तुटला, तर ही माणसं तिथे जगणं अशक्य.

दिवसभर बर्फभरल्या आकाशरेषेकडे डोळे लावून बसायचं. सभोवार भयाण शांतता. विरागी लोकांप्रमाणे जीवन.

भारताच्या स्वातंत्र्याचे ते पहारेकरी. आपल्या स्वातंत्र्यावर कधी घाला आला तर? पलीकडे दूरपर्यंत पसरलेल्या शांततेतूनच सिकियांगकडूनच घाला घातला गेला तर?

छे, असं कसं घडेल!

नवी दिल्लीतून पेकिंगला खलिता गेला होता. चिनी सैनिकांच्या हालचालींत कशी चूक होती, हे दाखवून देण्यात आलं होतं. चूकच, नाही तर काय? खलित्याचं उत्तर आलं नव्हतं; पण पेकिंग रेडिओनं खुलासा केला होता.

चिनी सरहद्दीवरचे सैनिक आपल्याच प्रदेशात हालचाल करीत आहेत. भारताच्या संरक्षक चौक्याच उठवून मागे गेल्या पाहिजेत. अशा रीतीनं प्रश्न मिटेल. आशियातील दोन महान राष्ट्रं युगे-युगे एकमेकांची मित्रच राहतील.

ही भाषा गेली पाच-सहा दिवस पेकिंग रेडिओवरून सारखी ऐकू येत होती.

पुढे काय?

सत्यजितपाशी उत्तर होतं.

"माझा विश्वास आहे सुमीता. पेकिंग आणि दिल्ली – दोन्हीकडच्या वरिष्ठ लोकांनी एकत्र येऊन चर्चा करावी. बांडुंग परिषदेच्या वेळी ह्या दोन्हीही राष्ट्रांनी पंचशीलला मान्यता दिलेली आहे. इंडोनेशियातील ह्या शहरात, आशियातील राष्ट्रांच्या परिषेदत पाच तत्त्वं मान्य झालेली आहेत. परस्परांच्या सरहद्दीचा मान राखला जाईल. कुठल्याही परिस्थितीत अतिक्रमण होणार नाही. आता ह्या दोन्हीही देशांना परस्परांबद्दल सद्भावना आहे. बघ, सरहद्दीचा प्रश्न हा सलोख्यानंच सुटेल. परस्परांचा मान राखला जाईल."

बोलत-बोलत ती दोघंही आता मुख्य रस्त्यापर्यंत आली होती. रस्त्याच्या

डाव्या बाजूला घरं होती. साध्या मातीची घरं आणि बांबूंचं फाटक. हरेक घराच्या परसात भाजीपाला लावलेला होता.

शंभर-एक यार्डांवर पुढे जीप जाताना दिसली. एक मिनिटभर दिसली आणि वळणावर दिसेनाशी झाली.

"कारखान्याची दिसते जीप."

"बहुतेक आज लवकर आली. घाईगर्दीत दिसतात हे लोक तूर्त."

लोहपूरचे लोक जीप भरभरून यायचे आणि टेपनी मापे घ्यायचे, टिप्पणे घ्यायचे. गेले चार-पाच दिवस त्यांची गडबड चालू होती. हे लोक म्हणजे पोलाद कारखान्याचे इंजिनिअर्स आहेत, हे सुमीताला माहीत होतं. गांधीग्राम म्हणजे काय आहे, याची काही जाणीव ह्या लोकांना नव्हती. चार चौरस मैलांची गांधीग्रामच्या जवळची पिकाऊ जमीन पैसे मोजले की आपल्या ताब्यात येईल, अशी त्यांची ठाम समजूत होती. त्यांना लवकरच धडा मिळणार होता. पैशानं विकत घेता येत नाहीत, अशाही काही गोष्टी असतात, हे त्यांना कळून येणार होतं.

गांधीग्रामच्या श्रद्धा-मूल्ये वेगळी होती, हे लोहपूरला कळायला हवं होतं. उभ्या भारताला आदर्श ठरावं, असं एक नमुनेदार खेडं गांधीग्रामच्या रूपानं घडवलं जात होतं. इथली जमीन गावच्या मालकीची होती. तिच्यात पिकणाऱ्या धान्याचं वाटप गरजेनुसार केलं जात होतं. धान्याशिवाय इतर गरजा गावातल्या उद्योगधंद्यांतून भागविल्या जात होत्या. गांधीग्राम स्वयंपूर्ण व्हावं, यासाठी सगळे प्रयत्न होत होते. गावाला लागणारं कापड गावचे कोष्टी हातमागावर विणीत होते. गावात दोन घिसाडी होते; ते शेतीची अवजारं, बैलगाडीच्या चाकाला लागणाऱ्या धावा, थाळ्या, भांडी बनवीत होते. दोघे जण साखरेचा उद्योग करीत. ऊसापासून ते खांडसरी साखर तयारी करीत. फॅक्टरीत तयार होणाऱ्या पांढऱ्या साखरेपेक्षा ही साखर जास्ती उपयोगी होती. शेजारच्या जंगलातील विशिष्ट झाडापासून गावातील कारागीर कागद तयार करीत असत. तिघे जण मिळून तेल गाळण्याचा उद्योग चालवीत होते.

पुरुषांप्रमाणं स्त्रियाही उद्योग करीत होत्या. त्या भात कांडत, आपल्यापुरते दळण दळत आणि मुख्य म्हणजे चरख्यावर सूत कातीत; घरोघरी चरखा होता.

गांधीजींचा खादीवर केवढा भर होता. खेड्याच्या सौर ग्रहमालेतील सूर्य, असाच खादीचा उल्लेख ते करीत. इतके ग्रह म्हणजे वेगवेगळे उद्योगधंदे. खादीशिवाय इतर उद्योगधंदे तगणार नाहीत आणि उद्योगधंद्यांशिवाय खादी वाढणार नाही. खेड्याची वाढ ही चोहो अंगांनी झाली पाहिजे, असे गांधीजी म्हणत.

नव्या युगातील प्रचंड राक्षसी यंत्रांशी सामना देण्यासाठी चरख्याचे पुराणे लहान

लाकडी चाक फिरत होते.

लढा होता तो यंत्राच्या गुलामीबाबत. जिथे मजुरांची चणचण असेल, तिथे यंत्राचा आधार आवश्यक होता; पण जिथे राबणारे हात भरपूर आहेत, तिथे यंत्र म्हणजे पाप होते. मोकळीक कशी मिळेल, हा प्रश्न खेड्यातील लोकांच्या पुढे नव्हता; तर मोकळा वेळ कारणी कसा लावावा, हा प्रश्न होता. गांधीजींचा यंत्राला विरोध नव्हता. व्यक्तीला साह्य करणारे यंत्र त्यांना हवे होते. यंत्राच्या गुलाम झालेल्या व्यक्ती नको होत्या.

रस्त्याच्या वळणावर पोहोचताच त्यांना मघाची जीप दिसली. झाडाखाली ती उभी होती.

"बघतो तरी काय आहे ते."

असं म्हणून लांब-लांब ढांगा टाकीत सत्यजित त्या जीपकडे निघाला. मागोमाग जावं का नको, अशा विचारात सुमीता जागच्या जागी उभी राहिली.

पुन:पुन्हा तिचं मन लडाख या विषयाकडे वळत होतं. गावच्या शाळेत रेडिओ होता. संध्याकाळी गाणी, भाषणे ऐकण्यासाठी लोक ह्या जागी जमा होत. काल ह्या रेडिओवरच सुमीतानं पेकिंग स्टेशन ऐकलं होतं. बोलणाऱ्यानं वापरलेली भाषा बढाईखोर होती, शिवराळही होती.

सत्यजितनं पाहिलं.

जीपमध्ये बसल्या-बसल्या एक माणूस फायली चाळत होता. पलीकडे आंब्याच्या झाडीत दोन माणसांनी तिपाई यंत्र उभं केलं होतं आणि त्यांचं काम सुरू होतं.

सत्यजितनं सरळ विचारलं – "काय चाललं आहे हो हे?"

"ते तिकडे म्हणता काय, आमची चौथी भट्टी तिथे बांधायची आहे."

"भट्टी?"

"मी भास्कर रॉय. लोहपूर पोलाद फॅक्टरीचा मुख्य इंजिनिअर आहे मी. आम्ही फॅक्टरी वाढवीत आहोत, हे तुमच्या कानावर आलंच असेल. मी भेटणारच होतो तुम्हाला. आपल्यासारख्यांची भेट म्हणजे एक दुर्मीळ संधी."

मध्येच सत्यजित म्हणाला, "मला वाटतं, तुम्ही बऱ्याच गोष्टी गृहीत धरून चालता आहात –"

"त्याचा दोष माझ्याकडे आहे. पण करणार काय, आमचा नाइलाज आहे. सगळ्या गोष्टी आता अशा वेगानंच घडल्या पाहिजेत."

"कोणी सक्ती केलीय ही?"

"लडाखनं –"

सत्यजित गप्प राहिला.

"तुम्ही परवानगी द्याल, हे आम्ही गृहीत धरून चाललो. तुम्हाला ठाऊक आहे,

काय घडतंय तिकडे ते. आपल्या पलटणींना अद्ययावत शस्त्रं हवीतच; आहेत ती फारच जुनी पुराणी आहेत. आणि – शस्त्रं करायची तर पोलाद पाहिजेच....''

''पण शस्त्राला हात घालावा, असं काय घडलंय?''

''साहेब, लडाखसंबंधी घडलेल्या गोष्टी मी आपल्याला सांगितल्या पाहिजेत का?''

''लडाख! तुमच्या डोक्यात या गोष्टी फार पूर्वीपासून आहेत. लडाखचं नुसतं नाव आहे आता!''

यावर रॉयनी गडबडीनं खुलासा केला –

''पण पोलाद हा आर्थिक प्रगतीचा कणा आहे. अवजारं, ट्रॅक्टर्स, कारखाने, रेल्वे... दारिद्र्य आणि भूक यांच्याशी सामना द्यायचा म्हणजे पोलाद पाहिजेच. काळाची गरज आहे ती. आर्थिक प्रगतीसाठी, स्वातंत्र्यरक्षणासाठी पोलाद पाहिजे. आर्थिक प्रगती, संरक्षण –''

''हे बघा, रॉयसाहेब –''

''मला नुसतं भास्करच म्हणा ना – दिसतो तेवढा वयानं मोठा नाही मी!''

सत्यजितनं एकवार त्याला पाहून घेतलं.

उंचापुरा, धष्टपुष्ट, पाश्चात्त्य पद्धतीचा पोशाख – शर्टाच्या बाह्या दंडावर गुंडाळलेल्या. जिद्दी माणूस होता हा. आपल्याला हवं ते झगडून मिळविणारा. खासच ह्याला गांधीग्राम हवं होतं; पण ते मिळणार नाही. लडाखमधल्या परिस्थितीचं स्तोम माजवून, क्षुब्ध भावनांचा फायदा उठवूनसुद्धा मिळणार नाही.

भास्करनंही सत्यजितला नीट पाहून घेतलं. कानावरचे केस पांढुरके होऊ लागलेला हा माणूस ('हूज हू'मध्ये वय फक्त पन्नास दिलेलं होतं.) म्हणजे गांधीग्रामचा कर्तुम-अकर्तुम शक्ती होती. ज्या थोर विभूतीचं नाव ह्या गावाला होतं त्याचा वारसा सांगणारा, सामाजिक पुनर्रचनेचा द्रष्टा असा हा माणूस – गांधीजी आपलं काम जिथं सोडून गेले, तिथपासून पुढे निघालेला होता. ह्याला धोक्याची जाणीव नाही, असं कसं म्हणावं? अतिक्रमणासाठी उचललेलं पाऊल आपोआप जागच्या जागी थांबेल, असं खरोखरीच ह्याला वाटत असेल का?

''बाबा –''

जीपपासून सुमीता इतका वेळ आड होती, ती दहा-पाच पावलं पुढे आली आणि भास्करच्या दृष्टीला पडली.

''भास्कर, ही माझी मुलगी सुमीता!''

सुमीतानं भास्करकडे पाहिलं.

इतके दिवस बाबा ज्याबद्दल बोलत होते, तो हाच – गांधीग्राम नाहीसं करण्यासाठी उठलेला पोलादी पुरुष. कोणती शस्त्रं वापरणार आहे हा? कशी करणार आहे तो ही हिंसा? यानं अहिंसात्मक प्रतिकाराविषयी कधी ऐकलं नाही का?

सर्व जगात प्रबळ ठरलेल्या सार्वभौम सत्तेची बाणगटेसुद्धा त्या शस्त्रापुढे बोथट ठरली आहेत, हे त्याला ठाऊक नाही का?

भास्करकडून मघा जे ऐकलं, ते सत्यजितनं आपल्या मुलीला सांगितलं आणि हसत-हसत तो मिश्किलपणे म्हणाला, "आमराईच्या जागी आता पोलाद भट्टी होणार आहे सुमीता."

भास्कर लगेच म्हणाला, "आपल्या हळवेपणाला आज जागा नाही कुठं – हा आपल्या जीवन-मरणाचा प्रश्न आहे. पोलाद मिळवलंच पाहिजे... काहीही किंमत देऊन मिळवलं पाहिजे. उत्पादन वाढवलं पाहिजे."

"काहीही किंमत देऊन?" आपले शांत डोळे भास्करच्या डोळ्यांना भिडवून सुमीतानं विचारलं, "मानवी कर्तव्यबुद्धीचं काय?"

भास्करनं ते नजरेतलं आव्हान स्वीकारलं. हिचे डोळे किती मोठे आहेत... पण किती गरीब आहेत, गाईच्या डोळ्यांसारखे. पण वागणूक मात्र गाईची नाही.

"हो, देशहितापुढं कोणतीही गोष्ट जास्ती महत्त्वाची नाही."

"हे बघा भास्कर, आम्हीसुद्धा आपल्या कुवतीनुसार देशहितासाठी काम करतोय."

"हे कोण मानत नाही ह्या देशात?" भास्करच्या बोलण्यात आदर स्पष्ट दिसत होता. "ध्येयाला वाहून घेतलेली थोर माणसं आहात आपण... ती गोष्ट वेगळी आहे. इथे आमच्यापुढं आता प्रश्न वेगळा आहे. जलद उत्पादन योजना, आणखी नकाशे. तुम्ही आम्हाला आमचं काम करू दिलं पाहिजे!"

"उत्पादनाला आमचा विरोध नाही; फक्त फरक आहे तो पद्धतीचा!"

भास्करला हसू फुटलं. ते आवरून तो म्हणाला, "तुम्ही तुमच्या हातांनी वर्षभरात जेवढं कराल, तेवढं काम आमची यंत्रं एका मिनिटात करतात. अहो, तुम्ही वीजसुद्धा नको म्हणता. आम्ही देत होतो, पण गांधीग्रामला वीज मान्य नाही."

त्यानं पुन्हा सुमीताकडे पाहिलं. ती कशी थंड वाटली. आब ठेवून त्रयास्थासारखी उभी होती. हिचा स्वभावच असा आहे का? का, हा त्या हातमागावर विणलेल्या साडीचा, पोलक्याचा गुण आहे? कुठेही साज-धाट नाही, कुठंही रंग नाही. खरं तर तिच्या थंडीनं फुटलेल्या ओठांना बाहेरचा रंग बरा दिसला असता!

सत्यजित म्हणाला, "वीज त्याज्य नाही; उत्पादनाची पद्धत त्याज्य आहे. हजारो मजूर जुंपले जातील."

"अखेर जे साध्य होते, त्यावरूनच साधनाची शुचिता ठरते."

सत्यजितनं मान हलवली.

"वाईट साधनांची तुम्ही चांगली गोष्ट कधीच मिळवू शकणार नाही –"

"मास प्रॉडक्शनवाचून भागणार नाही. त्याशिवाय हवं तेवढं उत्पादन होणार नाही –"

"आणि त्याबरोबरच होणारं गौण उत्पादन – बाय प्रॉडक्ट; त्याचं काय?"

"बाय प्रॉडक्ट?"

"पाप, अनैतिकता – वेगवेगळी लेबलं लावलेला हा माल?"

ओठावर ओठ दाबून भास्कर काही क्षण गप्प राहिला. खरं तर त्याला हसू येत होतं.

"गांधीग्रामला हा डाग लावलाच पाहिजे का? अनैतिकता ती तुमच्या ह्या नकाशातच आहे, स्थानिक रोगासारखी –"

एकदम भास्करनं विचारलं, "पण बिघडलं कुठं त्यात?"

काय बिघडलं? उत्तर तयार नसल्यासारखा सत्यजित गोंधळून गप्प राहिला.

"हे बघा साहेब, अनैतिकता – पाप म्हणजे काळोख आहे. काळोखाशिवाय उजेडाला अर्थच येत नाही. सद्गुणांबरोबर दुर्गुणही हवेतच, म्हणजेच तोल राहतो. पुण्य हवं, पापही हवं. त्यामुळं तर जीवनाला रंग येतो – हा आपला माझा स्वत:चा अनुभव हं."

सत्यजितला वाटलं, हे असं स्पष्ट कबूल करणं, हे गांधीवादी आहे. पण त्याच्या तोंडून वेगळे शब्द बाहेर पडले.

"अहो, चुकता आहात तुम्ही. सद्गुण हे सर्जक असतात आणि –"

"दुर्गुणसुद्धा सर्जक असतात, एका मर्यादेपर्यंत. बेताच्या दुर्गुणांमुळंच स्वत:ची नीट ओळख पटते." एवढं बोलून भास्कर थांबला.

मग खांदे उडवून म्हणाला – "पण साहेब, जाऊ द्या. तुम्हाला कळणार नाही ते. इथून पुढे ह्या विषयावर कधी बोलायचं नाही आपण!"

∎

। चार ।

मध्यरात्रीच्या वेळी कर्कश स्वरात भोंगा झाला. त्यानं थांबून पुन्हा किंचाळून हाक दिली.
काचेची तावदानं असलेल्या सिमेंटच्या प्रचंड इमारतीत काम करणाऱ्या भास्कर रॉयला जाणीव झाली की, तिसऱ्या पाळीचा भोंगा झाला. वेळ कसा गेला, हे कळलं नव्हतं. मध्यरात्र झाली होती. म्हणजे, सोळा तास संपून गेले होते. पाठीला रग लागली होती. बसून-बसून पायांना मुंग्या आल्या होत्या. आणखी बसावं का? का, नको?
प्रत्येक क्षण मोलाचा होता. तो घ्यायचा, का दवडायचा? दर पाच सेकंदाला किंवा चारही असेल – भारतात एक मूल जन्माला येतं. एक मूल... त्याला खाऊ घालायचं, कपडे करायचे, वाढवायचं. त्याला शिक्षण, त्याच्यावर उत्तम संस्कार करायचे, त्याला धंदा-उद्योग द्यायचा... माणूस म्हणून त्यानं मानानं जगलं पाहिजे. सोळा तास झाले, म्हणजे आठ हजार सेकंद झाले. बारा हजारांपेक्षा जास्त मुलं ह्या एवढ्या वेळात हिमालयापासून कन्याकुमारीपर्यंतच्या प्रदेशात जन्माला आली.
त्यांची गरज भासेल एवढी वाढ ह्या काळात उत्पादनातही झाली का?

भास्करला कामाची सवय होती. अमेरिकेनं त्याला ही सवय लावली होती.
वयाच्या विसाव्या वर्षीच आपण पुढे काय करायचं, ह्याची जाणीव भास्करला होती. कुठं तरी इंजिनिअर म्हणून नोकरी धरायची आणि सुखा-समाधानात कालक्रमणा करायची – असलं आयुष्य त्याला नको होतं. अर्धवट कोर्स झाला असतानाच त्याला वाटू लागलं की, आपण अमेरिकेला जावं. आई-वडिलांनी विरोध केला नाही. त्यांनी बोटीच्या तिकिटाची व्यवस्था केली आणि मुलाला आशीर्वादपूर्वक निरोप दिला.

धडपड करायची तयारी होती. तीही संधी त्याला अमेरिकेनं दिली. मिळेल ती नोकरी त्यानं पत्करली. एक वर्ष संपून गेलं, तेव्हा पिटस्बर्ग गॅरेजमध्ये तो मेकॅनिक होता. पुढे एकाएकी नशीब उघडलं आणि एका मोठ्या पोलाद फॅक्टरीत नोकरी मिळाली. फॅक्टरीचे प्रवेशद्वार बुटके होते अन् आत प्रवेश करण्यासाठी वाकण्याची त्याची तयारीच होती. हलके-हलके त्याच्यावरची जबाबदारी वाढत गेली. भराभर बढती मिळत गेली.

अमेरिकेत जे होतं, ते भास्करनं भरभरून घेतलं. तिथल्या जीवनात तो रंगून गेला. त्यानं दारू घेतली. स्त्रिया भोगल्या. आपल्या देशापासून तो आता फार दूर होता. नुसतं मैलांचंच अंतर नव्हतं, दुसरंही होतं. पण अंत:करणात खोल त्याचा देश तसाच राहिला, म्हणूनही बारा वर्षे अमेरिकेत काढूनही तिथले सगळे धागेदोरे तोडून तो मायदेशी परत येऊ शकला.

काही मिनिटांतच हा निर्णय घ्यावा लागला. वॉशिंग्टनमध्ये वकिलातीत दिलेल्या एका पार्टीत दिल्लीहून आलेले कोणी मंत्रीमहाशय त्याला भेटले. बोलता-बोलता ते म्हणाले, ''तुम्हाला कल्पना नसेल, पण आमच्यापुढं मुख्य प्रश्न आहे तो आम्ही तगून कसे राहू, याचा. खोल दरीच्या काठावर उभ्या असलेल्या माणसासारखे आम्ही चक्रावून गेलो आहोत. नुसती उपमा नाही ही – अक्षरश: एके दिवशी आम्ही कोसळू आणि नामशेष होऊ. दुष्काळाच्या वेळी केवढे होता तुम्ही?''

''तेरा वर्षांचा.''

''वीस लाख माणसं मेली त्या वेळी आणि एकापरीनं हे मरण म्हणजे सुटका होती. त्यातून जगले, त्यांचे हाल विचारू नका... जगणं कसलं ते, जिवंत असून मेल्यासारखंच... तुम्हाला कळायचं नाही. तुम्ही नंदनवनात राहिला आहात... चिक्कार पैसा मिळवावा, निर्धोक राहावं...''

भास्करनं विचारलं, ''ह्यावर उपाय काय?''

मंत्री म्हणाले, ''उद्योगधंदे वाढवले पाहिजेत.''

''का वाढवीत नाही ते –''

''इतकी सोपी गोष्ट नाही –''

''सोपी नाही, म्हणून तर आव्हान आहे.''

भास्कर असं बोलला आणि दोघांनीही एकमेकांना पारखून घ्यावं तसं पाहून घेतलं. पाहुण्यांचा चेहरा उजळला. काही वेळ ते हातातील ग्लासच्या तळाशी पाहत राहिले. मग काही घुटके त्यांनी घेतले. शेवटी ते म्हणाले, ''तुम्ही भारतात या, आम्हाला तुमच्यासारखी माणसं पाहिजेत.''

"माझी तयारी आहे; पण तिथे येऊन करायचं काय, हे ठरलं तर पाहिजे."

"दिल्लीला गेल्यावर मी तुम्हाला लिहीन. दरम्यान, तयारीत असा."

"तयारी कसली? तसा काही पसारा मी इथे मांडलेला नाही." असं बोलणं झालं आणि दोन महिन्यांनी तार आली.

आता भास्कर पोलाद फॅक्टरीत काम करीत होता. अन्य यंत्रांपैकी एक यंत्रच. देशातील चाळीस कोटी लोकांचं जीवन थोडं-फार सुखी व्हावं म्हणून, ही यंत्रं ताकद पणाला लावून कामं करीत होती. कामाला वेग होता, प्रगतीला वेग आला होता. दरीच्या काठावरून देशाला मागे ओढता येईल. आणखी दहा वर्षे जातील, दोन पंचवार्षिक योजना होतील... म्हणजे पन्नास दशलक्ष किलोवॉट हॅड्रोपॉवर, राजस्थान आणि गुजरातमध्ये सापडलेले तेलसाठे, युरेनियमच्या खाणी... अणुशक्तीचा शांततापूर्ण उपयोग... हे सगळं आता दृष्टिपथात आलं होतं....

– आणि तेवढ्यात लडाखचं विघ्न उभं राहिलं होतं.

बातमी ऐकल्यावर मान हलवून भास्कर स्वत:शीच पुटपुटला होता – मिस्टर माओ, तुमच्या मनात काय आहे, हे कळलं. अशाच पद्धतीनं, ह्याच वेगानं भारतानं जर आर्थिक प्रगती साधली, तर तुमच्या मार्गात मोठा अडसर निर्माण होणार आहे. साम्राज्यशाहीचा विस्तार हवा आहे तुम्हाला. विस्तार म्हणजे अधिक भूमी नको आहे; तुम्हाला सत्तेचा विस्तार हवा आहे. आशियावर वर्चस्व हवं आहे. आशियावर... पुढे मग आफ्रिकेवर... मिस्टर माओ, तुम्ही घातलेलं हे चिनी कोडं सोडवायला तसं कठीण नाही.

हिमालयावर आक्रमण केलं की, भारताला तातडीनं प्रचंड प्रमाणावर सैन्यबळ उभारावं लागेल; म्हणजे आज आर्थिक प्रगतीकडे जाणारा सगळा शक्तीचा ओघ सैन्याकडे वळेल. सैन्यबळाची वाढ करावी लागल्यामुळं देशाचं दारिद्र्य तसंच राहील. लष्करी सामर्थ्याला उद्योगधंद्यांचं बळ न लाभल्यामुळं लष्कर कमकुवत राहील.

शेवटचा भोंगा झाला. आवाज विरून गेला. एका पत्रावर सही करून भास्करनं ते डाव्या हाताला असलेल्या ट्रेमध्ये टाकलं आणि तो उठला. खाली पसरलेल्या गडद निळ्या गालिच्यावरून त्यानं चार फेऱ्या मारल्या. भास्करनं एअरकंडिशन्ड खोलीची बंद खिडकी उघडली. गरम हवेचा झोत त्याच्या तोंडावर आला.

खिडकीतून लोहपूरचा विस्तार दिसत होता. रस्त्यावर दहा हजार दिवे चमचमत होते. त्यांच्या नाना आकृत्या तयार झाल्या होत्या.

दोन मैलांवर भट्टी होती, तिकडे सगळं वातावरण पिवळं-नारिंगी दिसत होतं. प्रत्येक खेपेला त्या भट्टीतून दोनशे टन पोलाद बाहेर येत होतं. म्हणजे दोनशे नवजात बालकांची पुढची सोय होत होती.

टेलिफोन खणखणला.

मी ह्या वेळी इथे आहे, याचा पत्ता कुणाला बरं लागला? कुठं काही घोटाळा झाला आणि लोक मला शोधताहेत? वेळ अशी होती की, कामात व्यत्यय येऊन भागणार नव्हतं.

टेलिफोनवर आवाज आला – "साहेब, आपल्याला कॉफी आणू का?"

भास्कर चकित झाला.

"कॉफी, मिसेस मेहरा? किती वाजले बघितलंत का आधी?"

"पण संध्याकाळी आपण काही घेतलंच नव्हतं, साहेब."

"तुम्हाला काय माहीत? म्हणजे तुम्ही उशिरापर्यंत ऑफिसातच होतात वाटतं?"

"नाही. पण, आपल्या नोकरानं – रामलालनं मला घरी येऊन सांगितलं. त्यानं नेलेल्या डब्यातून चार चमचे टोमॅटो सूप, एक टोस्टचा तुकडा – एवढंच घेऊन सगळा डबा तसाच परत केलात आपण, म्हणून तुम्हाला आता –"

"भूक लागली असेल. पण रामलालला तुम्हाला येऊन सांगायचं कारण काय, मी काय खाल्लं न् काय नाही खाल्लं ते?"

मेहराबाई हलकेच म्हणाल्या, "सर, मीच त्याला सांगून ठेवलं होतं."

अस्सं! म्हणजे ह्या सेक्रेटरीबाई ऑफिसबाहेरसुद्धा आपल्यावर लक्ष ठेवून असतात.

"बरं. कुठून बोलताय तुम्ही? राहता कुठं?"

"आता मी माझ्या खोलीतूनच बोलतेय. एक मिनिटात आणते सर कॉफी."

"ओ. के."

भास्कर वाट बघत राहिला.

ताई आल्याच. एका हातात थर्मास, दुसऱ्या हातात मोठा कप आणि दुधाचं भांडं.

कपात कॉफी ओतताना त्या म्हणाल्या, "दूध लागतं तुम्हाला, मला माहीत आहे."

"अरे वा! साखर लागते, ते माहीत आहे नं?"

यावर ती हळूच हसली आणि ब्लाउजच्या गळ्यात बोटं खुपसून सिलोफनची साखरेची पुडी तिनं बाहेर काढली.

भास्कर मनात म्हणाला – काय पण जागा शोधलीय, साठा ठेवण्यासाठी!

मिसेस मेहरा उंच, थोड्याशा स्थूल आणि वयानं तिशीतल्या होत्या. त्यांचे

मिस्टर फॅक्टरीत फोरमन म्हणून नोकरीला होते. त्यांना बाईंच्या ह्या सत्कृत्याबद्दल काय वाटेल?

बाईचा हात पुन्हा साठ्याच्या ठिकाणी गेला आणि त्यांनी आणखी एक पॅकेट काढलं. त्यात केकचे तीन तुकडे होते.

"फ्रूट केक – घरगुती बनावटीचा आहे, सर!"

कॉफीचा कप चमच्यानं ढवळीत भास्करनं विचारलं, "तुमचे मिस्टर काय म्हणतील?"

"त्यांनी काही म्हणावं, असं काय करतेय मी?"

बाई असं बोलल्या आणि अर्ध्या तासापूर्वी घडलेला प्रसंग त्यांना आठवला.

गळ्याभोवती स्कार्फ गुंडाळून त्या आता घराबाहेर पडणार, तेवढ्यात हाक आली होती, "मिसेस सरोजिनी मेहरा!"

आपल्या बायकोला हाक मारण्याची मिस्टर मेहरांची ही खास पद्धत होती.

"अशा भलत्या वेळी आपण एका परक्या पुरुषाला भेटायला जाणं बरं दिसतं का?"

"परका पुरुष? माझ्या मुलासारखे आहेत ते मला!"

"मुलगा? अहो, तुमच्याच वयाचे आहेत ते."

"म्हणून काय झालं? आपल्यापेक्षा वयानं मोठ्या अशा पुरुषाकडंसुद्धा स्त्री मुलासारखं बघू शकते. तुम्हाला नाही कळायचं ते."

"ठीक आहे. पण मिसेस सरोजिनी मेहरा, आपण ह्या चीफ इंजिनिअरसाहेबाबद्दल एक-दोन कथा ऐकल्याच असतील?"

"ऐकल्यात. सगळ्या खोट्या; मत्सरी लोकांनी रचलेल्या. बारा वर्षं अमेरिकेत राहूनसुद्धा तश्शे परत आलेत ते, एकटे. माहीत आहे?"

"पण इथं – लोहपूरलाच – परवा –"

"शू:, ऐकलंत ते पुन्हा तोंडातून काढू नका. माहीत आहे मला. एका मुलीची आई असलेल्या – तरुण बाईनं जाळ्यात पकडण्याचा प्रयत्न केला त्यांना."

"असं?"

"हो, तसंच! मध्यरात्र टळून गेली. अजून ते आपल्या खोलीत आहेत. सकाळी साडे-आठला ऑफिसला आलेत, अजून उठले नाहीत खुर्चीवरनं. दुपारचं जेवण आलं तर नुसतं उष्टावून टाकलं ते. संध्याकाळी काही खाल्लं नाही. आणि बाकीचे ऑफिसर क्लबमध्ये पार्टीला गेलेत. चांगलं खाऊन-पिऊन मस्त असतील. आता ह्या वेळेला, गावातून आलेल्या झकपक पोरीबरोबर नाचत असतील. आणि इकडे सी.ई. भुतासारखे एकटे रिपोर्ट लिहीत बसलेत, न खातापिता. असा माणूस

आढळायचा नाही, मी सांगते तुम्हाला! म्हणून म्हणते, तोंड बंद ठेवा आणि आता सायकल काढून कामावर जा. तिसरा भोंगा झाला!''

चीफ इंजिनिअरसाहेबांचं तोंड केकनं भरलं होतं. भरल्या तोंडानंच ते म्हणाले, ''माझं म्हणणं तुमच्या लक्षात आलेलं दिसत नाही?''

त्यांचे डोळे चमकत होते.

मेहराबाईंनी हे शब्द कानाआड टाकले.

''आणखी कॉफी? तुमचं आटपल्यावर डिक्टेशन द्या सर, मी घेते. गांधीग्रामसंबंधीचा रिपोर्ट तयार हवा नं?''

भास्करनं टेबलावरच्या कागदांच्या पसाऱ्याकडे नजर टाकून म्हटलं, ''माझं कुठं आटपलंय अजून? आणखी दोन तास पाहिजेत. पण तुम्हाला थांबायचं कारण नाही. मी काही ओव्हरटाइम नाही देऊ शकत.''

मेहराबाईंच्या डोक्यात एक कल्पना आली. उपयोग होईल किंवा नाहीही होणार – बोलून तर बघू.

स्वत:शीच बोलावं तशा त्या बोलल्या – ''मी उजाडेपर्यंत इथंच राहावं म्हणते.''

''छेऽ छे, कशाला पण?''

''आज पगार झालेत. इतक्या उशिरा घरापर्यंत जायचं म्हणजे... पिऊन झिंगलेले लोक भेटतात वाटेत!''

ओठांत हसू आणून भास्करनं मेहराबाईंकडे पाहिलं – ''बिचारे... घरापासून दूर असतात. प्यायलेलं डोक्यात गेलं की, हिंडतात आपल्याच अशा जगात.''

पिटस्बर्गमधल्या न्यू इयरची त्याला आठवण आली आणि तो स्वत:शीच हसला. त्या रात्री मेहराबाईंनी बघायला पाहिजे होतं आपल्याला!

''गेल्याच आठवड्यात, पगाराच्या दिवशी, एक मुलगी सायकलीवरनं निघाली होती आणि –'' एवढंच बोलून मेहराबाई थांबल्या. त्यांनी मान हलवली. ''मी आपली सर, माझ्या खोलीत बसून राहते उजाडेपर्यंत. बाईच्या जातीनं सावध असावं, हे बरं. टाइपिंगचं कामही उरलंय थोडं – ते करत बसते.''

''नको. तुम्ही घरी जा आणि झोप घ्या चांगली. उद्या फार काम आहे.''

''पण... सर –''

भास्करच्या मनात काही चाललेलं होतं.

बाईंनी पाहिलं. जांभई झाकण्यासाठी त्यांचा हात तोंडावर गेला. त्यांना आशा वाटली. केकचा चुरा टेबलावर पडला होता. तो गोळा करून त्यांनी टोपलीत टाकला. थर्मासचं तांबडं टोपण लावून टाकलं.

जाता-जाता त्या म्हणाल्या, ''सर, मी आहे खोलीतच.''

"थांबा मिसेस मेहरा. मला वाटतं, आज पुष्कळ काम झालं; घरी जावं. तुम्हाला पोहोचवतो मी. कुठं, आठव्या सेक्शनध्येच राहता ना तुम्ही?"

"कशाला सर तुम्हाला त्रास उगीच? मी जाईन. आपण म्हणता तसं प्यायलेले लोक बापडे, आपल्या नादात असतील. त्यांची कशाला भीती बाळगायची? पण त्या मुलीला मात्र –" बाई पुन्हा अर्धवट बोलून गप्प झाल्या.

भास्करनं टेबलावरच्या फाइलींच्या ढिगाकडे पाहिलं. प्रोजेक्ट रिपोर्ट गेला पाहिजेच. प्रत्येक फाइलवर 'इमिजिएट' म्हणून लिहिलेलं होतं. पण मिसेस मेहरांना एकटं तरी कसं जाऊ द्यायचं, दारुडे हिंडत असताना?

"चला, जाऊ या."

...सरोजिनी मेहरांना वाटलं, आपण जिंकली. सी.ई. अखेर घरी झोपायला निघाले.

जीपच्या फ्रंट सीटवर त्या बसल्या होत्या आणि वेगानं जीप चालवणारा भास्कर स्वत:च्या विचारात गढून गेला.

त्यांना कळलं की, साहेबांचं मन पुन्हा फाइलीत शिरलं आहे. नवी भट्टी आणि गांधीग्राम. पोलाद उत्पादन वाढलंच पाहिजे. शस्त्रं तयार झालीच पाहिजेत. हे 'टॉप सिक्रेट' होतं. प्रत्येक 'टॉप सिक्रेट' मेहराबाईंना माहीत होतं. 'कॉन्फिडेन्शिअल' अशी खूण असलेल्या सगळ्या फाइली वेगळ्या कुलूपबंद कपाटात ठेवलेल्या होत्या. आजूबाजूला हेर आहेत, अशी कुणकुण होती. पहारा कडक झालेला होता. काळजी घेतलीच पाहिजे, अशी परिस्थिती होती. मिसेस सरोजिनी मेहरा ह्या तीन मुलांची आई असलेल्या बाईवर सी.ईं.नी पूर्ण विश्वास टाकला होता. तिच्यावर फार मोठी जबाबदारी होती. लडाख प्रकरणापासून रोज काही ना काही 'टॉप सिक्रेट' कळत होतं.

मिलपर्यंतचा रस्ता मोकळाच होता. तिथे पोहोचताच शेवटच्या पाळीचे कामगार फाटकातून आत जाताना दिसले. आता उरलेल्या रात्रीत ते प्रचंड पोलादी विटा वितळवतील, त्यांना आकार देतील.

पाच मिनिटांत सेक्शन आठ आला.

भास्करनं मिसेस मेहरांना दारापर्यंत पोहोचवलं... डोळे मिचकावून तो म्हणाला – "बघा, आपल्याला दारुडे नाही भेटले."

भास्कर परत फिरला नाही. जीप तशीच पूर्वेकडे गेली. कामगारांच्या वस्त्या मागे टाकून, सेक्शन बारा मागे टाकून पुढे गेली. आता रस्त्यावरचे दिवे तुरळक दिसू लागले.

शेवटचा दिवा आला. इथून पुढे आता कुरणच. खोल चाकोरी पडलेल्या रस्त्यानं धाड-खाड करीत जीप जात होती. तिसऱ्या मैलानंतर माडाची झाडं लागली. झोपड्या लागल्या.

गांधीग्रामची हद्द सुरू झाली.

भास्करनं जीप थांबवली. अंधारात दृष्टी लावून तो ह्या खेड्याकडे पाहत राहिला. फर्लांग अंतरावर लाकडी खांबावरचा दिवा मिणमिणत होता. गांधीग्राम गाढ झोपलेलं होतं.

वाढत्या शहराला आसपासची खेडी पोटात घ्यावी लागतातच. लोहपूरलाही ते करावंच लागणार. आणि गांधीग्राम म्हणजे तरी काय, एक कल्पनाच ना? ती इथून उचलून दुसऱ्या ठिकाणीही सुरू करता येईल. ह्या खेड्याला पुरेपूर कॉम्पेन्सेशन मिळेल. प्रत्येक शेतकऱ्याला त्याच्या जमिनीच्या दुप्पट जमीन दुसरीकडे मिळेल. प्रत्येक झोपडीच्या मालकाला विटांचं घर मिळेल आणि त्याच्या त्या अठराव्या शतकात शोभणाऱ्या घरगुती उद्योगधंद्याबदली...

सकाळी भेटलेली ती विलक्षण मुलगी... गतधवेसारखा पांढराशुभ्र पोशाख, पायांत वहाणा नाहीत, हातांत बांगड्या नाहीत, कपाळावर कुंकू नाही... फक्त मोठमोठे डोळे. मोठे, पण फार थंड. कुणालाही भुरळ न घालतील, असे.

कुणी सांगावं, एखाद्याला पडेलही भुरळ!

■

। पाच ।

सुमीता नेहमी वापरीत असे, त्या पांढऱ्या साड्या आणि पोलका हे कपडे तिनं स्वत: चरख्यावर कातलेल्या सुताचे होते.
हा चरखा गांधीजींचा होता, त्यांनी आपली आठवण म्हणून सत्यजितला दिला होता. सत्यजित दुसऱ्या कोणाला तो वापरू देत नसे. ह्या चरख्याला हात लावण्याची परवानगी सुरुचीलासुद्धा नव्हती.
सुमीता चौदा वर्षांची झाली, तेव्हा वाढदिवसाची भेट म्हणून सत्यजितनं हा चरखा तिला दिला होता. तो घेताना मुलीनं आईकडे बघितलं होतं आणि नवऱ्याची शांत मुद्रा पाहून सुरुचीनं आपली जखम तशीच झाकून टाकली होती.
नाहीतरी आपल्यापेक्षा सुमीताच त्याला जास्ती नाही का?
दुसरी जखम मात्र लपविता येण्याजोगी नव्हती.
जसजशी वर्षे जात होती तसतशी सुमीता वडिलांना जास्ती मानू लागली होती. सुरुचीला वाटे, ही मोठी झाली नसती; आईवाचून चालत नाही असं लहान बाळ राहिली असती, तर किती बरं झालं असतं. सहा वर्षांची होईपर्यंत ही माझ्या कुशीत झोपायची. पुढे तिनं आपल्यासाठी वेगळी कॉट मागून घेतली. तरी बरं, ही कॉट सुरुचीच्या कॉटला लागूनच होती. मुलगी आपल्याशेजारी आहे, हे हात लांबवून, तिला स्पर्श करून सुरुचीला कळत असे. रात्री कधी-कधी सुरुची आपल्या कॉटच्या कडेशी येई आणि झोपलेल्या मुलीच्या अंगावर हात टाकून आपण झोपी जाई. कधी सुमीता आपल्या कॉटच्या त्या कडेपर्यंत लोळत गेलेली असे आणि आईच्या हाताला लागत नसे. पसरलेला हात तिला शोधून मग तसाच पडून राही.
सुमीता अंगा-खांद्यावर काही घालत नसे.
गांधीग्रामसारख्या गावात दागदागिने घालायला संधी नव्हतीच. पण तिनं अंगावर थोडंसं काही घालावं,

असं सुरुचीला वाटे. गावातल्या सगळ्या मुली, बायका हातात बांगड्या भरत. ह्या गोष्टी गावात तयार होत नव्हत्या, शहरातून आणाव्या लागत. गावचा कारभार पाहणाऱ्या पंचकमिटीपुढं हा प्रश्न आला होता. चर्चा झाली होती. आपलं गाव स्वयंपूर्ण असलं पाहिजे, ह्या तत्त्वाला बाधा आणणारी ही गोष्ट आहे, असं पंचाचं मत पडलं. पण गावकरी विरुद्ध गेले. एक जण म्हणाला,

"एक वेळ अन्न नाही मिळालं तरी चालेल, पण बायकांना काकणं पाहिजेतच."

"अहो, पण काकणं भरल्यामुळं बाईचा बाईपणा वाढतो, असं थोडंच आहे?"

"नाही; तरी पण हातात चार काकणं पाहिजेतच की."

"अहो, तांबड्या मण्याची पोत गळ्यात असली, म्हणजे पोरीबाळीसुद्धा शोभून दिसतात."

यावर सत्यजित गंभीर आवाजात म्हणाला, "असल्या खुळेपणाला आपण बळी पडणं बरोबर नाही. एकवार छचोरपणाला जागा दिली की, ती कुठपर्यंत जाईल ह्याचा नेम नसतो!"

लोक गप्प झाले.

सत्यजितनं आपल्या सहकाऱ्यांना विचारलं, "तुम्हाला काय वाटतं?"

उत्तर देण्याऐवजी तेही गप्प झालेल्या लोकांच्या चेहऱ्याकडे पाहत राहिले. बराच वेळ कोणी काही बोललं नाही.

"तुम्हाला पटलेलं दिसत नाही?"

"विचार केला पाहिजे. लोकांनी आपलं म्हणणं बोलून दाखवलंच आहे."

पुन्हा शांतता पसरली. एक मिनिट गेलं.

सत्यजित म्हणाला, "ठीक आहे. लोकांना मान्य नसेल, तर प्रश्नच मिटला."

लोकांनी सत्यजितच्या म्हणण्याला होकार दिला नाही, असं हे पहिल्यांदाच घडलं होतं.

सुरुची मात्र आपल्या व्रताशी एकनिष्ठ होती. नवऱ्याच्या इच्छेनुसार तिनं हातात काही घातलं नाही. वैजयंतीची आई म्हणून एक होती – सुरुचीच्या वयाची. ती एके दिवशी शंखाच्या सुरेख बांगड्या घेऊन सुरुचीकडे आली.

"तुमचे हे बुच्चे हात बघवत नाहीत, म्हणून गावच्या बायकांनी पाठवल्यात ह्या बांगड्या." ती म्हणाली.

आधी त्या सुंदर बांगड्यांकडे सुरुची पाहत राहिली आणि लगेच घाईघाईनं म्हणाली, "छे, हो बाई!"

वैजयंतीची आई गेल्याच वर्षी बाळंत झाली होती. तिला एवढ्यात दुसरं मूल झालं होतं. तिचाही नवरा पंचकमिटीत होता; पण सत्यजितसारखा आग्रही नव्हता.

ह्या असल्याबाबतीत सत्यजित हा एकांडा होता, गांधीग्रामात.

वैजयंतीच्या आईनं निक्षून विचारलं, "आम्ही सगळ्या बायकांनी हातातल्या बांगड्या फोडून टाकाव्यात, असं वाटतंय का तुम्हाला?"

"छे, तुम्ही का म्हणून?"

"ह्या बांगड्या जर तुम्ही घेतल्या नाहीत, तर तसंच होईल. घ्या बघू ह्या आधी – घाला!"

मग सुरुचीनं त्या शुभ्र बांगड्या हातांत घातल्या. पुढं, आपल्या मुलीसाठी तिनं रंगीत बांगड्या आणल्या. मुलगी मोठी होत होती, प्रत्येक वर्षी मोठ्या आकाराच्या बांगड्या लागत होत्या. सुमीताला सोळावं वर्षं लागलं आणि एके दिवशी ती चरख्यावर सूत काढत असताना सुरुचीच्या लक्षात आलं की, हिचे हात बुच्चे आहेत. हातांत बांगड्या नाहीत, गळ्यात माळ नाही.

सुरुचीच्या सगळं ध्यानात आलं. मग तिला स्वत:चाच राग आला. आपल्या हातातल्या बांगड्या काढून फेकून द्याव्यात, म्हणून ती बांगड्या ओढून काढू लागली. पण त्या आता घट्ट झाल्या होत्या; ओढून निघेनात. सुमीतानं जणू तिच्यापुढं आरसा धरून दाखवलं होतं – या घरातल्या स्त्री कशी वागली पाहिजे, कशी राहिली पाहिजे!

चिडून ती बाहेरच्या बागेत गेली. एक दगड शोधून जमिनीवर बसली आणि हातातला चुडा फोडू लागली. वेदना होत होत्या, चेहरा तांबडा लाल झाला होता; पण आता ती माघार घेणार नव्हती.

एक कंकण फुटलं, हात मोकळा झाला. मग ती दुसऱ्या हातावर दगड आपटू लागली.

तेवढ्यात आवाज आला – "अहो, अहो – काय करता हे?"

सुरुचीनं दचकून वर पाहिलं.

फाटकाबाहेर बिरेश्वर बसू उभा होता. अंगात सूट घातलेला, डोक्यावर राखी रंगाची फेल्ट घातलेला, केंब्रिजला सत्यजितबरोबर शिकलेला – त्याचा मित्र बिरेश्वर. दर वर्षी तो मित्राकडे येई आणि आठ-पंधरा दिवस राही.

दोघा मित्रांत केवढा फरक होता! सत्यजितच्या ह्या ध्येयवादाची बिरेश्वर नेहमी चेष्टा करी. चरख्याची टिंगल करी. सत्यजित केवळ हसत असे.

तो म्हणे – "अगं, हा बिरेज असा बोलतो; पण ते खरं नसतं. विलक्षण माणूस आहे हा. केंब्रिजला असताना हा बोडका हिंडला आणि इथे आल्यावर फेल्ट घेऊन

घालायला लागला.''

बिरेश्वर यावर म्हणे – ''खरं आहे. तिथे असा काही पाश्चात्त्य शिक्का मिरवण्याची जरुरीच नव्हती. लंगोट घालूनसुद्धा हिंडलो असतो तिथे मी!''

''आणि इथे भारतात मात्र 'कट्टर पाश्चात्त्य' हा शिक्का घेऊन हिंडावं लागतं?''

''लागतंच; नाही तर तुझ्यासारखा सोळाव्या शतकात जाऊन पडेन मी!''

''सोळावं शतक म्हणजे अकबर बादशहाचा काळ. अरे, आपल्या इतिहासातलं सोनेरी पान आहे ते. फार सुखी झाला असतास तू त्या काळात!''

दोघांनीही मोठमोठ्यांदा हसण्यात ह्या संभाषणाचा शेवट व्हायचा. बिरेश्वरच्या संगतीत किती खुशीत असायचा सत्यजित. दहा वर्षांनी तरुण व्हायचा तो.

आज बिरेश्वर राहायला आला होता. बांबूचं फाटक उघडून तो आत आला. तशाही स्थितीत हातावर दगड आपटत सुरुचीनं त्याचं स्वागत केलं.

''या हो, या.''

''पण सुरुची, हे काय?''

बळेबळे हसून सुरुची म्हणाली, ''काय करायचेत हे नखरे आता? म्हातारी झाले मी.''

''म्हातारी आणि तू?''

''नाही तर काय, सुमीता आता सोळा वर्षांची झाली की!''

''हो, पण तू कधी म्हातारी होशील का?''

यावर काय म्हणावं, हे तिला कळेना. बिरेश्वरनं खाली वाकून कंकणाचे तुकडे उचलले. ते खिशात टाकीत तो म्हणाला, ''असू देत, ह्या प्रसंगाची आठवण.''

– आणि त्याच वेळी सुमीता घरातून बाहेर आली.

''अय्या, काका!''

ह्या मुक्कामानंतर, पुढच्या वर्षी – बिरेश्वर दर वर्षी येत असे – ते दिवस जवळ आले आणि त्याचं पत्र आलं की, मला येता येत नाही. त्यानं लिहिलं होतं –

'सत्यजित, मित्रा – तुला माहीत आहे की, मी आता खासदार झालो आहे. मी आता काम नको का करायला?'

त्या पुढच्या वर्षीही त्यानं हीच सबब दाखवली आणि त्याच्या पुढच्या वर्षीही तीच.

दिल्लीच्या विमानतळावर तो अचानक दिसला, तोसुद्धा सुरुची विमानात चढताना. निरोप द्यायला आलेल्या लोकांत तो उभा होता. दोघंही एकमेकांकडे पाहून हसले. पण त्याच्या हसण्यात तिला कारुण्य दिसलं. हा थोडा आधी का आला

नाही? टाळायचं होतं का मला? मी मॉस्कोहून परत येतानाही तो असंच करील का?

खात्रीनं! शंका घ्यायचं कारणच नव्हतं.

पण तसं झालं नाही. बिरेश्वरनं तिला चकित केलं. सुमीताचं पत्र हातात घेऊन ती कस्टम ऑफिसात उभी होती. एवढ्यातच तो समोर येऊन उभा राहिला. म्हणाला– "एकदा तरी आमच्याकडे पाहायचं.''

"पण मला कल्पना नव्हती तुम्ही याल अशी –''

त्याच्याबरोबर कुणी मुलगी दिसत होती. बिरेश्वरनं तिची ओळख करून दिली –

"ही नंदिनी, माझी पुतणी. ही सत्यजितची भक्त आहे. त्याच्या पुस्तकांची पारायणं केलीत.''

"हो का नंदिनी? तू आमच्या सुमीताएवढीच दिसतेस.''

"हो. एखाद्या वर्षानं ती मोठी असेल माझ्यापेक्षा.''

फारच बारीक होती ती मुलगी. गळ्याजवळची हाडं स्पष्ट दिसत होती. उंच मानेमुळं होती त्यापेक्षाही इंचभर जास्ती उंच वाटत होती. केसांचा बॉब केलेला होता.

"आपल्याला आता नंदिनीच्या घरी जायचं आहे. तिचे वडील आर्मीत आहेत. ब्रिगेडियर... आणि हिची आई आहे मेजर जनरल!''

नंदिनी हसून म्हणाली, "हो-हो, आहे खरी.''

"पीस काँग्रेस करून आल्यावर हे घर म्हणजे चेंज वाटेल तुम्हाला. तुम्ही अंघोळ करा, नाश्ता करा आणि ह्या दोन्ही बायांनी घेऊ दिला तर थोडा आराम करा. मी येतो स्टेशनवर घेऊन जायला तुम्हाला. मला सेशनला गेलं पाहिजे. पी.एम. लडाखसंबंधी बोलणार आहेत.''

ह्यांनी ते बांगड्यांचे तुकडे अजून जवळ ठेवले असतील का – त्या विलक्षण प्रसंगाची आठवण म्हणून? काय कल्पना केली असेल त्यांनी?

तिघंही टॅक्सीतून निघाले. बिरेश्वरनं घरगुती विचारपूस केलीच नाही. पीस काँग्रेसमध्ये लडाखवर चर्चा झाली का? पेकिंगहून आलेल्या कुणा सदस्याशी तिनं बातचित केली का? चिनी लोकांच्या मनात नक्की काय आहे, याचा अंदाज तिला आला का?

ती म्हणाली, "लडाखसंबंधी एक अक्षरही कोणी बोललं नाही.''

"साहजिक आहे.''

"इथे काय म्हणतात लोक?''

"गोंधळून गेलेत सगळे. धक्का बसलाय. भारतीय भूमीवर चिनी सैनिक

कशासाठी? अक्साई चीनमध्ये काय चाललं आहे, हे नेहरूंना आज कित्येक वर्षं माहीत आहे. पण चीन हे मित्रराष्ट्र आहे; तडजोड होईल, अशी खात्री होती त्यांना. ह्या गुंत्याची त्यांनी वाच्यता केली नाही. का, तर लगेच लोकांची माथी भडकतील आणि समझोता होण्याची संधी हुकेल.''

"ते ठीक आहे – पण आता काय?''

"आता काय?''

काही क्षण गप्प राहून बिरेश्वर म्हणाला, "आता इतिहासच ह्या प्रश्नाचं उत्तर देईल.''

मग तिनं मॉस्कोत भेटलेल्या त्या बाईचे शब्द सांगितले, "आम्ही मुक्तिसेना घेऊन भारतात येऊ.'' त्या बयेचे ते शब्द आणि आताची लडाखमधली परिस्थिती या दोहोंची सांगड घातली, तर सगळं भयंकरच आहे.

बिरेश्वर म्हणाला, "अंहं, एकदम तसा ग्रह करून घेणं बरोबर नाही. काय घडलं, ते बघितलं पाहिजे.''

नंदिनीचे वडील खरोखरीच ब्रिगेडियर होते आणि आई मेजर जनरल? तो मात्र बिरेश्वरानं केलेला जोक होता. नंदिनीनं सुमीतासंबंधी किती तरी विचारलं. ती म्हणाली, "आई गं, मला किती वाटतं – सुमीता दिल्लीला यावी शिकायला!''

अखेर प्लॅटफॉर्मवर पोहोचवायला आल्यावर बिरेश्वरनं थोडी-फार खासगी चौकशी केली.

तो म्हणाला, "मला वाटलं होतं, तुम्ही मलाही बरोबर चला म्हणाल; मी आहे तस्सा उठून आलो असतो.''

"अजून चला – असेच बसा की गाडीत.'

बिरेश्वरचा चेहरा एकदम उजळला.

"शिट्टी ऐकलीत का गार्डची? आता फार उशीर झाला.''

ती किती घाईनं बोलली, "नाही-नाही. या, चढा नं. आत व्हा आधी.''

"फार उशीर झाला आता!''

तेवढ्यात गाडी हललीही.

सुरुचीनं खिडकीतून हात बाहेर काढला आणि किती तरी वेळ ती तो हलवीत राहिली – प्लॅटफॉर्म संपून गेला तरीही. मग कुणी विचारलं, "नवरा – का थोरला भाऊ गं ताई?''

सुरुचीनं वळून बघितलं. तिच्या समोरच्या बाकावर एक पांढऱ्या केसांची म्हातारी आणि बारा वर्षांचा मुलगा बसलेला होता. पोर शेंगा फोडत होतं आणि

म्हातारी सुरुचीकडे बघत होती.

"नवऱ्याचा भाऊ."

हे सांगितल्यावर सुरुचीच्या मनात आलं – आपण आपलाच थोरला भाऊ असं का नाही म्हणालो?

"काळजीत पडला होता हो. त्याला वाटत असेल, धड पोहोचलीस तू म्हणजे मिळवली!"

"का?"

"चोर लोक आहेत की –"

"काय?"

मग म्हातारीनं खुलासा केला. "हल्ली रेल्वेचा प्रवास बिनधोक राहिलेला नाही. चोर, भामटे खुशाल हिंडत असतात. कुणा बाईनं एकट्यानं प्रवास करायची सोय नाही. बरोबर सोबत पाहिजे. मी कधी सोबतीशिवाय जात नाही."

शेंगा फोडणारं पोर मध्येच म्हणालं, "आजी, कुठाय गं सोबत तुला?"

"तू नाहीस का मेल्या!"

"हा?"

"तर! गेल्याच महिन्यात आम्ही दोघं चाललो होतो आणि ह्यानं चक्क एक भामटा पकडला. मी रुपाया बक्षीस दिला त्याला त्याच्याबद्दल. ए, सांग की मावशीला ते –"

त्यावर पोर म्हणाले, "कुठला भामटा?"

"तो तू धरलास तो कट्यारवाला!"

"मी नाही कुणी कट्यारवाला भामटा बघितला."

"अरे, धरलास ना तू त्याला?"

"छ्या!"

म्हातारीचा चेहरा गोंधळून गेला. अखेर सुरुचीनं मान हलवत होकार दिला.

"आजी, आपण झोपू या बिनघोर. हा धीट बाप्या नजर ठेवील भामट्यावर."

"हो, ठेवील." असं म्हणून म्हातारी बाकावर आडवी झाली आणि लगेच गडद झोपूनही गेली.

सुरुचीनं पोराला बजावलं, "लक्ष ठेव नीट. चोराला पकडून दिलंस, तर मीसुद्धा एक रुपाया देईन."

तोंड घट्ट मिटून पोर खिडकीबाहेर पाहत राहिलं.

मग सुरुचीही बाकावर आडवी झाली. डोळे मिटून पडली.

आपल्या नवऱ्यानं स्वतः न जाता आपल्याला का पाठवलं ह्या पीस काँग्रेससाठी? तिनं विरोध केला होता.

"अहो, पण माझा उपयोग काय तिथं? त्यांनी तुमची पुस्तकं वाचलीत. माहीत आहात तुम्ही त्यांना. तुम्ही हवे आहात त्यांना आणि तुम्ही काही सांगू शकाल तिथं!"

"पण तू स्वत:कडे एवढा कमीपणा का घेतेस?"

"मी धरून आणल्यासारखी वाटेन तिथं. कोण मूर्ख ही, असं म्हणतील लोक!"

"वा! जागतिक शांतता परिषदेच्या लोकांना भारत देशातील एका मातेचे विचार ऐकू देत ना."

ऐकू देत, तर ऐकू देत. आपण जायचं ते सत्यजित म्हणून. तिथे विचार सांगायचे ते सत्यजितचे. पण सत्यजितला ते मान्य नव्हतं. तिला भाषण लिहून देण्याचं त्यानं साफ नाकारलं. उद्घाटनाच्या वेळेचा संदेशही दिला नाही.

तुझं तू बोल, अंत:करणापासून. पन्नास दशलक्ष मुलांच्या आईसारखी बोल, म्हणजे ते योग्य असेल. परिणामकारक असेल. खरं असेल.

सदस्य भले होते. त्यांनी सुरुचीचं एवढंसं भाषण नीट ऐकून घेतलं. चांगला प्रतिसाद दिला. तिला सत्यजित व्हावं लागलं नाही. ती बाई म्हणून बोलली. सुरुची म्हणून बोलली. हो, आपल्या देशात गेल्यावर पुन्हा ती छायाच होणार होती; प्रतिध्वनीच होणार होती.

जशी सुमीता होती, तशी.

उंच, सडसडीत, बांधेसूद सुमीताला वडिलांचा शब्द म्हणजे ब्रीदवाक्य होतं. मॉस्कोत असतानाही सुरुचीच्या मनात हाच सल होता. त्या मोठ्या डिपार्टमेंटल स्टोअरमधला तो तांबडा खडा किती शोधून दिसला असता सुमीताला आणि ते कंकण! रेडिओ मॉस्कोवर आलेल्या भाषणाबद्दल मिळालेल्या रुबल्समधून तिला ते सहज विकत घेता आलं असतं. अगदी घेतलेलं कंकण तिनं परत ठेवून दिलं. सुमीता गळ्यात साधी मण्याची माळ घालत नव्हती, ती लाल खडा कशी घालील? उलट, आईनं असं करावं, ह्याचं तिला दु:ख झालं असतं. आईनं इतके दिवस गांधीजींच्या आश्रमात फुकट काढले; फुकट इतकी वर्षे सत्यजितच्या संगतीत काढली.

'संगत' हा शब्द बरोबर नव्हता. ती सत्यजितची अर्धांगीच होती. तिला वेगळं असं अस्तित्वच नव्हतं. आता पुष्कळ वर्षे गेल्यावर, दूर जाऊन तिला ते जाणवलं होतं.

पण तरीही सत्यजितच्या 'श्रद्धा' ह्या तिच्याही श्रद्धा होत्या. त्याच्या ध्येयावर तिचा विश्वास होता. त्या तिच्याही श्रद्धा होत्या. ध्येय होतं. सत्यजित जेवढा

गांधीवादी होता, तेवढीच तीही होती.

मातीची दोनशे घरं असलेलं गांधीग्राम काही विशेष मूल्यं जोपासत होतं. ही मूल्यं मानायची होती; कृतीतून दाखवायची होती. सर्व धर्मी समानत्व, बंधुभाव, अहिंसा – कृतीत आणि विचारातही. ही घोषणा इतरत्र होत होती; पण गांधीग्रामात ती नुसती घोषणा असून भागणार नव्हतं. गांधीग्राम हे केवळ साध्या मातीच्या घरांपुरतंच नव्हतं. तिथे आत्मा होता – भौतिकापलीकडे जाण्यासाठी झगडणाऱ्या माणसांचा आत्मा.

दहा वर्षं म्हणजे, अनंत काळाच्या हिशेबी एक एवढासा ठिपका. आणि आत्मोन्नतीचं मोजमाप घेणारी मोजपट्टी आहे तरी कुठं? जे प्रौढ होते, त्यांचं ठीक होतं; त्यांनी जगून घेतलं होतं. नव्याला ते सामोरे जाऊ इच्छित होते, पण इतरांचं काय? लहान पोरं – गांधीग्रामात जन्मलेली, वाढलेली; आता तरुण झालेली?

बालपणापासून शिस्तीचे पाठ दिले गेले होते. गावातल्या तळ्यात पोरं-पोरी एकत्र स्नान करीत. ही कल्पना सत्यजितची, गांधीवादी विचारसरणीपोटी स्फुरलेली. त्यामुळं वासनाशुद्धीला मदत होईल. ब्रह्मचर्य म्हणजे सुटका नव्हे; तर वासनेवर जय मिळवणं. एक प्रकारचं त्यागपूर्ण असं जीवनच रानावनात जाऊन स्वीकारलेलं नव्हे; तर कौटुंबिक जीवनाच्या सुखसमृद्धीत राहून कमावलेलं!

सत्यजितखेरीज आणखी चार माणसं गावात मार्गदर्शनाचं काम करीत होती. फक्त एक सोडला, तर हे सगळे गांधीजींचे शिष्यच होते. गांधीजी इंद्रधनुष्य होते आणि हे इंद्रधनुष्यातले पाच रंग होते. गांधीजींचे विचार पचवलेला सत्यजित, गांधीजींची धार्मिक बाजू तेवढी उचललेले स्वामीजी, समाजकार्याला वाहून घेतलेले कृष्णमूर्ती, ज्वलंत राजकारणी चित्तरंजन घोष यांनी ब्रिटिश जेलमध्ये बारा वर्षं काढलेली होती आणि माधवकाका म्हणजे गांधीजींमधल्या माणुसकीचा वारसा वागवणारा माणूस. चार माणसं बाहेरून आली; पण माधवकाका तिथेच पुनर्जन्म झालेले. ही चार माणसं कधी-कधी कामासाठी बाहेरही जात; पण माधवकाकांनी गाव कधी सोडलं नाही. वटवृक्षासारखी त्यांची मुळे गावची जमीन धरून असत.

ह्या सर्वांत सत्यजित श्रेष्ठ होता. जसजशी वर्षे जात होती तसतसा तो वाढत होता. इतरांना जिथं पोहोचणं अवघड होतं, अशा ठिकाणी एकटाच वावरत होता. ह्या त्याच्या एकांतवासात कधी-मधी फक्त सुरुचीच जाई. तिच्यासाठी तेवढं दार घटकाभर उघडलं जाई आणि पुन्हा बंद होई.

सेवाग्राममधल्या त्या मानवाची परंपरा चालवणारा सत्यजित.

सुरुची दु:खित झाली. ह्या प्रश्नाला सामोरं जाण्याची तिची तयारी नव्हती. पण

एके दिवशी हा प्रश्नच गंभीर रूप घेणार होता. एके दिवशी मोठे, वरचे आव्हान आले तर?

आता सल होते. दया, करुणा होती. पण आज सलणारे सल उद्या तरवार होऊन घुसतील.

कल्पनेनं उभं केलेलं हे दृश्य किती दुःखदायक होतं! ते सोडून देऊन तिनं दुसरं, उल्हसित दृश्य पाहिलं.

झोपलेल्यांना जागवीत हिंडणारी प्रभातफेरी... गाणी गात निघालेला मुला-मुलींचा मेळा. रोज पहाटे सगळ्या गावातून ही फेरी होत असे.

सुरुचीनंच शांतिनिकेतनमधल्या रम्य दिवसांची आठवण होऊन ही प्रथा चालू केली होती. आपण प्रभातफेरीतून जात आहोत आणि व्हरांड्यात उभा राहून सत्यजित पाहतो आहे, हे दृश्य ती अजून जसंच्या तसं पाहू शकत होती.

तीन वर्षांपूर्वी, जेव्हा तिनं ही कल्पना सत्यजितला सांगितली, तेव्हा त्याच्या स्मृतीची तार छेडली गेली नाही का? काही क्षण कुठे तरी दृष्टी लावून तो बसला होता. आणि मग म्हणाला होता, ''चांगली कल्पना आहे! मुलं-मुली एकत्र आलीच पाहिजेत.''

मुलं-मुली एकत्र आली पाहिजेत; पण त्यांना लैंगिक आकर्षण मात्र वाटता कामा नये. नुसती मैत्री असावी. पन्नास वर्षांपूर्वी दक्षिण आफ्रिकेत गांधीजींनी सुरू केलेल्या टॉलस्टॉय फार्मवर असेच होते. तिथे एकदाच एक अनुचित प्रकार घडला होता; आणि त्याची जबाबदारी स्वतःकडे घेऊन गांधीजींनी पाच दिवस उपवास केला होता.

गांधीग्राममध्येही दोन वर्षांपूर्वी तशीच गोष्ट घडली होती आणि सत्यजितनं पाच दिवस उपवास केला होता.

ह्या प्रकरणात गुंतला गेला होता, तो तरुणही सुरुचीला आठवला. लाहोर-भट्टीवर तो कामाला होता. सगळं खेडं त्याला काकांचा नातू म्हणून ओळखी. सत्यजितच्या उपवासामुळं त्याला पश्चात्ताप झाला नाही; पण आपल्या प्रेयसीनं केलेल्या प्रतारणेमुळं त्यानं गाव सोडलं होतं. लोहपूरला जाऊन तो फॅक्टरीत मजुरी करू लागला होता.

ती मुलगी – अजून प्रभातफेरीत होती. तिच्या उंच आवाजात इतर आवाज झाकून जात असत. अजूनही तीच स्थिती होती.

डोळे मिटल्या-मिटल्या सुरुचीनं मेळा पाहिला. मुलं-मुली ओळीनं तिच्या घरावरून जात होती, गात होती :

उठा, उठा, सकाळ झाली –
रात्र कुठे ती, झोप पुरे झाली –

बावटा पडला. हिरव्या दिव्यानं अलबेलची खूण दाखवली. गाडीची गती कमी झाली. गांधीग्राम दिसू लागलं.

हळूहळू चाललेल्या गाडीच्या दारात येऊन ती उभी राहिली. प्लॅटफॉर्म आला. हातात हारतुरे घेऊन लोक उभे होते. हे इथे नेहमीचंच होतं. बरेच बडेबडे लोक गांधीग्रामला भेट देत. आज कोण बरं होतं गाडीत? कॉंग्रेसचे अध्यक्ष? येणार होते खरे याच सुमाराला.

आता आपली आणि सुमीता, तिचे वडील यांची भेट लवकर होणार नाही. हारतुरे, नमस्कार-चमत्कार होईपर्यंत वेळ जाणार. आल्या-आल्या व्हायचं, ते आपलं स्वागत आता होणार नाही. प्लॅटफॉर्मकडे बघत इथंच थांबावं का? नको. उतरावं आणि आपणही स्वागतासाठी उभ्या असलेल्या गर्दीत मिसळावं.

तिचा डबा इंजिनालगत होता. चाकांचा खडखडाट संपला, तेव्हा शंभर फुटांचा प्लॅटफॉर्म मागं-मागं गेला होता.

ती कष्टानं खाली उतरली. एका हातात सूटकेस, दुसर हातात एअरबॅग.

प्लॅटफॉर्मवरचा सगळा जमाव या दिशेनं सरकत होता. ती प्लॅटफॉर्मवर चढली मात्र, आनंदाच्या आरोळ्या ऐकू आल्या.

आणि चक्क एक हार तिच्याच गळ्यात पडला. त्यामागोमाग आणखी हार, आणखी हार... तिची मान हारांनी भरून गेली. हे काय? माझा नवरा कुठं आहे, मुलगी कुठं आहे?

जमावातून मान वर करून सत्यजित हास्यमुद्रेनं पाहत होता, तो दिसला. तो घाईनं पुढे आला.

"माझ्यापाशी हार नाही... पण सुस्वागतम्!"

दुसऱ्याच क्षणी आणखी एक हार आला....

"सुस्वागतम्!"

ही सुमीताच होती.

"आई, मला हे ओझं काढू दे तुझ्या गळ्यातलं आधी. अजून हार आहेत, त्यांना जागा पाहिजे."

किती आनंद हा – ओझं व्हावं इतका!

"आई – तुला विमानातून उतरताना पाहायचं होतं गं मला!"

"पण सुमीता, हे सगळं कशासाठी?"

"कळेल आता!"

प्रमुखांपैकी बाकीचे चार पुढे आले.

पहिल्यांदा आले माधवकाका – त्यांनीही हार आणला होता. फुलांचा नाही, रंगीत सुताचा.

"काका, तुम्ही हो कशाला त्रास घेतलात हा? पाय दुखतो ना तुमचा?"

"सगळं गाव आलंय आणि मी घरी दुखरा पाय कुरवाळत बसू?"

त्यांच्यानंतर आले स्वामीजी. पुन्हा रंगीत सुताचा हार.

"महाराज, का लाजवता मला?"

"नाही हो, हा हक्क आहे माझा!"

स्टेशनच्या फाटकातून सगळा जमाव बाहेर पडला. आधी पुरुषमाणसं, मागून स्त्रिया.

'एअर इंडिया' अशी अक्षरं लिहिलेली सुरुचीची निळी बॅग वीणाच्या आजीनं मोठ्या हौसेनं आपल्याकडे मागून घेतली होती.

बायका बोलत होत्या –

"किती आनंदात आहे – घरी आली ना!"

"अगं, कुठंही गेली तरी आपल्यातलीच ती!"

"बाई गं, दमलीय बघा. खरं तर आता जरा आराम करून दिला पाहिजे – पण वेळच कुठाय?"

"आपणच उतावळेपणा केला. उद्या शाळेत बोलावलं असतं, तर कुठं बिघडलं असतं?"

"आता सांगा हे! शाळा गच्च भरली असेल... वाट बघत असतील सगळे!"

लोहपूरच्या गोष्टी सुमीता आईला सांगत होती. सगळं गाव प्रतिकारासाठी सज्ज होतं. तो नेमका कोणत्या स्वरूपात करायचा, हे अजून ठरलेलं नव्हतं. भास्कर रॉयचं म्हणणं होतं की, देशाच्या हितासाठीच हे मी करतो आहे.

"कोण गं भास्कर रॉय हा?"

"फॅक्टरीचा चीफ इंजिनिअर. काल आम्हाला भेटला आमराईपाशी. तिथंच होणार आहे नवी भट्टी. काय तरी एकेकाचे विचार असतात!"

"काय?"

“तो म्हणतो, सद्‌गुणाबरोबर पापंसुद्धा पाहिजेत – त्यानं जीवन रंगतं!”

“असं म्हणाला तो? धाडसी विचार आहे हा. काय वयाचा आहे?”

“अगं, तरुण आहे अगदी – बाबा म्हणाले, एवढ्या लहान वयात एवढी मोठी अधिकाराची जागा मिळवलेला हा एकच असेल.”

“दिसायला कसा आहे?”

“उंच आहे चांगला, बाबांच्यासारखा!”

“हो? आणि देखणाही तुझ्या बाबांच्यासारखा?”

क्षणभर विचार करून सुमीतानं निर्णय घेतला –

“हो. तसाच देखणाही आहे.”

“म्हणजे जोडीस जोड असा प्रतिस्पर्धी भेटला म्हणायचा!”

“त्याला अहिंसेतील शक्ती माहीत कुठं आहे? धडा शिकेल तो चांगला!”

“खरं गं, बिच्चारा!”

“बिच्चारा? भास्कर रॉय? आई!”

सुरुचीचा चेहरा गंभीर झाला. तिला आता ह्यावर काही बोलायचं नव्हतं, असं दिसलं.

चार-पाच मिनिटांतच त्या दोघी घरी पोहोचल्या.

फाटकातून आत जाता-जाता सुरुची मागे वळून म्हणाली, “या वीणाची आजी –”

“छे हो, येत्ये कसली – ही घ्या तुमची बॅग. एका तासात तयारी आटपून या शाळेकडं, आम्ही वाट बघतो.”

सुरुची काही बोलण्याआधी त्या चालूही लागल्या.

“काय गं हे सुमीता?”

“गावातले सगळे लोक जमणार आहेत, तुझं प्रवासवर्णन ऐकायला.”

“म्हणजे, भाषण का द्यायचं आहे मला?”

“हो.”

“नाही बाई, छे!”

“आई, आता झाकापाक उपयोगाची नाही. तुझ्या भाषणाचा वृत्तांत सगळ्या वर्तमानपत्रांतून झळकलाय.”

“फजिती आहे आता माझी!”

“हं, चल – आटप लवकर. सूर्य मावळायच्या आधी आपण शाळेच्या आवारात पोहोचलं पाहिजे हं!”

सुरुचीनं आपली एअरबॅग जमिनीवर ओतली.

पत्रकं, पुस्तिकांचा हा ढीग होता. 'शांतता परिषदेच्या कामकाजाचा वृत्तांत' – त्यात डोकं खुपसून सुमीता आणि तिचे वडील बसले. दरम्यान, परसदारच्या विहिरीतून पाणी शेंदून सुरुचीनं हातपाय, तोंड धुतलं. साडी बदलली. ताजीतवानी अशी ती बाहेर, व्हरांड्यात आली; तर स्वच्छ पितळी ताटलीत काजूगर, फळं तयार ठेवलेली. थंडगार पाण्याचा पेला ठेवलेला.

वाचता-वाचता मध्येच सुमीतानं बजावलं – "आटप हं आई –"

सत्यजितकडे पाहून सुरुची म्हणाली, "तिथे झालेली एक गोष्ट काही अजून माझ्या मनातनं जात नाही –"

जॉन पॉल सार्त्र काय बोलले, हे वाचता-वाचता सत्यजित थांबला.

परिषदेसाठी पन्नासपेक्षा जास्ती देशांतले लोक जमलेले होते. परिषदेनं म्हटलं होतं की, जागतिक शांतता नांदली पाहिजे. शांततामय सहजीवन जगलं पाहिजे. मग कोणी एक – सुंदर चेहऱ्याची उर्मट बाई वेगळं काही बोलली, म्हणून सुरुचीनं अस्वस्थ का व्हावं? ती काही तसं, त्या म्हाताऱ्या तुंग पाव बाईसारखं आवेशपूर्ण, रोखठोक बोलली नव्हती. नाही, पण तिच्या थंड बोलण्यातच आग होती.

सत्यजितनं बायकोचं म्हणणं लक्षपूर्वक ऐकून घेतलं. काही वेळ तो विचारात गढून गेला. मग म्हणाला, "ती बाई सदस्य नव्हतीच; तिच्या मनचं ती बोललीही असेल. कदाचित कोणी विध्वंसक असेल ती. एजंट असेल कुणाची. शांतता परिषदेला सुरुंग लावायचा असेल तिला!"

"पण तिचा एवढा धाक त्या तुंग पाव बाईला का?"

"असेना का कोणीही ती; एवढं महत्त्व कशाला द्यायचं तिच्या बोलण्याला?"

पण सुरुचीची शंका फिटली नाही.

"कुणाला ठाऊक!" पण ती म्हणाली – "चीन आणि भारत इथून पुढे दहा हजार वर्षे भाऊ-भाऊ म्हणून नांदतील, हा विचार काही आजचा नाही. आम्ही लोक तसंच मानत आलो की! तरीसुद्धा आज लडाखला कटकटी चालू झाल्यात!"

"आपण वाईट अर्थच का घ्यावा? हिमालयातील सरहद्दी नीट आखलेल्या आहेत. चिनी पहारेकरी आपल्या मनानं तसं चुकीचं वागले. अगदी सामान्य तक्रार आहे ही. दोघांनी एकत्र बसून शांतपणे बोलणी करावीत आणि मिटवून टाकावी ती. नकाशा सांगेल खरं काय ते. का गं सुमीता?"

सुमीताचा वडिलांवर अगदी दृढ विश्वास होता. त्यांचं म्हणणं चूक असणारच नाही.

सुरुची मुलीकडे बराच वेळ पाहत राहिली. ही पाहिजे होती परिषदेत. सत्यजित म्हणाला, "आणखी एक गोष्ट लक्षात घे. चिनी लोकांना ते निर्मनुष्य खडक

महत्त्वाचे, का भारतातील कोट्यवधी लोकांची अंत:करणे? हा 'कॉमनसेन्स'चा भाग आहे!''

सुरुचीनं होकार दिला – ''होय की!''

''तू शांतिनिकेतन पाहिलं आहेस. पुराणे, सांस्कृतिक देवाण-घेवाण पुन्हा नव्याने सुरू व्हावी, म्हणून टागोर चाळीस वर्षांपूर्वी चीनला गेले होते. त्यांच्या युनिव्हर्सिटीत त्यांनी चिनी संस्कृतीसाठी एक चेअर ठेवली होती. दहा सहस्र चिनी पुस्तकं होती लायब्ररीत. कॅन्टनहून एक चिनी प्रोफेसर आला होता.''

''चित्तरंजनकाका आले हं.'' सुमीता रस्त्याकडे बघून म्हणाली, ''न्यायलाच आलेत ते आपल्याला. शाळेपुढं लोक जमलेत.''

अजून सूर्य मावळला नव्हता; पण अंधारून आलं होतं. सुरुची उठली. तिला भाषण द्यायचं होतं. आयुष्यातली ही दुसरी खेप. वेळ भरत आली तशी तिची छाती धडधडू लागली. तिची खात्रीच झाली की, ऐनवेळी आपला आवाज कापरा होणार... कदाचित शब्द फुटणारही नाहीत तोंडातून.

प्रत्यक्षात मात्र तसं काही झालं नाही.

श्रोते हिरवळीवर बसून ऐकत होते. अध्यक्षपदावर चित्तरंजन होते.

सुरुचीच्या कानात सत्यजित कुजबुजला –

''दोन-चार दिवसांपूर्वीच मी त्यांना लडाखसंबंधी सांगितलंय माझ्या भाषणात. त्यांना आता चांगली बातमी कळली पाहिजे. ती कोण बाई भेटली तुला मॉस्कोत, तिच्यासंबंधी काही बोलू नकोस.''

सुरुची छान बोलली. तिच्या भाषणात डौल होता. मोकळेपणा होता. शांतता-परिषदेचं दृश्य तिनं श्रोत्यांपुढे उभं केलं. परिषदेला जगाच्या चारी कोपऱ्यांतून आलेल्या स्त्रियांबद्दल ती प्रामुख्यानं बोलली. त्या माता होत्या, घरधनिणी होत्या आणि शांतता परिषदेची खरी मदार त्यांच्यावरच होती. दहा-बारा मिनिटांतच तिनं आपल्याला भेटलेल्या त्या दोन चिनी बायकांचा उल्लेख केला. म्हातारी आजी होती, तिला शांततेसाठी युद्ध हवं होतं आणि दुसरी सुंदर तरुणी होती, ती आणखी काही विलक्षणच बोलत होती. इथे सुरुचीनं सत्यजितकडे पाहिलं. तो चकित झालेला तिला दिसला, तरी ती पुढे बोलतच राहिली.

'पण आपण घाईघाईनं मत बनवणं योग्य नाही.' हेच तात्पर्य तिनं सांगितलं.

''आपण आपल्या चिनी भगिनींना संशयाचा फायदा घेऊ दिला पाहिजे. त्याचबरोबर आपण उघड्या डोळ्यांनी सत्य परिस्थितीकडे पाहिलं पाहिजे. सदैव नंदनवनात

राहणं आपल्याला परवडणारं नाही. खरं काय, ते आज ना उद्या बाहेर येईलच; मग ती सुंदर चिनी बाई काय म्हणाली, हे कोडं उलगडेल.''

सुरुची खाली बसली. आणि श्रोत्यांतून विस्मयचकित आवाज उठले. चित्तरंजन हास्य मुद्रेनं सुरुचीला म्हणाले –

''एवढं चांगलं भाषण सत्यजितनं केलं असतं का नाही, याची मला शंका आहे!''

सुरुची ओरडून म्हणाली, ''काका – काय हे?''

''खरं आहे!'' श्रोत्यांतून आवाज आला.

''सत्यजितला ठाऊकच होतं हे, म्हणून तर त्यांनी यांना पाठवलं.''

''वा! किती अभिमान वाटला आज तुमचा आम्हाला.''

लोक असे बोलले आणि सुमीता म्हणाली, ''बघ आई, म्हणाले नव्हते मी? आता पुन्हा कधी हा गुण लपवून नको ठेवूस हं!''

बोलता-बोलता ती थांबली. कोणी तरी रेडिओ लावला होता. दिल्लीहून बातम्या सांगितल्या जात होत्या –

एखाद्या बॉम्बसारखी बातमी आली –

'आम्हाला आमच्या श्रोत्यांना कळवायला अत्यंत खेद वाटतो की, चिनी सैनिकांनी हॉल स्प्रिंगशेजारी लडाखमधील कोंगका खिंडीच्या भागात गस्त घालणाऱ्या वीस भारतीय जवानांवर, त्यांची काहीही आगळीक नसताना बंदुकीच्या फैरी झाडल्या. ह्या हल्ल्यात नऊ भारतीय जवान कामास आले आणि इतरांना युद्धकैदी म्हणून पकडून नेण्यात आलं!'

■

"**हि**च तर पंचाईत आहे तुमच्याबाबतीत. अजून तुम्ही मनानं अमेरिकेतच आहात!''

''असेन. म्हणून काय झालं?''

फिरत-फिरत दोघे जण कुरणात आले होते. अर्धवट वाळलेल्या गवतात गुरांचा कळप चरत होता. गुराखी पोरं वडाच्या सावलीला बसून पावा वाजवीत होती. गावाच्या इतक्या शेजारी क्वचित दिसणारी ही फॅक्टरीतली साहेबमंडळी बघताच ते पावा थांबवून गप्प झाले.

डोळ्यांवर निळा गॉगल घातलेले जनरल मॅनेजर म्हणाले, ''तुम्ही डोक्यातली अमेरिका आता काढून टाकली पाहिजे. ह्या देशात ज्या नियमानुसार फुटबॉल खेळला जातो, तसाच खेळला पाहिजे.''

''भारतीय नियमानुसार आम्ही बेस-बॉलसुद्धा खेळू!''

भास्करच्या ह्या बोलण्यानं रंगास्वामीला हसू आलं. अंगानं भरलेला गिडगा असा हा माणूस उन्हानं घामाघूम झाला होता. पण भास्करला उन्हाचं काही वाटत नसावं.

| सहा |

चालता-चालता थांबून थोड्या धारदार शब्दांत रंगास्वामी म्हणाले, ''हे पाहा, तुम्ही अजून लहान आहात वयानं. ह्या देशात इतक्या लहान वयात एवढी मोठी अधिकाराची जागा मिळत नाही कुणाला. अमेरिकेची गोष्ट वेगळी आहे.''

''ह्या देशात तरुणांना काही महत्त्वच नाही. कर्तव्य सगळं वयावर आहे इथं. जो म्हातारा, तो शहाणा. इथे वय वाढेल तसे लोक शहाणे होतात.''

''कारण आहे त्याचं. तरुणलोक भावनाप्रधान असतात. ते भावनावश चट्कन होतात. आम्हाला ह्या सुरुवातीच्या काळात ते परवडणारं नाही. काही वर्षांनी –''

''किती – शंभर-दीडशे?''

''बघा, कसे बोलतात घुश्श्यानं. काही का असेना, माझा तुम्हाला पाठिंबा आहे – एका मर्यादेपर्यंत!''

एका मर्यादेपर्यंत! कोणती मर्यादा, कुठपर्यंत? फार नाही, हे नक्कीच. तिथून पुढे मग सगळी लढाई एकाकी द्यायची. तरुण भावनावश होतात, त्यांना मोठे अधिकार देऊ नयेत; प्रौढ झाले म्हणजे द्यावेत. हे प्रौढत्व यायचं ते पन्नाशीच्या पुढे, म्हणजे आणखी सतरा वर्षे थांबायचं. पण आशियातील इतिहासाची घडणही तोपर्यंत कशी थांबून राहील? अगदी हिमालयात शांतता नांदली, तरीही थांबणार नाही. ते नऊ जवान फुका धारातीर्थी पडले नाहीत. लोहपूर-गांधीग्राम एकत्र जोडण्याबद्दल सुरू झालेल्या लढाईत ते आघाडीचे रंगरूट होते. नुसतं लोहपूर आणि गांधीग्राम जोडणं, एवढाच प्रश्न नव्हता; दोन जीवनमार्गच जोडायचे होते. दोन भारतीय माणसं पाठीला पाठ लावून, क्षितिजाकडे नजर ठेवून आगेकूच करू लागली, तर एकमेकांपासून दूर-दूरच जाणार. असं होता कामा नये.

रंगस्वामींनी डोळ्यांवरचा गॉगल काढला होता. कुरण आणि त्यापलीकडचे गांधीग्राम यांचा नकाशा बारकाईनं पाहण्यात ते गर्क होते.

भास्करचा विचार चालूच होता. नकाशात काय मिळणार? वादाचे मुद्दे नकाशात थोडेचे नोंदवलेले आहेत? गांधीग्रामचं खेडेपण जेव्हा संपुष्टात येईल, तेव्हाच ते खरे पुढे येतील. एक गोष्ट निश्चित होती – लोहपूरनं आपल्या पोटात गांधीग्राम सामावून घेतलं, तर मोठी उलथापालथ होणार नव्हती. गांधीग्राममधले जे तयार कारागीर होते, त्यांना नवी कारागिरी सहजसाध्य होती. जे शेतावर राबणारे होते, त्यांना मिलमध्ये राबणं कठीण नव्हतं; फार तर ते शिकाऊ कामगार राहतील. नाही तरी आपल्या देशातील मिलमजूर आले कोठून? ते सगळेच पूर्वी शेतवाडीवर राबणारे खेडूतच होते आणि तसेच सारखे घडत नाही का? शिवाय गांधीग्राममधल्या लोकांचं एक वैशिष्ट्य होतं, ते सगळे साक्षर होते. त्यांना हा बदल का नाही मानवणार?

मातीची घरं आहेत, ती जातील. कुरणाच्या डाव्या बाजूला नवी वसाहत होईल. सुरेख, सिमेंट-विटांची घरं उठतील. वीज येईल, पाण्याचे नळ येतील. कसं राहावं, ते लोकांना कळेल.

सत्यजितला दुर्गुण नको होते. जीवनातील आनंद उपभोगणं म्हणजे दुर्गुण? मद्याची एखादी बाटली, एखाद्या सुंदर स्त्रीचा सहवास... मुक्त असा एखाद-दुसरा तास; ह्यात काय दोष आहे? असल्या आनंदाला आपल्या देशात मज्जाव, नाना नियंत्रणं, अटकाव. धर्मनिष्ठ भारतानं घेतलेल्या तकलुपी कुबड्या ह्या. अरे, खराखुरा धर्म ह्यापलीकडे आहे. समानता मानणारं आजचं नवं शासन, जिथे सर्वांना समान संधी आहे. वरच्यांना तशी खालच्यांनाही. समाजाची सर्वांगीण उन्नती हा नवा धर्म आहे. होऊ द्या की हे जीवन सुखी, सोपं, मुक्त! काय बिघडतं त्यामुळे?

ह्या नव्या संत-महात्म्याच्या शिकवणुकीखाली दडपून गेलेल्या गांधीग्रामच्या रहिवाशांना आपण काय गमावलं आहे, याची जाणीव नाही. नव्या खिडक्या उघडून

जीवनात थाटमाट कसा असतो, हे त्यांना दाखवलं पाहिजे. मग आपसुकच ते बंड करतील. हाच उत्तम मार्ग. गांधीग्रामात जमीनमालक असा कोणीच नाही; सगळी जमीन गावच्या मालकीची आहे. सगळं गाव मिळून घ्यायचा तो निर्णय घेतं, तर मग घेऊच दे त्याला हा निर्णय. लोकमताच्या लोंढ्यामुळं ह्या नव्या संत-महात्म्याच्या पायाखालची वाळूच सरकून जाऊ दे.

रंगास्वामी म्हणाला, ''तडजोड करण्याचा तुमचा स्वभाव नाही रॉय, नाहीतर हे पश्चिमेकडे असलेलं खेडं आपल्याला सहज मिळालं असतं. पण तुम्हाला गांधीग्रामच पाहिजे!''

''का पाहिजे, ते माझ्या रिपोर्टात लिहिलं आहे.''

रंगस्वामीला रिपोर्ट माहीत होता. डायरेक्टर बोर्डाला तो मान्य नव्हता; पण भास्करनं रिपोर्ट मागे घेतला नाही. तारेनं आपल्या जागेचा राजीनामा पाठवला.

रंगस्वामीनं चांगल्या मनानं विचारलं, ''आणि समजा, स्वीकारला राजीनामा त्यांनी, तर काय कराल?''

भास्कर म्हणाला होता, ''तर भारताबाहेरचे देश काही ओस पडलेले नाहीत.''

पण ती वेळ भास्करवर आली नाही. काय चमत्कार झाला, कोण जाणे; पण डायरेक्टर बोर्डानं राजीनामा स्वीकारला नाही, रिपोर्ट स्वीकारला.

''जाऊ द्या झाल्या गोष्टी त्या. आपण आलोय कशासाठी?'' नकाशावर आपलं जाड बोट ठेवून रंगास्वामी म्हणाला.

''ह्या कुरणातील घरासाठी. हे आपलं नियोजित ठिकाण.'' कुरणापलीकडे दृष्टी टाकून भास्कर स्वत:शीच बोलावं तसा बोलला.

''ते तिकडे आहे गाव. सत्यजितच्या शिकवणुकीच्या दगडी कोटाआड कोंडून पडलं आहे. लोहपूरला फोडला पाहिजे तो कोट! आम्ही आमच्या कामगारांसाठी एक आदर्श संस्था उभी करू – समाजकल्याण केंद्र – आज आहेत त्या कामगारांच्या वस्तीत तुम्हीही राहायला या, म्हणून आम्ही गावकऱ्यांना आमंत्रण देऊ. अद्ययावत सुखसोई असलेली ती घरं बघून गावकऱ्यांना कळेल. ते तुलना करतील आणि आम्हाला हवा आहे तोच निर्णय घेतील. आम्हाला केवळ गावच्या जमिनीचा ताबा घ्यायचा नाही; गावकऱ्यांच्या अंत:करणाचाही घ्यायचा आहे.''

रंगास्वामीनं विचारलं, ''काय हो, तुमचा 'वननिवास' कधी बांधायला घेणार तुम्ही?''

''उद्या.''

''आणि पुरा कधी करणार?''

''एका महिन्यात.''

"एका महिन्यात? चेष्टा आहे काय?"

"हे कुरण सरकारी मालकीचं आहे. गावकरी आपली गुरंढोरं चारतात तिथं, त्यांना वहिवाटीचा हक्क आहे तसा. आपण तीस वर्षांच्या लीजवर प्लॉट घेतलाय, महसूल खात्याकडून. त्या प्लॉटवर 'वननिवास' उभा राहील. सगळे नकाशे समोर आहेत, योजना तयार आहे. आम्ही रात्रंदिवस काम चालू ठेवू. एका महिन्यापेक्षा जास्ती दिवस आम्हाला परवडणार नाहीत."

रंगस्वामीला असलं रक्त आटवणारं राक्षसी काम नको होतं. पण हा आपला तरणाबांड असिस्टंट तयार आहे, तर करू दे त्याला. याच्या अंगात रग आहे, ती तर जिरेल.

जनरल मॅनेजरनी विचारलं, "बरं, ही एक देखणी इमारत होणार, हे तर आहेच. आणखी काय योजना आहेत?"

भास्करला बोलायचं नव्हतं. एवढ्यात जी.एम.ना आपला बेत सांगण्यात हशील नव्हतं. आपण सत्यजितच्या हातातून अहिंसा हे त्याचं शस्त्र काढून घेऊन लढणार आहोत, हे ह्यांना काय सांगायचं? हिंसेचा प्रतिकार कसा करावा, हे सत्यजितला ठाऊक होतं; पण अहिंसेचा प्रतिकार कसा करावा, हे माहीत नव्हतं. हे सगळं जी.एम.ना कळणार नाही. त्यांना वरवरच्या गोष्टी तेवढ्या सांगाव्यात.

"पहिली गोष्ट म्हणजे, इथे आम्ही काय करतो, हे लोकांना दाखवू आणि ऐकवू. पोलाद उत्पादन हे देशहिताचं कसं आहे, परकीय आक्रमणाला तोंड देण्यासाठी त्याची कशी जरुरी आहे... आता हिमालयाची भिंत अभेद्य राहिलेली नाही, तिकडून आक्रमणाचा धोका कसा आहे, हे दाखवू आणि ऐकवू.

"शिवाय माणसाला कामधंदा करावा लागतोच. पण कामधंद्याइतकीच महत्त्वाची गोष्ट दुसरी आहे. जीवनात आनंद आहे, मजा आहे – पण सर, तुम्ही हे सगळं माझ्यावर सोपवून स्वस्थ राहा. मला आपल्या जनतासंपर्क अधिकाऱ्याशी चर्चा केली पाहिजे."

जी.एम.ना वाटलं, ठीक आहे.

"सर, आपण सुरेख उद्घाटन समारंभ करू आणि सगळ्या गावकऱ्यांना निमंत्रण देऊ."

"आणि सत्यजितनं त्यांना 'जाऊ नका' म्हणून सांगितलं तर?"

"तसं व्हायचं नाही. सत्यजित गांधीवादी आहे. अहिंसेवर त्याचा विश्वास आहे. आपलं निमंत्रण नाकारणं, ही हिंसा नाही का? आपल्या भावना दुखावणार नाहीत का?"

"हं! कधी पाठवणार हे निमंत्रण?"

"दहा दिवस आधी. म्हणजे, त्यांना विचार करायला भरपूर वेळ मिळेल."

"पण तुमची इमारत तीस दिवसांत बांधून झालीच नाही तर?"

"सर, ती झाली म्हणून समजा."

जनरल मॅनेजर आपल्या मोठ्या गाडीतून निघून गेले. भास्करनं पाइप पेटवला आणि सभोवार पाहिलं.

मघा गप्प झालेलं ते गुराखी पोर पुन्हा पावा वाजवू लागलं होतं.

चला, जवळून ऐकू.

हलकेच भास्कर तिकडे निघाला. मनात विचार चाललेच होते.

गुरं राखणं, हासुद्धा मूलोद्योग शिक्षणपद्धतीचा भाग नाही का? पुस्तकी शिक्षणाबरोबरच शारीरिक श्रमातून, आजूबाजूच्या वातावरणातूनही शिक्षण, हे ह्या पद्धतीचं वैशिष्ट्य. 'जीवनातून जीवनाचं शिक्षण' असं गांधीजी ह्या पद्धतीचं वर्णन करीत. हातांच्या उद्योगांवर सारा भर होता. शिक्षणाचे विषय उद्योगातून शिकवायचे. लोहारकाम, सुतारकाम, तेलघाणा, हातकागद धंदा – हे सर्व त्यासाठी गांधीग्रामात महत्त्वाला आले होते. शाळा होती, पण ती पूरक म्हणून.

वडाच्या सावलीत येऊन भास्कर उभा राहिला. पोर पावा वाजवीतच होतं, ते थांबलं नाही. जरा वेळानं थांबलं, तेव्हा भास्करनं विचारलं, "वाऽ! सुरेख वाजवतोस की! कुणी शिकवलं?"

"दीदीनं!"

"दीदीनं का? हुशार दिसते तुझी बहीण."

"सगळे गावकरी तिला 'दीदी'च म्हणतात. तिचा बाप फार मोठा माणूस आहे. त्याचा चरखा आहे नं, तो गांधीजींनी दिलेला आहे. हां साहेब, खुद्द गांधीजींनी भेट दिलाय."

भास्कर मनात म्हणाला, ही दीदी म्हणजे सुमीता दिसते. अलीकडे वारंवार त्याला तिची आठवण व्हायची. एक विलक्षण मुलगी म्हणून ती त्याच्या लक्षात राहिली होती. विलक्षणच, नाही तर काय? गतधवेसारखा पोशाख करून हिंडणारी ही गंभीर मुलगी, एका गुराखी पोराला छान पावा वाजवायला शिकवते?

"बघू रे तुझा पावा जरा!"

भास्करनं हात पुढे करताच पोरानं पावा मांडीखाली दडवून ठेवला. आता हा फॅक्टरीवाला माणूस आपला पावा हिसकावून घेणार, म्हणून पोर उठून पळण्याच्या विचारात दिसलं.

एवढ्यात भास्कर म्हणाला, "तुझ्याएवढा होतो मी, तेव्हा माझाही पावा होता."

पोरानं न्याहाळून ह्या माणसाच्या तोंडाकडे पाहिलं आणि त्याची समजूत पटली; काही कोणी दुष्ट माणूस नाही. पण अशा लोकांची वाद्यं निराळीच असतात. रेडिओवर ऐकवतात तसली.

"मला बघायचं होतं रे, अजून मला वाजवता येतो का ते –"

पोराची भीती आता गेली होती, तरीही त्यानं पावा चट्कन दिला नाही.

"पण साहेब, मी ह्याला तोंड लावलंय की! धुऊन घेतला पाहिजे. इथे पाणी कुठाय?"

"तोंडाला लावावाच लागतो तो; त्याशिवाय वाजवणार कसा?"

पोराचा नाइलाजच झाला. त्यानं पावा दिला. भास्करनं एक सुरेख लोकगीत वाजवलं. गीत संपलं आणि ते पोर आनंदानं ओरडलं –

"हां, आमच्या दीदीला फार आवडतं हेच गाणं."

ते आणखीही काही सांगणार होतं; पण तेवढ्यात फॅक्टरीसाहेबानं पावा तोंडातून काढला आणि दुसरंच काही तोंडात घातलं. तो धूर काढू लागला. पोर चकित होऊन बघत राहिलं. त्यानं पाइप कधी पाहिला नव्हता.

भास्करच्या मनात पुन्हा विचार आला. दीदीला हे गाणं आवडतं? घराघरांतून म्हटली जाणारी जुनी पदं, भजनं सोडून हे असलं गीत तिला आवडतं?

भास्करनं विचारलं – "तुझं नाव काय?"

"गोपाळ."

"हे बघ गोपाळ, उद्यापासून इथे बांधकामाला सुरुवात होईल. तुझी गुरं तुला लांब नेऊन चारावी लागतील. हां? बरं, तू कधी मोटारीत बसला आहेस का?"

"कोणत्या, त्या मोठ्या?"

"मोठ्या? हो-हो, तांबड्या बसमध्ये?"

गोपाळनं जोरजोरानं ती गोष्ट सांगितली. लोहपूरहून लोक घेऊन धावणारी ती तांबडी गाडी त्यानं पुष्कळदा पाहिली होती. खाकी कपडे घातलेला कंडक्टर एकवार गोपाळला म्हणाला, "काय रे बाळ, तुला बसायचं आहे का? ये-ये."

गोपाळ गाडीत बसला आणि एक अर्धा तास किती मजा आली. शेवटच्या स्टॉपपर्यंत जाऊन गोपाळ पुन्हा पहिल्या जागी आला. मग त्याच्या पाठीवर थाप मारून कंडक्टरनं विचारलं, "काय, मस्त मजा आली का नाही?"

गावातली पुष्कळ मुलं गोपाळची गोष्ट ऐकून बसस्टॉपवर जाऊन उभी राहिली. पण कंडक्टरनं त्यांना कधीच 'या' म्हटलं नाही.

पोरानं हे सांगितलं आणि भास्करच्या मनात विचार आला – गांधीग्रामातल्या सगळ्या मुलांना एके दिवशी बसमध्ये बसवून लोहपूरला न्यावं. सगळा कारखाना

दाखवावा आणि पुन्हा गावात आणून सोडावं. एवढं केलं की, कमीत कमी पन्नास नवे कामगार लोहपूरला मिळतीलच.

तो म्हणाला, "गोपाळ, तू आता कुरण संपेपर्यंत माझ्या जीपमधून चल. तुला एक काम सांगणार आहे मी. येतोस?"

गोपाळनं मान हलवून होकार दिला. त्याला भलताच आनंद झाला होता.

"पण तुझी गुरं रे? ती जातील की तू नाहीस म्हटल्यावर!"

"नाही साहेब, शहाणी गुरं आहेत. त्यांना ठाऊक आहे, मी एकटा घरी जाणार नाही. मी येईपर्यंत ती चरत राहतील. चला!"

■

उभा देश भयचकित झाला, दु:खी झाला. आणि त्या नऊ जवानांची प्रेते घेऊन हेलिकॉप्टर नव्या दिल्लीला उतरले, तेव्हा सर्वत्र संतापाची लाट उसळली. ती मृत शरीरे ज्या चितेवर जाळली, त्याच चितेवर 'भाई-भाई' ही घोषणाही जळून गेली. ज्या पानावर ह्या दोन देशांतील मैत्रीचा लेख लिहिला होता, त्याची आठवण म्हणून केवळ मूठभर राख मात्र उरली.

सत्यजितलाही वेदना झाल्या आणि दु:खही झालं. त्या नऊ जवानांच्या मरणाचं आणि जळून गेलेल्या त्या पानाचं. ह्या दोन देशांतील लक्षावधी लोकांच्या मनात एकमेकांबद्दल जो बंधुभाव होता, तो आता कायमचा नाहीसा झाला का? हे असे घडल्यावर संस्कृती म्हणून काही टिकेल का?

। सात ।

संध्याकाळ झाली, संधिप्रकाश पाहिला की, दिवसाचे काम संपवून सत्यजित चरखा घेऊन बसे. हात सूत कातीत आणि डोके विचारांची जुळवाजुळव करी. सूत कातणं, हा रोज संध्याकाळचा कार्यक्रम होता. कापसापासून धागा काढणारं हे चक्र गांधीजींचं हत्यार होतं.

गेली वीस वर्षे सत्यजितही तेच हत्यार वापरीत होता. विजेवर चालणाऱ्या प्रचंड यंत्रांना सामान्य माणसानं दिलेलं उत्तर म्हणजे चरखा. चरख्यामुळं सगळ्या जाती-जमाती एकत्र येणार होत्या. चरखा चालवणं, हे प्रत्येकाचं कर्तव्य होतं. स्वातंत्र्य मिळविण्यापूर्वी हा चरखा म्हणजे सत्ताधाऱ्यांना मोठा धसका होता. 'चरखा चला चलाके, लेंगे स्वराज्य लेंगे...' अशी त्या काळची घोषणा होती.

चरखा फिरवीत बसलं की, सत्यजितला मनानं गांधीजींपर्यंत जाता येत असे. तो वैभवाचा सगळा काळ पाहता येत असे. रोज ठरावीक वेळी ही भेट होत असे. आज त्या भेटीची फार तीव्र जरुरी होती. लडाखसारखा प्रश्न पुढे उभा राहिला असता; तर

बापूजी, तुम्ही काय केलं असतंत?

आपल्या प्रश्नाचं उत्तर मिळेल, म्हणून सत्यजित रोज वाट पाहत होता. हे उत्तर आपल्याच आतून मिळणार आहे; चरखा म्हणजे कौल देणारा देव नाही, हे सत्यजितला ठाऊक होतं. पण चरख्यामुळे विचारांना गती येई. थेट, खोल विचार करून होई.

अर्धवट उत्तरं अनेक मिळाली. सत्यजितनं ती बाजूला केली. आणि एके दिवशी अचानक उत्तर मिळालं. चरका थरथरला, धागा तुटला. गंभीर चेहऱ्यानं सत्यजितनं पेळू उचलला. थांबून समोर पाहिलं. बाहेर सूर्य नुकताच बुडाला होता. पश्चिम दिशा तांबडी-पिवळी झाली होती आणि आपल्याच खोलीत बसून प्रार्थना करणाऱ्या सुमीताचा आवाज येत होता.

उत्तम विचार आहे हा. असंच करायचं. शांतिसेना घेऊन सरहद्दीवर हिमालयात जायचं. पहिल्यांदा रेल्वेनं, बसनं काश्मीरपर्यंत... पुढे श्रीनगरपासून पदयात्रा – लडाख ओलांडून अक्साई चीनपर्यंत. शांतिसेनेचं हत्यार म्हणजे, 'हिंदी-चिनी भाई-भाई' या घोषणा. ही घोषणा हिमालय पार करून, सिकियांग ओलांडून, चीनच्या अजस्त्र भिंतीपलीकडे पेकिंगपर्यंत ऐकू जाईल.

चिनी हल्ल्याला छातीवरच घ्यायचं. मरण आलं तर शांतिसेना अमर होईल, आणि जगलो तर....

हा गांधीजींचाच साधा-सोपा मार्ग होता. त्यांच्या तरुणपणी दक्षिण आफ्रिकेसारख्या दूरच्या ठिकाणी त्यांना हा मार्ग सापडला होता. विलक्षण हकिगत होती ती. पुढे, शांततापूर्ण असहकार हे जनजागृतीचं एक प्रभावी हत्यार बनलं. स्वातंत्र्य जवळ आलं.

पण ती एवढीशी सुरुवात आणि तिला मिळालेलं यश, ते वैभव... महासागरापलीकडे, अर्धशतकाच्या पूर्वीच्या काळात सत्यजित जाऊन पोहोचला.

दक्षिण आफ्रिका!

पुष्कळसे भारतीय मजूर तिथल्या कोळशाच्या खाणीत, उसाच्या मळ्यावर कामावर होते. एकाएकी नवा कायदा पास झाला. सगळ्या भारतीय स्त्री-पुरुषांनी 'पोल टॅक्स' भरला पाहिजे; जितकी वर्षं त्यांना करारनाम्यानं बांधून घेतलं आहे, तितकी वर्षं त्यांनी हा कर भरला पाहिजे. म्हणजे कमीत कमी मजुरी देऊन जास्तीत जास्त मजूर राबवून घ्यायचे. मजुरांना गुलाम बनवायचं.

हे काहीच नाही, ह्यापेक्षा जास्ती अपमानकारक असा आणखी एक कायदा झाला. ज्या लोकांची लग्नं चर्चमध्ये लागलेली नाहीत, दक्षिण आफ्रिकेत ज्यांची नोंद

झालेली नाही; ती कायदेशीर समजली जाणार नाहीत. म्हणजे दक्षिण आफ्रिकेत जाऊन स्थायिक झालेल्या हिंदू-मुसलमान रहिवाशांच्या बायका ह्या कायदेशीर बायका नाहीत; आणि त्यांची मुले ही औरस संतती नाही.

ह्याच काळात भारतातील एक तरुण वकील आफ्रिकेत व्यवसाय करीत होता. त्याला भेदाभेद मंजूर नव्हता. वर्णद्वेष म्हणजे विष आहे, असं त्याचं मत होतं. ह्या आपल्या मतापायी त्यानं लाथाबुक्क्या सोसल्या होत्या. इतकं असूनही त्यानं आफ्रिका सोडली नाही. आपल्या हिंदी बांधवांच्या हक्कांसाठी झगडत तो तिथेच राहिला. त्या झगड्यात त्याची पत्नी त्याच्या सदैव बरोबर होती.

गांधी आणि कस्तुरबा.

ह्या माणसाचे विचार काही आगळेच होते. त्याच्या भोवती आणखी काही अनुयायी गोळा झाले होते. त्या कॉलनीचं नाव होतं 'टॉलस्टॉय फार्म'. टॉलस्टॉयचा आणि गांधींचा पत्रव्यवहार होता. ह्या थोर रशियन लेखकाच्या विचारानं गांधी प्रभावित झाले होते. साधी राहणी, असंग्रह, शरीरश्रम, ब्रह्मचर्य हे आचार त्यांनी पत्करले होते. नैतिक बळ वापरून दुष्ट गोष्टींशी सामना द्यायचा, हे त्यांचं तत्त्व होतं. त्यासाठी अमर्याद सोशिकपणा आवश्यक होता, प्रसंगी मरण पत्करण्याची तयारी आवश्यक होती.

भारतीय स्त्रीला अपमानास्पद वागणूक द्यायला कायद्यानं मंजुरी मिळताच त्याविरुद्ध कृती करायला गांधी सिद्ध झाले. कायदेभंग करून ते आपला विरोध दाखविणार होते. ट्रान्सव्हालच्या हद्दीत येण्यासाठी सरकारी परवाना पाहिजे, हा कायदा ते मोडणार होते. टॉलस्टॉय फार्ममधल्या काही स्त्रियांची 'शांतिसेना' हा कायदेभंग करणार होती.

गांधींच्या हाकेला हजारो स्त्रियांनी प्रतिसाद दिला. शांतिसेनेतील सत्याग्रहींसाठी काही पथ्ये होती. सैनिकाने आपल्याला घरदार नाही, असं मानलं पाहिजे. अंगावर घालण्याचे कपडे-लत्ते आणि अंथरूण-पांघरूण ह्याशिवाय त्यांनी जवळ काहीही बाळगायचं नाही.

स्त्रिया, मुलांचे लोंढे चार्ल्स टाउनकडून येऊ लागले. डोक्यावर गाठोडी घेतलेली ही 'शांतिसेना' हाल-अपेष्टांना तोंड देत टॉलस्टॉय फार्मकडे येऊ लागली.

वाटेत थंडीनं गारठून एक मूल मेलं. एक आई काखेत मूल घेऊन ओढा ओलांडताना मूल काखेतून निसटलं, ओढ्यात पडलं आणि बुडून मेलं. चार्ल्स टाउनपासून दिवसाला वीस मैल अंतर चालून आठ दिवसांत टॉलस्टॉय फार्मवर शांतिसेना पोहोचली. सत्ताधारी पाहत होते. त्यांनी काही कारवाई केली नाही. हे वेडे लोक खुशीनं पत्करलेल्या हाल-अपेष्टांनीच खलास होतील, असं त्यांना वाटलं.

सत्याग्रहाचा दुसरा टप्पा. टॉलस्टॉय फार्मवरचे लोक, खाणमजूर अशी दोन

हजारांहून जास्ती माणसं मिळून ट्रान्सव्हालच्या दिशेनं निघाली. ट्रान्सव्हालच्या हद्दीत शिरण्याच्या वेळी त्यांना हत्यारबंद पोलीस दिसले.

नेता पकडला गेला – गांधींना अटक झाली.

नेत्यामागोमाग शांतिसेना तुरुंगापर्यंत गेली. मोठा भडका उडाला. नाताळमधील वीस हजार लोकांनी संप पाळला. आणि लाठीमार, गोळीबार झाला. संपवाले हटले नाहीत, धैर्यानं उभे राहिले.

चळवळीचा वणवा पसरत चालला, डर्बनपासून इसापिगपर्यंत पसरला.

आपल्या देशबांधवांनी चालविलेल्या ह्या लढ्याकडे भारतातील लोकांचं लक्ष होतं. नुकताच नोबेल पारितोषिकाचा मान मिळविलेल्या टागोरांनी गांधींना कळविलं – मर्दपणा दाखविलात, हिंसाचाराच्या रक्तलांच्छित मार्गानं जाऊन नव्हे, तर विलक्षण त्याग व मोठा सोशिकपणा यांच्या बळावर. लंडन टाइम्सने लिहिलं, 'अहिंसात्मक प्रतिकारात केवढी प्रचंड शक्ती असते, हे ह्या भारतीय मजुरांच्या शांतिसेनेने दाखवून दिले आहे. हा प्रसंग इतिहासाला नोंदवावाच लागेल.'

गांधींची सुटका झाली.

खाणकामगारांवर गोळीबार करणाऱ्या पोलिसांच्या गुन्ह्याबद्दल प्रायश्चित्त म्हणून त्यांनी तीन शपथा घेतल्या. गरिबातला गरीब मजूर जेवढे कपडे अंगावर घालतो, तेवढेच मी घालीन, अनवाणी राहीन आणि दिवसातून फक्त एक वेळ जेवीन. चळवळ यशस्वी होईपर्यंत गांधी ह्या शपथा पाळणार होते.

नव्या वर्षाच्या प्रथम दिवशी गांधीजींनी पुन्हा घोषणा केली –

"पुन्हा आपण सर्वांनी यातना सोसण्याची तयारी ठेवली पाहिजे. तुरुंगात जाण्याची तयारी ठेवली पाहिजे."

या घोषणेचा परिणाम झाला. जनरल स्मट्सनं माघार घेतली. कायदा मागे घेण्यात आला. गांधी विजयी झाले. भारताची शान राहिली.

व्हरांड्यात बसून सत्यजित विचार करीत होता. आफ्रिकेनंतरही गांधीजींनी शांतिसेना उभ्या केल्या; पण तोवर गांधीजी जगप्रसिद्ध झाले होते. लक्षावधी लोक त्यांच्या मागे होते.

गांधीजी गेले; पण त्यांनी सांगितलेली तत्त्वं अमर आहेत.

मी गांधीजींच्या सहवासात राहिलो आहे. आणीबाणीची परिस्थिती आली म्हणजे गांधीजी करीत तसं मीही करीन. माझी किंमत त्यांच्या छायेइतकीही नाही; पण गांधीजी गेले, त्या मार्गानं जाण्याचा मी नम्र प्रयत्न करीन.

हजारो लोकांच्या शांतिसेनेची जरुरी नाही. दहा किंवा त्याहीपेक्षा कमी लोकांची शांतिसेना काढू. गांधीजींनी पूर्व बंगालला असेच केले होते.

स्वातंत्र्य मिळालं आणि लगोलग पूर्व बंगालमध्ये दंगे उसळले. स्वातंत्र्य रक्तानं माखून निघालं. इतर नेते अधिकारपदाची वस्त्रे चढवीत होते, तेव्हा गांधीजींनी आपला बेत जाहीर केला. मी दंगलग्रस्त भागात जाणार आणि ग्रामीण भागातून पायी हिंडणार. हिंदूंच्या विरुद्ध उसळलेल्या हजारो मुलसमानांना हा एकटा हिंदू तोंड देणार होता. आत्मिक बळ हे एकमेव हत्यार त्याच्यापाशी होतं.

गांधी एकटे गेले का? नाही. त्यांच्याबरोबर मरण पत्करण्याची तयारी असलेले आणखी काही निवडक लोक गेले. सत्यजितला ह्या शांतिसेनेत जाण्याचं भाग्य लाभलं नाही. त्याच्यापेक्षा जास्ती लायक असे लोक होते. पण मनोमनी सत्यजितनं ती यात्रा पाहिली. दंगलग्रस्त भागातून, हातात काठी घेऊन चाललेले गांधीजी. इतिहास पाहत होता, एक धीट माणूस वणव्याला सामोरा जात होता.

त्या थोर माणसाच्या सावलीएवढीसुद्धा ज्याची लायकी नाही, असा आणखी एक माणूस पुन्हा तसाच लडाखकडे जाईल आणि इतिहास पुन्हा ही पदयात्रा पाहील.

चरखा गुंऽ गुंऽ करीत पुन्हा चालू झाला.

सत्यजितचे हात एकीकडे काम करीत होते आणि मन ते स्वप्न पाहत होते. त्याच्या तोंडून शब्द बाहेर पडत होते –

'असतो मां सत् गमय
मृर्त्यो मां अमृतम् गमय....'

■

। आठ ।

गावातल्या तरुण बायका आठवड्यातून एक दिवस शाळेत जमत. प्रश्नोत्तरांचा तास असे. गावातील बायकांनी प्रश्न विचारायचे आणि सुमीतानं उत्तरं द्यायची. कशाविषयी प्रश्न विचारावा, ह्याला काही धरबंध नव्हता. साधे-सोपे असेच प्रश्न बायका विचारीत. काही-काही वेळा मूर्खासारखा प्रश्न येई –
"ताई, लोहपूरची हवा इथल्यापेक्षा जास्ती गरम का हो? विजेच्या बत्त्या आहेत म्हणून?"
काही वेळा सुमीताची माहिती तोकडी पडे, तिला आपल्या आईकडे धाव घ्यावी लागे. मग सुरुची काही वेळ आपल्या विद्यार्थ्यांना वाचीत बसवून, प्रश्नोत्तरांच्या ह्या वर्गात येई. तिलाही नेमकी उत्तरं सुचू नयेत, असं केव्हा-केव्हा घडे. अशा वेळी सत्यजितलाच वर्ग घ्यावा लागे. ही प्रश्नोत्तरांची कल्पना सत्यजितचीच होती. गावातल्या स्त्रियांनीही विचार करायला शिकावं, हा त्यामागचा हेतू होता. प्रश्न विचारलाच पाहिजे, असा दंडक असला की, मन आपोआप विचार करीत राहतं, असं सत्यजितचं म्हणणं.
एवढ्याशा लाकडी व्यासपीठावर बसलेली सुमीता, खाली जमिनीवर बसलेल्या बायकांच्या ओळीवरून नजर फिरवून विचारी –
"कुणाला काही विचारायचं आहे का?"
विचारण्याजोगे प्रश्न असतात, असं नव्हे; पण कधी-कधी मुलींना एकदम काही सुचे.
एकवार असं झालं. "काय गं वीणा, तुझा काही प्रश्न आहे का?" असं सुमीतानं विचारल्यावर वीणानं आधी तळहातांकडे नजर लावली. जणू काही प्रश्न तिथे लिहिलेला होता. मग तिनं खिडकीबाहेर पाहिलं आणि एकदम विचारलं, "आकाशाचा रंग निळा का असतो, बाई?"
सगळ्या वर्गात हशा पिकला.
कुणी तरी वीणालाच विचारलं, "वीणा, तुझे केस

काळे का?''

आणखी कोण बोललं, ''अगं बाई, ढग नसल्यावर आभाळ निळंच दिसणार की!''

सगळ्यांनी शुक्ऽ शुक्ऽ केले, तेव्हा लाजून वीणा बापडी गप्प झाली.

पण सुमीता गंभीरपणे सांगू लागली, ''चांगला प्रश्न विचारलास वीणा – आभाळाचा रंग निळा का? दुसरा प्रश्नही तितकाच चांगला आहे – वीणाचे केस काळे का? आभाळात ढग नाहीत म्हणून ते निळं आहे, हे त्याचं उत्तर नाही. वीणाचे केस पांढरे झालेले नाहीत, म्हणून ते काळे आहेत, असं उत्तर बरोबर होईल का?''

मग तिनं ह्या प्रश्नाचं शास्त्रीय उत्तर सांगितलं. अवकाशात विखुरलेल्या धूलिकणांवर सूर्यप्रकाश पडल्यामुळं आकाश कसं निळं दिसतं, जिवंत वस्तूंना रंग मिळण्यामागे काय रहस्य असतं, हे सुमीतानं सविस्तर समजावून सांगितलं.

लडाखविषयी बातम्या येऊ लागल्या. मुलींना प्रश्न विचारण्यासारख्या पुष्कळ शंका येऊ लागल्या.

चिनी रणगाडे लडाखमध्ये आले.

'रणगाडे' म्हणजे काय?

तिबेटमध्ये छत्रीधारी सैनिक उतरले.

'छत्रीधारी सैनिक' म्हणजे काय?

मतप्रचाराची मोहीम – म्हणजे नेमकं काय?

चिनी वागणुकीचा खोल अर्थ सुमीताच्याही आवाक्यापलीकडचा होता. हिमालयापलीकडील आपल्या शेजाऱ्यावर तिच्या वडिलांचा अढळ विश्वास होता. हा फक्त सरहद्दीबाबतचा तंटा होता. पेकिंगच्या म्हणण्याप्रमाणे साम्राज्यशाहीच्या आक्रमक राजकीय नीतीचा हा परिणाम होता. पण ह्याचं खंडन नवी दिल्लीकडून झालं होतं. इतिहास आणि परंपरा म्हणून जो भूभाग भारताच्या मालकीचा होता, तेवढ्या भागावरच ब्रिटिशांनी आपला अधिकार सांगितला होता; हे नवी दिल्लीनं दाखवून दिलेलं होतं.

तिबेट आणि सिकियांगपर्यंत विस्तार त्यांनी केला नव्हता; उलट दोन्ही सत्ता एकत्र करून त्यांनी चीनला मदत केली होती. रशियातील झारशाहीच्या भीतीपोटी ब्रिटिशांनी हे केलेले होते. चिनी लोकांचा उपयोग मधल्या भिंतीसारखा व्हावा, म्हणून पेकिंगचे म्हणणे होते की, सरहद्दीचा प्रश्न ही ऐतिहासिक देणगी आहे. पण भारत-चीन सरहद्द तंटा कधी काळी होता, याला काही पुरावाच नव्हता. ऐतिहासिक

देणगीच जर म्हणायची, तर कधीही खंडित न झालेला ह्या दोन देशांतील बंधुभाव ही होती.

पण खेड्यातील स्त्रिया, मुलींना कायदे-कानूनशी काही कर्तव्य नव्हतं. त्यांना एकच कळत होतं की, भांडणतंटा हिताचा नाही. शेजाऱ्या-शेजाऱ्यातला भांडणतंटा तर नाहीच नाही. भारताला शांतता हवी. तीन हजार वर्षांपूर्वी ऋषी-मुनींनी घोषणा केलेली आहे –

'ॐ शांति: शांति: शांति:।'

भारत आणि चीन हे जसे शेजारी; तसेच गांधीग्राम आणि लोहपूर. आणि लोहपूर नुसती गांधीग्रामची जमीन घेऊ पाहत नव्हतं, तर आत्म्याला हात घालू पाहत होतं.

इथंही मनाचा गोंधळ होत होता, नाना प्रश्न उभे राहत होते. पण उत्तरं स्पष्ट होती, कारण ती गांधीजींनीच देऊन ठेवलेली होती. फॅक्टरी किंवा मिल ही दुष्टच. ग्रामीण जीवनाची पाळंमुळं ती उद्ध्वस्त करते. साधेपणा जातो, पोशाखीपणा येतो. जीवनाला पिसाट गती येते, उपभोग्य वस्तूंबद्दलचं आकर्षण वाढत राहतं.

यापेक्षा दुसरंही एक सबळ कारण. मोठ्या प्रमाणावर सुरू होणाऱ्या उद्योगधंद्यात सारी कामगारशक्ती कारणी लागण्याची वाट पाहत बसणं भारताला परवडणारं नाही. चरख्यासारखी एक हाती चालणारी यंत्रं सर्वांना उपलब्ध करून देणं, हाच आजचा एकमेव मार्ग आहे.

चोखाळलेल्या मार्गापासून गांधीग्राम ढळणार नाही. गावातल्या तरुणांकडून, वृद्धांकडून सत्यजितनं इमानाची मागणी केली; पण त्याबदली सत्यजितपाशी देण्याजोगं काय होतं?

गांधींनी काय दिलं? ख्रिस्तानं? आणि बुद्धानं? आपला ज्यावर विश्वास आहे, श्रद्धा आहे; त्या तत्त्वासाठी जगातल्या कित्येक लोकांनी आत्मबलिदान नाही का केलं?

एक-दोन लोक गांधीग्राम सोडून लोहपूरला गेले होते, तेवढे सत्यजितच्या विचाराशी सहमत नव्हते. ते कधी-मधी गांधीग्रामला येत आणि शेजारीच असलेल्या लोहपुरात किती सुख नांदतं आहे, हे लोकांना सांगत. लोक ऐकून घेत आणि हसत. भारून मात्र जात नसत. असे फक्त एक-दोघेच होते.

ती मुलगी – जानकी – वर्गात अगदी शेवटी भिंतीला टेकून बसणारी. पण तिचं एकटीचं काय घ्यायचं? इतर शेकडो स्त्रिया होत्याच की. त्यांपैकी चार-पाच जणी पुढाकार घेणाऱ्या होत्या.

मिठाच्या सत्याग्रहात गांधीजींच्या बरोबर तुरुंगवास भोगलेली राधा होती – चित्तरंजन घोषांची मुलगी. दक्षिणेतल्या एका प्रसिद्ध कार्यकर्त्याची मुलगी वैजयंती होती. सुमीताप्रमाणेच ह्या दोघींनीही ठरवलं होतं की, ह्याच गावात आता राहायचं. लग्न करून निघून नाही जायचं.

आई यावर काही विरोधी बोलली, तेव्हा वैयजंतीनं उत्तर दिलं होतं –

"आपल्या देशात हे काही नवीन नाही आई. त्यागी स्त्रियांची वाण कधी ह्या भूमीला पडली आहे का? पूर्वीच्या स्त्रियांनी धर्मासाठी त्याग पत्करला, असं म्हणशील तू. पण गांधीग्राममधलं कार्य हेही एकापरीनं धार्मिक कार्य नाही का?"

सुमीताप्रमाणेच राधा आणि वैजयंती ह्या दोघी शुभ्र वस्त्रं वापरीत. इतरांना ते पसंत नव्हतं. सारजू म्हणे की, बायकांनी असुंदर दिसण्याचा प्रयत्न करणं योग्य नाही. आपल्यासारखंच काम करणाऱ्या पुरुषांचं ठीक आहे. ते पुरुष आहेत. पण स्त्रियांनीही त्यांच्याप्रमाणेच पोशाख वापरण्याची गरज नाही. कल्याणी कुंकू लावत असे आणि नर्गिस लाखेच्या बांगड्या वापरत असे. तिच्याशी काहीही साम्य नसणाऱ्या जानकीनं त्या तिला दिल्या होत्या

जानकी अस्पृश्याची मुलगी होती. गांधीग्राम होण्यापूर्वी गावाबाहेर महारवाडा होता. झोपडीत राहणारी महारमंडळी ढोरं सोलून रोजची भाकरी मिळवीत.

नवे पुढारी आले, तेव्हा त्यांनी अस्पृश्यता काढून टाकली. महारवाड्यातल्या लोकांना गावातल्या लोकांशेजारी घरे दिली. आता जातपात ह्या गोष्टीला नव्या युगात काही अर्थच उरलेला नव्हता. गांधीग्राम जातगोत मानत नव्हतं. सर्वांना सारखा दर्जा होता.

सुमीता आणि जानकी लहानपणी मैत्रिणी होत्या. भिन्न स्वभावामुळे पुढे मैत्री राहिली नाही. जानकी गावातल्या तरण्या मुलांकडे पाहू लागली. सुमीता आपल्या वडिलांच्या मागोमाग चालू लागली.

जानकीपाशी एक वेगळंच देखणेपण होतं. गावातल्या इतर कुणाही पोरीपेक्षा पोरं हिच्यासाठी जीव टाकत. सदा अस्वस्थ, सदा चंचल अशा जानकीला आकर्षण वाटे ते उच्च जातीतील पोरांचं. कदाचित तिच्या मनात प्रतिशोधाची इच्छा दडून असावी. पूर्वी ज्या लोकांनी जातिसंस्था उचलून धरली, त्यांच्यावर अशा प्रकारे सूड उगविण्यासाठीच ती हे मुद्दाम करीत असावी. साहजिकच आहे – शतकानुशतके होत आलेला अन्याय एखाद्या तपात विसरून कसा जावा? काल ज्यांनी अन्याय केला, त्यांना फळं ही भोगावी लागणारच. आज त्यांनी जुन्या रूढी सोडल्या, तरीसुद्धा भोगावी लागणार. सहानुभूतीनं बघितलं, तर जानकीचं वागणं कळण्यासारखंच होतं.

"अगं, सुमीताबाई!"

अशी हाक बाहेरून आली आणि मोठे काका शाळेच्या दारात उभे असलेले दिसले. जानकीचा विचार मनात होता आणि तेवढ्यात काका आले, हा काही विलक्षण योगच होता. काकांचा नातू जानकीच्या गळात अडकला होता. पण दोघांत काय वितुष्ट आलं, कोण जाणे; काकांच्या नातवानं गावच सोडलं. तो लोहपूरला गेला.

काका का बरं आले इकडे?

सुमीता पुढे गेली, तेव्हा काकांनी एक पिवळं पाकीट तिच्यापुढे केलं.
"पत्र आहे त्या गाढवाचं. घरात कोणी नाही आज वाचणारं. तुझ्याशिवाय कोण वाचून दाखवणार मला हे?"

ह्या खेड्याचं 'गांधीग्राम' झालं, तेव्हा काकांचं वय सत्तर वर्षांचं होतं. प्रौढ शिक्षणाच्या वर्गात ते येऊ शकले नाहीत. वाचता येत नाही, असा एकच गांधीग्रामचा रहिवासी होता.

"दाखवते नं मी वाचून तुम्हाला."
"खासगी पत्र आहे बाई! चल, तिकडे खेळाच्या मैदानावर जाऊ."
एका बाजूला गेल्यावर काका म्हणाले, "खासगी मजकूर आहे. मीच ऐकायचा; तू नाही. तू आपले कान झाकून घे, म्हणजे शब्द नाही पडायचा तुझ्या कानावर."
सुमीताला हसू आलं, पण ते आवरून तिनं आपले दोन्ही कान झाकून घेतले.
"हं, आता पुढे काय काका, पत्रं कसं धरू? मला तीन हात नाहीत."
"मी धरतो की! हं, वाच."
'इथे फॅक्टरीत बरं आहे काका. काम खूप आहे, पण पगार चांगला मिळतो. फार धग असते. पोलादाच्या रसाचा लोंढा वाहत असतो. मला गावातलं लोहाराचं दुकान आठवून हसू येतं.
'फार काम पडतंच, पण मजाही असते. आमचे इथले सी.ई. तरुण आहेत, पण फार मोठे आहेत. तिकडे परदेशात जाऊन सगळं बघून आलेत. त्यांनी आमच्यासाठी एक सुरेख संस्था काढली आहे. तिथे आम्ही खेळ खेळतो. वर्तमानपत्रं वाचतो, पुस्तकं वाचतो आणि खर्च सगळा कंपनीचा – बरं का! कंपनी सिनेमासुद्धा दाखवते. आम्हाला फुकट दाखवतात सिनेमा. आणि संस्थेत तरुण मुलीसुद्धा येतात. तरुण-तरुणींना एकत्र यायला काही बंदी नाही. बायकोची निवड करावी –'
"गाढव लेकाचा!" काका म्हणून गेले. सुमीताचे हात कानांवर होतेच; तिनं काही ऐकलं नाही, याचं त्यांना बरं वाटलं.

'आमच्या संस्थेमध्ये एक मास्तर आहेत, ते तरुणांना आणि तरुणींना नाच शिकवतात. तरुण-तरुणी एकत्र नाचतात. मला झकास येतं नाचायला. आम्ही एक मोठा कार्यक्रम केला परवाच. मी त्यात होतो. आमच्या नाचाचं नाव होतं 'पारधनृत्य'. ह्या नाचावर लोक फार खूश झाले. सी.ई.नी दोन मेडल्स दिली. एक मला आणि दुसरं पारध्याच्या बायकोला. जमुना तिचं नाव. सतरा वर्षांची आहे.'

"गद्धा – गाढव!"

बास झालं हे. कळलं. ह्या सुमीताच्या कानावर काही गेलं नाही, हे बरं झालं. पत्र घेऊन काका काठी टेकीत-टेकीत निघून गेले. शाळेकडे जाता-जाता सुमीताच्या मनात आलं – हा तिकडे एक बंडखोर आहे आणि इकडे ही जानकी आहे. पण ह्या दोघांमुळं काय होणार? इतर शेकडोंची श्रद्धा या दोघांमुळे हलेल का? मुळीच नाही.

शांत चेहऱ्यानं ती वर्गात आली.

■

। नऊ ।

वाचनालयातील एक स्वतंत्र खोली अभ्यासू विद्वानांसाठी होती. तिथे बसून सत्यजितनं पुस्तक लिहिलं होतं – हिंसेवर विजय! ह्या गोष्टीला तीन वर्षे होऊन गेली होती; पण असा विजय अजून एखाद्या ग्रहाइतका दूरच राहिला होता.

टेबलावर पुस्तकांचा गठ्ठा होता. प्रत्येक पुस्तकात उघडीवाघडी हिंसा दिसत होती.

ही पुस्तकं म्हणजे तिबेटसंबंधीची प्रतिवृत्तं होती. हिमालयाच्या पलीकडील उंच पठरावर वस्ती करून राहिलेले लोक अगदी स्वतंत्र वंशाचे होते. आशियातील कोणत्याही लोकांशी त्यांचं वांशिक नातं नव्हतं. त्यांची संस्कृती स्वतंत्र होती. दक्षिणेकडचा भारत आणि पूर्वेस व उत्तरेस असलेला चीन ह्या दोन्हीही देशांतील लोकांपेक्षा हे लोक वेगळे होते. ते दिसायला वेगळे होते. त्यांची भाषा वेगळी होती. परंपरा, चालीरीती – सगळंच वेगळं होतं. हजार वर्षांपूर्वी भारतानं त्यांना दोन गोष्टी दिल्या होत्या. बौद्ध धर्म आणि मुळाक्षरे. तिबेटची म्हणून स्वतंत्र अशी लिपी नव्हती.

काळाच्या ओघाबरोबर भारताशी असलेलं हे एवढं नातंही वाहून गेलं होतं. काही लहान-सहान गोष्टींबाबत चीनशी जे नातं होतं, तेही नाहीसं झालेलं होतं. तिथलं जीवन धर्माभोवती फिरत होतं. प्रत्येक दहा स्त्री-पुरुषांपैकी एक जण साधू होता.

चिनी बादशहांनी अनेक वार तिबेटवर स्वाऱ्या केल्या होत्या, काही काळ सत्ता गाजवली होती आणि तिबेटी लोकांनी केलेल्या बंडाच्या लाटेनं प्रत्येक वेळी ही सत्ता धुऊन काढली होती.

अगदी अलीकडे, ह्या शतकात मांचूचा हल्ला झाला होता आणि दलाई लामांनी भारताचा आश्रय घेतला होता. १९११मध्ये सन्यत सेनच्या नेतृत्वाखाली क्रांती झाली आणि चीनमधील मांचू राजवट समाप्त झाली. ही संधी साधून तिबेटी लोकांनी आक्रमक चिनी

फौजांना आपल्या भूमीवरून पिटाळून लावलं. दलाई लामा पुन्हा आपल्या राजधानीत – ल्हासात परत गेले आणि त्यांनी तिबेट स्वतंत्र झाल्याचं जाहीर केलं. तेव्हापासून तिबेट स्वतंत्र होता – पुढे पेकिंगमधल्या माओत्से तुंगची काळी सावली त्याच्यावर पडेपर्यंत.

'*तिबेट हे चिनी बादशहाच्या विजयाचे फळ आहे.*' ह्या चिनी विधानाबद्दल वाद कोण घालणार? युनायटेड नेशन्सकडे दलाई लामांनी न्याय मागितला; पण तिबेटच्या स्वातंत्र्यरक्षणासाठी मोठी राष्ट्रे चीनशी कशाला झगडा करतील?

भारताच्या पंतप्रधानांनी आपल्या मुत्सद्देगिरीचा वापर केला. पेकिंगशी असलेल्या आपल्या स्नेहसंबंधांचा उपयोग केला. तिबेटची स्वायतत्ता राखली जावी, त्यांची संस्कृती राखली जावी, तिथल्या लोकांना शांततापूर्ण जीवन उपभोगायला मिळावं; मग उत्तरेकडचे आणि पूर्वेकडचे वारे तिबेटमधून वाहिले, तरी बिघडत नाही.

चीननं ह्याला रुकार दिला.

पण प्रत्यक्षात तुम्ही दास्य पत्करले पाहिजे, अशी सक्ती तिबेटी लोकांवर केली. स्वातंत्र्यज्योत तेवतच होती. फार सक्ती झाली, तेव्हा तिबेटी जनता खवळून उठली. मारू किंवा मरू, या निर्धाराने त्यांनी चकमकी सुरू केल्या. तीन दशलक्ष लोक आपल्यापेक्षा दोनशेपट जास्ती लोकांवर तुटून पुडले. सुरे आणि सोटे घेऊन त्यांनी मशिनगन्सना, तोफांना आव्हान दिले. शुभ्र हिमशिखरे लाल रक्तानं डागळली. पण चिनी लोकांचे लोंढेच्या लोंढे तिबेटात येऊन राहिले. पुढच्या दहा वर्षांत तिबेटी लोकांपेक्षा चिनी लोकांची संख्याच किती तरी पटींनी जास्ती होईल, अशी लक्षणं दिसू लागली.

दलाई लामांनी नाट्यपूर्ण रीतीनं पळ काढला आणि भारतात येऊन राजकीय संरक्षण मागितलं. आपल्या देशातील युद्धपरिस्थितीचं वर्णन करताना ते म्हणाले, "चिनी तोफखाना ल्हासावर सतत रोखलेला आहे. हजारो लोकांची हत्या होते आहे. हे सगळं भयंकर आहे." आपल्या देशानं केलेलं हे आक्रमण नापसंत असलेला एक चिनी तोफखान्यावरचा अधिकारी तिबेटी लोकांना कसा येऊन मिळाला, हेही त्यांनी सांगितलं.

मानवी स्वभाव किती गुंतागुंतीचा, किती अगम्य आहे, ह्या विचारानं सत्यजितचं मन कष्टी झालं.

माओत्से तुंग आणि त्यांच्या सहकाऱ्यांनी किती कष्टानं, किती प्रतिकूल

परिस्थितीत सत्ता मिळवली होती. त्याग आणि स्वेच्छेनं स्वीकारलेल्या यातना यांची ती शौर्यगाथा होती. कोमिंगटांग हा निर्दय शत्रू होता. प्रथम आणि नंतर हुनान, कियांसी आणि कांटुंगमधल्या डोंगरी आश्रयस्थानामधून हुसकावून लावलेला माओ आणि त्याचे सहकारी यांची किती ससेहोलपट झाली होती. सहा हजार मैलांचा प्रवास करून ह्या लोकांना शेन्सीला पोहोचावं लागलं होते. ही विलक्षण धैर्याची आणि अतुल शौर्याची गोष्ट होती. या शौर्याचं भारतानं उत्स्फूर्त स्वागत केलेलं होतं.

येनानला येऊन माओनं आपलं सरकार स्थापन केलं. पुढे त्याला मांचुरियात हटावं लागलं आणि ह्याच मोक्याच्या वेळेला सोविएत रशियानं आपला मदतीचा हात माओपुढे केला. उद्योगधंद्यासाठी मदत केली, जपानकडून हस्तगत केलेली प्रचंड शस्त्रसामग्री माओच्या मुक्तिसेनेला दिली आणि एकाएकी ती सामर्थ्यवान झाली. रशियाच्या मदतीनं उभी राहिलेली, रशियाकडूनच डावपेच शिकून तयार झालेली ही मुक्तिसेना दक्षिणेकडे सरकू लागली. विरोधकांचा चुराडा करून ही लाल सेना जानेवारी १९४९मध्ये पेकिंगमध्ये घुसली. सहा महिन्यांतच चँग-कै-शेकनं पराभव मान्य केला आणि पाच लाख एवढ्या सेनेसह तैवानकडे स्थलांतर केलं. विजयी माओनं पेकिंगमधल्या 'स्वर्गीय शांतताद्वाराच्या' सज्जात उभं राहून 'पीपल्स रिपब्लिक'ची घोषणा केली.

नव्या राज्यकर्त्यांनी देशात शांतता आणली. त्यांनी भुकेल्या शेतकऱ्यांमध्ये जमिनींचं फेरवाटप केलं. देशाच्या पुनर्निर्माणाबद्दल जनतेच्या मनात जिद्द निर्माण केली. रशियानं केलेल्या मदतीमुळे अनेक अडचणी, अडथळे पार करून चीन देश प्रचंड औद्योगिक क्रांतीच्या दिशेनं वाटचाल करू लागला.

एका देशाचा हा पुनर्जन्म भारत पाहत होता. भारताचा मार्ग वेगळा होता तरी चीन ज्या मार्गानं चालला होता, ती वाटचाल बघून भारताला संतोष होत होता. भारताचा विश्वास अनेक मार्गांवर होता आणि हे सगळे मार्ग एकाच ध्येयाकडे जाणारे होते. मानवाची सुखसमृद्धी हेच ते ध्येय होते. जागतिक बंधुभाव हेच शेवटचं मूल्य होतं. म्हणून भारतानं तटस्थतेचं धोरण जाहीर केलं. जवाहरलाल नेहरूंनी भारताला दिलेली ही देणगी होती. दूरगामी परिणाम पाहता, अनेक देशांनाही ती देणगी ठरणार होती.

चिनी भूमीवर घडलेला हा सारा इतिहास सत्यजितच्या डोळ्यांसमोर उभा राहिला. आनंद वाटण्याजोगाच हा इतिहास होता. बराच काळ हाल-अपेष्टा सोसलेल्या

ह्या राष्ट्राचा कष्टदायक प्रवास आता संपला होता. त्याची आणि नशिबाची गाठभेट झाली होती. भारताचंही तेच झालं होतं.

डोळे मिटून त्यानं टेबलावर डोकं टेकवलं. झालेला आनंद तसाच राहावा, म्हणून त्यानं प्रयत्न केला; पण आनंद हळूहळू झिरपून जाऊ लागला. एका मिनिटातच तो पार झिरपून गेला. काही मागं राहिलं नाही.

थडग्याखाली गाडलेला चंगीझखान पुन्हा जिवंत होऊन उठला होता. चांचू घराणं पुन्हा गादीवर आलं होतं.

खानाचा वेष आता पूर्वीसारखा नव्हता. त्याचा सुती अंगरखा हातोप्यात फाटलेला होता. त्याच्या पायांतील बुटांना पॉलिश नव्हतं. त्याची चाल धीमी होती. बोलणं संथ होतं, वागणं मित्रत्वाचं होतं.

डोळे उघडून सत्यजितनं माओत्से तुंगच्या पुस्तकांकडे दृष्टी टाकली. सत्यजितच्या विनंतीनुसार ही पुस्तकं मुद्दाम मागवण्यात आली होती. भारतातील कम्युनिस्ट पार्टीकडून निवडक पुस्तकांची इंग्रजी भाषांतरं मिळाली होती. माओनं लिहिलं होतं –

'जगाचे नवनिर्माण करायचे, तर ते शस्त्रानेच होईल. युद्धाचा अंत युद्धानेच होईल. शस्त्रे नाहीशी करण्यासाठी प्रथम आपण त्यांचा ताबा घेतला पाहिजे.'

याच शब्दांचा प्रतिध्वनी सुरुचीनं मॉस्कोला शांतता परिषदेत ऐकला नव्हता का? हा नवा चंगीझखान आपल्या लोकांत शिस्त आणि कार्यक्षमता निर्माण करीत होता, जगातील सर्वश्रेष्ठ असं शक्तिशाली सैन्य उभारण्याचा त्याचा निश्चय होता. विस्तारवादाची परंपरा त्याच्यामागे उभी होती. ज्या युरोपियन विस्तारवादासाठी चीनला फार भोगावं लागलं होतं, तोच विस्तारवाद चीननं आता स्वत: अंगीकारला होता. पीपल्स रिपब्लिकने आपल्या इतिहासाशी प्रामाणिक राहिलं पाहिजे ना?

ही कार्ल मार्क्सची थट्टा होती. पण माओला मार्क्सवादाचं काय होय? त्याला हवा होता – 'माओवाद.'

भारत आणि चीन ह्या दोन मोठ्या देशांमधील तटस्थ देश असा तिबेट, चीनच्या ताब्याखाली आला आणि दोन हजार मैल सरहद्दीबद्दलचा वाद ह्या दोन मोठ्या देशांत सुरू झाला.

ब्रिटिशांनी आखलेली सरहद्द खरी नव्हे... त्यांनी तिबेटचे लचके तोडले होते... ते सगळे तुकडे चिनी सत्तेखाली आलेल्या तिबेटला परत मिळाले पाहिजेत.

म्हणून नवे नकाशे तयार झाले. ह्या नकाशांच्या प्रत्येक नव्या आवृत्तीत सरहद्द पुढे पुढे सरकत गेली – हिमालयाच्या हिमाच्छादित शिखरांवरून शंभर-दीडशे मैल

आत. कुठे हद्द दाखविणारे दगड नव्हते, ढेपण नव्हती; पण तिबेट आणि भारत यांच्यामध्ये निश्चित असा काही करार झालेला नव्हता.

भारतापाशी पुष्कळ ऐतिहासिक पुरावे होते.

कसले ऐतिहासिक पुरावे? तो सगळा ब्रिटिश साम्राज्यवाद्यांचा कावा होता; त्याला जुमानतो कोण? आणि चिनी सत्तेखाली आलेल्या तिबेटला परराष्ट्रांशी करार करण्याचा अधिकार आला कोठून?

खरे तर, भौगोलिक परिस्थितीनुरूप हा करार होता. डोंगरमाथा ही निसर्गानंच आखून दिलेली हद्द होती. कित्येक शतकं ती मानली गेली होती. पण चीन काहीच जुमानत नव्हता. भूगोल, इतिहास, परंपरा, वहिवाट – काहीही नाही.

भारतीय हद्दीत असलेला सोळा हजार चौरस मैलांचा प्रदेश त्यांनी हळूहळू आपल्या प्रदेशाला जोडून घेतला होता. तरी अजून काही भाग शिल्लक होताच. मॅकमोहन रेषेच्या दक्षिणेकडेला पन्नास हजार चौरस मैलांचा प्रदेश त्यांचा होता. याचा अर्थ, हिमालयाचा पश्चिम भाग तिबेटात सामावून घ्यायचा. म्हणजे भारताच्या सपाट भूभागाच्या कडेवर चीनची प्रचंड सैन्यफळी उभी राहिली. मग भारताच्या संरक्षणव्यवस्थेत राहिलं काय?

इतिहास धुंडता-धुंडता सत्यजितनं चीनचा कल कुठे झुकतो, हे बारकाईनं तपासलं. प्रत्येक वेळी चीनला संशयाचा फायदा दिला. कुठे तरी पक्की बैठक असली पाहिजे आणि तिच्यावरून चीननं हा पवित्रा घेतला असला पाहिजे. कदाचित नवी दिल्लीनं चुकीचा पवित्रा घेतला असेल आणि आता मागे सरणं अशक्य झालं असेल. पण सत्य दिसत होतं, ते याविरुद्ध होतं. सत्यजित अस्वस्थ झाला. हा काही केवळ सरहद्दीचा तंटा नाही, त्यापेक्षा काही वेगळं आहे, ह्या जाणिवेनं त्याला धक्का बसला. आज हा भारतापुढचा प्रश्न होता, पुढे-मागे तो सहजच जगापुढचा प्रश्न होणार होता.

सैन्यबळ वापरून आक्रमणाला उत्तर द्यायचं का? समजा दिलं – तोफांच्या गडगडाटानंतर शांतता प्रस्थापित झाली, तरी असला सक्तीनं घडवून आणलेला समझोता कायमचा कधीही ठरणार नाही. शेजाऱ्या-शेजाऱ्यांतील शीत युद्ध सतत चालू राहील.

गांधीजींनी काय केलं असतं अशा परिस्थितीत? जगातील सत्तेचं समतोलत्व राखलं जात होतं ते बाणगटाच्या टोकावर. पण भारतानं तटस्थतेच्या धोरणाचा पुरस्कार केलेला होता. आता ह्या आणीबाणीच्या काळी, भारत जगाला काय दाखविणार होता? मानवतेला कोणती देणगी देणार होता?

राजकर्त्यांनी विस्तारवाद पत्करला होता. चीनच्या जनतेचं म्हणणं काय होतं? आपल्या राज्यकर्त्यांना त्यांचा संपूर्ण पाठिंबा होता. साहजिकच होतं. राज्यकर्त्यांनी त्यांना समृद्धी दिली होती, आणखीही बरंच दिलं होतं. सामान्य माणसं इतका काळ हरवून बसली होती, तो स्वाभिमान त्यांना परत मिळाला होता. पूर्वी कधी नव्हतं एवढं त्यांचं जीवन आता सुसह्य होतं. शिवाय राष्ट्रीय शिस्त ही सर्वांनी पाळलीच पाहिजे!

राज्यकर्ते ड्रॅगन होते, लोक नव्हे. चीनमधले लोक हे इतर अनेक राष्ट्रांतील लोकांसारखेच होते. समृद्ध आत्मा काही पाहत नाही. त्याला वर्णद्वेष नसतो, जातिद्वेष नसतो. इतिहासाच्या घडणीशीही त्याला काही कर्तव्य नसते.

कालचक्र फिरलं, म्हणजे चीनमध्येही नवे नेते निर्माण होतील. त्यांचा शांततामय सहजीवनावर विश्वास असेल. देवाण-घेवाण त्यांना आवश्यक वाटेल. कुणी सांगावं?

भारतातील राष्ट्रीयत्वाची भावना पेकिंगमधल्या अशा उदयोन्मुख नेतृत्वाच्या आडही येईल.

खरंच, गांधीजींनी काय केलं असतं?

''नित्य नांदेल अशा शांततेबद्दल साशंक असणे, म्हणजे माणसातील देवत्वाबद्दल साशंक असणे होय.'' असे गांधीजी म्हणत. ''सर्वोच्च असा त्याग करायला एखादे राष्ट्र जरी सिद्ध झाले, तरी आपल्यापैकी पुष्कळ जणांना आपल्या हयातीत पृथ्वीवर शांतता नांदताना दिसेल.''

त्रासदायक विचारांनी डोक्यात गर्दी करताच सत्यजितनं डोळे मिटून घेतले. ■

। दहा ।

एक निरोप्या पोरगा सायकल मारीत, कुरण पार करून आला. गावच्या रस्त्यावर उतरला. त्याच्या खांद्याला चामडी बॅग अडकवलेली होती. काठी टेकीत रस्त्यानं जाणाऱ्या म्हाताऱ्या माणसाला थांबवून त्यानं विचारलं,

"बाबा, हे सत्यजित कुठं राहतात?"

म्हाताऱ्यानं बारीक डोळे करून पोराला खालपासून वरपर्यंत न्याहाळलं.

"नवा पोस्टमन काय तू? आमचा राधानाथ गेला बदलून? आणि ही कापडं अशी का तुझी?"

तोंड वाकडं करून पोर म्हणालं, "मी पोस्टमन नाही."

"नाही? मग ह्या कातडी पाकिटात काय भरलंय?"

"पत्रं आहेत; पण निराळी."

"अरे, पत्रं निरनिराळी असतात, ते ठाऊक आहे मला. कार्डं असतात, पाकिटं असतात, लखोटे असतात... पण सगळी पत्रंच की ती. बरं, किती पत्रं वाटायची आहेत आमच्या गावात?"

"जवळजवळ दोनशे."

"दोनशे? मग आमच्यासाठी एखादं असंलच की त्यात – आमच्या त्या गद्ध्या गाढवाचं – नातवाचं पत्र आठ-दहा दिवसांमागंच मिळालं होतं की मला."

पिशवीत हात खुपसून पोरानं विचारलं, "काय नाव म्हणालात तुमचं?"

"मोठे काका."

"मोठे काका?"

पोरानं सगळी पत्रं पाहिली; पण ह्या पत्त्याचं पत्र त्यात सापडलं नाही.

म्हातारा म्हणाला – "मग त्यानं माझं दुसरं नाव लिहिलं असंल बघ."

"कोणतं?"

"केदार मंडळ."

"हां, हे बघा आहे."

“सत्यजितचं पत्र असंल बघ – त्याला दाही दिशांनी पत्रं येतात.”

“हो, सत्यजितसाठी आहेच. सर्वांसाठी आहे. म्हणून म्हणतो, ते राहतात कुठं?”

“कुठं म्हणून सांगू? अरे, तू घरापुढंच आहेस की!”

चार पावलं टाकून म्हाताऱ्यानं हाक मारली....

“सुमीताबाई!”

सुमीता फाटकाच्या आतल्या बाजूला जमीन खणत होती –

“काय हो मोठे काका?”

“नवा पोस्टमन आलाय.”

पोरानं पुढे होऊन एक पाकीट सुमीताच्या हाती दिलं.

“लोहपूरचं टपाल आहे.”

‘वननिवासा’च्या उद्घाटन-समारंभाचं ते निमंत्रण होतं.

निवासाचं बांधकाम अजून चालू होतं. गोपाळ रोज नवी-नवी बातमी सुमीताला सांगत होता.

मोठे काका म्हणाले, “अगं, ह्या पोस्टमनदादानं सगळ्या गावासाठी आमंत्रण आणलंय. माझ्या गद्ध्या नातवानं पत्रात लिहिलं होतं, तसं झालं की हे. ही ह्यांची संस्था आपल्या शेजारी येऊन उभी राहिली.”

आपल्या पांढऱ्याधोप भुवया कपाळावर चढवून म्हाताऱ्यानं विचारलं, “आपण सगळ्यांनी काय करायचं, माहिती आहे – तिथे जाऊन? बायांनी आणि बाप्यांनी मिळून नाच करायचा. धाऽ धिन्ऽ धिन्ऽ धाऽ धिन्ऽ धिन्!”

म्हातारे बाबा हातात काठी घेऊन वननिवासातल्या स्टेजवर नाचताहेत, हे दृश्य डोळ्यापुढं उभं राहताच पोराला हसू आलं; पण लगेच त्यानं ते दाबून टाकलं, चेहरा गंभीर ठेवला.

“बाबा, मानाची गोष्ट आहे ही. तुम्ही सी.ई.चे पाहुणे. सी.ई. म्हटल्यावर तुम्हाला कळलं असेल – चीफ इंजिनिअर! फार बडा माणूस! त्याचंच नाव आहे, पाकिटाच्या कोपऱ्यावर – बघा की.”

पोराकडे निरखून बघत म्हाताऱ्यानं विचारलं, “अरे, पण आमच्या राधानाथ पोस्टमनचं झालं काय? बाद केला काय त्याला, छाप बसलेल्या तिकिटासारखा?”

पोर पुन्हा म्हणालं, “मी मघाच सांगितलं नाही का, मी पोस्टमन नाही म्हणून!”

मान हलवून म्हातारा बोलला, “तऱ्हा आहे. तुम्ही साहेबासारखी निळी पाटलोण, निळा कोट घालून आला. काळ बदलला, हेच खरं!”

“अहो, पण मी पोस्टमन नाही –”

सुमीता मध्येच म्हणाली, ''मोठे काका, तुम्ही ह्यांना मदत कराल का, पत्रं वाटायला? त्यांना घरं माहीत नाहीत इथली.''

''करीन, पण ह्या पोस्टमनसाहेबांना चालत असंल तर –''

''हे चवथ्यांदा झालं हं –''

सुमीता म्हणाली, ''अहो, आमच्या मोठ्या काकांना हेवा वाटतो तुमचा. त्यांना हिंडायचं आहे बॅग काखेत अडकवून, गावोगाव पत्रं वाटत. म्हणजे त्यांना दुनिया बघायला मिळेल!''

काका आणि पोऱ्या निघून गेले.

म्हाताऱ्याबरोबर हिंडून ह्या पोराचं डोकं फिरेल, असा विचार मनात येऊन सुमीताला हसू आलं. वांग्याच्या रोपाची मोठी-मोठी पानं पसरलेली होती, त्यावर ते पाकीट ठेवून ती पुन्हा खोदाईच्या कामाला लागली.

सकाळीच तिच्या वडिलांनी घाईघाईनं जेवण उरकलं होतं आणि ते शहरात गेले होते. आपण सार्वत्रिक वाचनालयात जाऊन वाचत बसणार, बराच वेळ लागेल, असं त्यांनी सुमीताला सांगितलं होतं. आज ते फार उत्साही दिसत होते. कसला तरी आनंद झाला होता.

कुरण संपेपर्यंत सुमीता त्यांच्याबरोबर गेली होती. त्यांच्याबरोबर चालता-चालता तिला दम लागला होता. सत्यजित विचारात मग्न होता. सुमीता परत फिरेपर्यंत तो एक शब्दही बोलला नाही. ती परत फिरणार, एवढ्यात त्यानं तिच्याकडे पाहिलं आणि ती काही विचारणार आहे, हे त्याला कळलं. मान हलवून तो म्हणाला, ''आज नाही, पुन्हा सांगेन कधी तरी.''

''पण, आज आनंदात दिसता तुम्ही!''

''मी?''

सत्यजितने मान हलवून नाही म्हटलं; पण त्याचे डोळे खरं बोलत होते.

''मला का नको म्हणता बरोबर यायला? मी टिपणं घेईन की तुमच्यासाठी वाचनालयात.''

''आज मी फक्त नकाशे बघणार आहे.''

''नकाशे?''

सत्यजितला वाटलं, आता हिला कळणार.

''हं, लडाख. मला माहीत आहे. पण वर्तमानपत्रांतून किती तरी नकाशे आले आहेत की. आणखी कसले नकाशे हवेत तुम्हाला?''

पण सुमीता मिनिटभर उभीच राहिली. तिला वाटलं, पाठमोरे वडील मागे वळून पाहतील.

सत्यजितनं पाहिलं नाही. तो आपल्याच नादात होता. मनानं लडाख, सिकियांगकडे

भटकत होता.

ह्या विचारवंत माणसाला आज नकाशाची गरज का भासली?

लडाखबद्दलच्या बातम्या तो इतके दिवस शांतचित्तानं ऐकत होता; पण अंतर्यामी वादळ उसळलेलं होतं. त्याच्या नजरेत ते जवळच्या माणसांना दिसे. घट्ट मिटलेले ओठ, अस्वस्थपणे आपल्या खोलीत फेऱ्या घालणं, हे सगळं आता दिसत नव्हतं. पुन्हा तो शांत दिसू लागला होता. आनंदी होता का? नवी दिल्ली आणि पेकिंगमध्ये वाटाघाटी चालू होत्या, त्यामुळे? सरहद्दीच्या तंट्याबाबत आता तडजोडीला आशा आहे म्हणून?

सत्यजित वाचनालयाकडे गेला तो ह्याच कारणासाठी. सुमीताची तशी खात्री झाली. केवळ लडाखच नव्हे; तर हिमालयाची सगळी सरहद्द तो आता तपासून पाहील.

याशिवाय आणखीही एक चिंता होती. एक माणूस उपटला होता आणि त्याला पोलादाचं उत्पादन वाढवायचं होतं. पण इथंच का? इतरत्र कुठं करता येत नाही का पोलाद?

लोहपूरला पसरायचं होतं, तर चारी दिशा मोकळ्या होत्या. पण नाही, ह्या जिद्दी माणसाला गांधीग्राम मोडून टाकायचं होतं. गांधीग्राम नाहीसं होणं, हे एक खेडं नाहीसं होण्यापेक्षा किती तरी पटींनी जास्ती होतं.

अपेक्षा होती, ते आक्रमण आलं नाही; त्याऐवजी नवाच डाव रचला गेला. गांधीग्रामच्या अगदी दारात 'वननिवास' उभारलं जाऊ लागलं होतं. यंत्रं कामाला लागली होती. आज अमुक काम झालं, उद्या तमुक काम झालं – असं गोपाळ रोज येऊन सांगत होता. 'हे वननिवास' म्हणे लोहपूरचंही आणि गांधीग्रामचंही. दोन्ही गावांतले लोक तिथे एकत्र जमतील. ह्या नव्या पवित्र्याचा अर्थ काय लावायचा? भास्कर रॉयनं आपलं आक्रमण मागे घेतलं असणं तर शक्य नाही.

एकदा सुरुची म्हणाली, "हे बघ सुमीता, मला वाटतं – आपण भास्करबद्दल चुकीचा ग्रह करून घेतला उगीच. तो सक्तीनं काही करणार नाही."

"आई, बाबांना वाटतं की, तो सरकारकडून ही जागा ताब्यात घेईल. राष्ट्रहितासाठी सरकार तसं करील."

"एकपरीनं ती हिंसाच होईल शुद्ध!"

"होईना. भास्कर रॉयला हिंसा-अहिंसेचं काही सोयरसुतक नाही."

"तो करायचं ते करीलच. पण त्यासाठी शांततापूर्ण वाट काढली आहे त्यानं. 'वननिवास' बांधण्यामागं हेतू आहे. अहिंसक मार्गाने तो विजय मिळवील."

सुमीता अवाक् झाली.

खरंच असं होईल? आईला आतल्या आवाजानं हे सांगितलं आहे, त्या अर्थी होईलच... अखेर तिनंच बरोबर हेरलं. भास्कर रॉय हा वेगळा काढला तिनं.

जमीन खणणं थांबवून सुमीतानं कुदळ खाली टाकली आणि वांग्याच्या रोपावर ठेवलेलं ते पाकीट उचललं. कार्यक्रम दहा दिवसांनी होता. म्हणजे दहा दिवसांत 'वननिवास' बांधून पुरं होणार. बघू तरी त्या अगोदर, काय चाललं आहे ते.

जाऊ या आताच.

तडकाफडकी निर्णय घेऊन सुमीता फाटकाबाहेर पडली आणि कुरणाच्या वाटेला लागली.

भास्करचा हा प्रयोग धाडसी होता, ह्यात शंका नव्हती. पण त्याला यश येईल, अशी एवढीसुद्धा शक्यता नव्हती. बिचारा! गांधीग्राम लेचेपेचे नव्हते. ते मुळीच डगमगणार नाही. तरी पण भास्करचा हल्ला जोरदार होता. ह्या खेड्यातल्या लहान मुलांच्या मनावर त्यानं जसा केला होता, त्याच तऱ्हेचा. लोहपूरहून दोन मोठ्या बसगाड्या गावात येतील, सगळ्या मुलांना घेऊन लोहपूरला जातील आणि सगळी फॅक्टरी मुलांना दाखवली जाईल, असा निरोप गोपाळनं आणला होता. येत्या शनिवारीच ही सहल निघणार होती. गावातली सगळी मुलं आतुरतेनं शनिवार केव्हा उजाडतो, याची वाट पाहत होती.

कुरणात गुरं चरत होती. गोपाळ मात्र कुठं दिसत नव्हता. कॅनव्हासची एक राहुटी दिसली. तिच्या शेजारी जीप उभी होती. सुमीताची छाती धडधडली. ती त्या दिवशी पाहिली, ती नव्हे; ही जीप वेगळी दिसते. पण लोहपूरला शेकडो जीपगाड्या असतात की. चालता-चालता ती जागच्या जागी खिळून राहिली. कॅनव्हासच्या राहुटीतून कोणी माणूस बाहेर आला. तो भास्करच होता!

सुमीता पळून जाण्याच्या तयारीत होती; पण भास्करनं तिला पाहिलं होतं. डोळ्यांवर येणारं ऊन हातानं अडवीत तो निरखून तिच्या दिशेनं पाहत होता. तीच आहे, अशी खात्री होताच लांब-लांब ढांगा टाकीत तो तिच्या दिशेनं येऊ लागला.

भास्कर मनात म्हणत होता – आश्चर्य आहे! तीन आठवड्यांपूर्वी त्यानं सुमीताला पाहिलं होतं. त्यानंतर अनेकवार त्यानं खेड्याला चकरा मारल्या होत्या. अपेक्षेनं पाहिलं होतं. पण सुमीता दिसली नव्हती. त्याला वाटलं, शाळेच्या कामात ती गर्क असणार. असली तपस्वी मुलगी त्यानं पूर्वी कधीही पाहिली नव्हती. पण हिलाही उत्सुकता असावी. नाहीपेक्षा, अशा वेळी ती इथे येईल कशाला?

तिच्या जवळ पोहोचताच तो म्हणाला, "अगदी अनपेक्षित भेट आहे, ही."

सुमीतानं घाई-गडबडीनं खुलासा केला, "मी म्हटलं, गोपाळ असेल इथं."

"हो, असेल इकडे-तिकडे. त्याचा पावा हरवला. कळलं ना?"

"हरवला?"

गोपाळनं तो खुशीनं दिला होता, हे सुमीताला माहीत होतं.

"हरवला म्हणायचा तर काय –"

त्याच्या डोळ्याला डोळे भिडवून ती म्हणाली – "तुम्हाला इतका सुरेख पावा वाजवायला येतो – म्हणजे विशेषच म्हणायचं –"

तिला पुढे जे म्हणायचं होतं, ते भास्करच बोलला.

"पोलादी माणसाला संगीताची चव कशी असणार? गेंड्याला नृत्य कसं येणार?"

गेंडा! सुमतीला खळखळून हसू आलं.

भास्करच्या मनात आलं – वा! हिचे दात अगदी मोत्यासारखे शुभ्र आहेत की! फोटो घेतला आणि टूथपेस्टवाल्या कंपनीला पाठवला, तर बक्षीस मिळेल आपल्याला. पण हे फुटलेले ओठ बरे दिसत नाहीत. तिला घेऊन इमारतीकडे जाता-जाता भास्करनं तिच्या पायांकडे पाहिलं. किनार नसलेल्या साडीतून दिसणारे पाय तांबड्या फुफाट्यानं भरले होते.

त्याची नजर कुठं आहे, हे लक्षात येऊनही सुमीता लाजली नाही. तिला वाटलं, त्याला विचारावं, ह्या देशातले शेकडा ऐंशी टक्के लोक अनवाणीच हिंडतात, फिरतात – हे तुम्हाला ठाऊक आहेत का? चप्पल वापरणं त्यांना परवडत नाही. ह्या असल्या गोष्टी तुमच्यासारख्या बड्या साहेबांना कशाला ठाऊक असतील!

बांधकाम जोरात सुरू होतं. गवंडी विटा रचत होते. दाराच्या चौकटी उभ्या राहिल्या होत्या. तांबड्या आणि हिरव्या फरशांचा ढीग तयार होता. डोक्यावर पाट्या घेतलेल्या बाया इकडे-तिकडे करत होत्या.

भास्करनं सुमीताला विचारलं, "भिंतींना रंग कोणता द्यावा? तुमचा आवडता रंग कोणता?"

"मला नाही ठाऊक."

"पिवळा, का फिक्कट निळा?"

"हं."

"दोन्हीही देऊ आपण. दुरंगी सामना. ही कल्पना काही वावगी नाही."

त्यानं प्रत्येक खोली तिला दाखवली. माहिती दिली. इथे लोक बैठे खेळ खेळतील... इथे बायकांसाठी विणकामाचा वर्ग भरेल... ही खोली मुलांना वाचण्यासाठी... चित्रांची पुस्तकं आणि झुलता लाकडी घोडा इथे ठेवू.

हिंडता-हिंडता तो एका टेबलापाशी उभा राहिला. नकाशे, नोंदणी बुकं यांचा

ढीग टेबलावर होता.

"हा नकाशा बघून इमारत कशी होईल, याची कल्पना येतेय का?"

सगळी इमारत फिरून पुन्हा पुढच्या दाराशी दोघंही आले. भास्कर माहिती सांगतच होता.

"इथे एक मोठा वॉटरकूलर बसणार. केव्हाही थंडगार पाणी मिळालं पाहिजे लोकांना. ह्या हवेत फार महत्त्वाची गोष्ट आहे ती."

एकाएकी भास्करच्या लक्षात आलं की, आपण एवढं सांगितलं आणि ही धड दहा वाक्यंसुद्धा बोलली नाही.

"कशी काय वाटते ही योजना तुम्हाला?"

यावर काही उत्तर देण्याऐवजी सुमीतानंही उलट प्रश्नच विचारला, "हे सगळं पाहून आमच्या गावातल्या लोकांना काय वाटेल, असा तुमचा अंदाज आहे?"

"त्यांच्यात दडपलेली अपेक्षा उफाळून वर येईल."

"कसली अपेक्षा?"

"चांगलं राहायला मिळावं, ही. केवळ काम, काम आणि कामच नको. काही बदल असावा. हसणं, खेळणं, मौज-मजा असावी."

"असं? इतकं साधं गणित नाही हे."

"माणूस सगळीकडचा सारखाच असतो. गांधीग्राममधली माणसंच त्याला अपवाद कशी असतील? त्यांनी ज्या कृत्रिम गोष्टी कुणा तरी मोठ्या माणसाच्या दडपणामुळं स्वीकारलेल्या आहेत; त्यांना कायम कवटाळून ते कसे बसतील?"

सुमीताला म्हणायचं होतं की, तुमची ही कल्पना अगदी चुकीची आहे. पण ह्यांना ते कळणारच नाही, ह्या जाणिवेनं ती गप्प राहिली.

"हे सगळं कुरण आता बदलून जाईल. दिव्यांचा झगमगाट होईल सगळीकडं. खेड्यात अंधार आणि इथे झगमगाट. शतकानुशतकं निर्जन राहिलेली ही जागा – एका रात्रीत आधुनिक संस्कृतीचा एक भाग होईल."

"आम्ही खेड्यातले लोक संस्कृतीपासून दूर आहोत, असं तुम्हाला वाटतं?"

"मुद्दाम पत्करलेली गरिबी हा काही ह्या देशापुढच्या प्रश्नावर तोडगा नाही. आपण दरिद्रीनारायण आहोत आणि आता लगेच लोकांना देण्याजोगं आपल्यापाशी काही नाही, ही वस्तुस्थिती आहे. समान वाटप करायचं, तर ते गरिबीचंच करावं लागेल. पण उद्योगधंदे वाढवून आपल्याला राहणीचं मान वाढवता येईल. थोड्याच काळात वाढवता येईल. आपल्यापाशी माणूसबळ आहे, साधनसामग्री आहे. आपण त्या दिशेनं कामाला लागलं पाहिजे. मरगळ टाकून दिली पाहिजे. चुकीच्या तत्त्वज्ञानाला भुलून –"

सिमेंट-वाळूचं मिश्रण करणारं यंत्र सुरू झालं. त्याचा मोठा आवाज सुरू

झाला. यंत्राकडे नजर टाकून भास्करनं विचारलं, ''निघू या का आपण?''

चालता-चालता पुन्हा त्याचं लक्ष तिच्या अनवाणी पायांवर गेलं. दगडाची एखादी धारदार कपारी, एखादा खिळा जर हिच्या पायाखाली आला तर दुखापत होईल.

एकदम सुमीता बोलली, ''आम्ही स्वस्थ नाही, कामालाच लागलो आहोत. आम्हाला एक नवा समाज उभारायचा आहे.''

''हे म्हणजे न्यूयॉर्क स्टेटमधल्या गावानं, प्लेटोच्या युगात जाण्यासारखं आहे. तुम्ही इतिहासाचं काही भानच ठेवीत नाही.''

''आम्ही कदाचित काळाच्या पुढे असू. अद्याप ज्याचा उदय झालेला नाही, अशा युगात असू.''

''ह्या बाजारगप्पेवर तुमचा विश्वास आहे?''

सुमीताचा चेहरा हसरा झाला. तिच्या गालावर पडलेली खळी बघून भास्कर उगीचच अस्वस्थ झाला.

''खरंच सांगा, तुम्ही आहे त्यात सुखी आहात?'' सुमीता म्हणाली.

''हो, अगदी सुखी आहे.''

आणि पुन्हा गालावर ती खळी दिसली.

भास्करच्या मनात आलं, साहजिक आहे. हिला काही अनुभवच नाही. कधी कुणाचा हात हिच्या गात्रांवरून फिरला नाही. 'मला तू पाहिजेस' म्हणणारे कुणाचे ओठ हिच्या ओठांवर दाबलेच गेले नाहीत. ही वयात आली आहे; पण कोरी राहिली आहे. धन्य भारतीय स्त्री! धन्य अज्ञानातील सुख!

मग धारदारपणे तो म्हणाला, ''तुमचं सुख म्हणजे निव्वळ भ्रम आहे.''

एकाएकी भास्कर थंड, तुटक वाटला तिला. श्वास रोधून ती त्याच्याकडे आश्चर्यानं बघत राहिली.

''सत्यजित म्हणजे रामायण काळातील ऋषी-मुनी आहे. तीन हजार वर्षांनी पुन्हा जन्माला आलेला. पण त्याच काळात जगणारा. त्याला काळाचं भान नाही. आम्ही, तुम्ही – तुम्ही म्हणजे त्याचा 'अहम्'....''

भास्कर थांबला. तिचा चेहरा मलूल झालेला त्याला दिसला. तरी दयामाया न येता तो म्हणाला, ''त्यांना राहू दे पुराणकाळात, अद्याप उदय न झालेल्या युगात! आपल्या लोकांना ती चैन परवडण्याजोगी नाही. त्यांना वर्तमानकाळातच राहिलं पाहिजे आणि जगण्यासाठी धडपडलं पाहिजे. ह्या देशाची आर्थिक घडी आता बसू लागली आहे आणि ही गोष्ट चीनच्या नव्या साम्राज्यवादाला मानवणारी नाही. पेकिंगमधल्या श्रेष्ठींना आपल्याला दुसरी आघाडी उघडायला लावायची आहे – संरक्षण! त्यांनी जरी आपल्यावर लष्करी चढाई केली नाही, तरी ते आपल्याला

ताणलेल्या परिस्थितीत ठेवतील. संरक्षणाचा खर्च वाढला म्हणजे आपल्या पंचवार्षिक योजना बारगळतील. आपल्या अर्थव्यवस्थेचा कणा मोडेल – असा चीनचा कयास आहे. ही चिनी लढाई आहे.''

सुमीता हलकेच बोलली, ''हा एका दिशेनं विचार झाला; दुसरीही दिशा आहे.''

''हो, सत्यजितची दिशा. धोकादायक भ्रमात राहणं.''

सुमीताला म्हणायचं होतं – हो, पण तुम्हीही एकापरीनं सत्यजितचा विचार मान्यच केल्यासारखं झालं आहे की. हिंसात्मक असा सोपा मार्ग सोडून हा मार्ग पत्करला नाहीत का?

पण ती बोलली नाही. तिचं मन उदास झालं. आपापल्या परीनं निष्ठावान अशा दोन माणसांनी एकमेकांसमोर उभं राहून आव्हान का द्यावं? दोघांपैकी कुणी एकानं पराजयाची वेदना का भोगावी?

सत्यजितचा पराभव होईल, ही केवळ कल्पनाही सुमीताला असह्य होती.

भास्कर तिच्याकडे पाहत उभा होता. सुमीता एकाएकी पाठमोरी झाली आणि काही न बोलता चालायला लागली. भास्कर चमकला. घाईघाईनं तिच्या मागोमाग गेला. आपण फार बोललो, असं मनात येऊन तो शरमला होता.

''बरं का, माझ्या कठोर शब्दांबद्दल माफ करा मला. आणि पुन्हा या इकडं.''

सुमीता वळूनसुद्धा न पाहता, तशीच गेली. तो थांबला. नेहमीच्या सवयीनुसार त्यानं खांदे उडवले. माझ्या कठोर बोलण्यानं झालं तर तिचं भलंच होईल. श्रद्धांना हादरा बसल्यामुळं ती पुन्हा विचार करील सगळ्यांचा.

रागावल्यामुळं कसा रंग आला होता चेहऱ्याला! शोभतो तिला हा रंग. आणि कधी काळी तिनं अंगावर ल्यावा, असा हा एवढाच रंग असावा. तिचं तेच रूप त्याच्या मनात किती तरी वेळ राहिलं. तो लोहपूरला माघारी गेला. फायली बघू लागला, तरीसुद्धा ते रूप होतंच – मनात.

■

। अकरा ।

ही कुठली तरी वेगळीच फाइल होती. समास सोडून टाइप केलेले कागदच ह्या फायलीत नव्हते. सगळे कागद हस्ताक्षरात लिहिलेले होते. कागद कसले, सगळी पत्रंच होती. पहिलंच पत्रं, 'हिंदुस्थान बॉक्स नं. १२४३' ह्या पत्त्यावर लिहिलेलं.
'आपली जाहिरात वाचून –'

हिरव्या फाइलमधल्या कागदावरून भास्करनं नजर टाकली. ही फाइल चुकून त्याच्या टेबलावर आली असली पाहिजे. विलक्षण बिथरून त्यानं फोन उचलला.
"मिसेस मेहरा, माझ्या खोलीत या लगेच."
एका मिनिटात बाई येऊन हजर झाल्या.
दोन्ही हातांची बोटे त्या फाइलवर आपटत भास्करनं विचारलं, "मला सांगा, ही कसली फाइल आहे?"
"आपण जाहिरात दिली होती ना, ती वाचून लोकांनी पाठवलेली पत्रं आहेत ही."
चकित होऊन भास्करनं विचारलं, "मी केव्हा जाहिरात दिली होती? हे सगळं प्रॉपर चॅनलमधून का नाही झालं?"
"मला आपण काहीच सांगितलं नव्हतं. खासगी बाब आहे ही तुमची."
"खासगी? काय मजकूर आहे त्या सगळ्या पत्रात?"
"**वधू पाहिजे,** अशी जाहिरात दिली होती तुम्ही. त्यासाठी आलेली पत्रं आहेत ही."
"वधू पाहिजे? कुणासाठी?"
"मला ठाऊक नाही सर!"
शेजारच्या रिकाम्या खुर्चीकडे हात दाखवून भास्कर म्हणाला, "मिसेस मेहरा, मला फालतू गोष्टी करायला वेळ नाही. हा काय प्रकार आहे सगळा, ते नीट सांगा बघू मला!"
मेहराबाई खुर्चीत बसल्या.
"चीफ इंजिनिअर असा पत्ता वर असलेल्या एका

मोठ्या लखोट्यातून ही सगळी पत्रं 'हिंदुस्थान' वर्तमानपत्रानं पाठवून दिली आहेत. काही पत्रं मुलींच्या वडिलांनी, काही चुलत्यांनी आणि काही खुद्द उपवर मुलींनी लिहिली आहेत. एक पत्र वधूच्या मोठ्या भावानंही लिहिलं आहे. आपल्याला सगळी पत्रं वाचण्याचा त्रास पडू नये, म्हणून मी सगळ्या पत्रांतील मजकुराचा सारांश वेगळ्या कागदावर लिहून तोही ह्या फायलीत लावला आहे सर."

"हो, पण चीफ इंजिनिअरनी ही जाहिरात कुणासाठी दिली होती? वर कोण आहे?"

"मूळ जाहिरात ज्या अंकात आली होती, तो अंक मी शोधून काढला आहे. ते कात्रणही फाइलमध्ये आहे."

"हं, काय आहे त्या जाहिरातीत?"

"*देखणी, उंच, सुशिक्षित वधू पाहिजे. वर देखणा, मोठा पगारदार, वय तेहतीस (शिक्षण अमेरिकेत झालेले.), आधुनिक विचारांचा. वधूही तशीच असावी. जात, भाषा, सामाजिक प्रतिष्ठा यासंबंधी काहीही अट नाही.* एवढाच मजकूर आहे सर जाहिरातीत."

भास्कर पाइपमध्ये तंबाखू भरत होता. जाहिरातीमधील सगळा मजकूर वाचून झाल्यावर त्याच्या डोक्यात एकदम प्रकाश पडला. डोळे विस्फारून तो एकदम ओरडला, "काय?"

"होय सर, एवढाच मजकूर आहे जाहिरातीत."

मेहराबाईंकडे रोखून पाहत भास्करनं विचारलं, "मला खरं सांगा – तुम्हाला काहीही ठाऊक नव्हतं ह्या प्रकारातलं?"

"सर, तुम्ही माझ्यापाशी काही बोलला नाहीत. मग तुमच्या मनातलं कसं कळावं मला?"

"जाहिरातीचं बिल कुणी भरलं ह्या?"

"भरायचं आहे तुम्हाला. ते बिलही फाइलमध्ये ठेवलंय मी. तीन अंकांत जाहिरात आलेली आहे."

"अस्सं!"

"अगदी थोडं बिल आहे सर. मला वाटतं, लग्नकार्याच्या जाहिरातीला सवलतीचे दर असतात. मला वाटतं, कंपनी हे बिल भरणार नाही. तरी पण आपण म्हणत असाल, तर मी अकाउंट्स डिपार्टमेंटकडे पाठवते हे बिल."

"असं नाही करता येणार तुम्हाला. कंपनीच्या अधिकाऱ्यांनी वधूसाठी जाहिरात दिल्यावर, बिलाची जिम्मेदारी कंपनी घेत नाही."

"म्हणूनच आपलं चेकबुकही मी ठेवलं आहे ह्या फायलीत. बिलाचा चेक मी लिहून ठेवलाय आपल्या सहीसाठी. मी पत्रांचा सारांश काढला आहे, तो वाचून

दाखवू का? पण मूळ पत्रंही आपण पाहायला हवीत. एकीनं पत्राबरोबर फोटो पाठवला आहे. सुंदर दिसते मुलगी.''

एवढं ऐकून घेतल्यावर, नेहमीच्या पद्धतीनं भास्करनं मेहराबाईंना रजा दिली. खोलीबाहेर पडून बाई आता दार ओढून घेणार, तोच त्यांच्या कानावर शब्द आले –

''मला आणखी एक गोष्ट सांगा – ह्या फाइलवर तुम्ही 'इमिजिएट' अशी तांबडी खूण लावली आहे, ती का? ह्यात 'ताबडतोब' काय होतं मिसेस मेहरा?''

डोळे मोठे करून, तो पवित्र शब्द तिनं उच्चारला – ''सर, लग्न! लग्न!''

आपल्या फिरत्या खुर्चीवर रेलून भास्कर विचार करू लागला. कुणाचं काम असावं हे? बाबांनी तर दिली नसेल ही जाहिरात? आई-बाबांनी अनेकदा सांगितलं होतं की – बाबा रे, तू आता लग्न कर. गृहस्थाश्रमी हो. जात, पात, भाषा, सामाजिक प्रतिष्ठा ह्याबाबत कसलीही अट नाही, ही भाषासुद्धा बाबांनाच शोभणारी. महिन्यापूर्वीच त्यांनी पाठविलेल्या पत्रात विचारलेलं होतं, अमेरिकेत तुझी कोणी प्रेयसी आहे का? असली, तर तिला इकडे बोलावून खुशाल लग्न कर. कसलीही आडकाठी नाही.

नाही, ही जाहिरात बाबांनी दिलेली नाही. दिली असती, तर त्यांनी स्वत:चा कलकत्त्याच्या पत्ता दिला असता आणि एक महिनाभर आधी आपला इरादा भास्करला कळविला असता.

आईनं वडिलांची बाजू घेऊन एक मोठं पत्र पाठवलं असतं. किती केलं तरी भास्कर हा त्यांचा एकुलता एक मुलगा होता.

मग कुणा मित्रानं ही जाहिरात दिली असेल का?

लोहपूर सोडून इतरत्र मित्र होते कुठं? शहरातलं कोणी? पण काय हेतू? कदाचित कुणी चेष्टा करावी म्हणून हा उद्योग केला असेल. बिल भरायला लावणं, हा हेतू असेल. आता क्लबात गेल्यावर खूप थट्टा-मस्करी होणार आपली.

ह्या सगळ्या थट्टा प्रकरणात एकच गोष्ट उदास करणारी होती. बिचाऱ्या वधू गोवल्या गेल्या होत्या – वधुपालक म्हणा हवं तर. पंधरा पत्रं! एका वराला लिहिलेली, आणि तो वर प्रत्यक्षात नव्हता.

काय नशीब आहे! आजवर अनेक तरुणी आयुष्यात आल्या आणि गेल्या. मनात ठसली नाही एकही. आणि शेवटी लग्न होणार ते जुन्या-पुराण्या पद्धतीनंच. सांगून आलेल्या मुली पाहायच्या. बऱ्या वाटतील, त्यांचे फोटो मागवायचे. फोटो पसंत पडला की, प्रत्यक्ष मुलगी पाहण्याचा कार्यक्रम. थोडी सुधारलेली पद्धत म्हणजे वधुवरांनी सार्वजनिक बागेत एकमेकांना भेटायचं. एकदा, अनेकदा भेटायचं आणि निर्णय घ्यायचा. हा प्रकार अमेरिकेतील डेटिंगसारखा मात्र नाही. वडीलमाणसांच्या

सक्त नजरेखालीच गाठीभेटी व्हायच्या.

भास्कर स्वत:ला 'जन्मजात ब्रह्मचारी' म्हणवून घेत असे. आपल्या नशिबातही हा प्रकार आहे, ह्या नुसत्या कल्पनेनंच त्याला हसू आलं.

दार वाजलं. जेवणाचा डबा घेऊन रामलाल आला. म्हणजे आता दीड वाजला होता. खात-खातच ही पत्रं पाहायला पाहिजेत. दुसरे बघण्याजोगे असे कागद आता टेबलावर नव्हते. एक तासभर येणारही नव्हते.

मेहराबाई जेवायला गेल्या होत्या. म्हणजे, आता पत्रांची फाइल पाहिल्यावाचून गत्यंतरच नव्हते. फाइलमधल्या चेकवर सही करून मेहराबाईंनी तयार केलेली नोट त्यानं पुन्हा पाहिली. बाईंनी काम अगदी पद्धतशीरपणे केलं होतं. वय, देखणेपणा, शिक्षण, वडिलांचा व्यवसाय आणि शेरा असे रकाने पाडलेले होते. एकूण पंधरा उमेदवार होते. खाली टीप होती – ज्यांचे फोटो मागवायचे आहेत, अशा नावांपुढे खुणा कराव्यात.

मेहराबाईंनी उल्लेख केला होता, तो फोटो शोधून काढला. मुलीचा चेहरा तर फक्कड होता. अगदी कोवळी दिसत होती. हिच्या वाट्याला हे असं 'ठरवलेलं' लग्न का बरं यावं? हा फोटो असा किती जणांच्या नजरेखालून जाणार? कोण, कधी पसंत करणार हिला? पसंत पडेल त्या अनोळखी पुरुषाला सगळं द्यायचं. शरीर द्यायचं, मन द्यायचं. त्याच्याबरोबर सगळं आयुष्य काढायचं. भीती... स्वप्न... पूर्तता... तडफडाट... जमवून घेण्यासाठी स्वभावाला मुद्दाम दिलेली वळणं... निराशा... फोटोतल्या त्या मुलीबद्दल भास्करला माया वाटू लागली.

हिला बापडीला चांगला नवरा मिळावा –

सुखी व्हावी ही!

पण हा जुगार बरा नव्हे. आपण लोक पाश्चात्त्यांप्रमाणे ह्या गोष्टी कधी करू लागणार? यंत्रयुग आल्याशिवाय हे होणार नाही. उत्पादन वाढलं पाहिजे, आर्थिक क्रांती झाली म्हणजेच माणसाच्या आचार-विचारांत क्रांतिकारक बदल होतील.

दुपारच्या जेवणासाठी मिसेस मेहरा घरी गेल्या नाहीत. आज नवऱ्याला पाहावं, अशी त्यांना फार इच्छा झाली होती. दिवसपाळी असली म्हणजे मिस्टर मेहरा चार नंबरच्या कँटीनमध्ये जेवत असत. ऑफिसमधून दहा मिनिटांच्या अंतरावर हे कँटीन होतं. थुलथुलीत बुडाच्या मेहराबाई सायकलवर बसल्या आणि उन्हानं तापलेल्या डांबरी रस्त्यावरून सायकल मारू लागल्या. त्यांना घाई झाली होती. नवऱ्याचं जेवण होऊन तो कँटीनच्या बाहेर पडण्याच्या आत त्यांना गाठायचं होतं. जोरजोरानं त्या पेडल मारीत होत्या. घामाघूम झाल्या होत्या. नाकावर, वरच्या ओठावर घाम

जमला होता.

कँटीन अर्धं मोकळं पडलं होतं. मेहराबाईंनी चारी कोपऱ्यांतून नजर फिरवली. कोपऱ्यातील एका बाजूच्या टेबलावर मिस्टर मेहरा दिसले. निम्मं जेवण संपलेलं होतं. जेवू देत निवांतपणे; तोवर मी ब्रेड आणि भाजी घेऊन येते, असं मनाशी म्हणत मेहराबाई काउंटरपाशी गेल्या.

भाजीची प्लेट आणि ब्रेड ठेवलेला ट्रे हातात घेतलेल्या मेहराबाई समोर दिसताच मिस्टर मेहरा चकित झाले.

"अरे, मिसेस सरोजिनी मेहरा?"

मेहराबाई प्रायव्हेट सेक्रेटरी होत्या. कँटीनमध्ये जेवायला येणं त्यांच्या दर्जाला शोभण्यासारखं नव्हतं. आज तसंच काही खास कारण असलं पाहिजे. एरवी, सी.ई.च्या पी.एस. कँटीनमध्ये दिसणार नाहीत.

मेहराबाई शांतपणे जेवू लागल्या. जणू काही विशेष घडलेलंच नव्हतं. म्हणजे, सहज लहर लागली, म्हणून त्या इकडे आल्या.

पण मिस्टर मेहरांच्या मनातली शंका गेली नाही.

ते म्हणाले, "थांबा, दही आणतो तुम्हाला."

"जरा वेळानं आणा."

"सहा-सात मिनिटंच राहिलीत. मला गेलं पाहिजे."

"पुष्कळ झाली तेवढी." असं म्हणून मेहराबाई एकदम मुद्द्याचं बोलल्या.

"आठवतं का तुम्हाला, मी वर्तमानपत्राचं एक कात्रण दाखवलं होतं?"

"ती जाहिरात...? वधू पाहिजे."

"हो. नाव-पत्ता नव्हता; नुसता टपालपेटीचा नंबर होता. मग आपण दोघंही म्हणालो की, ही जाहिरात सी.ई.नीच दिली आहे नक्की. आठवतं?"

"हो. असं म्हणाला होता खरं तुम्ही!"

"आता सगळ्या शंका फिटल्या."

"खरं? कशा काय बुवा?"

"आज त्या वर्तमानपत्राकडून पत्रांचा एक जुडगा आमच्या ऑफिसकडे आला. सगळी वधुपित्यांची पत्रं... एक फोटो. पंधरा पत्रं आहेत."

"सी.ई.नी स्वत: जाहिरात पाठवली होती ही?"

"कबूल नाही करत. नाही म्हणतात."

"मग कोण पाठवणार?"

"मला तर वाटतं बाई, त्यांच्या कुणा मित्राचं काम असावं हे. अगदी जवळच्या मित्राचं. त्याला वाटत असेल की, ह्यानं आता लग्न करावं आणि मोठ्या बंगल्यात संसार थाटावा. बारा खोल्यांचा बंगला, फक्त एका माणसासाठी?"

मिस्टर मेहरांनी घशातल्या घशात आवाज केला आणि आपली नापसंती व्यक्त केली.

''वाऽ, काय पण मित्र हे! ह्या मित्राला इथे नाक खुपसायचं काय कारण? आता सगळ्या लोहपुरात बातमी पसरेल. तमाम लग्नाळू मुलींच्या आयांना नवी उभारी येईल. आतापर्यंत सगळे म्हणत की, सी.ईं.ना लग्नाची बेडी नकोच वाटते. उंडगा माणूस आहे तो!''

यावर मेहराबाई रागानं बोलल्या, ''हां, त्यांना वावगं बोलण्याचं कारण नाही तुम्हाला. बायकांसारखे हलक्या कानाचे आहात तुम्ही. सगळे म्हणत म्हणे, उंडगा माणूस आहे तो. लोकांना बघवत नाही, दुसरं काय. हेवा वाटतो सगळ्यांना.''

''उंडगा म्हणजे काही नावं ठेवायची म्हणून म्हणत नाही मी. आपण मानतो त्यांना. त्यांच्या जागी जर मी असतो....''

''नका सांगू मला. पुष्कळ वेळा ऐकलंय मी. मेहरासाहेब, निष्ठा कशाशी खातात, हे माहीत नाही तुम्हाला. नीती-अनीतीची चाड नाही. आता कोणी बाई तुम्हाला वशच होत नाही कधी, म्हणून तुम्ही साधू राहिला आहात. मला माहीत आहे.''

मिस्टर मेहरा मोठ्याने हसत म्हणाले, ''सी.ईं.नी खाल्लं तर ते औषधासाठी, आणि आम्ही खाल्लं की ते पोटासाठी. दुजाभाव करता आहात तुम्ही मिसेस मेहरा.''

''थांबा. त्यांचं लग्न होऊ द्या आणि मग बघा किती बदलून जाईल त्यांचं वागणं. नवरा म्हणून लाखात एक म्हणतील त्यांना हेच लोक.''

''शुकू. हळू बोल. त्या तिकडच्या टेबलावर लोक ऐकताहेत कान फाडून.''

''खुशाल ऐकू देत. भीती आहे काय कुणाची?''

मेहराबाई असं बोलल्या खरं; पण पुढे बोलताना त्यांचा स्वर मृदू, हलका झाला. त्या म्हणाल्या, ''आपल्यासारखी मुलं झाली ना त्यांना – जसा आपला लालू आहे, प्रेमनाथ आहे, चुमळी आहे –''

''हो, पण ह्या असल्या सुधारलेल्या विचारांच्या लोकांना जास्ती मुलंच होत नाहीत.''

''लोक म्हणतात ते थोडं फार खरं आहे. पण उंडगेपणा नको, म्हणून तर लग्न करायचं हे – असले ब्रह्मचारी ना, थोडे वाढले वयानं म्हणजे ध्येयं वगैरे गोष्टी टाकून पट्‌कन मिळेल त्या मुलीशी लग्न करून मोकळे होतात. सी.ईं.ना आता तोच धोका आहे, म्हणून तर मी पुढाकार घेऊन हे केलं –''

आपण नको ते बोलून गेलो, हे लक्षात येऊन मेहराबाईंनी तोंडावर हात ठेवला.

''म्हणजे, तुम्ही-तुम्ही!''

मेहराबाईंनी मान खाली घातली. त्या गप्प बसून राहिल्या. आता त्यांच्या

डोळ्यांत पाणी येणार काय? कँटीनमध्ये आता देखावा होणार, ह्या धास्तीने मिस्टर मेहरा बघत राहिले.

एका मिनिटातच मेहराबाईंनी वर पाहिलं. त्यांचा चेहरा आता उजळलेला होता.

त्या म्हणाल्या, "माझ्या छातीवरचं मोठं ओझं उतरलं!"

मिस्टर मेहरांनी मान हलवून होकार दर्शविला.

मेहराबाई म्हणाल्या, "एकोणीस नंबरच्या खोलीत, गुप्त मजकूर असलेल्या किती फायली आहेत. त्याच्याविषयी माझ्या तोंडून एक अक्षर नाही कधी बाहेर पडणार. माझा कोणी छळ केला, तोडली, मारली मला; तरी मी काही बोलणार नाही. पण ही एकच गोष्ट –" सावकाशपणे मान हलवीत, करुणपणे मेहराबाई बोलल्या, "अगदी असह्यच झालं हे मला!"

"पण खरंच का तुम्ही ती जाहिरात वर्तमानपत्राकडे पाठवलीत? स्वत: तुम्ही?"

"काय करणार मग? सी.ई.ना आई आहे; पण तिनं कधी आपल्या मुलाच्या लग्नाची काळजी केली नाही. एवढ्या मोठ्या बारा खोल्यांच्या बंगल्यात आपला मुलगा एकटाच राहतोय, त्याचं त्या बाईला काहीही नाही. शंभर दिवे आहेत म्हणे त्या मोठ्या बंगल्यात. काय उपयोग? घरात लक्ष्मी नाही, मुलंबाळं नाहीत; म्हणजे अंधारच नाही का?"

"हं, हा कबुलीजबाब द्यायचा होता, म्हणून तुम्ही धावत-पळत आलात इथं – संध्याकाळपर्यंत थांबला नाहीत!"

"हसू येतंय तुम्हाला! स्त्रीचं मन कळत नाही तुम्हाला."

"नाही कळत." ब्रेडचा तुकडा तांबड्यालाल पातळ भाजीत बुडवीत मिस्टर मेहरा म्हणाले, "नाही कळत – फक्त एका स्त्रीचं सोडून."

"फक्त एकाच?"

उत्तर आलं नाही. पण मेहरांनी मिश्किलपणे डोळा मिचकावला आणि मेहराबाईंना उत्तर मिळालं.

"केवढं माझं भाग्य! असं समजूतदार माणूस असल्यावर आणखी काय पाहिजे जास्ती मला!"

मेहराबाईंचा आवाज घोगरा, कुजबुजल्यासारखा आला. त्यांनी नवऱ्याला पाहून घेतलं आणि इतक्या वर्षांत आज पहिल्यांदाच त्यांना आपला नवरा अगदी मनापासून आवडला.

■

। बारा ।

गावसुद्धा एका इमारतीच्या बांधकामात गर्क झालं होतं.
कुरणाशेजारीच अर्धा-एक एकर पडीक जमीन होती. तिथे गवतसुद्धा धड उगवत नव्हतं. झाडंझुडं काही नव्हती. फक्त निवडुंगाचं एक बेट होतं. कित्येक वर्षे ही जागा तशीच पडून होती.
गावानं मोठी शाळा बांधायचं ठरवलं, पंचायतीनं तसा निर्णय घेतला आणि जागेसंबंधी विचार सुरू झाला. कुरणाजवळची ही अर्धा एकर जागा उत्तम आहे, असा विचार पक्का झाला.
काहीही केलं तरी ही जमीन पिकाऊ होणं शक्य नव्हतं. बरं, लोकांना राहण्यासाठी घरं बांधावीत म्हटलं, तरी ते सोईचं नव्हतं. ही जागा गावापासून फार दूर होती. शाळा होण्यासाठीच ही जागा उत्तम होती. शाळेची इमारत झाली तरी निवडुंगाचं ते बेट तसंच राखायचं, असं ठरलं. का, तर वैराण जागेतसुद्धा जोमानं वाढलेला तो हिरवाकंच निवडुंग म्हणजे प्रतिकूल परिस्थितीतसुद्धा फोफावणाऱ्या जीवनाचं प्रतीक होतं.

ही इमारतसुद्धा साधीच होणार होती. मातीच्या भिंती आणि काडाचे छप्पर असं हे बांधकाम उभं राहणार होतं. वर्गासाठी खोल्या होणार होत्या आणि एक मोठा हॉलही होणार होता. संध्याकाळी ह्या हॉलमध्ये लोकांनी जमावं आणि नव्या-जुन्या ग्रंथांचं वाचन त्यांनी ऐकावं, अशी योजना होती. गावातील शाहिरांनी आपली कवनं इथे ऐकवावीत. इथे गावकऱ्यांना ऐकण्यासाठी रेडिओसेटसुद्धा राहील आणि विशेष महत्त्वाची गोष्ट म्हणजे, सत्यजितच्या निमंत्रणानुसार जे कोणी थोर-थोर पाहुणे गावाला भेट देतील, त्यांचा पाहुणचार ह्याच जागेत होणार होता. अशी सगळी योजना होती. वर्षापूर्वी योजना आखलेली होती आणि सहा महिने बांधकाम चालू

होऊन झाले होते. गावकरी श्रमदान करीत होते. त्यांनी जमीन सपाट करून जोते बांधले होते. खांब उभे केले होते. विहीर खणली होती. ह्या सगळ्या कामात सत्यजितचाही हात लागलेला होता.

आता बायामाणसांनी बांधकाम आपल्याकडे घेतले होते. खांबामधून त्यांनी बांबूचे कूड घातले होते. त्याला गिलावा करण्याचे काम तेवढे बाकी होते, ते झाले की छप्पर घालण्याचे काम पुरुषमाणसे करणार होती.

काम करणाऱ्या बायकांत मुली होत्या. तरुणी होत्या. प्रौढाही होत्या. तरुणी होत्या, त्यांनी साड्या खोचून खांदणे सुरू केले होते. मातीच्या पाट्या उचलून त्या इमारतीच्या जागेपर्यंत आणीत होत्या. काही जणी विहिरीतून पाणी शेंदून ते मातीच्या आळ्यात ओतीत होत्या. हा चिखल चांगला घट्ट व्हावा म्हणून त्यात भाताचे तूस घातलेले होते. प्रौढ बायका ह्या चिखलाचे मोठमोठे गोळे बांबूच्या कुडांवर लिंपीत होत्या आणि गुळगुळीत गिलावा करीत होत्या.

आज दुपारपासून असं दणक्यानं काम सुरू होतं. सुरुचीची पाळी आज होती, ती आली. तिच्यानंतर सुमीताची पाळी होती. सुरुची आली आणि तिनं चिखलात हात घातले, तेव्हा कौतुकाचे अनेक आवाज चोहो अंगांनी उठले. एक गावकरीण ओरडली – "बाई, साडीचा खोचा घाला आधी."

सुरुचीनं हसून मान हलवली. उघडे पाय दाखवायला ती आता तरणी कुठं राहिली होती. चाळिसाव्या वर्षी कुणाचे पाय सुरेख दिसतात का?

ती बाई पुन्हा म्हणाली – "अहो, घाला की खोचा. सुमीताची आई वाटत नाही तुम्ही; बहीण वाटता अजून."

सगळ्या बायकांचा घोळका तिच्याभोवती जमला. एकमेकींना ढकलत बायका पुढे आल्या. आतापर्यंत सुरुचीनं एकशे-एक प्रश्नांची उत्तरं दिली होती; पण बायकांपाशी अजून विचारण्यासारखे पाचशे प्रश्न शिल्लक होते.

"बाई, विमान कसं असतं हो? आगगाडीच्या डब्यासारखं? तसेच बाक असतात का बसायला?"

"बाई गं, विमान आमच्या डोक्यावरनं जातं, तर केवढा आवाज येतो! मग आत बसलेल्या माणसास्नी एकमेकांशी बोलायला कसं येत असंल?"

"आणि माणसं एका जागी राहतात का; का आदळतात एकमेकांवर?"

"आणि म्हणे, विमान पडायची भीती असली म्हणजे रबराचे गालिचे देतात उतारूंना. त्यांनी त्यावर बसायचं आणि बाहेर पडायचं. आल्हाद उडत ते गालिचे जमिनीवर येतात! खरं का हो बाई?"

"मी बाई कसंही झालं तरी ह्या तुमच्या गालिच्यावरनं खाली उतरायची नाही. विमानात बसून, घडेल ते घडू देईन. अहो, गालिच्यावरनं येताना खाली

पडले, तर काय घ्या!''

"आजी, पडतीस कशाला! पडलीस तर दोन्ही हातांनी गालिच्याची कड घट्ट धरून ठेवायची, लोंबकळत-लोंबकळत खाली उतरायचं."

"अगं द्वाडा, ही सर्कस ह्या वयात होईल का माझ्याकडनं?"

मग सुरुची बोलू लागली. विमानाचं वर्णन करता-करता तिचे हात आपसूक काम करीत राहिले. विमान आतून कसं छान सजवलेलं होतं, आपल्या देशातले कोण-कोण उतारू होते, विमानानं आकाशात झेप घेताच आपल्या मनात काय आलं, खाली पसरलेला ढगांचा गालिचा बघताच कसं अलिप्त वाटतं... हे तिनं सांगितलं. परतीच्या प्रवासात विमानातील उतारूंची देखभाल करणारी ती साडी नेसलेली मुलगी पाहताच आपल्या सुमीताची आठवण कशी आली... लडाखचा सगळा प्रदेश भल्या सकाळी आपल्याला कसा पाहता आला... ह्याच प्रदेशावर आक्रमण होईल, अशी तेव्हा काय कल्पना?

"बाई, ती मुलगी आपल्या सुमीतासारखी देखणी होती?"

"हो, तशी देखणी होती."

"आणि तरी नोकरी करत होती? लग्न नव्हतं करायचं तिला?"

सुरुची दचकली.

सुमीचं कधी काळी लग्न होईल, हा प्रश्न तिला नेहमीच अस्वस्थ करून टाकी. कधी होईल तिचं लग्न? देशाच्या चारी दिशांची माणसं गांधीग्रामला भेट द्यायला येत. पुष्कळ तरुण पोरंसुद्धा ह्या पाहुण्या लोकांत असत. एखाद्या कार्याला वाहून घेतलेली, सत्यजितचा आदर्श पुढे ठेवून चालणारी अशी ही तरुणमंडळी होती. ह्यांपैकीच कोणी सुमीताला आवडला तर? ह्या केवळ कल्पनेनंच सुरुची भेदरून जाई. असं होऊ देणार नाही मी. माझंच आयुष्य सुमीताच्या वाट्याला पुन्हा यायला नको. गेली कित्येक वर्षे ती आपल्याच जीवनाकडे विरक्त-असहाय अशी पाहत राहिली होती. आपल्या पोटच्या मुलीपुढंसुद्धा आपण मुठीएवढ्या लहान आहोत, असं तिला वाटलं होतं.

पण मॉस्को प्रवासानंतर ही परिस्थिती बदलली होती. आजवर माहीत नसलेली अशी एक शक्ती आपल्याजवळ आहे, याचा साक्षात्कार सुरुचीला झाला होता. ही शक्ती कशी बरं वापरू मी?

एकाएकी बायका उंच आवाजात म्हणाल्या, "सुमीता आलीऽ सुमीता आलीऽऽ"

सुरुचीनं पाहिलं. शाळेच्या दिशेकडून सुमीता येत होती. तिच्याबरोबर आठ-दहा मुली होत्या. सगळ्यांच्या जवळ पाट्या होत्या, मातीनं भरलेल्या. बांधकामाच्या जागी येऊन त्यांनी ती मऊ माती मोठ्या ढिगावर ओतली आणि कामाला सुरुवात केली.

"सुमीता, पत्र पडलं की खाली!" डोक्यावर पाटी घेतलेल्या एका मुलीनं सुमीताच्या ध्यानात आणून दिलं.

सुमीतानं ते पत्र उचलून आईकडे देत म्हटलं, "तुझं पत्र आहे आई, पोस्टमननं शाळेत आणून दिलं." सुरुचीनं ते जाड पाकीट हाती घेताच सुमीता ओरडली. म्हणाली, "किती लाजलीस गं! आई, तू छान दिसतेस अशी."

"ह्या वयात मी लाजणार आणि छान दिसणार? काहीही बोलतेस तू सुमीता."

"अगं, पण ते उघडून बघ तरी आधी. केवढं जाडजूड पाकीट आहे!"

"घरी गेल्यावर उघडू. अक्षर ओळखलंस का पत्ता लिहिलेलं? बिरेजकाका तुझे. त्यांच्या पत्रात काय असणार? ह्या वर्षी तुमच्याकडे येता येणार नाही, मी फार कामात आहे. देशहिताचं मोठ्ठं काम – पार्लमेंटचे मेंबर आहेत ना?"

"आई, ते आपल्याकडे आल्यावर किती मजा येते."

"कसली गं मजा? ते तर सारखे चिमटे काढीत असतात. तुझ्या चरख्याचीसुद्धा टर उडवतात."

"आणि त्यांच्या त्या केंब्रिजच्या गोष्टी? किती तरी वर्षांपूर्वी ते म्हणे बाबांच्या बरोबर केंब्रिजला शिकायला होते. प्रत्येक हकिगतीची सुरुवात होते ती – आम्ही केंब्रिजला असताना...."

सुरुचीनं पाकीट उघडलं; पण आत पत्र नव्हतं. वर्तमानपत्रातील कात्रणं होती. नेहमीचा त्यांचा तो अलिप्तपणा ह्याही बाबतीत दिसला. दिल्लीला भेटला तो नंदिनीला पुढे करून. विमानतळावर तिला घेऊन आला होता. मेहरबानी, रेल्वे स्टेशनवरही तिला नाही घेऊन आला. कदाचित चुकून एकटा आला असेल, मागून त्याचा पश्चात्तापही केला असेल त्यानं. एक क्षणभर तो केवढा भावनावश झाला होता. माझ्याबरोबर गाडीत चढावं, असं त्याला वाटलं होतं. नंतर ह्याही गोष्टीची लाज वाटली असेल त्याला.

"सुमीता, ह्या चिठोऱ्या राहू देत तुझ्याकडंच."

"काय गं हे? वर्तमानपत्राची कात्रणं? तुझ्या मॉस्कोतल्या भाषणाचा वृत्तांत."

"पण इतक्या उशिरा का पाठवतात कोणी कात्रणं? वेळेवारी पाठवली असती, तर किती कौतुक वाटलं असतं मला."

"आई, त्यांनी एवढं केलं, त्याचं काही नाही ना वाटलं तुला? कृतघ्न आहेस बघ."

"कुणी सांगितलं होतं त्याला करायला हे? मी नव्हतं सांगितलं. का पर्वा करावी मी?"

सुमीताच्या मनात विचार आला की, मॉस्कोहून आल्यापासून आई म्हणजे एक कोडं होऊन बसलं आहे. हिच्या मनात कुठं तरी खोल असंतुष्टता आहे. कधीमधीच

ती असंतुष्टता वर उसळी घेते. खरं तर आता स्वत:बद्दल हिला अभिमान वाटला पाहिजे. ही संतुष्ट पाहिजे. का सुख लागत नाही हिला?

"अगं, बाबांना आनंद होईल ही कात्रणं वाचून. सांगितलं नाही का मी तुला – इकडे येणार आहेत ते."

"इकडे येताहेत?"

"हो, भराभर इकडे येतानाच पाहिलं मी त्यांना. त्यांनी माझ्याकडे बघून हात हलवला. मी थांबले असते; पण ओझं होतं माझ्या डोक्यावर मघाशी."

"लवकर बाहेर पडले वाचनालयातनं. रोज संध्याकाळ होईपर्यंत बसतात."

"कुणाला ठाऊक. नाही तर माझ्या ओझ्याला हात लावणार असतील."

"जाता-जाता दिसली असशील तूच."

"छे गं! मग त्यांनी मुख्य रस्ता सोडून इकडे येणारी पायवाट धरली नसती. शिंदीच्या झाडाखालून येणारी पायवाट चालताना मी त्यांना पाहिलं."

सुरुची आपली हकिकत सांगायला पुन्हा केव्हा सुरुवात करतेय, याची बायका वाट पाहत होत्या.

सुरुचीनं सुरुवात केली, "मग ते मोठं विमान खाली उतरलं."

बायका पुढे म्हणाल्या, "मॉस्को शहरात तुम्ही पोहोचलात. जगात लढाई व्हायलाच पाहिजे, असं म्हणणारी एक खुळी बाई तिथे तुम्हाला भेटली. हे तुम्ही सांगितलं होतं, आम्हाला त्या दिवशी शाळेच्या सभेत."

सुरुची कुठं तरी बघत होती. जणू ती पुन्हा मॉस्कोत पोहोचली होती!

"दोन प्रश्न माझ्या मनात होते. आणि त्यांचा त्रास होत होता एकसारखा. एक ती म्हातारी बाई. स्वत:चे विचार बोलत होती का, तिच्या देशातल्या लोकांचे विचार होते ते? आणि दुसरी ती. तिचा अधिकार काय? कुणी पाठविली होती तिला?"

खरं तर म्हाताऱ्या बाईपेक्षा ती सुंदर बाईच तिच्या डोक्यात होती. त्रास होत होता तिचा सुरुचीला. तिच्या देखणेपणामागं एक निर्दयपणा होता. खडकासारखा कठीणपणा होता. सुरुची किती अस्वस्थ झाली आहे ह्या गोष्टीमुळं, याची कल्पना सत्यजितला आली होती. मन:शांतीसाठी चरखा तू एक तास जास्ती चालव, असा उपाय त्यानं तिला सुचवला होता.

"अगं आई, ते बघ."

पन्नासएक यार्ड अंतरावर सत्यजित उभा होता. त्यानं खूण केली आणि त्या दोघी जणी भराभरा चालत त्याच्यापाशी गेल्या. सत्यजितचा चेहरा उजळलेला होता. डोळे चमकत होते. काही तरी विलक्षण घडलं असलं पाहिजे.

तिघंही घराच्या दिशेनं चालत होती. त्या दोघी अधीर झाल्या होत्या. एक

प्रकारचा ताण तिघांच्याही मनात निर्माण झाला होता.

सुमीता उजवीकडे होती, सुरुची डावीकडे होती. दोघींच्यामध्ये चालणारा सत्यजित आता काही सांगेल, बोलेल, म्हणून वाट पाहत होत्या.

शंभर कदम चालणं झालं आणि मग सत्यजित बोलला –

"मी निर्णय घेतला हं, लडाखबद्दल."

"लडाख? पुस्तक लिहिणार बाबा तुम्ही? मग सगळं मटेरिअल मी जमवते हं!"

"पुस्तक नाही लिहिणार सुमीता."

सुरुची म्हणाली, "पेकिंगला जाण्याचा तुमचा विचार होता, तेच ना? जगातील प्रतिनिधींचं शिष्टमंडळ व्हायला पाहिजे ते."

"मी 'शांतिसेना' नेणार आहे, वादग्रस्त ठिकाणी!"

इतका वेळ सत्यजितच्या बरोबर चालणारी सुरुची अडखळली. तिची पावलं भराभर पडेनात.

"चला." असं हसून म्हणून सत्यजितनं आपली गती कमी केली आणि त्या दोघी बरोबरीनं आल्या, तेव्हा पहिल्या गतीनं चालत तो म्हणाला, "शांतिसेना डोंगररांगा ओलांडेल, दऱ्या ओलांडेल आणि भारत-चीन सरहद्दीवर पोहोचेल. मग ही सरहद्द तिबेटपाशी असेल किंवा सिकियांगपाशी असेल; ते अद्याप निश्चित नाही. 'शांततेची मागणी' हे एकमेव शस्त्र आमच्यापाशी राहील. आणि माणसाच्या ठायी असलेली गाढ श्रद्धा हीच आमची ढाल राहील."

सुरुची आणि सुमीता अवाक् झाल्या होत्या आणि त्या काय म्हणतात, म्हणून सत्यजित थांबला होता.

शेवटी सुरुची घाईनं बोलली, "पण शेकडो मैल डोंगरदऱ्या ओलांडून जाणं तुम्हाला शक्य नाही – हृदयविकार आहे तुम्हाला."

सत्यजितनं हात झटकून तिची ही भीती बाजूला केली. "काही तरी कल्पना आहे तुझी."

"ही 'शांतिसेना' असणार केवढी – लहान का मोठी?"

"लहान. आम्हाला लागणारी शिधासामग्री पाठीवरून वाहून नेता आली पाहिजे. आणि सरहद्दीवरचे आपले जवान आम्हाला मदत करतीलच."

"आणि ह्या शांतिसेनेचे सभासद सगळ्या भारतातून निवडण्यात येतील?"

"नाही. मी विचार केलाय त्या गोष्टीवर. एकट्या गांधीग्राममधूनच शांतिसेना तयार होईल.

"भारतातील अशा स्वरूपाची पहिली शांतिसेना. मग त्या पाठोपाठ शहरांतून, खेड्यांतून हजारो सेना उभ्या राहतील आणि आमच्या मागोमाग येतील. अर्थात,

जरूर पडली तर. भारताशिवाय इतर देशसुद्धा ह्यात भाग घेतील. आंतरराष्ट्रीय प्रतिसाद मिळेल. म्हणजे, सर्व जगातील लोकांच्या नैतिक बळामुळे लडाखवरची आपत्ती नाहीशी होईल. ह्या बळापुढे कोणत्याही राक्षसी शक्तीचा जय होणार नाही आणि हा सगळा पेचप्रसंग संपून जाईल. आशियातील दोन महान राष्ट्रांतील लोक पुन्हा गुण्यागोविंदानं वागू लागतील.''

सुरुचीच्या मनात काही शंका होती; पण तिनं ती बोलून दाखवली नाही. तिनं विचारलं, ''गांधीग्रामात हवी तशी आणि हवी तितकी माणसं मिळतील तुम्हाला?''

सत्यजितनं पट्कन उत्तर दिलं नाही. कदाचित त्यानं मनोमन केलेली लोकांची निवड अजून पक्की झाली नसावी. तो बोलला त्यावरून मात्र त्याची निवड पक्की झाली आहे, असंच सुरुचीला वाटलं.

तो म्हणाला, ''आपल्या पंचायतीतील एक माधवबाबा सोडले पाहिजेत. आता फार थकलेत ते.''

त्याच्या मनानं तीन माणसं निवडलेली होती. चित्तरंजन घोष – त्रिविध ताप सोसून, तावून-सुलाखून निघालेला माणूस. कणखर, खूप सोसलेला आणि आणखी सोसण्याची तयारी असलेला. कृष्णमूर्ती – हा माणूस जागतिक बंधुभावाची स्वप्ने पाहणारा होता. त्याच्या कल्पनेतील ह्या विशाल समाजात सत्ता आणि संपत्तीपेक्षा मानवी मूल्ये महत्त्वाची होती. आणि स्वामीजी – गांधीजींचे कट्टर अनुयायी. परमेश्वर हा देवळात, चर्चमध्ये किंवा मशिदीमध्येच आहे असं नाही; तर तो प्रत्येक भूतमात्राच्या ठिकाणी आहे, हा ह्यांचा दृढविश्वास.

''फक्त चारच सभासद?''

''चार पुरुष आणि एक स्त्री.''

सुमीतानं तत्काळ विचारलं, ''स्त्री?''

सत्यजित थोडा वेळ गप्प राहिला.

''कोण ही भाग्यवान स्त्री बाबा?''

उत्तर काय येणार, हे मनोमनी जाणून सुमीतानं आपल्या आईकडे कटाक्ष टाकला.

''तू, सुमीता.''

''मी?''

सुमीताला विलक्षण आनंद झाला आणि काही क्षण ती मंत्रमुग्ध अशी उभी राहिली.

आनंदाची भरती आली तशी ओसरली आणि सुमीतानं करुणेनं आईकडे पाहिलं.

''मी नाही, आईच एकटी –''

"आई तुला नाही म्हणणार नाही.''

सत्यजितच्या चेहऱ्यावर समाधान दिसलं. अखेर सत्यजितनं सुरुचीला हवी तशी घडवून घेतली नव्हती काय?

सुमीतानं चालता-चालता गती कमी केली आणि ती सुरुचीच्या बाजूला गेली. जवळ जाऊन तिनं आईचा हात हातात घेतला. घट्ट धरून ठेवला.

पण सुरुची गप्प होऊन गेली होती. ती विचार करू शकत नव्हती, स्पर्श तिला जाणवत नव्हता.

घराच्या फाटकापाशी येईपर्यंत ती अशा स्थितीत होती. आणि मग एकाएकी तिला विलक्षण राग आला. तिचा आयुष्यभरचा सोशिकपणा ह्या रागात जळून खाक झाला आणि ती थरथर कापू लागली.

■

। तेरा ।

सरोजिनी मेहरा मजेत होत्या. दोन जाडजूड पाकिटं आली होती. प्रत्येक पाकिटात जवळजवळ डझन पत्रं होती. त्यातला मजकूर बघायचा. वर्गवारी, प्रतवारी लावायची. काही पत्रं तर काय, बघताक्षणी केराच्या टोपलीत टाकण्याजोगी असणार.

हं, तुम्ही काय? मॅट्रिक झाल्या आहात. सी.ई.नी स्पष्ट केलेलं आहे की, त्यांना सुशिक्षित बायको हवी. सुशिक्षित म्हणजे, निदान बी.ए. तरी.

सरोजिनी मेहरांनी खुशीनं मान हलवली. समजा, असती हिला पदवी आणि एखादा सेक्रेटरीपदाचा कोर्स केलेला असता, तरीसुद्धा जनरल नॉलेजच महत्त्वाचं. कल्पना करा, सी.ई.ची पत्नी आणि तिला टोकिओ अन् किओटो ह्यातला फरक माहीत नाही. किंवा चाऊ एन लाय आणि चॉपसुये ह्यातला फरक... किंवा फ्रान्स प्रजासत्ताकाचा प्रेसिडेंट कोण आहे, हे तिला ठाऊक नाही.

हं, तुमचं काय? निमगोरा वर्ण. पण उत्तम गौर कांती हवी आहे सी.ई.ना. खरं तर, गोऱ्या मुली ह्या काही निमगोऱ्या मुलींपेक्षा जास्त आकर्षक दिसतात, असं नाही. फार गोरी मुलगी तर अळणीच दिसते. अळणी आणि उथळ. श्यामल चेहऱ्याभोवती एक प्रकारची गूढता असते. हो, हे सगळे शब्द मिस्टर मेहरांच्या तोंडचे होते. पण बिचारे! त्यांना कधी परदेशी जाण्याची संधीच मिळालेली नव्हती. वर्णाविषयी, अन्नाविषयी, वस्त्रांविषयीची आपली आवड निश्चित होते, ती जिथे जसे आपण वाढू, त्याप्रमाणेच.

हा कोण? म्हणे, आम्हाला जात आणि भाषा कळविल्यास आभारी होऊ. मुलगी हजारात देखणी, सुशिक्षित, तुम्हाला हव्या त्या उंचीची. ठीक आहे; पण आमच्या साहेबांचं म्हणणं आहे की, आधुनिक दृष्टिकोन हवा. ज्या मुलीच्या बापाला जातीचं महत्त्वं इतकं वाटतं, त्यानं आपल्या मुलीलाही तसंच शिकवलेलं असणार. आमच्या साहेबांनी अमेरिकेत

बारा वर्षं काढली आहेत.

चले जाव! म्हणे, मी जमीनदार आहे; हवा तेवढा हुंडा देऊ शकतो. आमच्या साहेबांना बायकांच्या पैशावर चैन करायची नाही. त्यांना काही लग्नाच्या बाजारात कपाळावर किंमत मांडून विकायला ठेवलेलं नाही.

पुष्कळच फोटो आले होते. सर्वांनाच घाई दिसत नाही. एकवार अक्षता पडल्या की सुटलो, अशा घाईत सगळेच होते. काही फोटो निकालात काढणं सहज शक्य होतं. ही पोरगी मंगोली नाकाची. चीनहून आली असेल. ह्या नाकाला काही लोक भुलतीलही; लोहपूरचे चीफ इंजिनिअर भुलणार नाहीत. ही एक मोठी मुलगी म्हणते, मी विसाची आहे; पण दिसते तिशीची. फोटो काढताना मागे काळा पडदा आणि त्यावर काढलेली नारळाची झाडे! म्हणजे शहाणा फोटोग्राफर शोधण्याचीसुद्धा अक्कल नाही. ही एक कृशतनू. हिचा चेहरा म्हणजे, चार पात्यांचा चाकू. आणि ह्या बाकीच्या. बाकीच्या तशा बऱ्या होत्या. एक तर अगदी आकर्षक होती. एक तल्लख होती, मोठमोठे डोळे मृदु भावनेनं भरलेले. आणि एक चेहरा लंबगोल होता. पण सी.ई.ना काय आवडेल, ते सांगणं कठीण. ह्या असल्या कामात सेक्रेटरी करून-करून किती मदत करणार? शेवटी निर्णय घ्यायचा आहे तो त्यांनीच. हां, नीट तयार केलेली नोट त्यांना खात्रीनं उपयोगी पडेल.

सरोजिनी मेहरांनी नोट्स लिहिल्या आणि पत्रासहित त्या पाठवून दिल्या. फाइलवर 'तत्काळ' असे लिहायला मात्र त्या विसरल्या नाहीत. हे कागद परत आले नाहीत. सी.ई. नसताना मेहराबाईंनी जाऊन पाहिलं, तर त्या सगळ्या फायली टेबलावर रचून ठेवलेल्या दिसल्या. 'तत्काळ' अशी लावलेली चिठ्ठी मात्र काढून टाकली होती. का, ते मेहरबाईंच्या ध्यानात आलं. इतक्या घाईनं कुणाला आपली जन्माची सहधर्मचारिणी निवडता येईल? प्रत्येक फोटो लक्षपूर्वक पाहिला पाहिजे, पुन:पुन्हा पाहिला पाहिजे. इतक्या वेळा की, त्यांतील एकच एक फोटो आपल्या अंत:करणावर ठसेल, कोरून ठेवला जाईल.

खरी गंमत अजून सुरूच झालेली नव्हती.

एक आठवडा झाला होता. एके दिवशी सकाळी मेहराबाई आपल्या टेबलापाशी जातात न् जातात तेवढ्यात टेलिफोन वाजला. थोडा वेळ बेल ऐकून मेहराबाईंनी रिसीव्हर उचलला, "चीफ इंजिनिअरचं ऑफिस –"

कुणी बाई बोलत होत्या. त्यांनी प्रथम आपलं नाव सांगितलं आणि मग काम सांगितलं. त्यांना म्हणे, सी.ई.ना जेवायला बोलावायचं होतं. पण सी.ई.ची सक्त ताकीद होती की, आता एक महिनाभर कुणाकडेही जायला वेळ नाही. जेवण नाही, कॉकटेल पार्टी नाही. कुणाकडे रविवारचं जेवणसुद्धा नाही. गेल्या आठवड्यात

कुणाचं निमंत्रण नव्हतं; ह्या आठवड्यात हे एक आलं आणि त्याला नकार द्यावा लागला.

काही वेळानं पुन्हा फोन वाजला. हाही आवाज बाईचाच पण पुरुषी, कर्कश. ती काही ऐकून घ्यायला तयारच नव्हती. कारण ती लोहपूरच्या डेप्युटी जनरल मॅनेजरची साक्षात पत्नी होती.

"उद्या रात्री त्यांना जेवायला जायचं आहे म्हणता? कुणाकडे? आपली काही हरकत नसेल, तर मला नाव कळेल का?"

"जेवण नाही मॅडम, ते रात्री काम करणार आहेत. नवीन प्लँट बसवायचा आहे, त्यासंबंधीचं."

"एवढंच ना, मग ते परवा करतील की!"

"सॉरी मॅडम, परवा ते काम करणार आहेत तीस हजार किलावॅट जनरेटरसंबंधी."

"गुरुवार. ठरलं?"

पुन्हा एकवार स्पष्ट ठाम शब्दांत मेहराबाईंनी सांगितलं, "खरं तर त्यांना आता कोणत्याही दिवशी वेळ नाही. पुष्कळ काम आहे त्यांच्यापुढं. त्यांचा हुकूम आहे की, कुणालाही कबूल करायचं नाही."

"मला त्यांचा फोन द्या. मी बोलते स्वत:"

"सॉरी मॅडम, प्रायव्हेट फोन घेणार नाहीत ते इथे ऑफिसमध्ये." आणि अगदी गोड शब्दांत मेहराबाईंनी सुचवलं, "मॅडम, आपण रात्री त्यांच्या घरीच फोन का नाही करत?"

"त्यांच्या घरचा फोन त्यांनी डिस्कनेक्ट केलाय."

यावर जास्ती गोड आवाजात मेहराबाई बोलल्या –

"अय्या हो का? मग मॅडम, माझं काही चालणार नाही."

अशाच तऱ्हेचे आणखी काही फोन आले. स्त्री-वर्गातील सी.ई.ची लोकप्रियता एकाएकी का वाढली, हे मेहराबाईंना कळेना. दहाव्या फोनला जेव्हा त्यांनी उत्तरं दिली, तेव्हा एकाएकी त्यांच्या डोक्यात प्रकाश पडला. ज्यांचे-ज्यांचे फोन आले, त्या सर्वांची नावं त्यांनी पॅडवर लिहिली होती. आपल्या पांढऱ्या शुभ्र दातावर पेन्सिल आपटीत ती नावं त्यांनी पुन्हा नीट वाचली, विचार केला आणि त्यांच्या लक्षात आलं की, ह्या सगळ्या थोरामोठ्यांच्या बायका म्हणजे लग्नाळू मुलींच्या आया होत्या!

रहस्य फुटलं होतं. लोहपुरातील रहिवाशांना कळून चुकलं होतं की, पो. बॉ. १२४३ म्हणजे आपले चीफ इंजिनिअरच. खरं तर ही गोष्ट फक्त एका माणसाला माहीत होती आणि तो बडबड्या नव्हता. मग हे रहस्य फुटलं कसं?

ते कधीही आपल्याला कळणार नाही. 'टॉप सिक्रेट' गोष्टी कशा बाहेर फुटतात, हे कधी कळतं का? आता आल्या प्रसंगाला तोंड द्यायला पाहिजे. सी.ईं.ना लोहपुरातली नवरी नको मिळायला. का, ते मेहराबाईंना सांगता आलं नसतं; पण त्यांच्या मनात असं होतं.

करू देत ह्या आयांना रोज-रोज फोन. रूम नं.१९ कशी लढवायची, हे मेहराबाईंना चांगलं ठाऊक आहे. गंमत होती. लोहपुरातील सर्व उत्तम लोक एका बाजूला आणि मेहराबाई दुसऱ्या बाजूला. हे उत्तम लोक एरवी मेहराबाईंकडे बघायचे ते एक लहान उंदीर म्हणून; पिंजऱ्यातला उंदीर.

ठीक आहे. आता दिवस उंदराचा होता. चालू देत ही गंमत.

"सॉरी मॅडम, सी.ईं.ना मुळीच वेळ नाही. कुठलंही आमंत्रण ते स्वीकारणार नाहीत."

संध्याकाळी उशिरा अकरावा फोन आला. मेहराबाई आता ठरावीक उत्तर देणार एवढ्यात त्यांना बुद्धी झाली.

"मॅडम, आपण काय म्हणालात, ते पुन्हा एकवार सांगाल का?"

"मी मिसेस मलिक बोलतेय. तुम्ही आज संध्याकाळी क्लबमध्ये जेवायला यावं, अशी माझी फार इच्छा आहे."

"चीफ इंजिनिअरसाहेब ना?"

"नव्हे, तुम्ही मिसेस मेहरा. फार आनंद होईल आम्हाला. माझे मिस्टर जनसंपर्क अधिकारी आहेत – माहीत असेल तुम्हाला."

"हो-हो, आहे. का?"

बाई म्हणाल्या, "आज डिनर डान्स आहे क्लबमध्ये. फार उशिरा मी कळवतेय, कारण मी स्वतःच जायचं असं ठरवलं नव्हतं लवकर. आणि तिथे बिंगो आहे. खेळलाय तुम्ही कधी?"

"हो, खेळलेय ना; पण माझं भाग्य कधी उदयाला आलं नाही."

"ह्या खेपेला येईल."

काही क्षण स्तब्धता आणि आयुष्यात पहिल्यांदाच चाचरत-चाचरत मेहराबाई फोनवर बोलल्या.

"आपण मलाच बोलवताहात ना?"

"हो-हो. सी.ईं.ना नव्हे – तुम्हाला. गाडी कुठं पाठवू? तुमचा पत्ता देता का?"

"थँक्स. पण मी येते टॅक्सीनं. आठ वाजता ना?"

"हो."

स्टील हाउसपेक्षा लोहपूर क्लब जास्ती जुना होता. स्वातंत्र्यपूर्व काळात त्याची

स्थापना झालेली होती. आसपास जागोजाग कोळशाच्या खाणी होत्या. आणि ह्या खाणमालकांनी खास आपल्या लोकांसाठी हा क्लब सुरू केलेला होता. कुणाही इंडियन माणसाला ह्या क्लबचा मेंबर होता येत नसे. अगदी ज्या महाराजांनी कोळशाच्या खाणीची ही जमीन लीजवर दिलेली होती, त्यांनासुद्धा. पुढे ब्रिटिश लोक गेले आणि क्लबचं आता दिवाळं निघणार, असं वाटू लागलं. पण काही मैलांवरच 'स्टील हाउस' सुरू झालं. ह्या स्टील कंपनीनं क्लब विकत घेतला आणि जुन्या जमान्यातील शान आणि शिष्टपणाही त्याला परत मिळवून दिला. पोलाद कंपनीचे अधिकारी आणि लोहपूरचे निवडक मूठभर नागरिक एवढ्यांनाच सभासदत्व दिलेलं होतं. हा क्लब म्हणजे दहा एकर जमिनीवर बांधलेला एक कौलारू बंगला होता. उत्तम आखलेली बाग, पोहण्याचा तलाव, दोन टेनिस कोर्टे आणि एक गेस्ट हाउस. सहा वादकांचा एक वाद्यवृंद पाश्चिमात्य नृत्य-संगीत पंधरा दिवसांतून एकदा सादर करीत असे.

लाउंजच्या उंच भिंतीवर लावलेली सांबरा-चितळांची मुंडकी आपल्या काचेच्या डोळ्यांनी बघत असत. अधूनमधून थोर ब्रिटिश लोकांची भली थोरली तैलचित्रे टांगलेली असत. आणि बारशेजारच्या कोपऱ्यात जी लंबगोल टेबलं होती, त्यांच्यावरच्या मासिकांत ब्लॅक वुड्स आणि व्होग असली मासिके दिसत.

मेहराबाई आपल्या नवऱ्यासह कधी-कधी सहलीसाठी बाहेर पडत. सायकली मारत रानावनात जात. असं जाताना त्यांनी क्लबचं भव्य लोखंडी फाटक पाहिलं होतं. पायडल मारणारे पाय एकदम थबकले होते. प्रशस्त हिरवळीवर डेकचेअर्स ठेवलेल्या. सुरेख झाडाझुडपांमागे दडलेला पोहण्याचा निळा तलाव. मेहराबाईंना परिचित असलेल्या जगापेक्षा हे जग किती वेगळं होतं. त्या राहत होत्या तो भकास रस्ता... यंत्रांनी भरलेल्या त्या इमारती... इन्स्टिट्यूटसुद्धा आता मळकट दिसू लागलेली होती. रंगरंगोटीला पैसे नव्हते.

मेहराबाईंच्या मनात आलं होतं – एखाद्या दिवशी सी.ई.च्या नावावर 'महत्त्वाचे आणि गुप्त' असं काही पत्र यावं, त्याच वेळी सी.ई. क्लबमध्ये लंच घेण्यासाठी गेलेले असावेत. म्हणजे ते पत्र आपण स्वत:च नेऊन दिलं पाहिजे. लगेच, कंपनीची गाडी घ्यावी, क्लबकडे यावं. चक्क त्या लोखंडी फाटकातून आत जावं, आपल्या नावाची चिठ्ठी पाठवून लाउंजमध्ये बसावं.

सी.ई. येतील, पत्र वाचतील आणि आपल्याला म्हणतील – "मिसेस मेहरा, अननसाचा थंडगार रस घ्या. फार उन्हातून आलात तुम्ही."

मेहराबाईंचं हे एक स्वप्न होतं.

त्या म्हणत होत्या, तो प्रसंग अद्याप आला नव्हता. आणि आज एकाएकी चमत्कार घडला होता. आज प्रतिष्ठितांची पाहुणी म्हणून त्या क्लबात जाणार होत्या.

पण समजा, साहेबांना लहर आली आणि ते क्लबमध्ये आले तर? दोघांनाही किती अवघडल्यासारखं होईल; नाही? छे! पण ही शक्यता अगदीच कमी आहे. सी.ई.ना कुठला वेळ मिळणार? ते फाइल्समध्ये बुडून गेलेत गळ्याइतके. घरी येताच आपल्या नवऱ्याला त्यांनी ही बातमी दिली.

लगेच तो ओरडला, ''मिसेस सरोजिनी मेहरा, तुम्ही आता 'सोसायटी लेडी' होणार!''

''फक्त एका संध्याकाळी. तुमची हरकत नाही ना?''

''जा-जा, मजा करा. आम्हीही आता इन्स्टिट्यूटमध्ये जाऊ आणि मस्त टेबलटेनिस खेळू.''

''ही माझी पहिलीच खेप आहे आणि ती शेवटचीच ठरणार, तेव्हा मला टॅक्सीनं गेलं पाहिजे. आज सायकलवरनं जाणं बरं नाही दिसणार.''

''करा नं टॅक्सी आणि ड्रायव्हरला टिप द्यायला विसरू नका.''

''वाऽ पाच मैलांसाठी टॅक्सी करून आधीच पैसे पाण्यात घालायचे आणि वर तुम्ही सुचवता ड्रायव्हरला टिप?''

खिशातून दहा रुपयांची नोट काढून मेहराबाईंना देत नवरा म्हणाला, ''हं, हे ठेवा तुमच्या पर्समध्ये. टिप द्यायलाच पाहिजे हं. तुम्ही बड्या ठिकाणी जाणार; बड्या अधिकाऱ्याची बायको वागते तसं वागा. अहो, मोरांत मिसळायचं म्हणजे आपले पंख रंगवून घेतलेच पाहिजेत.''

''पण तुम्हाला कळलं का, मिसेस मलिकनी का बोलावलं मला ते? त्यांना मैत्री करायची आहे माझ्याशी, म्हणजे रूम नं. १९मध्ये प्रवेश मिळेल.''

''अस्सं!''

''त्यांना वाटतं, मी पालक आहे सी.ई.ची.''

''खरंच आहे म्हणा एका अर्थानं. काय-काय प्रयत्न केले एकेकीनं त्यांना भेटण्यासाठी; काही चाललं नाही. आता त्यांनी मार्गच बदलले त्यांचे.''

अशा तऱ्हेनं, मिसेस मेहराबाई उत्तम पोशाख करून टॅक्सीत बसल्या आणि त्यांची टॅक्सी क्लबच्या दिशेनं धावू लागली. बाईंचं लक्ष सारखं मीटरवर होतं. (पैसा कसा भराभर संपतो.) शेवटी, ट्यूबलाइटनी उजळून गेलेलं ते भव्य लोखंडी फाटक आलं. खास पोशाख केलेल्या पोर्टरनं पुढे होऊन टॅक्सीचं दार उघडलं आणि सलाम ठोकला.

मिसेस मलिक शेजारीच कुठं होत्या.

''हॅलो... हॅलो... हॅलो... मिसेस मेहरा! सच् अ ग्रेट प्लेजर.''

बाई पस्तिशीच्या पुढच्या वाटल्या. उंचीनं बेताच्या आणि अंगानंही तशाच. केसांचं चक्कर घातलेलं होतं.

मेहराबाई म्हणाल्या, ''माय प्लेजर. खरं म्हणजे –''

एवढ्यात बँड धडाक्यानं सुरू झाला आणि मेहराबाईंचा आवाज कुठल्या कुठे बुडाला.

मिसेस मलिक आपल्या पाहुणीला घेऊन हॉलकडे आल्या.

''खरं तर हा आमचा बॅडमिंटन हॉल आहे; पण पंधरवड्यातून एकदा आम्ही त्याचा डान्सिंग हॉल करतो.''

हॉलमधून दोघी लांबलचक व्हरांड्यात आल्या. दर दहा फुटांवर बोगनवेली फोफावलेल्या होत्या. ठिकठिकाणी रंगीबेरंगी कारंजी उसळून यावीत, तसा त्यांना बहर आलेला होता.

मेहराबाई म्हणाल्या, ''पण तुम्ही दोन्ही ठिकाणं वेगवेगळी का नाही ठेवीत – एक बॅडमिंटन कोर्ट आणि एक डान्सिंग हॉल?''

''आम्ही इतके श्रीमंत नाही. परवडत नाही आम्हाला. अहो, हा बँडसुद्धा पंधरवड्यातून एकदा बोलावतो आम्ही.''

''खरंच?''

''हो. आम्ही जे उत्पन्न मिळवतो ना, त्यांपैकी बराच भाग सरकारी कर भरण्यात जातो.''

मिसेस मेहरांनी ही गोष्ट मान्य केली आणि अमान्यही केली. त्या म्हणाल्या, ''म्हणजे सरकारी मालकीचे उद्योगधंदे. आपल्या सरकारनं –''

मध्येच एक अवाढव्य बाई वाटेत येऊन म्हणाल्या, ''ओहो लीना, ह्या का त्या तू म्हणत होतीस त्या पाहुण्या?''

मेहराबाईंच्या परिचयाचा होता हा आवाज. फोनवर बोलणं झालं होतं. क्षणभर मेहराबाई मनात दबकल्या; पण नंतर त्यांच्या मनात आलं, डेप्युटी मॅनेजर व्हायला सी.ई.ना असा किती अवधी आहे आता? पाचएक वर्षं गेली की होतील. वयानं लहान आणि हुद्द्यानं मोठे असे भारतातील पहिले अधिकारी. मग ते जी.एम.सुद्धा होतील. फक्त बेचाळीस वय असेल तेव्हा त्यांचं. तोपर्यंत ह्या बाई केव्हाच रिटायर झालेल्या असणार – ह्या म्हणजे ह्यांचे पतिदेव – आणि त्यांना कुत्रासुद्धा विचारणार नाही.

मेहराबाई हुशारीनं बोलल्या, ''आम्ही आपल्या देशातील उद्योगधंद्यांसंबंधी बोलत होतो. चलनवाढीबद्दल बोलणार होते मी, तोवर आपण आलात. किमती स्थिर ठेवणं आणि गिऱ्हाइकाची विकत घेण्याची फाजील शक्ती नाहीशी करणं –''

डी.एम.च्या बायकोनं पी.आर.ओ.च्या बायकोकडे असं काही पाहिलं.

''लीना, तुला असल्या गोष्टीची चिंता असेल, असं मला वाटलं नव्हतं.''

लीना गोंधळून गेली.

"तसं नाही, खरं म्हणजे –"

एवढ्यात माइकवरून काही अनाउन्समेंट झाली आणि ती संधी घेऊन लीना म्हणाली, "ह्या प्रथमच आल्यात आज क्लबमध्ये. मी त्यांना सगळं दाखवून आणते हं. मग बोलूच आपण."

आणि त्या दोघी सटकल्या.

थोडं गेल्यावर मिसेस लीना मलिक म्हणाल्या, "बरं का, ह्यांना नाव पडलंय नंबर टू. का तर...."

मेहराबाई म्हणाल्या, "मला माहीत आहे."

"जी.एम.ची बायको नेहमी मद्रासला पळते. त्यामुळे नंबर टूला भाव येतो. ही आमची लाउंज, बरं का – विश्रांतीची जागा."

गालिचा अंथरलेल्या त्या जागी घोळक्या-घोळक्यानं उभे राहून लोक बोलत होते.

"ती बघा आमची मीनाक्षी – मोठी मुलगी माझी. लोक म्हणतात की, ती हुबेहूब माझ्यासारखीच दिसते. पण माझ्यापेक्षा किती तरी पटीनं जास्ती देखणी आहे की नाही हो ती? तुम्ही नंतर बोला हं तिच्याशी. तुमच्या पंचवार्षिक योजनेची सगळी माहिती आहे तिला."

मेहराबाई आणि मिसेस मलिक तो घोळका ओलांडताना आईकडे बघून मीनाक्षी हसली.

अस्सं! हिच्यासाठी मला आमंत्रण मिळालं होय हे? चेहरा सुरेख आहे. पण कान थोडे मोठे दिसतात. हेअरडू करून ती झाकीत का नाही? सोन्याच्या रिंगा घातलेली कानाची टोकं तेवढी बाहेर दिसू द्यायची.

"छे! कुडकुडी भरतेय अगदी नाही. इतकं एअरकंडिशन मला नाही पसंत. तुम्हाला चालतं?"

"सवय होते हो त्याचीच. नाही तरी अशा किती तरी गोष्टी आहेत की, त्या नसल्या तरी आपलं काही बिघडणार नाही. फ्रिजचंच बघा ना. आम्ही पाच वर्षांपूर्वी घेतला फ्रीज प्रथम आणि आता इतकी सवय झालीय की, जन्मल्यापासून आम्ही तो वापरीतच होतो, असं वाटतंय!"

"आपण अगदी गुलाम होतो ह्या गरजेच्या वस्तूंचे." असं बोलणं चाललं होतं. अधूनमधून लीनाला कोणी तरी हाक मारी; पण लीना घाईघाईनं पुढेच जाई. कारण उघड होतं. इतक्या प्रयत्नानं मिळविलेल्या ह्या पाहुणीला आणखी बायका पळवणार. हा धोका पत्करायची मिसेस मलिकांची तयारी नव्हती.

बॉक्स नं. १२३४चं गुपित फोडणारी हीच ती बाई का, हे मिसेस मेहरांना कळेना. सगळ्या क्लबात ही जाहिरात सी.ईं.नी दिली आहे असं सांगितलं, ते हिनंच का?

पुढे कळलं की, मलिकबाईंना आपल्याला कळलेलं रहस्य पोटात ठेवणं मुळीच जमलं नाही.

मिसेस मलिक सांगत होत्या, "ही बघा ब्रीज रूम. आमच्या मिस्टरांची काशी! ते – ते बसलेत ना चवथ्या टेबलाशी – निळा सूट आणि रेघारेघांचा टाय आहे, तेच."

हं. आणि ज्या माणसाला प्रचंड टक्कल आहे, तेच... मेहराबाई मनात म्हणाल्या. जणू काही कुण्या न्हाव्यानं गंमत म्हणून डोक्याचा मधलाच भाग तुळतुळीत भादरून टाकला होता. आजूबाजूच्या केसांना मात्र हात लावलेला नव्हता. एकोणीस नंबरच्या खोलीत मेहराबाईंनी पी.आर.ओ.ना एकदा-दोनदा पाहिलेलं होतं. तसं पाहिलं तर स्टील हाउसमधला अधिकारी एकोणीस नंबरमध्ये येऊन जात असे. सी.ई. म्हणून नव्हे, तर एक कल्पक अधिकारी म्हणून.

सी.ई. म्हणजे विजेचा प्रवाह होता – प्रकाश, उष्णता, जोम आणि शॉकसुद्धा. सगळं मिळत असे त्यांच्यापासून आणि हा माणूस तसा सर्वार्थानं स्वतंत्र होता. नोकरीचा राजीनामा त्याच्या खिशात लिहून सदैव तयार असतो, हे आता सर्वांना ठाऊक झालेलं होतं.

बोर्डाबरोबर त्यांनी दिलेली लढत मेहराबाईंना आठवली.

'लिहून घ्या मिसेस मेहरा –' असे म्हणून त्यांनी एक टेलिग्रामचा मजकूर सांगायला सुरुवात केली. पेन्सिल धरलेला आपला हात कापायला लागला. *'नाही, नाही – असं होता कामा नये.'* असं मोठ्यांदा ओरडावं, असं वाटलं. नाही तरी आयुष्यात तडजोड ही घडोघडी पत्करावी लागतेच. इथे थोडं गमावलं, तर तिथे तेवढं भरून मिळतं. पण, मी कसं धाडस करू यांना सल्ला देण्याचं?

अखेर तो टेलिग्राम जायचा तिकडे गेला. मिसेस मेहरांना कित्येक रात्र झोप लागली नाही. त्यांनी सगळ्या देवांची प्रार्थना केली. काही उपयोग झाला नाही.

लाउडस्पीकरवरून पुन्हा अनाऊन्समेंट झाली.

"Please buy your Housie cards!"

"चला-चला, नाहीतर आपला First Housie चुकेल." घाई-गडबडीनं मिसेस मलिक म्हणाल्या.

"ते झाल्यावर मी तुम्हाला आमच्या पोहण्याचा तलाव दाखवीन. जेवण झाल्यावर आपण तलावाच्या काठी बसून गप्पा मारू – फक्त आपण दोघीच."

'हं! म्हणजे, खरा विषय जेवणानंतर निघणार', असं मनाशी म्हणून मेहराबाईंनी स्मित केलं आणि यजमानीणबाईंविषयी त्यांना दया वाटली.

मिसेस मलिकांच्या मागोमाग मेहराबाई दिव्यांनी उजळलेल्या लखलखीत हिरवळीवर गेल्या आणि गर्दीत न बसता, थोड्या बाजूला असलेल्या खुर्चीवर बसल्या.

मिसेस मलिकनी दोन कार्डे घेतली. एक आपल्यासाठी आणि एक मेहराबाईंसाठी. खेळ सुरू झाला. नंबर झळकले.

दोन्हीही कार्डांवर काही जिंकले गेले नाही. कार्डे फाडून टाकीत मिसेस मलिक म्हणाल्या, ''काही मिळालं नाही, पण मजा तरी आली.''

''होय नं!''

मधल्या पाच मिनिटांच्या विश्रांतीत मेहराबाईंनी चौफेर बघून घेतलं. साड्या पाहिल्या, जाकिटे पाहिली. पण त्यांना माहीत नव्हतं की, आता अनेक टेबलांवर आपल्याविषयीच चर्चा चालू आहे.

''हिचा नवरा कोण आहे?''

''कोणी नाही. हीच प्रायव्हेट सेक्रेटरी आहे.''

''टेलिफोन डिरेक्टरीत हिचं नाव आहे, नवऱ्याचं नाही.''

''लीनापासून बाजूला बोलावून विचारू या का?''

''केला गं मी प्रयत्न तिला बोलवायचा, पण वस्ताद आहे. दुसऱ्या कुणाला भेटू द्यायचं नाही तिला.''

''काय तरी कल्पना! जणू काही आमच्या मुली सेक्रेटरीच्या मार्फत भास्करला जिंकणार आहेत.''

''पण हिला काय भास्करनं मध्यस्थ म्हणून नेमलीय?''

''त्यानं जाहिरात दिलीय. आपण नवरा मुलगा शोधतोय, तसा तो मुली शोधणार.''

''खरं म्हणजे, त्यानं सगळ्या मुली पाहिल्या पाहिजेत आणि मग निर्णय घेतला पाहिजे. स्वत: छपून राहून कसं चालेल? मग जाहिरात दिलीच कशाला?''

''त्याला नसेल लग्न करायचं लोहपुरातल्या मुलीशी.''

''काय कमी आहे हो लोहपुरातल्या मुलींच्यात? दोन-तीन महिन्यांमागे तर हा माणूस ह्याच क्लबात कुणाही मुलीबरोबर डान्स करत होता. कमरेभोवती हात टाकीत होता कुणाच्याही – डान्सफ्लोअरवर आणि बाहेरसुद्धा.''

''ते कशाला, एकदा चांगल्या काळोख्या रात्री एका मुलीला – नाव नाही घेत मी तिचं – नदीकाठी जाताना पाहिलाय त्याला लोकांनी.''

''क्लब कमिटीपुढं कुणी तरी तक्रारसुद्धा केली म्हणे की, हा ट्विस्टमध्ये फारच फ्री वागतो. बाकी मला नाही त्याचं विशेष वाटलं म्हणा, मी युरोपात नाईट क्लब पाहिलेत.''

“पण, मुलींना बजवावं लागलं आहे आपल्या सगळ्यांनाच.”

“तेच तर आहे ना! हा चांगला देखणा दिसतो – मुली मरतात त्याच्यावर.”

“पण जाहिरात देण्याऐवजी ह्यानं आम्हाला का नाही सांगितलं? आम्ही केली असती मदत.”

“काही का असेना, एका वर्षानंतर तरी त्याला कळलं – इथे ह्या प्रदेशात बॅचलर राहून मजा मारत राहणं चालणार नाही.”

“पण एक वर्ष गेलं की. मूल झालं असतं एव्हाना!”

“पुष्कळ काळ आहे की, बाप व्हायला. वय नाही झालं काही त्याचं. आणि, नवरा म्हणून नीट वागला म्हणजे मिळवली. एकदा अशा गोष्टीची चटक लागली, म्हणजे कठीण असतं. अमेरिकेत कसं वागतात लोक, ते माहीत आहेच की आपल्याला.”

“ते पुष्कळसं बायकोवर असतं हं. आता त्यानं माझ्या – म्हणजे माझ्या म्हणण्याचा अर्थ असा की, आपल्या बायकोवर त्याचं प्रेम असलं, तर तिला सोडून तो क्षणभर राहायचा नाही. आपले नवरे आहेतच की.”

पुन्हा लाउड स्पीकरवरून आवाज उठला.

“Second Housie. Buy your Cards Please. This time we are having a snow ball.”

पुन्हा गेम सुरू झाला. पहिली पाळी संपली. दुसऱ्या दोन संपल्या. नंबर पुकारले जात होते. मिसेस मेहरा आपल्या कार्डावरचे नंबर खोडत होत्या. त्यांना मुळीच आशा नव्हती. मग एकाएकी त्या सावरून बसल्या. गेल्या सातपैकी पाच नंबर तर गेले होते. आता कार्डावर राहिले होते फक्त दोन. पण कुणाला ठाऊक, कुणी तरी एकच नंबर घेऊन थांबलेले असेल. पुकारा झाला.

नंबर तेरा... काही जणांना अपयशी, पण मिसेस मेहरांना हा नंबर अपयशी नव्हता. आता त्यांच्यापाशी केवळ एकच नंबर खोडायचा राहिलेला होता. आपल्या छातीची धडधड त्यांना ऐकू येऊ लागली. आपल्या नंबरावर पेन्सिल ठेवून त्या ओठांतल्या ओठात पुटपुटू लागल्या –

“फोर अॅन्ड सिक्स... फोर अॅण्ड सिक्स...”

पुकारा झाला.

“हा शेवटचा नंबर आहे – फोर अॅन्ड सिक्स!”

ह्यावर मेहराबाईंनी प्रतिसाद दिला, म्हणजे बारीक किंकाळीच फोडली! आणि शंभर जणींच्या नजरा त्यांच्याकडे वळल्या.

“अहो, ह्यात काही तरी गोंधळ दिसतो बरं का.” मेहराबाई लीनाच्या कानात कुजबुजल्या, “कदाचित मी चुकीचा नंबरही कॅन्सल केला असेल.”

“आपण इकडे टेबलापाशी या.”

हिरवळीच्या दुसऱ्या टोकाकडून ह्या समारंभाच्या प्रमुखांनी आमंत्रण केलं.

टेबला-खुर्च्यांच्या गर्दीतून वाढ काढीत मेहराबाई तिकडे गेल्या. त्यांच्या कार्डावरचे नंबर तसासले जात होते, तेव्हा ह्यांच्या छातीत धडधडत होतं. चूक असेलही – कुणी सांगावं. समारंभप्रमुख माईकवर म्हणतील, ‘Bogie!’

हास्याची मोठी लाट प्रेक्षकांतून उसळेल, आवाज उठेल – ‘Bogie!’

पण समारंभप्रमुख म्हणाले, “House Correct!”

आणि दहा-दहाच्या नोटांचं एक बंडल मिसेस मेहरांना दिलं.

“Congratulations!”

पैसे घेताना मेहराबाईंना त्यांचे मिस्टर आठवले. त्यांना उद्देशून त्या मनात म्हणाल्या, ‘थांबा मी घरी येईपर्यंत. काय झालं ते ऐकायला मजा येईल तुम्हाला. मी रंगीत पंख पांघरले, एवढंच नव्हे; तर तिथल्या शंभर मोरांना, त्यांच्या क्लबात जाऊन हरवलंसुद्धा!’

■

। चौदा ।

मुख्य रस्त्यावरून धावणारी जीप एकदम वेग मंदावून सावकाश जाऊ लागली आणि भास्करला सिटी लायब्ररीच्या बाल्कनीत उभा राहिलेला सत्यजित दिसला. लाकडी कठड्यावर रेलून तो दूर कुठे तरी पाहत होता. त्याची नजर दूरवर दिसणाऱ्या स्टील हाउसकडे होती.

एवढ्या सकाळी तो कशाला आला इथं? रात्री घडलेला दु:खदायक प्रसंग त्याला कळला असणं शक्यच नाही. तो प्रत्यक्ष न कळताही त्याची आच ह्या विलक्षण भावनाप्रधान हृदयाला जाणवली काय? मघा सुरेख मानवी देह होता, त्याचे क्षणात निर्जीव बोचके झाले त्या घटनेमुळे. यंत्राबद्दलची त्याची नापसंती चांगलीच शाबीत झाली.

रात्र संपता-संपता यंत्रानं मानवी बळी घेतला होता. अंथरुणात असतानाच भास्करला बातमी कळली. त्यासरशी उठून, एका मिनिटात कपडे करून तो धावत मिलकडे आला होता. पण त्याच्या येण्यानं आता काही होणार नव्हतं. निर्जीव शरीर आता स्ट्रेचरवर पडलेलं होतं. अंगावर घातलेल्या कापडातून पाय तेवढे दिसत होते. चांगला उंचापुरा माणूस असावा. चोवीस वर्षं अशी त्याच्या वयाची बुकात नोंद होती. त्याच्या बायकोला निरोप जाऊन ती आली होती. स्ट्रेचरपाशी गुडघे वर घेऊन ती बसली होती. पोट आलं असूनही तिचं वय झाकत नव्हतं. कोवळी पोर वाटत होती. सातवा महिना असावा तिला. लेबर ऑफिसर म्हणाले –

"ह्या बाईनं डोळ्यांतून पाणी काढलं नाही, का ओठातून हुंदका बाहेर पडू दिला नाही. काही बोललीच नाही आल्यापासून. अशीच बसलीय!"

"हं, घरी आणखी कोणी नाही का तिच्या – आजी वगैरे?"

"कोणी नाही."

“कॉम्पेन्सेशन म्हणून काय देईल कंपनी हिला?”

“फार मोठी रक्कम असणार नाही ती साहेब. हिचं पोर चालायला लागेपर्यंतसुद्धा पुरणार नाही.”

“आपण वर्गणी गोळा करू या. मी माझा महिन्याचा पगार देईन. बाकीही सर्वांनी –”

लेबर ऑफिसर चकित होऊन पाहत राहिला.

“पण साहेब, अशी पद्धत नाही.”

“स्वेच्छेनं जे वर्गणी देतील, त्यांची घेऊ. अर्ध्या दिवसाचा पगार –”

“मग पद्धतच पडेल तशी. आपल्या कंपनीपुरती नव्हे, देशातल्या कंपन्यांना ही पद्धत चालू करावी लागेल. ट्रेड युनियनचे लोक ह्या गोष्टीचा पुरेपूर उपयोग करून घेतील.”

“म्हणून काय झालं? कामावर असताना जर कामगार मरण –”

“त्याच्या चुकीमुळं गेला तो किंवा धोक्याचा संभव असतानासुद्धा तिकडे दुर्लक्ष झालं. कंपनीचं....”

“तसं असेल, तर कंपनीनं नुकसानभरपाई दिली पाहिजे.”

“हो, पण कायद्यात बसतं तेवढंच कंपनी देणार.”

लेबर ऑफिसर चकित झाला होता. अत्यंत कठोर, निष्ठुर माणूस अशी ह्या चीफ इंजिनिअरची ख्याती त्यानं ऐकलेली होती. केवळ शिस्तबाह्य वर्तन केलं, ह्या कारणावरून त्यांनी जनरल मॅनेजरपर्यंत जाऊन एका ज्युनिअर इंजिनिअरला तत्काळ कामावरून काढून टाकलं होतं. आणि इथे आता, आपल्याच बेपर्वाईच्या वागणुकीमुळं जिवाला मुकलेल्या एका सामान्य कामगाराबद्दल किती वाईट वाटतं आहे यांना....!

भास्कर त्या बाईकडे पाहत होता. ‘ए बाई, रड. रडून घे आणि मोकळी हो; नाहीतर वेडी होशील.’ असं तिला ओरडून सांगावं, असं त्याला वाटत होतं.

एकाएकी त्याला खूप थकल्यासारखं वाटलं. पायांतील शक्ती जाऊन उभं राहणं नको झालं.

थकत चाललो आता. थकून गेलेल्या माणसाचा कुणाला काय उपयोग असतो? आणि आज यंत्र उठलंय माझ्यावर.

छे! काही तरीच. भावनेच्या आहारी जाऊन भागायचं नाही मला. अद्याप लढाई सुरू नाही, तोवरच?

पुन्हा एकवार त्यानं त्या उद्याच्या माऊलीवर नजर टाकली. ‘तिला सुखी कर’ अशी देवाची करुणा मनोमनी भाकली आणि लगेच तो बाहेर पडला. फाटकाबाहेर येऊन जीपमध्ये बसला. आता आठ वाजले होते. रात्रपाळी नुकतीच संपली होती आणि भोंगा वाजत होता. सकाळच्या पाळीसाठी कामगारांना हाक दिली जात होती.

जीप सरळ जात होती. रस्ता भराभर मागे पडत होता.

भास्करच्या लक्षात आलं की, हा थकवा बाहेरचा नाही; मनातला आहे. माझं रितं जगणं, हेच ह्या थकव्याचं कारण आहे.

वस्तुस्थिती ध्यानात घेऊन तो विचार करू लागला. आतलं रितेपण? असली चैन आपल्याला परवडण्याजोगी नाही. केवढं तरी मोठं काम समोर आहे. राष्ट्रापुढं केवढं संकट उभं आहे!

रूपा....

एकोणीस नंबरच्या रूममध्ये, आठवड्यातून दोन-तीन वेळा रूपा यायची. सिक्युरिटी युनिटकडून कॉन्फिडेन्शिअल फायली तिनं आणलेल्या असत. काही महत्त्वाचं असलं, तर लगेच ती उत्तरही घेई. तिच्या निळ्या डोळ्यांत काही वेगळीच चमक होती. तशी भारतातल्या मुलींच्या डोळ्यांत कधी दिसत नाही. रूपा जन्मानं अर्धी अमेरिकन होती.

भास्कर एकवार तिला म्हणाला होता – ''भारताला जशी यंत्रे हवीत, तशाच तुझ्या टाइपच्या स्त्रिया पण हव्यात.''

''म्हणजे? माझा टाइप कोणता आहे?''

तिनं आश्चर्यानं विचारलेल्या या प्रश्नाला भास्करनं उत्तर दिलं होतं –

''आमच्या समाजाचं स्थैर्य तुमच्यामुळे ढळलं. तुमच्यामुळे उलथापालथ होईल. पण तुम्ही एक प्रकारची शक्ती, जोर द्याल. देशातील तारुण्य तुम्ही जागतं कराल.''

यावर ते निळे डोळे मिश्कील झाले.

''हो, पण एकोणीस नंबरच्या रूममधलं स्थैर्य ढळणार नाही.''

सुमीता आणि रूपा. चरखा आणि टर्बाईन. संस्कृतीचं शिखर गाठलेला भारत आणि उद्यानातून उभा राहणारा भारत. त्याची स्वत:ची निवड तर होऊन चुकली होती. तरीसुद्धा जीप लायब्ररीपुढून गेली, सत्यजित दिसला आणि कसली तरी जबरदस्त इच्छा मनात येऊन तो भर्रदिशी बाजूच्या रस्त्याला वळला. बरीच लहानसहान वळणं घेऊन झाली आणि कुरणाच्या दिशेनं तो जाऊ लागला. खराब रस्ता असूनसुद्धा जीपचा वेग फार कमी झाला नाही. दिव्याचा लाकडी खांब येताच भास्करनं ब्रेक लावले.

स्टिअरिंग व्हीलवर त्यानं दोन्ही हात ठेवले आणि त्यावर डोकं टेकलं.

तिनं स्वच्छ मोकळ्या प्रकाशात आलं पाहिजे. वडिलांच्या भोवतीचा प्रकाश सोडून आलं पाहिजे. तो प्रकाश हिला चांगला नाही, त्यात स्त्री म्हणून हिला काहीही मिळणार नाही. तिनं स्वत:ला कसल्या यमनियमात बांधून घेतले आहे! त्यातून सुटका करणारा कुणी बहाद्दर मित्र हवा तिला; नाहीपेक्षा स्वत:भोवती घेतलेल्या त्या अंधाऱ्या कोषातून ती कधी बाहेरच पडणार नाही.

मी तिचा मित्र होणार नाही. माझ्या आवडीपेक्षा ती अगदी वेगळी आहे. मला हवी ती प्रौढ, अनुभवी, मोकळी.

पण तरीही सुमीतापाशी काही तरी वेगळं होतं.

जीप थोडी पुढे नेली की, सुमीताची भेट झाली असती. गेल्या चार-सहा दिवसांत आपण बोललो, ते ती नक्कीच विसरून गेली असेल. कडवट होऊन जाणं तिच्या स्वभावातच नव्हतं.

एक गचका घेऊन जीप सुरू झाली, आणि नाकबूल करण्यात अर्थ नाही... आपल्याला काही वेगळाच आनंद झाला आहे, हे भास्करच्या ध्यानात आले.

त्या परिचित घरापुढे येऊन त्यानं जीप उभी केली. होय, नको करून त्यानं एकदम हॉर्न वाजवला, पुन्हा वाजवला.

तिनं दारातून डोकावून पाहिलं, जीप ओळखली आणि भाजीचे वाफे ओलांडून ती बांबूच्या फाटकापाशी आली.

"माझे वडील लोहपूरला गेलेत."

जीपचं इंजिन चालूच होतं, तरी भास्करनं खाली उडी घेतली.

"माहीत आहे मला. पाहिलं मी त्यांना लायब्ररीत."

"मग?"

"मग काय?"

ती केवळ हसली.

तो म्हणाला, "मी कामासाठी नाही आलो. सुट्टी आहे आज. प्रेक्षणीय स्थळं पाहण्यासाठी बाहेर पडलोय."

"खेड्यात काय असणार हो पाहण्याजोगं?"

भास्करचा चेहरा पडल्याचं लक्षात येताच ती बोलली – "हां, जुनी देवळं पाहण्यात रस असला तुम्हाला, तर एक आहे गावाच्या त्या कडेला."

"हो, मी ऐकलंय त्या देवळाविषयी. पण कुणी तरी वाटाड्या पाहिजे. गोपाळ मिळाला तर –"

"त्याला शाळा आहे, तो कसा येईल? मी चालेन का? मला आता वर्गावर तास नाही."

"वंडरफुल!"

मग घाईघाईनं त्यानं तिला जीपमध्ये बसवलं. कुणाला ठाऊक, हिचा विचार बदलला तर? ती बसली आणि हा लगेच दुसऱ्या बाजूनं चढून चाकावर बसला. गाडी चालू झाली.

"खरं म्हणजे, मी फार अस्वस्थ होतो आज. काम होईनाच. सुट्टी घेऊ म्हटलं तासभर."

"तुम्ही आणि अस्वस्थ?"

"का? मी यंत्र नाही पोलादाचं!"

"नाही ना. पोलादाला विचार कुठं करता येतो?"

"मी असेन, विचार करणारं पोलादी यंत्र – कॉम्प्युटर. पण भावना नाहीतच की!"

"का, आहेत की. औद्योगिक क्रांती तुमची? नवयुग? सधन भारत? हां-हां, हळू. पहिल्यांदा डावीकडे घ्या गाडी."

मग विषय बदलून भास्करनं विचारलं, "शेतात काम करणाऱ्या लोकांनी पाहिलं आता तुम्हाला. काय म्हणतील ते?"

आश्चर्य दाखवून ती म्हणाली, "काय म्हणणार? ते तर मला रोजच बघतात."

"तसं बघतात, पण आज कुण्या नवख्या पुरुषाबरोबर बघितलं."

"तुम्ही काही नवखे नाही."

"स्टील टाउनमधल्या माणसाबरोबर जाणं म्हणजे –"

"वाईट, का?"

"अरे वा! चालतं वाटतं? गांधीग्राम एवढं पुढारलं का?"

"ह्यात काय पुढारलेपणा झाला?"

"स्त्री आणि पुरुष ह्यांनी अंतर राखून असावं."

"तसं गांधीग्राममध्ये नाही."

"खरं? मग त्यातून गुंतागुंत नाही का निर्माण होत?"

पुन्हा तिचा चेहरा गोंधळल्यासारखा दिसला.

"कशाची गुंतागुंत?"

"म्हणजे ह्या गावात सगळ्याच सुमीता आहेत का?" त्यानं बोलण्याचा रोख बदलला.

"खरं तर ज्या माणसाचा द्वेष करता, त्याच्यासाठी एवढा त्रास उगीच घेतलात तुम्ही."

क्षणभर श्वास रोखून तिनं विचारलं, "द्वेष? आणि तुमचा?"

"गांधीग्रामला शनीसारखा लागलेला माणूस – आमराईत ही भट्टी बांधायची म्हणतो. मग ह्याचा द्वेष करायचा नाही, तर काय करायचं?"

काही वेळ सुमीता गप्प झाली.

हलक्या आवाजात बोलली, "आम्ही विरोध करू तुम्हाला. पराभूत होण्याआधी आम्ही मरून जाऊ; पण द्वेष नाही करणार. कालच बाबा बोलत होते. तुमचं स्टील टाउन हाच विषय होता. त्यांनी आम्हाला बजावलं – द्वेषाला द्वेषानं उत्तर देणं म्हणजे पाप पोसणं. द्वेषाचा पराभव नैतिक झगडा देऊनच होतो."

भावनेनं भिजलेले तिचे हे बोल ऐकून तो झपाटून गेला. ओरडून, अधीरपणे म्हणाला, ''सुमीता, मला समजून घ्यायचं आहे, हे सगळं तुझ्याकडून.''

सुमीता! नावानं हाक मारली ह्यानं?

भास्कर भराभर बोलत होता.

''तासन् तास रेडिओवर ऐकायला येतो तो चिनी प्रचार... तू कसा प्रतिकार करणार त्याचा? आपल्या सरहद्दीवर रेडिओ ट्रान्समीटर उभारून ते आपल्या नेत्यांचा अपमान करतात. नेहरूंवर चिखलफेक करतात. खोटंनाटं सारखं बोलत राहतात. खोटं बोलणं ही कला आत्मसात केलीय त्यांनी. आपण कसं उत्तर देणार त्यांना – हिंदी-चिनी भाई-भाई, म्हणून? चिनी संस्कृतीचे पोवाडे गाऊन?''

लांबलचक पसरलेल्या शेतावरून नजर फिरवीत सुमीतानं विचार केला. मृगाचा पाऊस येऊ घातला होता. जमिनी वाट पाहत होत्या.

''त्या संस्कृतीचा आदर आपण गेली दोन हजार वर्षं केलाच ना? भाडोत्री प्रचारकांच्या शब्दांनी हा आदर नाहीसा व्हावा का? आणि खोट्या गोष्टी खोट्या पाडण्यासाठी आपणही आणखी खोटं कशाला बोलायचं? अर्धवट सत्य तरी का बोलायचं?''

चेहऱ्यावर एवढं आश्चर्य होतं की, भास्करचा चेहरा लहान मुलासारखा दिसत होता.

''हे तुमचे स्वतःचे शब्द?''

''म्हणजे?''

''का, कुणाचे उसने घेतलेले?''

एका क्षणात ती त्याच्यापासून किती तरी दूर गेली!

''काही फरक नाही पडत. माझ्यासाठी वडील विचार करतात, ह्यात शरम वाटण्यासारखं काही नाही; वरदान आहे ते. माझी खात्री आहे, ते चुकीचा विचार करीत नाहीत कधी.'' तोंड बाजूला करून ती पुटपुटली, ''ह्या आपल्या बोलण्यात त्यांना ओढायचं काही कारण नव्हतं.''

तो म्हणाला, ''खरंच?''

''हं, आता इथून वळवून घ्या. आणखी एक कुरण आहे इकडं, पलीकडे रानीघाट नावाचं खेडं आहे.''

आपल्या घरात बहरलेला मोसम घरातल्या वडीलमाणसांच्या लक्षात कसा येत नाही? प्रत्यक्ष मुलीच्या बाबतीत हे घडतं कसं? आपलं स्वतःचं तरुण वय, आपल्या पत्नीचं तरुण वय – हे हा माणूस विसरून कसा गेला इतकं?

''दिसलं का देऊळ?''

विचारांच्या नादात, ते पाहूनही न पाहिल्यासारखं होतं. पडझड झालेलं, काळानं आपला रंग दिलेलं जुनं-पुराणं देऊळ होतं.

त्यानं जीप थांबवली.

ती म्हणाली, ‘‘खरं तर पाहण्याजोगं असं काही नाही. पण तुम्हाला तासभर प्रेक्षणीय स्थळं पाहण्यात घालवायचा आहे.’’

‘‘चला, आत जाऊ.’’

कधी काळी गुळगुळीत असलेल्या भिंती उन्हा-पावसामुळे, वाऱ्या-वादळामुळे खडबडीत झाल्या होत्या. दरवाजा नव्हताच. लाकडाची गरज भासल्यामुळे कोणी भल्या माणसाने दोनशे वर्षांपूर्वीच तो काढून नेला असावा. आणि मुख्य म्हणजे, गाभाऱ्यात कसलीही मूर्ती नव्हती. एकाकीपणा आणि पडझड झालेली ती ओसाड जागा ह्याला कंटाळून देव इथून निघून गेला असावा.

डोळ्यांच्या बाहुल्या मोठ्या झाल्या. आतल्या अंधूक प्रकाशात दिसायला लागलं.

भिंतीवर कोरीव शिल्पांचे पट्टे होते. भारतीय पुराणकथांतील काही प्रसंग कोरलेले होते. काही सुप्रसिद्ध मंदिरांतल्या शिल्पांच्याच ह्या प्रतिकृती होत्या. कोनाड्यातील एका मोठ्या शिल्पावर भास्करची नजर खिळून राहिली. त्यानं पुढे होऊन बघितलं. पुरुषाच्या मांडीवर बसलेली स्त्री. त्याचा एक हात तिच्या पुष्ट, गोल स्तनावर... कुठल्या बरं प्रसिद्ध शिल्पाची प्रतिकृती ही – खजुराहो का कोणार्क?

पण ह्या दगडी स्त्रीपेक्षा आपल्या शेजारी उभ्या असलेल्या स्त्रीशी भास्करला जास्ती मतलब होता. ते प्रणयीयुग्म पाहून तिला काहीच वाटलेलं दिसत नव्हतं. गालांवर, डोळ्यांत लज्जा दिसत नव्हती. भास्कर एवढा निरखून ह्या शिल्पाकडे पाहतो आहे, ह्याचंही तिला काही वाटलेलं नव्हतं.

‘‘कसं वाटतं हे?’’

‘‘मला शिल्पकलेतलं काही कळत नाही हो.’’

त्याला म्हणावंसं वाटलं, तुझ्या दृष्टीनं ह्यात काही अर्थच नाही का? इथे खराखुरा पुरुष आणि स्त्री ह्यांचं दर्शन तुला झालं नाही का? पण तिच्या अंतस्थ भावनांना हात घालावा, एवढा अधिकार त्याला नव्हता. लाजेमुळं तिचा चेहरा किती सुंदर दिसेल, हा विचार मनातून काढून टाकणं अवघड गेलं.

स्वत:वर बिथरून त्यानं त्या शिल्पाकडे पाठ वळवली आणि एकदम तो देवळाबाहेर पडला. मागोमाग सुमीता आली. जीप धावू लागली.

‘‘म्हणाले नव्हते का मी, काही पाहण्याजोगं नाही म्हणून.’’

‘‘पण जीवनदर्शन होतं.’’

‘‘जीवन?’’

‘‘हो, ते शिल्प. पाहिलंत की तुम्हीही.’’

‘‘हं, हं – ते!’’

आपल्याला ते कळलं नाही, ह्या अर्थी तिने जिभेनं आवाज केला.

तिला कळलं नव्हतं, आणि त्यालाही एक गोष्ट कळली नव्हती. एका स्त्रीच्या स्तनावर पुरुषाचा हात पाहून कोणा स्त्रीला काही वाटणार नाही, याच्यावर त्याचा विश्वासच बसत नव्हता. तिनं अनेक वेळा हे शिल्प पाहिलं असेल. पण आता, तिच्या ह्या वयात, शेजारी एक तरुण उभा असतानासुद्धा तिला काही वाटू नये? जिभेनं एक आवाज करून तिनं ती गोष्ट उडवून दिली होती.

असो!

भास्करला बरं, मोकळं वाटलं. अर्धवट का होईना; पण त्यानं आपलं कर्तव्य केलं होतं. पण त्याचबरोबर त्याला वाईटही वाटलं. फक्त सुमीताबद्दल नव्हे; तर भारताबद्दल – सत्यजितच्या भारताबद्दल. सत्यजितशी केवळ आर्थिक आघाडीवर लढा देऊन भागणार नव्हतं; जीवनाच्या प्रत्येक अंगाबद्दल लढा द्यावा लागणार होता.

एका बाबीबाबतचा आंधळेपणा दुसरीकडेही राहतो. साखळीच असते ती. सरहद्दीवरचं संकट सुमीताला नीट जाणवलं नाही, ह्यात काही आश्चर्य नव्हतं. हा सत्यजितवाद सर्वत्रच प्रभाव दाखविणार. भ्रम. आणखी जास्ती भ्रम!

मग त्याचे विचार सरहद्दीवरच्या संकटाकडे भरकटले.

"सुमीता, रेडिओ पेकिंगबद्दल आपण बोललो होतो. काल रात्रीची त्यांची भाषा काय होती, माहीत आहे? युद्ध झाले म्हणून असा काय प्रलय होणार आहे? जगातली अर्धी-अधिक लोकसंख्या नाहीशी होईल; पण उरलेली अर्धी तरी राहील. काळ जाईल, स्त्रियांना आणखी मुलं होतील आणि जगातली लोकसंख्या पुन्हा पहिल्याइतकी होईल.''

"रेडिओ पेकिंगवरून सांगितलं असं?''

"त्यांचे दोन-तीन कोटी लोक गमावले तरी त्यांना दुःख नाही. पन्नासएक वर्षांत पुन्हा तेवढे जन्माला येतील. इतिहासाच्या दृष्टीनं पन्नास वर्षे म्हणजे काहीच नाही.''

सुमीता म्हणाली, "तुम्हाला एक गुपित सांगते.'' एवढं बोलून ती थांबली. चेहरा उजळून आला. डोळे चमकले.

भास्करला वाटलं, तिचा असा चेहरा नित्य राहावा. जीप उभी करून तिच्याकडे पाहत राहावं, असं त्याला वाटलं. आणि त्याच वेळी असंही वाटलं की, हिला ह्या भरड पांढऱ्या पोशाखाशिवाय दुसरा पोशाख शोभून दिसणार नाही.

दृष्टी खाली वळवून तो सुमीताच्या धुळीनं भरलेल्या अनवाणी पायांकडे पाहत राहिला.

ती बोलली नाही, तेव्हा तो म्हणाला, "सांगा की, काय ते –''

"त्यांच्या हृदयात बदल घडवून आणला पाहिजे. प्रत्येकाच्या हृदयात गोविंद

असतो; तो जागा मात्र केला पाहिजे.''

"हो?''

त्यानं उत्सुकतेनं विचारलं. त्याला जाणून घ्यायचं होतं. सत्य जाणून घ्यायचं होतं. जरूर तर आपले विचार बदलायचे होते.

"माझ्या वडिलांनी ठरवलंय की, शांतिसेना घेऊन लडाखला जायचं. अजून त्यांनी जाहीर नाही केलं कुठं; फक्त मला अन् आईला माहीत आहे आणि आता तुम्हाला.''

भास्कर चकित झाला. विश्वास नाही बसला त्याचा ह्या बातमीवर.

"शांतिसेना? लडाखला??''

"हा ऐतिहासिक प्रसंग होईल बघा. चिनी लोकांचं अंत:करण हलेल. त्यांच्यातला सगळा चांगुलपणा, उमदेपणा बाहेर येईल.''

"कोण लोक आहेत ह्या शांतिसेनेत?''

"चार पुरुष... आणि एक स्त्री.''

"स्त्री?''

तिचा चेहरा म्लान झाला.

"मला किती वाटतं की, आई हवी होती त्यात.''

"म्हणजे स्त्री कोण, तेसुद्धा ठरलं वाटतं?''

"हो.''

"कोण माहीत आहे?''

"मीच.''

तो भयचकित झाला. चाकावरचे दोन्ही हात निर्जीव झाले आणि जीप रस्ता सोडून खाली गेली. खड्ड्यात जाऊन धडकली.

बराच वेळ गेला. कोणी कोणाशी बोललं नाही. जीप विलक्षण वेगानं धावू लागली. मघाच्या भयाची जागा आता पिसाटपणानं घेतली.

तिनं विचारलं, "काय झालं?''

"काही नाही.''

"मला ठाऊक आहे – माझी योग्यता नाही, हा मान मिळावा अशी.''

यावर भास्कर काही बोलला नाही.

तासापूर्वी मिलमध्ये जसा थकवा वाटला होता, तसाच पुन्हा वाटू लागला. अशी इच्छा झाली की, एकटं असावं... चार भिंतींच्या आत कामाच्या ढिगात स्वत:ला बुडवून टाकावं.

कामात किंवा रूपाच्या मिठीत.

∎

। पंधरा ।

आपल्या ऑफिसचा एक रिपोर्ट घेऊन रूपा आली आणि एकोणीस नंबरच्या खोलीचं दार तिनं वाजवलं. भास्करच्या हातात पाइप होता, तोच त्यानं खुर्चीच्या दिशेला केला आणि रूपानं आणलेल्या कागदांवरून भर्रकन नजर फिरवली.

त्याची नजर आपल्यावर नाही, हे रूपाला कळत होतं. त्याची नजर ह्या चार भिंतींबाहेरचं काही पाहत होती. ते जग रूपाचं नव्हतं, ते फक्त भास्करचं स्वत:चं होतं. नव्या बनावटीच्या सबमशिनगनसाठी विशिष्ट तऱ्हेचं पोलाद – संरक्षक कवचासाठी. एक इंच जाडीचा मुलामा देण्यासाठी, भेरचळीचं पोलाद – पण ह्याचा चेहरा एवढा थकलेला का?

काय त्रास आहे ह्याच्या मनाला?

त्या दिवशीसुद्धा नजर अशीच कुठं तरी होती. पण लवकरच स्वारी खुशीत आली होती. तिला हवं-हवं वाटणारं ते छान हसू त्याच्या चेहऱ्यावर दिसलं होतं.

''चांगलं झालं तू आलीस ते. बरं, शांत वाटतं तुला पाहिलं की.''

''शांत वाटतं?''

हा शब्द तिला नको होता.

''डोक्यातल्या कटकटी विसरून जातात.''

''दोन मिनिटांपुरत्या!''

मग हसून भास्करनं तिचा हात हातात घेतला.

''तुझी बोटं कलावंताच्या बोटांसारखी आहेत!''

तिनं त्याची नजर चुकवली आणि तोंड फिरवलं.

माझं मन ह्याला कळत नाही का?

''नुसतं माझ्या बोटांवरच प्रेम करायला नको काही!''

पण भास्करनं तेवढंच केलं आणि हात मागे घेतला.

आभाळात उंच झोका घेतलेली रूपा क्षणभरात जमिनीवर आली.

रूपा जायला निघाली, तेव्हा तो तिच्याजवळ आला. तिची हनुवटी त्यानं बोटांनी वर उचलली. स्वत:शीच बोलल्याप्रमाणे तो पुटपुटला, ''विलक्षण! तू मेरी

ॲनसारखी आहेस.''

त्या क्षणी त्याच्यापासून दूर व्हावं, असं रूपाला वाटलं. आपल्या सहवासात असताना भास्करला अमेरिकेतील कोणा माहितीच्या स्त्रीची आठवण यावी, याचं वैषम्य तिला वाटलं.

पण त्याचा स्पर्श हवाहवासा होता.

ती स्तब्ध बसून राहिली. मान खाली घालून बसून राहिली. भास्करचा हात तिचा गळा कुरवाळीत होता. तिथून तो खाली आला.

तिची छाती शहारली. श्वास जोरानं होऊ लागला.

याच नेमक्या क्षणाला टेलिफोन वाजला. त्यानं थोडा वेळ दुर्लक्ष केलं; पण टेलिफोन वाजत राहिला.

मग त्यानं तो उचलला. तत्क्षणी चेहरा बदलला.

''हॅलो, मी येतो... पाच मिनिटांत पोहोचतो तिथं.''

आणि सर्वांग थरथरत तो रूपाला म्हणाला, ''रूपा, ब्रेकडाउन आहे मिलमध्ये. मी नाही गेलो, तर काही विलक्षण घडेल.''

तो गेला, तरी खाली घातलेली मान तिनं काही वेळ वर केली नाही. मग धडपडून ती उठली आणि निळ्या रंगाचा तो रिसीव्हर तिनं संतापानं जमिनीवर फेकून दिला.

आज टेबलावर दोन्ही कोपरं टेकून, दोन्ही हातांचा आधार हनुवटीला देऊन ती भास्करचा मूड बदलेल म्हणून वाट पाहत होती. माणसानं किती श्रम करावेत, ह्यालाही मर्यादा असते. ह्यांनी ती मर्यादा ओलांडली आहे. त्याचा परिणाम झाल्याशिवाय कसा राहील?

ह्यांनी मला जर संधी दिली, तर मी घालवीन ह्यांचा सगळा शीण.

''रूपा –''

आवाजातला बदल लक्षात येऊन ती अधीरतेनं पाहू लागली.

''आपण युद्धजन्य स्थितीत आहोत.''

''युद्ध?''

''आपल्याला गांधीग्राम आपल्या कवेत घेतलं पाहिजे. ही मोक्याची जागा सोडून दुसरीकडे जाण्यात मतलब नाही. गांधीग्राम जोडून घेतलं पाहिजे आपल्या मिलला. ह्या गावाचा विरोध आहे आपल्या सगळ्या विचारसरणीलाच. सर्व भारतभर अशा वृत्तीशीच झगडा द्यायचा आहे आपल्याला.''

रूपा गप्प उभी होती. हा स्वत:शीच बोलतो आहे, हे तिला ठाऊक होतं.

''हा झगडा तूर्त बाजूला टाकता आला असता. पण लडाखमुळं तो आत्ताच

करणं आवश्यक झालं आहे. शस्त्राचं सामर्थ्य हा सत्यजित जुमानीत नाही. याचा अर्थ त्याला 'देशाचं स्वातंत्र्य नको आहे', असा नाही. पण स्वातंत्र्यरक्षणाच्या त्याच्या कल्पना वेगळ्या आहेत. आपल्याला सत्यजितशी मुकाबला द्यायचा आहे, रूपा.''

भास्करच्या थकव्यामागचं कारण इथे होतं. पोलाद नव्हे, त्याहीपेक्षा कठीण असं काही. स्टील टाउनचं आव्हान स्वीकारण्यासाठी गांधीग्रामचा अनुभवी नेता छाती काढून उभा होता.

''ह्या तुझ्या ऑफिसकडून तू रिपोर्ट आणला आहेस, तो सत्यजितसंबंधीच आहे. गेला आठवडाभर तो सिटी लायब्ररीत जातो आहे. लडाखसंबंधी माहिती गोळा करतो आहे. पुस्तकं, नकाशे पाहतो आहे. सर्व माहिती हवी ना!''

''कशाला जायचं आहे त्यांना लडाखला?''

ह्या प्रश्नाचं उत्तर न देता भास्कर बोलला, ''गांधीग्रामचा आत्मा आहे सत्यजित – तो म्हणजेच गांधीग्राम. त्याच्या अभावी गांधीग्राम कोसळून जाईल. बाकीचे पंचायतीवरचे सभासद कृष्णमूर्तीसारखे फार लहान आहेत. सत्यजितचा एकवार नि:पात केला....''

''नि:पात?''

''मी माणसातल्या अंत:शक्तीचा विचार करतोय. एकवार नैतिक अध:पात झाला त्याचा की नेता, पुढारी म्हणून तो कुचकामी ठरलाच म्हणून समजा.''

मान हलवून रूपा म्हणाली, ''छे, तसं घडणार नाही.''

भास्करचा चेहरा एकाएकी उदास झाल्याचं पाहून रूपा कष्टी झाली.

''मलासुद्धा तसंच वाटलं. पण संन्यास वगैरे गोष्टीबद्दल माझ्या मनात काही आस्था नाही. तू टागोरांची 'Attainment' ही कथा वाचली असशील. टागोर जुनी दंतकथा घेतात आणि तिला नवा अर्थ देतात.''

पावसामुळं धूसर झालेल्या काचेच्या खिडकीकडे बघत रूपा बराच वेळ गप्प राहिली. तिच्या मनात आलं, आज सगळा दिवस असाच पाऊस पडत राहणार. नेहमीपेक्षा ह्या वर्षी पावसाळा लवकर सुरू झाला होता. रात्रभर गडगडाट होत होता आणि धुवांधार पाऊस पडत होता. तिची झोप वरचेवर चाळवली गेली होती.

भास्करही शांत होता. जराशानं आपल्याशी बोलल्यासारखा तो बोलू लागला.

''ऋषी-मुनीसुद्धा आपल्या आसनावरून ढळलेत प्रसंगी. सत्यजितच्या बाबतीत तेवढं घडलं पाहिजे.''

''म्हणजे काय होईल?''

''आपण मनोमनी मलिन झालो, ही जाणीव होताच... गांधीजींनी त्यांच्या तारुण्यात असा अनुभव घेतला होता. त्यांनी लिहिलं आहे की, जरी काही घडलं नाहीतरी वैषयिक इच्छा मनात निर्माण झाली, म्हणजे प्रत्यक्षात ते घडलं – असंच झालं.''

रूपाचा चेहरा लाल झाला. तिनं खाली मान घातली. भास्कर हसला.

"तू विनयशील आहेस, असं मेहरबानी करून सांगू नकोस मला. आहेस? मग आपण सोडून देऊ हा विषय." स्वरात दिलगिरी आणून तो बोलला, "मला उगीचच वाटलं. पण तुझ्यावर लादायला नको होतं ते मी. मूर्खपणाच झाला माझा. गेल्या अनेक वर्षांत जे घडू शकलं नाही, ते आता एका रात्रीत कसं घडेल?"

तिच्या गालावरची एक लहानशी नस उडू लागली. भास्करचं हे कळकळीचं गंभीर बोलणं तिला नवीन होतं.

त्यानं हात पुढे केला. पण कसली तरी भीती वाटून तिनं अंगाचा संकोच केला. स्वत:च्या विचारात गढून गेल्यामुळे मनानं तो तिच्यापासून किती तरी दूर होता. तिची बोटं हातात घेऊन ती त्यानं गोंजारली असती – फक्त बोटं.

आता ह्या क्षणाला तिला ते असह्य झालं असतं. एकाएकी ती उठून उभी राहिली.

"परत ऑफिसला जाते. वेळ झाला."

काय वाटलं असेल हिला?

रूपा निघून गेल्यावर काही वेळ भास्कर विचार करीत बसून राहिला. मेरी ॲनच्यात आणि हिच्यात पुष्कळ साम्य आहे.

बिचारी रूपा. सहा वर्षांची असताना आई एकटीला सोडून निघून गेली. मग ही अमेरिकेला आपल्या मायदेशी परत गेली. बोर्डिंग स्कूल, कॉलेज झालं. त्यानंतर तिनं कोर्स पुरा केला, तो सेक्रेटरी म्हणून. पण मध्येच 'एअर-होस्टेस पाहिजे' अशी जाहिरात वाचनात आली आणि हिनं अर्ज केला. नोकरी मिळाली.

हे सगळं तिनंच एकवार भास्करला सांगितलं होतं. एके दिवशी ती खिन्न होती. भास्करनं कारण विचारलं. तिनं सगळी हकिगत सांगितली. पण एअर-होस्टेसची नोकरी का सोडली तिनं? – हा प्रश्न भास्करनं विचारला आणि तिच्या चेहऱ्यावर भयाची छाया दिसली. ओठावर ओठ घट्ट मिटले. खालच्या ओठाचा रंग गडद झाला. घाईनं भास्कर म्हणाला, "तुला वाईट वाटत असेल, तर सांगू नकोस."

एक मिनिट गेलं. तिच्या दु:खात सहभागी होण्याची त्याची इच्छा होती. तिच्या मनाचा तळ त्याला पाहायचा होता.

एकएकी तिच्या चेहऱ्यावरची खिन्नता नाहीशी झाली.

तिनं त्याच्याकडे पाहिलं, ते चमकदार हसूनच. पेन्सिल उचलून पॅड पुढे घेत ती म्हणाली, "आपण पुढे सुरुवात करू या का? हं, तुमचं शेवटचं वाक्य होतं –"

भास्करच्या मनातलं हे स्मृतिचित्र पुसून त्या जागी शांतिसेना दिसू लागली. हिमालयाच्या निर्जन भागातून चालणारी सुमीता दिसू लागली. कुणी सांगावं, ह्या ठिकाणाहून ती परत कधीच आली नसती. भास्करचं रक्त तापलं. स्वत:च्या नैतिक बळाचा दिमाख वाढविण्यासाठी सुमीताचा असा उपयोग करण्याचा सत्यजितला

काय बरं अधिकार आहे? त्याचा प्रचंड अहंकारच ना?

ह्या माणसाचा नि:पात केलाच पाहिजे – पण तो भुकेनं, थंडीनं किंवा चिनी बुलेटनं नव्हे!

आपल्या खोलीत रूपा विचारांत गढून गेली होती.

काय म्हणाला भास्कर? माझी अशी इच्छा होती... गांधीग्राममधल्या ह्या संन्याशाला जिंकणं इतकं कठीण आहे का? नैतिक बळाचं जे जाडजूड चिलखत त्यानं पांघरलेलं आहे, त्याला कुठे तरी कमजोर कडी असेलच की.

जरी काही घडलं नाही तरी वैषयिक भावना मनात बळावली, ह्याचाच अर्थ ती गोष्ट हातून घडली.

फक्त जोरदार वासना मनात आली की, माणसाचं अंतरंग बरबटलं, डागाळून गेलंच समजा.

लख्कन एक कल्पना रूपाच्या मनात आली. मी जर परीक्षानळी झाले तर?

मग तिचं तिलाच हसू आलं. छे, काय तयारी आहे आपली? बौद्धिक नाहीच नाही, पण शारीरिकसुद्धा नाही.

पण रूपाकडे एकवार ज्यांनी पाहिलं, त्यांना दुसऱ्यांदा पाहावं, असं वाटतंच ना? आणि त्यांच्या डोळ्यांत ही वासना लपलेली दिसलीच ना?

मघाची कल्पना मनात घोळवीत ती कामाला लागली. एका तासाभरातच ही कल्पना अमलात आणली पाहिजे, असं झालं. काही होवो न होवो; पण हा प्रयोग मनोरंजक तर खासच होणार. आपण काय करणार ह्याचा थांगपत्ता भास्करला मुळीच लागू द्यायचा नाही. यश मिळालं तर हा प्रयोग म्हणजे भास्करला सप्रेम भेट. बरं, अपयश आलं तर प्रश्नच नाही. पण कामाला मात्र लगेच लागलं पाहिजे. कुणी सांगावं, हल्ली सिटी लायब्ररीत येणारा सत्यजित येणं बंदही करील.

तिसऱ्या मजल्यावर खास अभ्यासकासाठी खोली आहे. तिच्यात सत्यजित एकटा असणार. आपण जायचं आणि सहायक म्हणून काम करायचं. त्यासाठी ऑफिसकडून रजा मात्र काढली पाहिजे. काढू. पंधरा दिवस रजा शिल्लक आहे.

हे कपडे उपयोगाचे नाहीत. तो संन्यस्त माणूस साडीचं पावित्र्य राखायचा. पाश्चिमात्य पोशाख होता ठेवणीतला तो चांगला. त्या पोशाखात आपण आईसारख्या दिसू. फॅमिली अल्बममध्ये तिचा तो फोटो आहे ना, तशा. प्रत्यक्षात आईपेक्षा रूपाच्या स्मरणात तिचा फोटोच होता.

का अयशस्वी झालं हे लग्न?

वडिलांना रूपानं विचारलं, तर ते म्हणाले, "तिला सुखी व्हायचं होतं!"

"मग तुम्ही का नाही दिलंत सुख तिला?"

यावर वडील काही बोलले नाहीत.

रूपालाही त्यांचा सहवास फार मिळाला नाही. त्यांनी दुसरं लग्न केलं नव्हतं; पण सुट्टी घेऊन अमेरिकेत गेल्यावर रूपाला आपले वडील किती अनोळखी, परके वाटले. रूपाच्या ठायी त्यांना तिची आई दिसली का? उद्ध्वस्त झालेल्या त्या जीवनाची जागती आठवण म्हणजे रूपा – असं त्यांना वाटलं काय?

रूपानं त्यांच्या जवळ जाण्याचा खूप प्रयत्न केला; पण चार भिंतींत स्वतःला बंद करून घेतलेल्या त्या माणसापर्यंत ती पोहोचू नाही शकली.

डोळे पाण्यानं भरून येऊन रूपा स्वतःला म्हणाली, ''मीच का धडपडू? मला काय करायचं आहे!''

नशीब! विमान कंपनीनं तिची निवड केली. खरंच, नशीब!

काही काळ केवढा आनंद होता.

रूपा प्रथम कलकत्ता ते टोकियो ह्या मार्गावर होती. एका वर्षानंतर कलकत्ता-कैरो. नंतर मग भेटला जॉन. जॉन विकफिल्ड. को-पायलट होता. ब्रिटिश.

कलकत्त्याला ग्रेट ईस्टर्नमध्ये डान्सच्या वेळी तो म्हणाला, ''तू मला तीन वर्षांआधी का नाही भेटलीस?''

त्याच्या आवाजात व्यथा होती.

ती म्हणाली, ''तीन वर्षांआधी मी वयानं लहान होते. कुणा पुरुषाबरोबर अशी बाहेर कशी पडले असते?''

त्याला पटलं. पण डोळ्यांत दिसणारी व्यथा गेली नाही.

मग भारताबाहेरच्या अनेक शहरांत ते एकमेकांना भेटत राहिले.

जॉन कधी मजेत असायचा, कधी कष्टी असायचा.

ह्याच्या जीवनात काही तरी मोठं दुःख असलं पाहिजे, असं रूपाला वाटे. कित्येक महिन्यांनी कळलं सगळं.

नाईल हिल्टनमध्ये जेवण घेऊन तिथला करमणुकीचा कार्यक्रम पाहिला. जॉन फार अस्वस्थ झाला. मध्यरात्री कार्यक्रम संपल्यावर म्हणाला, आपण कुठं तरी भटकून येऊ गाडीतून. जॉन कुठून तरी नेहमीच गाडी मिळवायचा.

शहराबाहेर पडून ते वाळवंटाच्या कडेशी पोहोचले. पिरॅमिड येताच हातात हात घालून दोघं पिरॅमिडभोवती भटकले. संध्याकाळ झाली होती. अंधूक प्रकाशात त्यांना वाट शोधावी लागत होती.

फिनिक्सचा पुतळा पाहण्यासाठी ते काही वेळ थांबले. काही वेळानं हातातली बॅटरी संपून गेली.

अंधार झाला.

उजाडता-उजाडता रूपा शहरात परत आली. थकलेली, भागलेली अशी.

एअर होस्टेसच्या युनिफॉर्ममध्ये शोभणारी ही तरुण मुलगी आता कळती बाई झाली होती!

दुपारी ती जागी झाली, तेव्हा जॉनची चिठ्ठी तिला मिळाली. तिला वाटलं, आपली झोपमोड होऊ नये म्हणून, संध्याकाळी कुठं भेटायचं, हे ह्यानं लिहून ठेवलं असेल आणि हा हलकेच कामावर गेला असेल. चिठ्ठीत हा मजकूर नव्हता.

बदलीचा हुकूम आल्यामुळं तो लगेच गेला होता. काल रात्री जे घडलं, त्याबद्दल त्याला होणारं दु:खं कसं व्यक्त करावं, हे समजत नाही. हे सगळं पूर्वनियोजित होतं, अशी तिची कल्पना झाली; पण तसं नव्हतं. त्याचं लग्न आधीच झालेलं नसतं, तर आयुष्याला वेगळं वळण मिळालं असतं.

जॉन विकफिल्डचं लग्न आधीच झालेलं होतं.

केवळ मूर्खपणामुळं तिला त्याच्या त्या वाक्याचा अर्थ कळला नव्हता.

'तीन वर्षांआधी तू मला का नाही भेटलीस?'

निळ्या आभाळातून उडणारं विमान किती हवंहवंसं वाटे! पण आता त्याच विमानानं, तळघरात कोंडल्यासारखा तिचा जीव गुदमरू लागला.

तिनं नोकरीचा राजीनामा दिला.

कलकत्त्यातल्या हॉटेलमधल्या खोलीत तिनं स्वत:ला काही आठवडे कोंडून घेतलं. ती कुणाला भेटली नाही. कुठं गेली आली नाही.

हलके-हलके जखम भरून आली.

एक नवी रूपा जन्माला आली.

तिची नवी नोकरी ट्रॅव्हल एजन्सीत होती. तिथल्या मॅनेजरला खुळा केल्यावर मध्येच तिनं राजीनामा दिला.

त्यानंतर दोन-तीन नोकऱ्या झाल्या.

त्यानंतर ती स्टील टाउनला आली. इथली महत्त्वाची व्यक्ती कोण आहे, हे तिनं आल्यापासून एका आठवड्यात हेरलं. आणि नशीब असं की, कॉन्फिडेन्शिअल फायली घेऊन जाणं आणि त्यांची उत्तरं आणणं, हे काम नेमकं तिच्याकडे आलं.

पण तिचं गणित चुकलं. दुसरंच एक मजेशीर काम तिच्या अंगावर येऊन पडलं.

जवळजवळ पन्नाशीचा माणूस – ह्या वयात सगळे पुरुष भेदनीय असतात – संन्यस्त पुरुषाबद्दल मात्र खात्री देता येत नाही. सत्यजितनं जर पहिल्या भेटीतच 'रूपा आई' असं म्हटलं, तर संपलाच प्रश्न. पण त्यानं जर पाश्चात्त्य पोशाखात रूपाला पाहिली, तर हा धोका कमी होता.

आपल्या खोलीत आईच्या फोटोसमोर रूपा उभी राहिली. हिरवा स्कर्ट आणि रुंद गळ्याचा ब्लाउज तिनं घातलेला होता.

कुठं आहे ही आता?

तिला हवं होतं ते मिळालं का?

कित्येक वर्षांमागं टाकून दिलेल्या आपल्या ह्या मुलीविषयी तिच्या अंतःकरणात अद्याप माया असेल का? तिच्याच रक्तामांसाचा हा गोळा – तिचंच दूध पिऊन पोसलेला.

हे विचार अनाठायी होते. रूपानं ते झटकून टाकले.

पुन्हा एकवार ओठांवरून लिपस्टिक फिरवली.

एके दिवशी ह्याच पोशाखात ती एकोणीस नंबरच्या खोलीत गेली होती. हाच सैलसर ब्लाउज होता. पण साडी होती. पदर होता. पॅडवर लिहीत असताना नकळत पदर पडला. तिचं काही लक्ष नव्हतं. ती लिहीतच होती.

भास्कर खुर्चीतून उठून आपल्या शेजारी आलेला पाहताच तिनं श्वास रोखून धरला. भास्कर जवळ आला. खाली पडलेला पदर उचलून त्यानं नीट जागच्या जागी ठेवला.

डिक्टेशन मात्र न थांबता चालूच होतं.

किती लालबुंद झाला होता तिचा चेहरा तेव्हा!

भास्करकडून तिची एक लहानशी अपेक्षा होती. थोडं नाटकी वागून त्यानं सुख घ्यावं – विकफिल्डच्या पद्धतीनं. तेवढ्यानं तिचं समाधान झालं असतं. तिचं मागणं हे एवढंच होतं.

रूपानं टॅक्सी केली. ती लायब्ररीत गेली. वाचण्यासाठी ठेवलेल्या हॉलमध्ये बसून वाचता-वाचता विचार करू लागली.

सत्यजितला भेटण्याअगोदर त्याच्याविषयी मिळेल तेवढी माहिती घेतली पाहिजे. आपल्याला किती थोडं माहीत आहे. भास्करनं सांगितलं, तेवढंच. सत्यजितनं लिहिलेली एक-दोन पुस्तकं चाळली पाहिजेत आणि ती टागोरांची गोष्ट 'Attainment'.

ती पुस्तकं मिळाली. रूपा शांतपणे वाचू लागली – टागोरांची गोष्ट.

वनात जाऊन तपश्चर्या करणारा एक संन्यासी. अमरत्व मिळविण्याच्या इर्षेनं त्याची तपश्चर्या चालू होती.

वनाच्या जवळपास एका लाकूडतोड्याची वस्ती होती. त्याची तरुण मुलगी पानांच्या द्रोणातून फळं घेऊन येई. पाणी घेऊन येई. ताजी फुलं आणून त्याच्या समोर ठेवी. पण हा संन्यासी तिच्या सेवेचा आदर कधी करायचा नाही. दुपार झाली. उन्हं तळपायला लागली की, ती संन्याशाच्या शेजारी उभी राहून आपल्या पदराची सावली त्याच्यावर धरायची; तरी संन्याशाला त्याचं काही नसे. त्यानं तिच्या सेवेची

दखल कधी घेतली नाही.

देवानं मात्र संन्याशानं केलेल्या तपश्चर्येची दखल घेतली. देह कष्टवून त्या बळावर हा संन्यासी अमरत्व मिळवू पाहत होता. त्याच्या या उद्धटपणानं संतापून इंद्रानं त्याची तपश्चर्या भंग करण्यासाठी मेनका नावाची अप्सरा पाठविण्याचं ठरवलं. मेनकेची तयारी नव्हती. एका मर्त्य मानवाचा पराभव करण्यासाठी अप्सरेला जावं लागावं, हा स्वर्गलोकाचा पराभवच नव्हता का?

ह्यासाठी पृथ्वीवरच अमोघ असं शस्त्र होतं.

स्त्री.

इंद्राला हे बोलणं पटलं.

इंद्राच्या इच्छेमुळे लाकूडतोड्याच्या त्या मुलीला विलक्षण मोहिनी प्राप्त झाली.

संन्यासी आता अधिक खडतर तपासाठी घनदाट जंगलात जाण्याची तयारी करू लागला आणि त्या वेळी त्याच्या दृष्टीला ही अनोळखी स्त्री पडली.

तिनं संन्याशाचा निश्चय ऐकला आणि प्रार्थना केली की, आपण ही जागा सोडून जाऊ नका, म्हणजे मला निदान आपल्या दर्शनाचा लाभ तरी रोज मिळेल.

आश्चर्य म्हणजे, आज प्रथमच संन्याशानं तिची प्रार्थना ऐकली.

त्याचा संतोष बघून ती चकित झाली. तिनं त्याच्या तपश्चर्येत व्यत्यय आणला होता आणि तरीसुद्धा तिच्या इच्छेला त्यानं मान तुकवली होती. तिला स्वत:चीच भीती वाटू लागली. आता तिनं आणलेली फळं, पाणी संन्यासी बिनबोभाट स्वीकारीत होता.

डोळ्यांना लागलेल्या धारांतून तिचा सगळा आनंद वाहून गेला.

एके दिवशी संन्याशावर पडलेली आपली मोहिनी काढून घ्यावी, म्हणून तिनं त्याचा निरोप घेतला.

ती दूर निघून जाणार होती.

त्यानं तिला आशीर्वाद दिला.

''जा, तुझी मन:कामना पूर्ण होवो!''

खडतर तपश्चर्या पूर्ण झाली, तेव्हा इंद्र प्रसन्न झाला. म्हणाला, ''देवांप्रमाणे मी तुला अमरत्व देतो.''

पण संन्याशाला अमरत्व नको होतं.

इंद्रानं आश्चर्यानं विचारलं, ''काय पाहिजे मग तुला?''

संन्याशानं उत्तर दिलं, ''देवा, मला ती लाकूडतोड्याची मुलगी दे.''

रूपानं पुस्तक बंद केलं. तिला काही कोणी इंद्र मोहिनीविद्या देणार नव्हता. तिच्यापाशी होतं, त्याचाच उपयोग करून घेऊन तिला काम करायचं होतं.

खरंच, वरच्या मजल्यावरचा हा संन्यासी हरेल का?

बाहेर चालू असलेलं वादळ सत्यजित खिडकीशी उभा राहून पाहत होता.

त्याला आठवलं, तरुण वयात निसर्गाचं असलं रौद्र रूप त्याला हलवून सोडीत असे. त्याच्याही वृत्तीत कुठं तरी खोल असलेला बेफामपणा जागा होत असे. केंब्रिजला असताना ह्या बेफाम वृत्तीमुळे तो वाहून जात असे. काही-बाही करीत असे.

बिरेश्वर म्हणे की, हे चांगलं आहे. आरोग्याचं लक्षण आहे. हा आवश्यक असा निचरा आहे; तो झालाच पाहिजे. सत्यजितला हे पटत नसे. तो निचरा आहे, हे मान्य; पण घाण पाण्याचा आहे. ड्रेनेज घाण वाहून नेते.

घाण असावीच का?

हातून काही वावगं घडलं की, सत्यजित काही दिवस उपवास करून शरीर आणि मन शुद्ध करी. त्या काळी 'The Imitation Christ' हे त्याचं आवडतं पुस्तक होतं. त्याची पारायणं व्हायची.

प्रत्येक खेपेला त्याला वाटे – हा झाला हाच पराभव शेवटचा. आता असं हातून घडणं नाही. पण, अधूनमधून असे पराभव होतच राहिले.

त्याच वेळी त्याची मानसिक शक्ती वाढत होती. सत्यजितला माहीत होतं की, एक वेळ अशी येईल की, हे पराजय थांबतील. मग आपण बौद्ध भिक्षू होऊ आणि आंतरिक शांती मिळवू.

सत्यजित बौद्ध भिक्षू झाला नाही; गांधीवादी झाला. सर्वसंग परित्याग करण्याची गरज नव्हती इथं, पण यमनियम जास्ती कडक होते. फार मोठं आंतरिक बळ इथे हवं होतं.

वाऱ्या-वादळाच्या आरोळ्यांशी, फूत्कारांशी आपल्या मनाचा संवाद व्हावा म्हणून कुरणाच्या दिशेनं खुर्ची फिरवून सत्यजित बसला.

कितीएक वर्षांपूर्वी असाच एकटा तो धोधाट पावसात घुसून सडकून भिजला होता. शांतिनिकेतनमध्ये असताना सुरुची आयुष्यात आली, त्याच्या आधी थोडे दिवस.

ह्या दोन्ही आयुष्याला जोडणारा पूल म्हणजे सुरुची.

दारावर टक्ऽ टक्ऽ आवाज झाला; झाला आणि तिसऱ्या खेपेला तो सत्यजितच्या ध्यानात आला. खुर्ची फिरवून त्यानं दाराकडे पाहिलं आणि त्याच वेळी दार हळूच उघडलं.

कोणी अनोळखी बाई डोकावून विचारत होती, "May I come in Sir?"

दार संपूर्ण उघडलं आणि सत्यजितला चौकटीत चित्रासारखी उभी राहिलेली रूपा दिसली.

काही क्षण सत्यजित पाहत राहिला.

आणि मग उत्थापन देऊन म्हणाला, "आपण चुकीच्या खोलीत तर आला नाहीत?"

"मी आपल्याला मदतनीस म्हणून आले आहे. लायब्ररीच्या ऑफिसमधून मला टाइपरायटर मिळेल. आता नोट्स काढल्या तर त्या – किंवा आणखी काही संदर्भ आपल्याला हवे असले तर –"

चकित होऊन सत्यजित तिच्याकडे पाहत राहिला.

"मला वाटलं, तुम्ही परदेशी प्रवासी आहात."

"मी स्टील हाउसमध्ये कामाला आहे. मला वाटतं, आपण नवं पुस्तक लिहिता आहात. 'The Conquest of Violence' ह्या पुस्तकानंतर काही लिहिलं नाहीत तुम्ही. माझी अडचण झाली, तर परत पाठवा मला. पण –"

"मला हे माहीत नव्हतं."

गेल्या अनेक वर्षांत लायब्ररीनं नाना सवलती पुरवल्या होत्या; पण टायपिस्ट देऊ केल्याचं सत्यजितला स्मरत नव्हतं. आणि अशी टायपिस्ट – जिला आपण लिहिलेली पुस्तकं माहीत आहेत.

रूपा म्हणाली, "आपल्याला स्टील हाउसमधील कुणी सहायक म्हणून आलेलं आवडणार नाही. पण –"

सत्यजितनं काही क्षण तिच्याकडे टक लावून पाहिलं. माझ्या मनात कडवटपणा भरून राहिला आहे, अशी जर हिची समजूत असेल; तर ती चुकीची आहे.

त्यानं विचारलं, "केव्हापासून तुम्ही कामाला सुरुवात करता? उद्यापासून?"

"उद्या कशाला, आतासुद्धा करीन."

ती आत आली ती दार बंद करून.

"मला आधी हे टेबल साफसूफ करू द्या. टाइपरायटर ठेवायला जागा पाहिजे."

ती विखुरलेले कागद – पुस्तकं आवरू लागली. सत्यजित पाहत राहिला.

रूपाला वाटलं, धोका आहे तो आताच. ह्यांनी 'माते' म्हणून मला हाकारलं की, संपलचं सगळं!

आभाळ ढगांनी भरून आलं होतं. खोलीत अंधारून आलं होतं; पण सत्यजितनं टेबलावरचा दिवा लावलेला नव्हता. म्हणजे तो नक्कीच काम करीत नव्हता. मग काय? स्वप्नरंजन?

आतासुद्धा दिवा लावला तिनंच.

भास्करप्रमाणंच कुठं तरी दृष्टी लावून हाही मलाच पाहत नसेल?

"मी प्रवासी आहे, असं आपल्याला का वाटलं साहेब?"

"तू भारतीय नाहीस."

"माझी आई बोस्टनची. तिनं एका भारतीय तरुणाशी लग्न केलं होतं. पण मी माझं नाव सांगितलंच नाही आपल्याला. रूपा."

"रूपा –?"

"तेवढंच. माझं आडनाव कोणी घेतच नाही."

"का बरं?"

रूपा त्याच्या डोळ्यांत बघत राहिली. हिरवी झाक असलेली तिची बुबळं, रत्नासारखी चमकत होती.

"त्यांना माझं नावच आवडत असेल."

आडवा-तिडवा वारा सुटला आणि पावसाचे शिंतोडे खोलीत येऊ लागले.

सत्यजित सावकाश उठला आणि खिडकीपाशी गेला. रूपा त्याच्या आधी खिडकीशी पोहोचली होती. दोघांचेही हात एकदमच जोर लावून खिडकी बंद करू लागले. रूपा मनात म्हणाली, 'काय लांबलचक आणि सणसणीत बोटं ही!'

खिडकीचा बोल्ट कसाबसा बसला. खिडकीच्या काचेवर पाऊस तडतडू लागला.

एरवी तिला इथे उभं राहून स्टील हाउसची पाच मजली इमारत दिसली असती. एकोणीस नंबरची खोली दुसऱ्या मजल्यावर होती. तीही तिनं नेमकी ओळखली असती. भास्कर नेहमीप्रमाणं कामात दंग असणार. पावसाकडे पाहत बसण्याइतकी फुरसद कुठली त्याला! त्यानं वाहून घेतलं आहे फाइल्सना. फाइल्स म्हणजे मशिनरी. फाइल्स म्हणजे मोठा कामगारवर्ग....

फक्त रूपाला त्या फाइल्समधून काही लाभ नव्हता.

आपण ती लाकूडतोड्याची मुलगी का नाही झालो? तिची एक तरी इच्छा संन्याशानं मानली होती. ती त्याच्या शेजारी राहून, पदराची सावली त्याच्यावर धरत होती.

मला कुठं ते भाग्य आहे? आठवड्यातून फक्त दोन वेळा मला एकोणीस नंबरमध्ये जाण्याची संधी मिळते.

खोलीभर कागद झाले होते. ती खाली वाकून आवरू लागली. त्याची दृष्टी आपल्यावर आहे, हे तिला जाणवत होतं. सैल ब्लाउज... तिनं दृष्टी टाकली – तर छाती किती तरी दिसत होती.

ह्या कामाविषयीची उत्सुकता एकदम गेली.

वाटलं, ह्या वेळी एकोणीस नंबरमध्ये असते तर?

द्रोणात पाणी अन् फळं घेऊन.

मध्येच ती उठून उभी राहिली. म्हणाली, "मी टाइपरायटर आणू का? लायब्ररी आणखी दोन तास उघडी राहील. शिवाय अशा पावसात तुम्ही घराकडे जाणार तरी कसे?"

हलक्या आवाजात सत्यजितनं उत्तर दिलं, "हो रूपा, आण टाइपरायटर."

■

। सोळा ।

रूपा गेल्यानंतर बऱ्याच वेळानं भास्करनं खिडकीची काच स्वच्छ पुसली. बाहेर आता धुवांधार पाऊस नव्हता. बारीक झिमझिम होती.

कुरणात जाता येईल. इमारतीवर नजर टाकता येईल. इमारत पुरी झाली होती. ती गांधीग्रामच्या लोकांना उद्याच पाहता आली असती. आपल्या मनात आहे, ते ह्या इमारतीमुळे साध्य होईल का?

बघायचं. एकच दिवस बाकी होता.

काळ्याभोर ढगांनी आभाळ झाकोळून गेलं होतं. तिसरा प्रहर असूनसुद्धा सूर्यप्रकाश फारसा नव्हता. वाटेच्या कडेनं पावसाचं तांबडं पाणी साचून राहिलं होतं. बारा नंबरच्या सेक्शनपलीकडे बरीच मोकळी जमीन होती. ह्या खोलगट जमिनीवर पाण्याचं तळं साचलं होतं आणि बारा नंबरमधली पोरं त्या पाण्यात हुंदडत होती.

सगळं कुरण मातीच्या वासानं भरून गेलं होतं. असं काही दृश्य दिसेल याची कल्पना त्यानं केली नव्हती. जीपमधून पाहिलं तेव्हाच व्हरांड्यात पांढरी साडी नेसलली मुलगी त्याला दिसली. इलेक्ट्रिक वायरशी तिची काही खटपट चालू होती. शेजारी उभा असलेला माणूस सूचना देत होता. जीपचा आवाज ऐकून तो पट्कन उभा राहिला.

भास्करनं विचारलं, ‘‘अरे, काय चाललंय इथं!’’

ती गोंधळून गेली. हातवारे करून म्हणाली, ‘‘सगळं कसं आहे बघा – लाइट्स पाहिजेत नं!’’

भास्कर म्हणाला, ‘‘हो, माहीत आहे.’’

मग तो माणूस तिची सुटका करायला आला.

‘‘साहेब, ह्यांची अगदी कमाल आहे बघा! नुसत्या तीन दिवसांत वायरिंग कसं ओढावं, ते शिकल्या त्या. पहिल्या दिवशी आम्ही करताना नुसतं बघितलं. दुसऱ्या दिवशी नाना प्रश्न विचारले आम्हाला आणि काम करायला लागल्या.’’

"काय सुरेख काम आहे हे – रमून जातं अगदी माणूस! मी अगदी पटपट शिकतेय."

इलेक्ट्रिशियननं सामानसुमान गोळा केलं आणि तो निघून गेला. त्याचं आजचं काम संपलं होतं.

भास्कर त्या मुलीकडे आला. त्याच्या चेहऱ्यावरची नापसंती बघून ती गांगरून गेली.

त्यानं विचारलं, "तू बऱ्याच वेळा आलीस इकडं?"

"तुम्हाला आवडलं नाही? पण मी काही नुकसानी केली नाही."

"मी इथे नसताना तू येत होतीस. आजसुद्धा मी अचानक आलो. ही वेळ नव्हे माझी. आलो म्हणून मला समजलं तरी, दिवे जोडायला तू मदत करतेस हे."

"तुम्ही येऊ दिलं नसतं मला इकडं?"

"सुमीता, तू गांधीग्रामचं नाव घालवते आहेस. हे वीज, दिवे म्हणजे शाप आहे. तुझ्या वडिलांनी ह्या गोष्टी दूर ठेवल्यात गांधीग्रामपासून."

"पण कोणत्याही शिक्षणाला त्यांचा विरोध नाही. शिक्षण ही पवित्र गोष्ट मानतात ते. मी शिकतेय –"

"तो इलेक्ट्रिक स्विच – ते लहानसं बटण गांधीग्रामचा अंत करील."

एक मिनिटभर ती गप्प होती.

"इतकं सोपं नाही ते. लोहपूरला जे उपयुक्त आहे, ते आम्हाला असेलच, असं नाही."

इलेक्ट्रिक पॉवरमध्ये काही पाप नाही; उलट तो एक चमत्कार आहे.

केवढा विरोधाभास आहे हा! यंत्र का शाप? पण ती ज्यामुळं चालतात, ती पॉवर हा चमत्कार. मग आयर्न टर्बाइन्सविषयी हिचं म्हणणं काय? ती पॉवर निर्माण करतात.

"आमची टर्बोजनरेटर्स येऊन बघ. त्याच्यातून आम्हाला नव्वद हजार किलोवॉट मिळतात आणि आम्ही आता नवं युनिट बसवणार आहोत. त्या वायर्स म्हणजे नुसते वीज वाहून नेणारे पाट आहेत. आणि वीज हीसुद्धा साधनच आहे. पोलाद उत्पादन हे खरं महत्त्वाचं कार्य. लोखंड असलेल्या मातीतून कच्चं लोखंड, स्ट्रिप मिल, बुमिंग मिल... प्रचंड यंत्रं रात्रंदिवस काम करीत असतात."

"हं. आमच्या मुलांनी पाहिलंय ते सगळं. एक ट्रकभर मुलं पाहून आली. दिवसभर दुसरा विषय नव्हता त्यांच्या तोंडी. एक मुलगा –"

तिला मध्येच हसू आलं.

भास्करनं प्रॉम्प्टिंग केलं.

"एक मुलगा –"

"नेपू त्याचं नाव. त्याला एलिव्हेटर – उंच चढवणारं यंत्र फार पसंत पडलं.

त्याला म्हणे, त्या यंत्राचं बटण दाबायला मिळालं. 'काय हो ते यंत्र!' असं सात दिवस तो ओरडत होता.''

"त्या पोराच्याच पार्टीत एक म्हातारा होता, मिशावाला.''

"थोरले काका ते. ते नेहमी मुलांच्या बरोबर असतात. त्यांना ट्रकवर चढताना बघून मुलं ओरडली, ओ काका, मुलांसाठी आहे ही सहल. तर, ते त्यांच्या अंगावर ओरडले – अरे, तुम्हाला सांभाळायला कोणी नको का? खोड्या कराल, सगळ्या गावाला खाली मान घालण्याजोगं काही कराल – मग?''

यावर एक थोरलं पोर म्हणालं, "मग जा तुम्ही एकटे, आम्ही जातो घरी.''

त्यासरशी म्हाताऱ्याला वाटलं, आता मात्र सहलच रहित होतीय वाटतं. गयावया करून पोरांना म्हणाले, "अरे बाळ, येऊ दे की मलाही. मी काही त्रास नाही देणार तुम्हाला.''

भास्करला हसू आलं.

मग त्यानं विचारलं, "पण तुम्ही मुलांना जाऊ कसं दिलंत? तू नको म्हणाली असतीस, तर ती गेली नसती. शिस्त पाळणारी मुलं आहेत ती.''

"पण मी नको का म्हणू? जुलूम होईल तो. आणि कशासाठी जाऊ द्यायचं नाही त्यांना?''

"अस्सं?''

"तुम्ही मला बोलवाल? मला पाहायचं आहे सगळं!''

"वा! सत्यजितच्या मुलीला जर लोहपूर गुंतवू शकलं, तर आणखी जास्ती पाहिजे काय?''

"केव्हा येऊ मी?''

"केव्हाही चालेल.''

"आता लगेच?''

"हो, पाऊस थांबलाय.''

पण तेवढ्यात आभाळात प्रचंड गडगडाट झाला. सुमीतानं कानांवर हात ठेवले. भास्करनं आभाळाकडे पाहिलं.

"मला वाटतं, तुझी सहल पुढे ढकलावी लागेल. 'वननिवासात' उद्या मोठा कार्यक्रम आहे.''

वारा बिंग-बिंग वाहत होता. भास्करला काळजी वाटली. 'उद्या हवा अशीच राहिली, तर सगळा कार्यक्रमच फिसकटेल की.'

तिलाही तसंच वाटलं. राग आला.

वाऱ्या-पावसाचा नव्हे; त्या विजांचा आणि त्यामुळे होणाऱ्या गडगडाटांचा.

"घरी गेलेलं बरं; नाही?''

"ठीक. मग, उद्या तुमच्या खेड्यात जसं मी काही विशेष पाहिलं, तसं काही

विशेष दाखवलं पाहिजे.''

''खेड्यात काय विशेष पाहिलं?''

''का, ती पाषाणावरील कला पाहिली की!''

''हं, ते शिल्प –''

एकदम जोरात पाऊस आला आणि सुमीताचे पुढचे शब्द ऐकू आले नाहीत. वाऱ्यानं हाकून आणलेला पाऊस थेट व्हरांड्यातच घुसला.

भिंतीला लागून सुमीताची छत्री होती. ती उचलून ते दोघं जण शेजारच्या खोलीत गेले. खिडक्यांची दारं उघडत होती आणि आपटून मिटत होती. काचा खळ्दिशी फुटत होत्या. छपरावर ताशा बडवला जात होता.

सगळा पाऊस पडून आभाळ रीतं होऊ दे, म्हणजे उद्याचा कार्यक्रम व्यवस्थित पार पडेल... भास्कर मनात म्हणाला.

पण सुमीता घरी कशी जाणार?

पावसातून जाण्यासाठी तिनं छत्री आणली होती; पण ह्या वाऱ्या-वादळाचं काय?

''मला पावसातनं जाणं फार आवडतं. आता निघालेच बघा!''

हातवारे करून त्यानं तिची ही कल्पना झटकून टाकली.

''छे, तू आपली जीपमधनं चल.''

''छे, तुम्ही नका त्रास घेऊ.''

''हा नुसता पाऊस नाही. वारा आहे, वादळ आहे, विजा होताहेत! आणि अंधार आहे.''

सुमीताचा चेहरा पडला.

खरंच आपण एकटेच कुरणातून चाललो आणि एकाएकी वीज कोसळली एखाद्या उंच माडावर... कोसळलं ते झाड काळं ठिक्कर होऊन, म्हणजे?

तिच्या मनातली भीती ओळखून भास्कर म्हणाला, ''चल, ठेव ती छत्री. तिचा काही उपयोग नाही.''

दाराजवळ जाऊन भास्करनं ते धरून ठेवलं. सुमीता बाहेर आली. भास्कर आला आणि व्हरांड्यात पावसाच्या एका जोरदार झडीनं त्यांना नखशिखांत भिजवून सोडलं. कसेबसे ते पायरीपर्यंत आले.

''पायरी सांभाळ.'' असं भास्कर ओरडला. पण तेवढ्यात कडाड्कन वीज वाजली होती. क्षितिजावर जळता फटकारा उमटून गेला होता आणि सुमीताचा पाय चुकला होता. ती कोसळली आणि तेवढ्यात त्याचे हात तिच्या कमरेभोवती पडले. त्यानं तिला दोन पायांवर उभी केली. पुन्हा वादळ सर-सर आलं, तेव्हा ती त्याला घट्ट धरून राहिली.

"तशीच राहा. आता जीप पन्नास-एक पावलांवरच आहे."

तिला घेऊन तो पुढे जात होता. ती हटत नव्हती. भास्करची सगळी शक्ती एकवटली होती. असे ते दहा-एक पावलं गेले आणि पुन्हा कडाडून वीज झाली.

सुमीता पुतळ्यासारखी जागच्याजागी खिळून राहिली. त्यानं तिला ओढून जवळ घेतली आणि त्या धोधाट वाऱ्या-वादळात जमिनीवर घट्ट पाय रोवून तिचा सगळा भार त्यानं आपल्या अंगावर घेतला. पावसानं चिंब भिजलेले तिचे केस त्याच्या हनुवटीला, ओठांना लागत होते. ती थरथर कापत होती.

वेड भरलेल्या वाऱ्या-वादळानं त्यांना तसं घट्ट लपेटून ठेवलं आणि ते आनंदानं आरोळ्या मारत राहिलं.

काही वेळानं सगळं शांत झालं. उलथून पाडणारा वादळ-वारा नाहीसा झाला.

पण त्याचं भान ह्या दोघांना नव्हतं. चिंब भिजलेली, गारठलेली सुमीता अद्याप भास्करच्या घट्ट मिठीत तशीच उभी होती. तिच्या ब्लाउजचं वरचं बटण निघालं होतं. तिची गोल, फुगीर छाती अर्धवट दिसत होती.

त्यानं तिला धसमुसळेपणानं गोल फिरवून जवळ घेतलं आणि त्याच वेळी त्याच्या भावना तिला तीव्रतेनं जाणवल्या.

धडपडून ती बाजूला झाली.

तिला तो पुन्हा जवळ ओढणार तेवढ्यात त्याच्या मनात आलं – त्या मुलीशी जे कोवळं नातं जुळलं आहे, ते अशा धसमुसळेपणानं मोडून जाईल.

"चल सुमीता, जाऊ या."

तो हळूहळू चालत होता. वाट लवकर संपू नये, असं वाटत होतं. पुन्हा मघासारखं वादळ व्हावं, असं वाटत होतं.

जीपमध्ये येऊन बसताच तिनं सुटकेचा निःश्वास सोडला. आणि लगेच ती विव्हळून ओरडली, "आई गंऽऽ माझा पायाचा घोटा –"

त्याच्या मनात दुष्ट विचार आला. हे फ्रॅक्चर असेल का? असलं तर शांतिसेनेमधून तिला नेणार नाहीत... ती मागे राहील, इथे.

पाणी उडवीत जीप चालली होती. खाणाखुणा पाण्याखाली गेल्या होत्या. शेवटी तो दिव्याचा खांब आला. वरचा दिवा जाग्यावर नव्हता. मिनिटभरातच चढण लागली. कोरडा रस्ता आला.

तो म्हणाला, "नशीब, जीप कुठं उलटी नाही झाली."

तिचं दुःख वेगळंच होतं.

"आता कशाची हो मी पाहतेय, तुमचं स्टील हाउस!"

"काय झालं? पाय बरा झाला की केव्हाही जाऊ."

"वननिवासात उद्या मी नाही असणार."

"का? आम्ही गाडी पाठवू."

जीप थांबली.

"तुझे वडील नाहीत घरी, हे ठाऊक आहे मला. पण तुझ्या आईलाही पाहिलं नाही मी. ही चांगली संधी आहे."

"आई शाळेत असणार."

ती खाली उतरली. हळूच एक पाय ठेवला, मग दुसरा टेकला आणि कळवळली. त्याचा हात तिच्या कमरेभोवती होताच. लंगडत-लंगडत ती भाजीचा वाफा पार करून गेली. व्हरांड्यात पाणीच पाणी झालं होतं. आतल्या खोलीत जाण्याचं दार नेहमीप्रमाणं उघडं होतं, कुलूप नव्हतंच.

ही खोली म्हणजे अभ्यासिका होती.

तिच्यात एक खाटलं होतं. जमिनीवर त्याच्या बुटाचे ठसे उमटले. तिच्या अनवाणी पावलांचेही उमटले. ती खुर्चीवर बसली, तेव्हा गुडघे टेकून भास्करनं तिचं चिखलानं भरलेलं पाऊल हातात घेतलं. त्याच्या बोटांचा स्पर्श होताच ती पुन्हा विव्हळली.

"फ्रॅक्चर नसावं –"

त्यानं तिच्याकडे पाहिल्याबरोबर ती दृष्टी तिला कळली. अंगाला कंप सुटला. मान खाली झाली. आपल्या ब्लाउजचं बटण निघालं आहे, हे तिच्या ध्यानात आलं. घाई-गडबडीनं तिनं बटण लावून घेतलं. लाजेनं चूर झालेला तिचा चेहरा त्याला दिसला, तरीसुद्धा त्यानं तिच्यावरची आपली दृष्टी काढली नाही.

तो उठला.

"तुला टॉवेल आणि कपडे दिले पाहिजेत. कुठं आहेत?"

मानेनंच खूण करून तिनं शेजारची खोली दाखवली. जाता-जाता तो म्हणाला, "केवढे केस आहेत हे, एका टॉवेलनं ते कोरडे होणार का?"

ती काळजी दाखवीत बोलली, "मला सवय आहे पावसापाण्याची. तुम्ही आधी अंगावरचे कपडे बदला."

तिच्याकडे एक अर्थपूर्ण कटाक्ष टाकून तो गेला.

मोठ्या कष्टानं सुमीता उठली. वडिलांचे कपडे रॅकवर होते. त्यातलं धोतर, बनियन, सदरा घेऊन तिनं ते कपडे कॉटवर ठेवले आणि पुन्हा आपण खुर्चीत बसली.

मिनिटभरात भास्कर आला. त्याच्या हातावर घड्या घातलेले बरेच कपडे होते.

"तुला काय हवं, ते मला कसं कळणार? सगळंच उचलून घेऊन आलो. तुला रामायणातली गोष्ट आठवते ना? रामाला शस्त्र लागून तो जखमी झाला. रणांगणावर बेशुद्ध पडला. तेव्हा द्रोणागिरी पर्वतावरील काही झाडपाला आणण्यासाठी हनुमानाला पाठवलं. तिथे पोहोचल्यावर नक्की कोणती वनस्पती घ्यावी, हे हनुमानाला कळेना;

तेव्हा त्यानं सगळा द्रोणागिरी पर्वतच उचलून रामापाशी आणला.''

ह्या हनुमानानंही तसंच केलं....?

सुमीता लाजून हसली. आणि आपण आणलेले कपडे तिनं बोटानं दाखवले.

"चीफ इंजिनिअर आजारी पडले, तर लोहपूरचं काय होईल?''

"काही होणार नाही. असिस्टंट इंजिनिअरना बढती होईल.'' कपडे घेऊन तो खोलीकडे जाऊ लागला. "तू तयार झालीस, म्हणजे मला बोलाव.''

जाता-जाता त्यानं दार लावून घेतलं. पण सुमीतानं आपल्या अंगावरचे ओले कपडे उतरवले नाहीत. ती दगडी पुतळ्यासारखी बसून राहिली आणि वादळ सुरू झालं. जे-जे झालं ते आठवताच, कसलं तरी दुःख तिला व्यापून उरलं. खूप मोठ्यांदा रडावं, अशी इच्छा झाली. रडलं की, त्या अश्रूंनी हे दुःख धुऊन जाईल. ही रडण्याची इच्छा दाबून ठेवणं तिला अगदी असह्य झालं. आपल्याला काय होतंय, हे तिला काही कळेना. कुणी तरी मदतीला धावून यावं; पण आलं तरी तिनं मदत घेतली नसती.

काही वेळ मला एकटीला राहू द्या... तो गेला पाहिजे.

पण खरं तर त्याला जाऊ द्यायचं नव्हतं तिला.

आणि बराच वेळ जेव्हा तो आला नाही, तेव्हा ती मोठ्यानं ओरडली, "मिस्टर रॉय!''

तो दाराबाहेर येऊन पोहोचला असला पाहिजे. कारण त्याच क्षणी दार उघडून तो आत आला.

चकित होऊन त्यानं विचारलं, "अजून ओले कपडे अंगावर? मग कशाला हाक मारलीस मला?''

सुमीतानं पाहिलं –

पुन्हा तीच भुकेलेली दृष्टी.

सत्यजितचे कपडे त्याला बरोबर झाले होते.

सगळे सुताचे, मागावर विणलेल्या खादीचे कपडे होते.

त्या कपड्यांकडे पाहिलं आणि अज्ञात अशा भावनांचा धोधाट अचानक थांबला. जणू काही डोंगरांची रांग आडवी आली.

भास्करच्या प्रश्नाचं उत्तर द्यायला तिनं पुष्कळ वेळ घेतला.

"मी विचारात होते.'' शांत चेहऱ्यानं नेहमीच्या आवाजात ती म्हणाली, "मला थोडा वेळ द्याल का?''

। सतरा ।

ऐन वेळी बोर्ड ऑफ डायरेक्टर्सकडून आलेल्या महत्त्वाच्या पत्रामुळे भास्करला टेबलापाशी बसून काम करणं आवश्यक झालं, तरी पण त्यानं आपल्या सेक्रेटरीला पाठवलं होतं आणि नेमक्या वेळेला फोन करण्याची सूचना दिली होती. सत्यजितनं कळवलं होतं की, समारंभाला हजर राहणं मला शक्य होणार नाही. तो लायब्ररीत गुंतला होता. गांधीग्राममधले बाकी सर्व जण मात्र हजर राहतील.

समारंभाची व्यवस्था योग्य माणसाच्या हातात होती. मलिक म्हणजे जनसंपर्काच्या कामात तयार माणूस. निमंत्रित पाहुण्यांना आधी सर्व इमारत फिरून दाखवायची – प्रत्येक खोली. त्यांच्या सगळ्या प्रश्नांना उत्तरं द्यायची आणि नंतर स्टील हाउसच्या रंगीत स्लाइड्स दाखवायच्या, असा कार्यक्रम होता. पण ऐन वेळी सी.ई.नी एक बदल केला. स्लाईड्स दाखवायच्या नाहीत; त्याऐवजी सांस्कृतिक कार्यक्रम. 'लोकनृत्यं आणि लोकसंगीत'. त्यांनी पी.आर.ओ.ला बजावलं होतं, ''काही वर्षांपूर्वी संस्थेनं एक ओपन एअर कार्यक्रम केला होता असा – आठवतं? आपल्या कामगारांच्यात कलावंत पुष्कळ आहेत. त्यांच्याकडून उत्तम आणि हवा तसा कार्यक्रम करता येईल.''
मलिकला वाटलं, 'वाऽ सुरेख कल्पना आहे.'
सुदैवानं हवा उत्तम होती. तरीपण कॅनव्हासचं छत तयार ठेवणं आवश्यक होतं. आभाळ भरून येतंय असं वाटलं की, लगेच छत उभारता येईल. मलिकनी आपल्या बायकोची मदत मागितली. हा कार्यक्रम भास्करचा आहे. तो स्वत: कुठे कधी जात नाही, पण ह्या समारंभाला जातीनं हजर राहणार आहे.
कार्यक्रमाच्या निवडीखातर लीनानं तासन् तास खर्ची घातले आणि एकाएकी त्यांना कल्पना सुचली. तिनं एक अट घातली. कार्यक्रमाची सर्व जबाबदारी फक्त

तिच्यावर सोपवली जाईल, कोणी ढवळाढवळ करणार नाही – अगदी स्वत: मलिकसुद्धा! त्यांनासुद्धा लीना काही कळू देणार नव्हती; पण कसे कोण जाणे, नंबर दोनला जणू अंतर्ज्ञानानं सगळं कळलं. त्या पुढे सरसावल्या आणि लीनाला नको असताना, दोघींनी मिळून समारंभ आखला.

आदल्या दिवशी तुफान पाऊस कोसळला. कसल्याही ताडपत्रीचं छत उपयोगी पडलं नसतं, इतका. पण रात्रभर दंगा करून दुसऱ्या दिवशी मात्र सगळं सामसूम होतं. कुरण म्हणजे एक तळं झालं होतं; पण जमिनीनं ते सगळं पाणी पिऊन टाकलं. काही डबकी मात्र इथे-तिथे राहिली होती. कार्यक्रमाच्या दिवशी आभाळ अगदी निरभ्र होतं. हवा छान होती. रात्री वननिवास ट्यूबलाइटनी उजळून जाणार होतं. शहराशी संपर्क साधण्यासाठी फिल्ड टेलिफोनसुद्धा बसवला होता. अशी अगदी जय्यत तयारी होती.

भास्करच्या खोलीतला टेलिफोन वाजू लागला.

भास्करनं फोन उचलताच मेहराबाईंचा आवाज ऐकू आला.

''सर, गांधीग्राममधले सगळे लोक समारंभाला आले आहेत. निमंत्रितांचं स्वागत करायला नंबर टू उभ्या होत्या... सॉरी, म्हणजे सर –''

''समजलो. पुढं?''

''त्यांनी अगदी हात जोडून नमस्कारसुद्धा केला सर्वांना. म्हणजे मिस्टर मलिकांनी तसं सांगितलंच होतं. पंचायतीच्या लोकांचं तर ह्या दोघांनी फारच स्वागत केलं. पानसुपारी झाली. शहाळी प्यायला दिली.

''काही जण मग टेबलटेनिस खेळले. मुलांसाठी आपण केलेली खोली बघून बायका चकित झाल्या. त्यांना फार आवडली ती खोली. एका बाईनं झुलत्या घोड्यावर बसून पाहिलं.

''पण सगळ्यात जर सुंदर दृश्य कोणतं असेल तर, पार्टीचे छान-छान कपडे करून आलेल्या मुली.''

''पार्टीचे कपडे?''

''म्हणजे रेशीम, सिफॉन. चांगल्या घरच्या मुली पार्टीला करतात तसले कपडे सर! गांधीग्राममधल्या साध्यासुध्या लोकांनी असले चकचकीत कपडे कधी पाहिले नव्हते. चकित झाले ते.''

भास्कर धारदार आवाजात म्हणाला, ''पण त्यांना चकित करण्याची कल्पना नव्हती आपली. आपल्या मिलमधले मजूरही असेच भडक, चट्टेपट्टेरी पोशाखात आले नव्हते ना?''

''आपल्या मिलमधले लोक? सर, त्यांना बोलावलं नव्हतं पार्टीला... हो,

लोहपूरचा क्लबचा समारंभ होता नं, सर?''

"काय सांगता मिसेस मेहरा, लोहपूर क्लबचा इथे संबंध काय?''

"सर, सगळे कार्यक्रम करणारे लोक क्लबचे होते. गाणारे, नाचणारे – सगळे क्लबचेच होते. आणि उत्तम समारंभ व्हायला पाहिजे होता ना? अनेक दिवस लोक बोलत राहिले पाहिजेत, असा! फक्त सुमीता – म्हणजे सत्यजितची मुलगी – ती तेवढी पांढऱ्या कपड्यांत आली होती, विधवेसारखी.''

"पांढऱ्या रंगाचा मक्ता विधवांनाच दिलेला नाही, मिसेस मेहरा.''

"पण थोडं डिझाईन असतं किंवा निदान काठ असते, तर काय बिघडतं?''

पण फोन बंदच झाला. मिसेस मेहरांना आश्चर्य वाटलं. सुमीताच्या कपड्यांबद्दल बोललेलं सी.ई.ना का बरं आवडू नये?

अर्ध्या-एक तासानं भास्कर समारंभाच्या ठिकाणी आला. आता करमणुकीचा कार्यक्रम सुरू होणार होता. श्रोते खाली बसले होते. भास्कर येताच त्याच्या स्वागतासाठी दोन बायका पुढे झाल्या.

लीना रुंद हसून म्हणाली, "अगदी प्लॅनप्रमाणं सगळं झालं. आम्ही सांगितलं भगिनींना, आता ही जागा म्हणजे तुमचं दुसरं घर समजा – काय हरखल्या त्या बायका!''

"आपण ह्यासुद्धा लोकांना बिघडवतो नाही; असं काही दाखवून?'' नंबर टू बोलल्या.

भास्कर श्रोतृवर्ग न्याहाळीत होता. मिसेस मेहरा म्हणाल्या, ते खरं होतं. मिल मजूर कोणी दिसत नव्हते. सगळ्या बायकाच होत्या स्टील हाउसमधल्या. सिल्क आणि सिफॉन! सुमीताला हे पाहून हसू आलं असेल. आणि क्लबातल्या मुलींनी स्टेजवर येऊन शेतकऱ्याचं गीत 'भलरी दादा' म्हटलं की, तिची हसता-हसता पुरेवाट होईल.

स्टेज सोडून श्रोत्यांच्या दिशेनं भास्कर जाऊ लागला, तेव्हा स्वागतासाठी पुढे आलेल्या दोन स्त्रियांनी त्याला सांगितलं, "आपण विंगमध्ये बसा नं, तिथे मुद्दाम सोय केली आहे खुर्च्या टाकून.''

भास्करनं नकार दिला. निमंत्रित श्रोत्यांमध्ये बसूनच त्याला कार्यक्रम पाहावयाचा होता.

मागे कुठल्या तरी ओळीत जाऊन, इतरांप्रमाणे मांडी घालून तो चक्क खाली बसला. अगदी खादीचा नसला, तरी सत्यजितसारखा साधा पोशाख त्याच्या अंगावर होता.

त्या दोन बायका थक्क झाल्या. मिनिटभर गप्प उभ्या राहिल्या.

मग स्टेजच्या दाराकडे फणकाऱ्यानं जात नंबर टू म्हणाल्या, ''हं, चला हो.''

मिसेस मेहरा जवळच उभ्या होत्या. त्यांनी हसू दाबून चेहरा गंभीर ठेवला. त्यांना पाहताच नंबर टू थांबल्या, लीना थांबली. दोघींच्याही मनात एकच विचार आला.

''विंगमध्ये बसणार नं आमच्याबरोबर?''

''नृत्य आम्ही समजावून सांगू हं.''

मिसेस मेहरा पुढे केलेल्या खुर्चीवर बसल्या.

''थंडगार लेमोनेड घ्या.'' लीनानं ग्लास पुढे केला.

''चॉकलेट?'' लीनानं मोठी वडी पुढे केली.

ध्वनिमुद्रित पार्श्वसंगीत एकाएकी बंद झालं. पाच मुली समोरच्या विंगेमधून स्टेजवर आल्या. पडदा वर गेला.

पारंपरिक नृत्यप्रकार होता; पण पार्श्वसंगीत अगदी आधुनिक होतं.

त्यानंतर एकाच मुलीचं नृत्य होतं. लीना फार अस्वस्थ झाली.

लाल पोशाख केलेली एक मुलगी पदन्यास करीत आली. सगळं स्टेज अंधेरं होतं; त्या मुलीवरच तेवढा तांबडा प्रकाशझोत होता. हलत्या ज्योतीसारखी ती दिसत होती.

''तुम्ही ओळखलंत हिला, मिसेस मेहरा?''

''एवढा मेकअप असल्यावर कशी ओळखणार? रंग कुठं संपला आणि चेहरा कुठं सुरू झाला, ते कळतच नाही!'' नंबर टू म्हणाल्या.

''माझी मुलगी ही, मीनाक्षी. त्या दिवशी क्लबवर तुम्ही पाहिलं होतंत तिला.''

मेहराबाई म्हणाल्या, ''किती सुंदर दिसते!''

लीना भलतीच हुरळून गेली.

''मी तुम्हाला ह्या काही हावभावांचा, मुद्रांचा अर्थ समजावून सांगते.'' असं म्हणताना आपला आवाज ताब्यात राहावा, म्हणून त्यांनी केलेली धडपड अगदी लक्षात येत होती. ''भास्करला मात्र कठीण जाईल हे नृत्य समजायला. त्यानं अमेरिकेतली नृत्यं पाहिलेली.''

ह्यावर नंबर टू म्हणाल्या, ''तुम्ही एखादा वेस्टर्न बॅले ह्या कार्यक्रमात ठेवायला हवा होता. आमच्या लतिकेनं कलकत्त्याच्या एका फ्रेंच शिक्षकाकडनं धडे घेतलेत. पण तुम्हा लोकांचा अगदी आग्रहच होता की, लोकसंगीत-लोकनृत्य ह्यापेक्षा वेगळं काहीही नको ह्या कार्यक्रमात. का तर म्हणे, भास्करची इच्छा आहे. आणि हा भास्कर तिकडे बसलाय पाहत, काही समजत नसेल त्याला... बिच्चारा!''

भास्करच्या ठिकाणी आपण, असं समजून ह्या बायका बोलत आहेत, हे मेहराबाईंना कळून आलं. भास्करनं ह्यांची सगळी गणितं चुकीची ठरवली होती आणि तो कुठल्या कुठे जाऊन बसला होता. लीना मनातल्या मनात प्रार्थना करीत होती,

भास्करनं माझ्या मीनाक्षीला पसंत करावं. सुंदर पोर आहे माझी. स्टेजवर आता एखाद्या ज्योतीसारखी दिसतेय.

"हा आता ती करतीय तो मुद्राभिनय ना – तो पंधराशे वर्षांपूर्वीच्या एका नाट्यशास्त्रावराच्या ग्रंथात सांगितलेला आहे."

नंबर टूनं टोमणा दिला. "तुझी कॉमेंटरी ऐकण्याऐवजी मिसेस मेहरांना तू स्टेजवर काय चाललंय ते बघू दिलंस, तर बरं होईल; नाही का?"

ह्यावर गोड हसून लीना म्हणाली, "त्या दोन्हीही गोष्टी करतील की!"

मिसेस मेहरांच्या लक्षात आता सगळ्या गोष्टी आल्या होत्या. हा कार्यक्रम खऱ्या अर्थानं मुली दाखविण्याचा समारंभ होता. सी.ई.साठी हा सापळाच लावलेला होता. नंबर टू आणि लीना ह्यांच्या मुली पाहण्यावाचून त्यांना आता काही गत्यंतरच नव्हतं. एक मुलगी दाखवून झाली होती, आता दुसरी.

लगेच नंबर टूनी मेहराबाईंना खुणावलं. स्टेजकडे बोट दाखवून त्या म्हणाल्या, "आता बघा."

एक तरुण पारधी स्टेजवर आला. त्यानं काल्पनिक धनुष्य-बाण हातात घेतलेला होता. चालून-चालून थकलेली त्याची पावलं शिकारीच्या मागावर होती. मोठ्या मिशा, रंगवलेला चेहरा. त्यावर तंग भाव, बांधेसूद शरीर – पाठलागासाठी तापून उठलेले.

आधीच पाठ केलेलं भाषण नंबर टूनं सुरू केलं.

"पुरातन काळापासून आपल्या मनात पारध्याविषयी आकर्षण आहे. ही मुद्रा, तिच्यातला जोम ध्यानात आला का –?"

हे सांगता-सांगता नंबर टूच्या मनात आलं, 'आता सांगू का की, ही माझी मुलगी लतिका आहे म्हणून? का ह्या नृत्याचा उत्कर्षबिंदू येईपर्यंत थांबू? धनुष्यातून बाण सुटला आणि त्यानं लक्ष्यवेध केला की, मग सांगावं का?'

नेमके ह्याच वेळेला मिसेस मेहरांनी उद्गार काढले –

"काय सुरेख मुलगा आहे!"

ह्या उद्गारातील अर्थ नंबर टूच्या ध्यानात यायला एक मिनिट लागलं. 'सुरेख मुलगा?' लतिकाला प्रेक्षकांपुढे मुलगा उभा करावयाचा नव्हता. पारध्याच्या वेषात लतिकाला प्रेक्षकांच्यात आणण्यात आपण चूक तर केली नाही?

सुरेख मुलगा – मु-ल-गा?

नंबर टूचा चेहरा काळवंडून गेला. रंगमंचावर पारधी आपल्या जोमदार पौरुषाचे प्रदर्शन करत होता आणि नंबर टूचा चेहरा अधिकाधिक काळवंडत होता.

दुसरा, समूहनृत्याचा कार्यक्रम सुरू झाला. त्यासरशी लीनाचा दंड गच्च दाबून नंबर टू म्हणाल्या, "आपण एक मिनिटभर ग्रीनरूममध्ये जाऊन येऊ."

त्यांची छाती खाली-वर होत होती.

लीनानं नंबर टूच्या चेहऱ्याकडे पाहिलं आणि झाला प्रकार तिच्या ध्यानात आला. आपल्याकडून थोडा आगऊपणाच झाला. आता आपले मिस्टर अडचणीत पडतील. तरी त्यांनी ताकदी दिली होती की, नंबर टूच्या पायावर पाय पडू देऊ नकोस.

आता नंबर टूच्या जळफळाटाचा काही उपयोग नव्हता. आपल्या मुलीच्या प्रतिस्पर्ध्याचा निकाल तिनं अगदी सोप्या मार्गानं लावला होता. लतिकाला तिनं रंगमंचावर मुलगा म्हणून आणलं होतं. दणकट मिशा आणि केस झाकतील असं मुंडासं घालून लतिकेला रंगमंचावर आणण्यात लीनानं खरोखरीच हुशारी दाखविली होती. पण काय उपयोग?

क्लबातील कुणाचीच मुलगी सी.ई. करून घेणार नव्हते. सामाजिक सरहद्दीबद्दल त्यांना तिटकारा होता आणि संधी येताच त्या ओलांडण्याकडे त्यांचा कल असे. फॅक्टरीतील कामगारांशी गप्पा मारताना त्यांना अनेकांनी पाहिलं होतं. निळा गणवेश घातलेल्या कामगारांच्या खांद्यावर हात ठेवून ते जिव्हाळ्यानं त्यांच्याशी बोलत. घरी किंवा ऑफिसमध्ये कुणीही त्यांना तडक जाऊन भेटण्यास बंदी नव्हती. फक्त क्लबमधल्या बायकांना मात्र मज्जाव होता.

सी.ई. म्हणजे विलक्षण माणूस होता.

त्याला जोडीदारीण हवी होती – ती त्याच्या विचाराशी सहमत असणारी, त्याचा जीवनविषयक दृष्टिकोन पटणारी.

किरकोळ शरीरयष्टीच्या आणि फिक्कट चेहऱ्याच्या ह्या बाईची मिसेस मेहरांना कणव आली. आपल्या मुलीला चांगला नवरा मिळवण्यासाठी तिची केवढी धडपड चालली होती!

घाईघाईनं रंगमंचावर येऊन तिनं खुलासा केला –

"कार्यक्रमात थोडासा बदल केला आहे. शेवटी एक नृत्य आहे. नृत्याचं नाव आहे – देवदासी."

त्यानंतर दोन समूहनृत्यं झाली आणि त्यानंतर उंच शेलाटी अशी मुलगी पायातील चाळांचा मधुर नाद करीत रंगमंचावर आली. पारध्याच्या वेषात, हे अनुपम स्त्री-लावण्य मुळीच दिसलं नव्हतं. ते भास्करच्या दृष्टीला पडू नये, म्हणून लीनानं उगीच नाही असा डाव रचला. आता लीनाचा चेहरा काळवंडला होता आणि नंबर टू विजयी चेहऱ्यानं श्रोत्यांकडे बघत होत्या.

मिसेस मेहरांना त्या म्हणाल्या, "बघितलंत, किती सुंदर दिसते माझी लतिका! आपल्या भारतीय नृत्याचासुद्धा अभ्यास आहे तिचा. लीना, आता तूच मेहराबाईंना समजावून सांग ना – माझ्यापेक्षा छान सांगशील तू."

"ह्या नृत्याला पाया आहे आपल्या शास्त्रीय नृत्याचा; पण आजच्या रंगमंचाला

अनुरूप ठरतील, असे फेरफार त्यात करून घेतले आहेत.''

आपल्या नवऱ्याच्या बढतीत अडथळा होईल, असं आपण केलं आहे; आता काहीही करून ते निस्तरलं पाहिजे, याची जाणीव लीनाला झाली होती. आणि आपल्याकडून लतिकेवर झालेल्या अन्यायाची भरपाई करण्याची तिची धडपड चालू होती – ''मिसेस मेहरा, लतिका अगदी सहीन् सही देवदासी वाटते की नाही? पारलौकिकाची ओढ आणि लौकिकाची आसक्ती याचा विलक्षण मिलाफ होईल. देवदासीच्या ठिकाणी तो आपल्याला दिसतो. लतिका तो किती कौशल्यानं दाखवत आहे, बघा.''

विजेच्या लखलखाटानं 'वननिवास' उजळून निघालं होतं. त्या पिवळ्या-तांबड्या इमारतीकडे पाहून भास्करच्या मनात आलं, साधन तर हातात आलं; आता उराशी बाळगलेलं स्वप्न प्रत्यक्षात आलं पाहिजे.

सुरुवात तर चांगली झाली नव्हती; पण सुरुवात म्हणजे काही शेवट नव्हे. काही धडे शिकावेच लागणार. स्टील टाउनमधल्या ह्या बायकांना काय दोष द्यायचा? त्या बापड्या आपल्या बुद्धीप्रमाणं वागल्या.

स्टील टाउनमधली माणसं कशा तऱ्हेनं वागतील, हे भास्कर ओळखून होता. बारा नंबरच्या सेक्शनला वाटतं – आपण अकरासारखं व्हावं, किंवा दहा असावं.

मिसेस मलिकना नक्की वाटत असणार की, आपण नंबर टू व्हावं. आणि चीफ इंजिनिअरलाही एके दिवशी तीव्र इच्छा होईल की, आपण ह्या पिरॅमिडच्या टोकावर असावं.

आहोत त्यापेक्षा मोठे होण्याची इच्छा सत्यजितला नव्हती. हां, माणूस म्हणून वाढावं, असं त्याला वाटत होतं. तेवढ्यानं तो समाधानी होणार होता.

शांतिसेनेतून जाण्यासाठी स्वेच्छेनं पुढे येईल, अशी कोणी व्यक्ती स्टील टाउनमध्ये होती का? कष्ट, त्रास आणि कदाचित मृत्यू – ह्याशिवाय काही मिळणार नव्हतं. हे असं 'वाहून घेणं' म्हणजे काय, हे स्टील टाउनला कधी समजेल का?

त्याचे हे विचार चालू होते, तेवढ्यात त्याच्या शेजारच्या रांगेत चर्चा सुरू झाली.

''तुम्हाला काय वाटतं चित्तरंजन?''

''मला? आधी स्वामीजी काय म्हणतात, ते तर ऐकू.''

''स्वामीजी?''

थोडी शांतता.

''मी गांधीजींच्या शब्दांत बोलेन.''

''स्वामीजी, तसंच बोलता आपण नेहमी.''

''गांधीजी म्हणाले होते, कोणतीही संस्कृती एकमेव अशी राहू शकत नाही. माझ्या घराला चोहोबाजूंनी भिंती असाव्यात आणि खिडक्या बंद असाव्यात, असं

मला वाटत नाही. वेगवेगळ्या संस्कृतींचे वारे माझ्या घरात खेळले पाहिजेत. माझा धर्म म्हणजे तुरुंगातला धर्म नाही.''

''हो, म्हणून तर आपण हे आजचं आमंत्रण स्वीकारलंत. आपल्या तरुण पिढीला ही गोष्ट उमगली पाहिजे. त्यांना आपण तुरुंगात राहतो आहोत, असं वाटून उपयोगाचं नाही.''

''गांधीजींचे ह्यानंतरचे शब्दही फार महत्त्वाचे आहेत. माझ्या पायाखालची जमीन मात्र मी सुटू देणार नाही, केवळ माझ्या भूमीतील सनातन संस्कृतीवरच माझं पोषण व्हावं, असं मी मानीत नाही. आपल्या परंपरा वाढल्याच पाहिजेत आणि नव्या काळाचीही जाण आपल्याला असली पाहिजे.''

सत्यजितचं पाऊल आणखी पुढे आहे. परवा तो म्हणाला, ''स्टील टाउन नव्या काळचे, तर गांधीग्राम हे भविष्यातले आहे. स्टील टाउनचं काम चालू राहिलंच पाहिजे. पण हे काम पुरं झाल्यावर, नंतर काम आहे ते गांधीग्रामचंच. कुरणाच्या जमिनीच्या एक पट्ट्यानं तोडलेल्या दोन स्थानिक भागांचाच केवळ हा प्रश्न नाही; हा सगळ्या जगाचा प्रश्न आहे.''

''खरं आहे. आणि आपल्यापेक्षा, पाश्चिमात्य प्रगत देशांपुढे हा प्रश्न फार तीव्र आहे. आपल्याला वेळ आहे; त्यांना आता वेळ नाही. शरीरपोषण होईपर्यंत आपला आत्माराम शांततेसाठी थांबेल; पण त्या लोकांची शरीरे उत्तम वाढली-पोसलेली आहेत, त्यांचा आत्मा आता उपाशी राहणार नाही. पण इतर देशांपासून तुटक राहून चालणार नाही आपल्याला. शरीर आणि आत्मा ह्यांचं पोषण एकाच वेळेला झाले पाहिजे, पाळीपाळीनं नाही.''

सत्यजितनं टागोरांची कविता सांगितली होती.

टागोरांनी म्हटलं आहे, 'कुणी सांगावं, कदाचित नवा उषःकाल इकडून होईल, पूर्वेकडून सूर्योदय होतो, त्याच दिशेकडे.'

ध्वनिमुद्रित संगीत वाजू लागलं. श्रोत्यांत शांतता पसरली.

खेड्यातली तरुण मुलं काय म्हणतात, हे ऐकायला हवं होतं; पण त्यांच्या शेजारी होती, ती गप्पच होती. ही सगळी सौंदर्याची परेड – तरुणांना ती भुरळ घालणारच आणि सत्यजितचे विचारसुद्धा त्यांना भुरळ घालणारच की!

सत्यजितला माहीत नव्हतं – ह्या देशात दर दिवशी अठरा हजार बाळं जन्म घेतात. त्यांना भरण-पोषण हवं, उत्तम नागरिक होण्यासाठी आवश्यक तेवढं सगळं त्यांना द्यायलाच हवं.

पुन्हा बोलणं ऐकू येऊ लागलं. ह्या खेपेला ते पुढच्या रांगेतून ऐकू येत होतं.

''हां-हां. हा आमचा नातू. पुन्हा पारधी बनून आला कोंबड्डीचा!''

''मोठे काका, तुम्हाला ठाऊक नाही –''

“काय ठाऊक नाही? अरे, गेल्या खेपेला त्याला चांदीचं पदक मिळालं होतं, ह्याच कामाबद्दल!”

“काका, आता मात्र तुम्ही चाळिशी घ्याच. अहो, कुठं आहे तुमचा नातू? स्टेजवर दिसतोय, तो तुमचा नातू नाही!”

“मग कोण आहे?”

“इथे कुणीही नाही कामगारांपैकी. बाई नाही, बापई नाही. ही सगळी बडी मंडळी आहेत. इथे तुमचा नातू येईल कसा? तेल आणि पाणी कधी एकजीव होतं का? पण तुमच्या नातवाला त्याचंही काही वाटत नसणार. त्यांच्यातलाच म्हणवतो ना तो स्वत:ला!”

“अरे, लोहपूरनं त्याला चांदीचं पदक दिलं होतं. कुणी दिलं, तर त्याचं नाव सी.ई. आपल्याला चिङ्ग्या धाडल्या ना, तोच. अरे, तुम्ही काय सांगता – हा तोच गद्धागाढव आहे, आमचा नातू. चेहरा दिसतो ना सादमूद. नाक, कान ओळखू येईना होय मला? त्याचे कान काय थोड्या वेळा हातात घेतलेत मी?”

“काका, तुमचा हात लागला नाही, असा कान आपल्या गावात आढळेल का?”

“तुझा कान रे? माझ्या ध्यानात नाही.”

“बरंय ते. नाही तर आत्ता धराल.”

भास्करला इन्स्टिट्यूटमध्ये झालेला कार्यक्रम आठवला. आपण कुणाला चांदीचं पदक दिलं, तो तरुणही आठवला. तो गांधीग्रामचा होता का? ठीकच आहे. त्याचा उपयोग करून घेता येईल. वननिवासासाठी असला प्रत्येक बंडखोर उपयोगाचा होता. प्रत्येक तडा रुंदावणं आवश्यक होतं. शांतिसेनेच्या कार्यक्रमाला विलंब लागला पाहिजे. गांधीग्राममधून जर सहकार्य मिळालं नाही तर... तर, सत्यजित ही कल्पनाच अव्यवहार्य म्हणून टाकून देईल.

जायचंच असेल, तर सत्यजितला एकट्याला जाऊ द्या; सुमीताचा बळी नको जायला.

इतका वेळ मनात दडपून ठेवलेली इच्छा उसळून वर आली. सुमीताला पाहावं, असं भास्करला वाटलं. त्यासाठी कार्यक्रम संपेपर्यंत थांबायला पाहिजे होतं. ह्या कार्यक्रमाबद्दल तिचं मत काय झालं असेल? वननिवासाचा तसा काही परिणाम लोकांवर होणार नाही, हे तिनं बोलून दाखविलेलं भविष्य खरंच नव्हतं काय?

सुमीता कार्यक्रम पाहत होती. नर्तकांचा तो मेळावा विलक्षण उत्सुकतेनं पाहत होती आणि तिच्या मनात एक प्रश्न सारखा येत होता, ‘हे असे कपडे घातल्यावर कसं वाटतं?’

प्रकाशझोतात, साजशृंगार केलेल्या शरीराच्या तालबद्ध हालचाली होत होत्या.

किरमिजी रंगाचं रेशमीवस्त्र नेसलल्या नर्तिकेची प्रमाणबद्ध कंबर आणि खालच्या सगळ्या बाकदार रेषा उठून दिसत होत्या. चोळी आणि कंबर ह्यामधला उघडा भाग. कपड्यामुळं शरीर आकर्षक दिसतं, ह्यात शंकाच नाही आणि शरीरामुळं कपडेही आकर्षक वाटतात.

आपण वापरतो ती खादीची साडी फक्त अंग झाकते. ह्यापुढे जाऊन साडीचा आणखी काही उपयोग असतो, हे कधी आपल्या डोक्यातही आलं नाही.

समोर मेंदीनं रंगवलेली पावलं तालात पडत होती, किती सुरेख दिसत होती ही पावलं!

सुमीताचा हात तिच्या पावलांवरून फिरला. तळवा किती राठ, कठीण होता. कधी चप्पल वापरली नाही, त्याचा परिणाम. पावलं अशी खडबडीत, डागाळलेली, फाटलेली असणारच. चालण्याखेरीज त्याचा आणखी काही उपयोग नसतो, असं आपण का मानत आलो? एखाद्या कुरूप वस्तूला हात लावताच तो बाजूला घ्यावा, तसा सुमीताचा हात तिच्या पावलांवरून बाजूला झाला.

हे पाऊल पाहण्यासाठी एक तरुण खाली वाकला होता. कुठं काही लागलं का म्हणून त्याची बोटं ह्या पावलांवरून फिरली होती. त्याला किळस नसेल ना आली?

शेजारी बसलेल्या आईनं अवघडलेली बैठक मोडून एक पाय पुढे ठेवला. प्रमाणबद्ध आणि मऊ पाय होता, एखाद्या नर्तिकेचा असावा तसा.

हिरव्या काठाची साडी तिच्या अंगावर छान शोभत होती. ब्लाउजचा रंगही हिरवा होता. मुलीप्रमाणे हिनंही पांढरी साडी, पांढरा ब्लाउज वापरला तर?

छे, तिला कधी करू द्यायचं नाही असं!

डोळ्यांपुढचं स्टेज दिसेनासं होऊन सुमीता वाऱ्या-वादळात सापडली.

तिला घट्ट छातीशी धरलेली होती. सावरून उभं राहण्याच्या धडपडीत त्या दोन्ही हातांचा स्पर्श तिला जाणवला नव्हता.

पण नंतर काही तरी घडलं. सुखाचा झुळझुळता प्रवाह सगळ्या गात्रांतून वाहू लागला. सुरुवातीला तो हलके-हलके वाहत होता, पण पुढे त्याचा जोर एवढा वाढला की, सुमीता थरथर कापू लागली.

नेमक्या ह्याच वेळी त्यानं तिला तोंड फिरवून आपल्या समोर घेतलं होतं... आणि त्याचे डोळे कसे वेगळे दिसत होते.

तीच, तशीच चमक पुन्हा, तिच्यासमोर बसून आणि तिचं पाऊल हातात घेऊन पाहताना त्याच्या डोळ्यांत दिसली होती.

पट्कन तो खोलीबाहेर गेला होता. अंगावरचे ओले कपडे काढून, टॉवेलनं ती अंग कोरडं करीत असताना बाहेर जीप सुरू झाल्याचा आवाज तिनं ऐकला होता.

अंगावर काही नसताना बाहेर जाऊन त्याला थांबवणं तिला शक्यच नव्हतं.

जीपचा आवाज ऐकू येईनासा झाला आणि तिला आपल्या हाता-पायांतून शक्ती गेल्यासारखं वाटलं. जणू शरीर पिळून काढलं गेलं आणि केवळ सालपट राहिलं आहे!

सुमीतानं निर्णय घेतला की, एका माणसानं आपल्याला ताब्यात घेतलं आहे. हा ताबा असा जबरदस्त होता की, भास्कर गेला त्या क्षणी तो समोर पाहिजे, अशी इच्छा तिच्या मनात बळ करून उठली. मागे, सत्यजित एका आठवड्यासाठी सेवाग्रामला गेला होता, तर सुमीताला किती एकटं वाटलं होतं. आई पंधरा दिवसांसाठी परदेशी गेली, तेव्हाही तसंच एकटं वाटलं होतं. पण आतासारखी अभिलाषा वाटली नव्हती.

तिला राग आला.

काय हा मूर्खपणा आहे?

पापाकडे नेणाऱ्या ह्या शक्तीच्या ताब्यात आपण का जावं?

पाप?

शरीरभर जी ऊब पसरली, तिच्यात काय पाप होतं?

पण त्या सुखापासूनसुद्धा सुमीताला दूर व्हायचं होतं; कारण तिला मनस्ताप होत होता.

काही मिनिटांतच तिची सुटका झाली. कोरडे कपडे घालून ती आपल्या खोलीत आली न आली तेवढ्यात आई बाहेरून आली. सुमीताला पाहताच तिला स्वतःला आवरता आलं नाही, ती कोसळली. समोर दिसते आहे, ती खरीखुरी सुमीता नव्हे; भास आहे, अशी भीती तिला वाटली.

"काय गं मी घाबरले होते! मला वाटलं, तू सापडलीस वादळात. काय भयानक विजा होत होत्या. एक झाड उन्मळून पडलेलं पाहिलं मी!"

"आई, कित्ती भिजली आहेस तू! आधी कपडे बदल, मग बोलू आपण."

"आधी मला सांग, तू वादळाच्या आधी घरी पोहोचली होतीस का?"

"मी वाऱ्या-वादळात सापडले, पण विशेष काही झालं नाही. फक्त पाय दुखावला थोडा."

काळजी दाखवीत आईनं वाकून आधी पाय पाहिला.

"काहीनाही विशेष. हळद-चुना लावायला हवा, सूज जाईल त्यानं. मी कपडे बदलते, तोवर मला सांग बघू कुठं गेली होतीस तू. आणि काय-काय झालं ते!"

पण किती तरी न सांगण्यासारखं होतं. सुमीता जीपपर्यंत कशी गेली, तेवढ्यात काय काय घडलं, हे सांगणार कसं? शब्दानं सांगण्यापलीकडचा तो अनुभव नव्हता काय?

"काय सांगतेस! भास्करनं तुझ्या वडिलांचे कपडे घातले होते?" सुरुचीला हसू आलं. "कसा दिसला तो?" सुरुचीनं कल्पनेनं ते चित्र पाहिलं आणि तिला पुन्हा हसू आलं.

सुमीता म्हणाली, "क्षणभर तो अगदी बाबांसारखा दिसला!"

मध्यरात्री सुमीताला एकाएकी जाग आली. बाहेर वादळवारा बिंग-बिंग करीत होता. पाऊस धोधाटत होता.

पुन्हा ते दृश्य!

वादळवाऱ्याच्या आवाजातूनही आईच्या श्वासाचा आवाज कानांवर येत होता. पलीकडेच ती गाढ झोपलेली होती.

सुमीताला लाज वाटली. ती आठवण तिनं दूर सारली.

सुजलेल्या पावलामुळे दुसऱ्या दिवशी तिला घरीच राहावं लागलं. शाळेतले विद्यार्थीच घरी आले. त्यात वेळ गेला.

संध्याकाळी तर दारात बैलगाडी येऊन उभी राहिली. वननिवासातील कार्यक्रमाचं निमंत्रण होतं.

कार्यक्रम संपला. प्रेक्षक उभे राहिले. राष्ट्रगीत झालं. आई म्हणाली, "माझ्या हाताचा आधार घे."

काही पावलं चालून गेले आणि आई पुन्हा म्हणाली, "हे आले बघ. त्यांचे आभार मानले पाहिजेत निमंत्रणाबद्दल."

सुमीताला भास्करपुढे जायचं नव्हतं. सुंदर-सुंदर मुली त्यानं आताच डोळे भरून पाहिलेल्या होत्या. आपण ह्या अशा पोशाखात कशा जाणार त्याच्यापुढे? ज्या डोळ्यांनी त्यानं नाचणारी पावलं पाहिली, त्याच डोळ्यांनी तो आपला सुजलेला पाय पाहील की.

"आई, तू बोल त्यांच्याशी. मी जाऊन बसते गाडीत."

वननिवासाच्या फाटकापाशी गाडीवानानं गाडी जुंपून आणली आणि सुमीता आत चढून बसली. तेवढ्यात भास्कर येताना दिसलाच. त्याच्या एका बाजूनं सुरुची चालत होती आणि दुसऱ्या बाजूनं कोणी एक नखरेल बाई. जाडी मान वाकडी करून त्या बाईनं गाडीत पाहिलं.

"आमच्याबरोबर चल, पोहोचवतो तुला सुमीता. आई नाही म्हणते येणार, पण तू चल!"

"मेहरबानी आहे. पण मी जाते ह्या गाडीतून."

"एखाद्या दिवशी तरी शहरात ये की आमच्याकडं. त्या झोपडीत गुदमरल्यासारखं होत असेल तुला."

"नाही हं, अगदी सुखात आहे मी तिथं!"

बाईला पटलेलं दिसलं नाही. तिनं मान हलवून अविश्वास दाखवला.

"तू कधी बाहेरचं जग पाहिलेलंच नाहीस. हे बघ, तू आणि तुझी आई जेवायलाच या माझ्याकडं. वडील काही येणार नाहीत तुझे; माहीत आहे मला. तिरस्कार वाटतो त्यांना आमचा. त्यांना वाटतं, आम्ही म्हणजे राक्षस आहोत."

सुमीतानं धारदार आवाजात उत्तर दिलं, "गांधीग्राममधल्या माणसांना कुणाचा तिरस्कार करणं माहीत नाही; तो गुण फक्त शहरातल्या लोकांपाशी असतो."

बाई गप्प बसली ओशाळून; पण भास्कर हे ऐकून मोठ्यानं हसला. गंभीरपणे म्हणाला, "मग आम्हाला शिकवा ना, तिरस्कार करू नये हे. आम्हाला शिक्षक हवा आहे! आम्हाला टाकून देऊ नका."

बैलगाडीत अंधार होता. तिथूनच सुमीतानं भास्करकडे एक कटाक्ष टाकला.

भरभक्कम, घट्ट ओठ अन् धीमा चेहरा.

त्या नटरंग्या बाईनं बिथरलेल्या आवाजात म्हटलं, "आम्ही शहराची माणसं, कशाला कुणाचा तिरस्कार करू? असूयेच्या पोटी तिरस्कार येतो. आम्ही कशाला कुणाची असूया करू? आम्हाला उत्तम कसं राहावं, हे कळतं. मिळणाऱ्या सुखाचा आस्वाद कसा घ्यावा, हे माहीत आहे आम्हाला!"

भास्कर पुन्हा म्हणाला, "सुमीता, तू आलीस त्याचा आनंद वाटला. वननिवास सर्वांसाठी आहे. फक्त तुम्ही सर्वांनी त्याचा फायदा घेतला पाहिजे." त्यानं सुरुचीला हात दिला.

गाडी चालू झाली. तसा हात जोडून नमस्कार केला.

आई त्याच्याकडे बराच वेळ पाहत होती.

गाडीनं वळण घेतलं.

मुलीकडे पाहून ती बोलली.

"चांगला मुलगा आहे!"

"मुलगा! आई?"

"बरं, चांगला माणूस आहे. त्याला असा कमीपणा आणायला नको लोकांनी. कसला तो कार्यक्रम!"

सुमीतानं आश्चर्यानं आईकडे पाहिलं. काय माहीत आहे हिला भास्करबद्दल? आणि त्याचा हेतू तरी कसा माहीत हिला? कोणता हेतू मनात ठेवून त्यानं वननिवास बांधलं आहे, हे नेमकं कसं कळलं हिला? किती हुशार आहे आई!

खोलीत उन्हं आली होती. सुमीताला जागं न करता तिचे आई-वडील आपल्या नेहमीच्या कामासाठी बाहेर पडले होते.

आधाराला काठी घेऊन, लंगडत-लंगडत सुमीता विहिरीवर गेली. विहिरीच्या चौथऱ्यावर बसून तिनं आपले तळवे घासून स्वच्छ केले. दहाएक मिनिटांनी ती परत खोलीत आली आणि भिंतीतल्या कपाटापुढे उभी राहिली. नीट घड्या घालून साड्या ठेवलेल्या होत्या. मग ती व्हरांड्यात आली आणि एक पुस्तक घेऊन बसली. वाचता-वाचता तिचं लक्ष उडालं. उठून पुन्हा ती कपड्यांच्या कपाटाकडे आली. वननिवासातील कार्यक्रमाच्या वेळी आईनं नेसली होती, ती साडी तिनं घेतली. हिरवा ब्लाउज घेतला. साडीची आणि ब्लाउजची घडी छातीशी धरून ती उभी राहिली. हळूहळू तिच्या मनाची तयारी झाली. शेवटी अंगावरचे ते पांढरे कपडे काढून टाकले. आतले कपडेसुद्धा खादीचे, पांढरेच होते. क्षणभर ती घुटमळली. घाबरली.

नेहमीचा आरसा एक फूटभर उंचीचा होता. वेणीफणी करण्यासाठी तो भिंतीशी टेकवून जमिनीवर बसावं लागे. असं बसून सर्व शरीर कसं दिसणार? उभं राहून स्वत:ला सगळंच्या सगळं पाहावं, असं कधी वाटलंच नव्हतं.

आरसा घेऊन ती वडिलांच्या खोलीत गेली. तिथे डेस्कावर ठेवलेल्या लठ्ठ पुस्तकाला आरसा टेकवून उभा केला आणि एकेक पाऊल मागे जाऊन पाहिलं.

आश्चर्यानं विस्फारलेले तिचेच डोळे आरशात दिसले. हा साडीचा रंग किती शोभून दिसत होता तिला. किती वेगळी दिसत होती ती!

आता नवी वाट धरलीच होती, तर शेवटपर्यंत ती का नाही चालायची? शेल्फवरच्या बांगड्या तिनं घेतल्या – काळ्या करंद रंगाच्या, कित्येक वर्षांत कुणी न वापरलेल्या. आईपेक्षा तिचे हात मोठे होते. आई किती लहानखुरी होती! हातात चढवता-चढवता दोन बांगड्या फुटल्या! पण शेवटी, बुच्ची मनगटं बांगड्यांनी शोभू लागली.

चपलाही लहान होत होत्या. त्या घालून ती खोलीतल्या खोलीत हिंडली; मग व्हरांड्यात गेली, बागेत गेली आणि परत खोलीत आली. मग तिनं ठरवून टाकलं – पायांची निगा ही ठेवलीच पाहिजे. ते मऊ, सुंदर दिसले पाहिजेत. अगदी, पैंजण घालावेत, इतके!

काही वर्षांपूर्वी आई कपाळाला कुंकू लावत असे. ती अर्धी बाटली शेल्फवर होती. तिचं बूच काढून सुमीतानं पुन्हा आरशात पाहिलं.

ती देवळातली पाषाणमूर्ती तिला दिसली.

वर-वर पाहिलं, तर एक स्त्री दुसरीसारखी नसते. चेहरा, शरीरसौष्ठव, सौंदर्य ह्यात सारखेपणा नसतोच; तरीपण सारखेपणा होता – हे जिवंत शरीर आणि ते पाषाणात कोरलेलं शरीर.

तिला ती पाषाणमूर्ती पुन्हा जाऊन बघावीशी वाटली!

■

। अठरा ।

रूपा विचार करीत होती.

सत्यजितच्या मदतीला इतिहासच धावून आला होता. सरहद्दीच्या प्रश्नाबद्दल महिनोन् महिने चाललेली बोलणी फिसकटली होती. चीननं आपले अव्वाच्यासव्वा हक्क जाहीर करून सर्वांना चकित केलं होतं. आता हा पेचप्रसंग सुटणार कसा?

आता शांतिसेनेच्या कार्याला वाव होता. नैतिक दडपण, वादविवाद निष्फळ ठरले. आता हृदय आणि आत्मा ह्यांची सरशी होईल. शांतिसेनेचं महत्त्व एकदम किती तरी पटीनं वाढलं.

एक-एक दिवस महत्त्वाचा होता. हिमालयावर गोळा झालेले वादळी ढग कधी सारं आभाळ झाकोळून टाकतील आणि आशेचे किरण नाहीसे होऊन कधी सर्वत्र काळोख होईल, ह्याचा नेम नव्हता.

परराष्ट्र खात्याच्या परवानगीवाचून शांतिसेनेला लडाखमध्ये प्रवेश करता आला नसता. परराष्ट्र खात्याला धाडावयाच्या निवेदनपत्राचा मसुदा करण्यात सत्यजित गढून गेला होता. उद्या शेवटचा दिवस होता. निवेदनपत्र घेऊन सत्यजित स्वत: दिल्लीला जाणार होता.

रूपाच्या दृष्टीनंसुद्धा एक-एक दिवस महत्त्वाचा होता.

निवेदनपत्राचा काही उपयोग होणार नव्हता.

शांतिसेनेच्या योजनेचे तीन तेरा होणार, हे दिसतच होतं.

दरम्यान, ह्या गोष्टीचा उपयोग करून घेण्याजोगा होता.

भारताची अहिंसेची शिकवण चीनला पोषकच ठरणारी होती.

जनमानस, खोटी आशा दाखवून लुब्ध करणं आणि सशस्त्र प्रतिकाराला विरोध करणं – ह्या वर्तनामुळे, देशहिताच्या दृष्टीनं सत्यजित धोकादायक माणूस ठरेल.

रूपा निवेदनपत्र टाइप करीत होती.

आणि काय करता येण्याजोगं होतं?

तिची मोहीम सुरुवातीलाच संपून गेली होती. आपण किती बावळटासारखा विचार केला होता, ह्याचं तिला आता हसू येत होतं. संन्यासी तिच्याकडे ढुंकूनही पाहत नव्हता, बोलला तर औपचारिक बोलत होता. आपल्या सुंदर हस्ताक्षरानं पानामागून पानं भरून तो ती फक्त रूपाकडे देत होता – बास. रूपा म्हणजे मजकूर टाइप करणारं यंत्र होतं.

लाकूडतोड्याची मुलगी ही कल्पित कथाच होती.

मध्येच, एकोणीस नंबरच्या खोलीत असावं, अशी अतोनात इच्छा रूपाला होई. टाइप करीत राहावं, मधूनच डोळे वर करून पाहिलं की भास्कर दिसेल, त्याच्या तोंडात असलेला पाइप अजून पेटवायचा असेल....

त्याचा आवाज ऐकावा, अशी उत्कट इच्छा रूपाला होई.

टायपिस्टचं टेबल दूर कोपऱ्यात असावं. तिथून उठून निळ्या गालिच्यावरून यावं.

"सर, ह्या शब्दांचं स्पेलिंग काय करायचं?"

दोघांमधलं अंतर अजून कमी व्हावं, असं वाटे.

वाक्य वाचावं आणि विचारावं – "सर, असंच सांगितलं होतंत ना तुम्ही?"

त्याचा चेहरा थकलेला आहे. थकवा विसरावा, मन ताजंतवानं व्हावं, असं काही हवं. इच्छा करायचा अवकाश, त्याला ते मिळालं असतं. तिच्या शेजारी उभं राहून तिचा डाव हात त्यानं हातात घ्यावा. त्याचा चेहरा काही फार दूर असणार नाही....

त्याच्या मनात होतं ते आपण करणार आहोत, हा निर्णय रूपानं घेतलाच होता. तो भास्करला सांगावयाचा नाही, हा निश्चय मात्र टिकला नाही. एकच दिवस हे गुपित तिनं स्वत:पाशी बाळगलं आणि समोरासमोर सांगणं जमणार नाही, म्हणून लायब्ररीतून भास्करला फोन केला.

चकित आवाजात भास्कर म्हणाला, "नाही, मला आवडणार नाही. मी ते बोललो तेव्हा; हे काम तू पत्करावंस, असं माझ्या मनातसुद्धा नव्हतं. रूपा, हा मूर्खपणा होईल!"

गोड आवाजात पण त्याला चिडवण्याइतपत तिरकसपणे तिनं उत्तर दिलं, "का? तुमच्यासारखा नुसता माझा हातसुद्धा हातात घेण्याची गरज नाही त्यांना. फक्त त्यांचं मन चळलं तरी पुरे! केवळ कल्पनेत जरी त्यांनी माझे कपडे उतरवले तर पुरे!"

"रूपा, बंद कर हे बोलणं!"

एकाएकी रूपाच्या मनातले हे विचार थांबले. समोर असलेल्या कागदांकडे ती अविश्वासानं पाहत राहिली.

शांतिसेनेसाठी जी सहा नावं सत्यजितनं निवडली होती, त्यात सुमीताचं नाव होतं!

सुमीता... का तिचं नाव? रूपानं तिला कधी पाहिलं नव्हतं. अनवाणी चालणारी ही मुलगी लोहपुरात चर्चेचा विषय झाली होती. ती सुंदर आहे, असे सर्वच म्हणत. ती पांढरे कपडे वापरे, ते आपला देखणेपणा दिसू नये म्हणूनच. एखाद्या तत्त्वाला वाहून घेतलेल्या स्त्रीला देखणेपण उपयोगाचं नसतं, उलट त्याचा अडथळाच होतो. बौद्ध भिक्षुणी नाही का क्षौर करीत?

सुमीता कोणत्या धर्मपंथाची अनुयायी नव्हती; पण जी सामाजिक मूल्यं ती मानीत होती, तोच एक पंथ झाला होता. आणि ह्या देशातील कोणताही पंथ धर्मापासून फार दूर कधी नव्हता.

रूपानं टाइप केलेल्या मजकुराकडे पुन्हा डोळे वळवले. योजना काय आहे, हे त्या निवेदनावरून स्पष्ट कळत होतं.

पठाणकोटपर्यंत शांतिसेना रेल्वेनं प्रवास करील. श्रीनगरचा प्रवास मोटारीनं होईल. श्रीनगरपासून लेहपर्यंत पुन्हा मोटारच. लेहपासून मात्र पदयात्रा सुरू होईल. सुमारे तीन आठवड्यांत शांतिसेना लेहला पोहोचेल. लेह म्हणजे काही झोपड्यांचं गाव. तिथे पुढल्या प्रवासासाठी शिदोरीची तरतूद करून घेतल्यावर शांतिसेना पुढे निघेल. अक्साई चीन रस्त्यानं ती सुरू होईल. हा रस्ता करून चीननं लडाखमध्ये प्रवेश केला होता, तिबेटशी सिकियांग जोडलं होतं. ह्या रस्त्यामुळेच भारताचा बारा हजार चौरस मैलांचा प्रदेश तोडला गेला होता.

भारताच्या पंतप्रधानांना वाटत होतं की, पेकिंगनं चुकीच्या कल्पनांमुळे हे अतिक्रमण केलेलं आहे. भारतानं सर्व सरहद्दीवरती ठाणी कुठे ठेवली होती? गस्ती तुकड्यासुद्धा कधीमधी अशाच सरहद्दीवर जात होत्या.

चीननं केलेली ही चूक नेहरूंनी चाऊ एन् लायच्या ध्यानात आणून दिली.

'हा प्रदेश निर्जन आहे. समुद्रसपाटीपासून चौदा हजार ते वीस हजार फूट उंची असलेल्या ह्या प्रदेशात डोंगरशिखरं आणखीनही उंच आहेत. ह्या कारणामुळे आणि इथे कधी अतिक्रमण होईल, अशी कल्पनाही आमच्या मनात नसल्यामुळे गस्तीठाणी उभारण्याची जरुरी आम्हाला कधी वाटली नाही.'

चीननं उत्तर लिहिलं –

'हा भाग सिकियांग आणि तिबेट यांना जोडण्यापुरता वाहतूक मार्ग म्हणून उपयोगात आणलेला आहे. कारण गोबीच्या वाळवंटातून थेट तिबेटशी वाहतूक अशक्य आहे. अक्साई चीन हा प्रदेश वाहतुकीला सोईचा असा एकमेव मार्ग,

सिकियांग आणि पूर्व तिबेटला जोडणारा आहे. पश्चिमेकडे, हा प्रदेश आणि लडाख ह्यामध्ये काराकोरम पर्वताची रांग आहे आणि ती वाहतुकीसाठी अत्यंत अवघड आहे.'

असा मामला होता. सिकियांग आणि पश्चिम तिबेट ह्यामध्ये सोईस्कर वाहतूक व्हावी, म्हणून चीनला हा प्रदेश पाहिजे होता. तो दांडकाठ्यानं त्यांनी आपला हक्क सांगून बळकावला!

इतकं होऊनही नवी दिल्लीचा पेकिंगवरचा विश्वास ढळला नाही. आपली चूक झाली, हे चीननं मान्य केलं नव्हतं; पण त्यांची मित्रत्वाची हाक, ऊब हीही खरी नव्हती का?

'भारतीय हद्दीवर हक्कभंग झाल्याच्या बातमीमुळे भारत सरकारला काळजी वाटते. पीपल्स रिपब्लिक ऑफ चायना ह्या सरकारने आपले वादग्रस्त प्रादेशिक हक्क प्रस्थापित करण्यासाठी एकतर्फी कारवाई केली आहे, ह्या गोष्टीवर हे सरकार विश्वास ठेवू इच्छित नाही; कारण ह्या सरकारशी आमचे संबंध मित्रत्वाचे आहेत.'

१९५९साली हिवाळ्यात चीन-हिंदुस्थानमध्ये चाललेल्या वादाची परिस्थिती ही अशी होती. चीननं चढवलेला मैत्रीचा जुना मुखवटा काढला होता. त्या जागी कपाळावर आठ्या असलेला मुखवटा चढवला होता. चीनच्या सदिच्छेची भारताला जर मुर्वत असेल, तर चीनच्या मागण्या त्यानं बिनतक्रार मान्य करायला हव्यात.

ह्या मागण्या हळूहळू वाढत होत्या.

जिथे-जिथे भारतीय सरहद्द गस्तीठाणीशिवाय होती, तिथे-तिथे चिनी सैनिक लांबवर आत घुसले आणि पाय रोवून उभे राहिले. हे सगळे योजनाबद्धच होते. पुढे, मागण्या आणखी वाढल्या. लष्करी दृष्ट्या महत्त्वाच्या अशा खिंडी, जारा, शिष्की, माना ह्या आमच्याच आहेत, असा दावा सुरू झाला. हक्क प्रस्थापित करणं सोपं होतं. नवे नकाश छापायचे आणि त्यात हे भाग दाखवायचे – बास!

एक लाख चिनी सैनिक सरहद्दीवर जमा झाले आहेत, अशी बातमी होती. बर्फाच्या प्रदेशात झुंजण्यास तयार झालेले एक लाख सैनिक! आणि विरुद्ध दिशेला, भारतीय सैनिक होते ते अवघे एक सहस्त्र!

ही गोष्ट झाली दक्षिण तिबेटची, यांटुग हे हेडक्वार्टर्स. तिबेटच्या इतर भागात असलेल्या चिनी सैनिकांची संख्या पाच लाख आहे, अशी बातमी होती.

आणि तिबेटमध्ये अठरा विमानतळही उभारण्यात आले होते.

हिमवर्षावाच्या पडद्याआड दडून विस्तृत सैनिकी हालचाली सुरू होत्या. ह्या पडद्यापेक्षाही मैत्रीचा पडदा जास्ती झोळ सुटलेला होता. पावसाची संततधार लागावी तसा ह्या देशावर पेकिंगचा आवाज वर्षत होता.

सत्यजितच्या निवेदनात ही सर्व पार्श्वभूमी मांडलेली होती. त्यानं सत्याकडे डोळेझाक केलेली नव्हती आणि तरीही ही शांतिसेना तो करणार होता.

त्यानं उपवाससुद्धा केला असता. त्यानं आणि त्याच्या अनुयायांनी जाहीर केलं असतं की, वादग्रस्त प्रदेशातून चिनी सैनिक परत फिरेपर्यंत आम्ही आमरण उपोषण करू!

रूपा मनात म्हणाली, मी चर्चा करीन त्याच्याशी. त्याचा काय दृष्टिकोन आहे, तो समजला पाहिजे मला.

"सर –"

"काय, रूपा?"

"चिनी लोकांचं हृदयपरिवर्तन होईल, अशी अपेक्षा तुम्ही का ठेवता?"

एवढ्यात दारावर आवाज झाला.

कँटीनचा पोरगा जेवण घेऊन आला होता. दोन माणसांसाठी जेवण रूपानंच मागविलं होतं. काल सत्यजित जेवलाच नव्हता. थोडी सुकी फळं आणि बरोबर आणलेले बेदाणे फक्त त्यानं खाल्ले होते. रूपाला 'जेवून या' म्हणून कँटीनकडे पाठवलं होतं. त्याला स्वत:ला वेळ कुठे होता? रूपानं विचार केला, जेवणच इकडे मागवलं तर?

पोरगा आत आला. तेव्हा रूपानं टेबलावरचे कागद आवरले, पुस्तकं आवरली.

सत्यजित पाहतच राहिला.

"कुणी जेवण आणायला सांगितलं?"

"पुरुषाला भुकेलं ठेवणं कोणत्याही स्त्रीला आवडत नाही."

रूपानं फक्त सँडविच घेतलं.

"पण असा फरक का? माझ्यासाठी एवढं जेवण आणि तुला फक्त सँडविच?"

"तुमच्यासाठी मी सगळं शाकाहारी जेवण मागवलेलं आहे. तेवढं कळतं मला!"

"कळतं पुष्कळच!"

"ही वक्रोक्ती, का स्तुती?"

"मी मनापासून बोललो."

"बरं वाटलं मला ऐकून."

काही क्षण गप्प राहून रूपानं विचारलं, "तुम्ही परदेशात राहिला होतात बरीच वर्षं, तरी शाकाहारीच?"

"मला वाटतं, माझी सगळी माहिती तू काढली आहेस."

"अगदी वरवर अशी ढोबळ माहिती आहे. संदर्भग्रंथ बघून जास्ती काय कळतं?"

"जास्ती काय कळायला पाहिजे?"

"सगळं! चरित्रात्मक नोंदी समजून माणसाची पारख कशी करता येईल?"

सत्यजित हसून म्हणाला, "माझी पारख करायची आहे का, रूपा?"

रूपानं गंभीरपणे मान हलवली आणि विषय बदलीत ती म्हणाली –

"अन्न गार होतंय तुमचं. आणखी काही हवं का तुम्हाला?"

स्वत:च्या थाळीतले पदार्थ सत्यजित रूपाच्या थाळीत घालू लागताच, 'नको – नको' म्हणत रूपानं त्याचा हात धरून ठेवला.

सत्यजित थांबला. आपला हात घट्ट पकडून ठेवलेल्या मऊ सडसडीत हाताकडे पाहत राहिला. हातावरची नजर काढून त्यानं तिच्याकडे पाहिलं. ती नजर कष्टी होती.

तिचा हात काही क्षण तिथेच राहिला. तिच्या निळ्या डोळ्यांत दयामाया नव्हती.

त्याच्या डोळ्यांतली ती झाक तिच्या परिचयाची होती, जे व्हावं म्हणून ती प्रार्थना करीत होती, त्याचीच खूण त्या नजरेत तिला पटली.

सत्यजितनं आपला हात काढून घेतला. गंभीर आवाजात तो म्हणाला, "चीनचं हृदयपरिवर्तन होईल, अशी अपेक्षा का करता म्हणून तू विचारलंस. गांधीजींच्या शब्दांत मी उत्तर देतो तुला ह्या प्रश्नाचं. मूलत: माणूस हा सत्प्रवृत्त आहे, म्हणून आक्रमक. हा प्रेम देऊ करताच, शेवटी प्रतिसाद देतो. शांत, दृढनिश्चयी आणि ईश्वरावर श्रद्धा ठेवणाऱ्या लोकांची प्रगती थोपूवन धरण्याचं सामर्थ्य जगातील कोणत्याही सत्तेपाशी नाही. अहिंसेची शक्ती ही जगातील सर्व शस्त्रबळापेक्षा अधिक आहे. रक्तच सांडावयाचं तर स्वत:चं सांडा, दुसऱ्याचा प्राण न घेता स्वत:चा प्राण खर्ची घालण्याचं धैर्य तुम्ही मिळवा. गांधीजींची असंख्य वचनं मी तुला ऐकवू शकेन. सैतान होऊन सैतानाचा पराभव कधीच करता येणार नाही; हिंसेनं हिंसा कधीच नाहीशी होणार नाही.

"त्यांच्या शिकवणुकीचं सार आहे, हे.

"शस्त्रबळापेक्षा माणसाचं आत्मबल श्रेष्ठ आहे; तेच शेवटी विजयी होतं, हा त्यांचा विश्वास होता आणि ह्याच विश्वासाच्या बळावर त्यांनी आपल्याला स्वातंत्र्य मिळवून दाखवलं."

सत्यजित थांबला. एखादं स्वप्न पाहावं तशा दृष्टीनं कुठे तरी पाहत राहिला आणि भानावर येऊन म्हणाला, "चल, लवकर खाणं आटप. उद्यापर्यंत हे निवेदन पुरं झालंच पाहिजे. ते टाइप करून माझ्या हाती आल्याशिवाय परवा मला दिल्लीला जाता येणार नाही."

■

। एकोणीस ।

सुमीतात बदल झाला. सगळ्या गावानं तो पसंत केला. फक्त दोन मुलींना तिचं हे करणं पसंत पडलं नाही. शुभ्र कपडे वापरणारी वैजयंती आणि राधा गोंधळून गेल्या. नंतर त्यांना राग आला. सुमीतानं त्यांना फसवलं होतं. आधी काही सुगावा लागू दिला नव्हता.

एक बोलली, "छे बाई, कल्पनाच करवत नाही."

दुसरी म्हणाली, "चक्क विश्वासघात आहे हा."

"म्हणजे इतके दिवस ती मानत आली, त्या ध्येयांचा निकालच लागला की!"

वैजयंती तब्बल एक तास रागानं फणफणत होती.

आणि नंतर तिला बातमी कळली की,

गावपंचायतीच्या चार सदस्यांबरोबर शांतिसेनेत जाण्यासाठी सुमीताचंही नाव आहे. वैयजंतीनं आपल्या वडिलांना जेव्हा म्हटलं –

"वननिवासाची सरशी झाली. त्यांनी सुमीताला फोडलं. ती आता स्टील हाउसची झाली."

तेव्हा कृष्णमूर्तींनीच ही बातमी आपल्या मुलीला सांगितली.

"बाबा, तिनं आपल्या तत्त्वाला हरताळ फासला. पांढरे कपडे वापरणं सोडून दिलं."

"तुला माहीत नाही बेटा, सुमीता आमच्याबरोबर शांतिसेनेत येणार आहे आणि कुणाला ठाऊक, ती माघारी परतणारही नाही."

वैजयंती क्षणभर अवाक् झाली.

तिला रडू कोसळलं.

केवढा अन्याय केला आपण आपल्या प्रिय मैत्रिणीवर... काय-काय वाईट बोललो तिच्याबद्दल.

छे! राधाला ही बातमी सांगितली पाहिजे.

माझ्याप्रमाणेच तिलाही सुमीताला बोल लावल्याबद्दल पश्चात्ताप झाला पाहिजे.

वैजयंती राधाच्या घराकडे निघाली. वाटेवर असणाऱ्या विहिरीपाशी बायकांचा घोळका चर्चा करीत उभा होता.

"आता आपण लाज नाही बाळगायची. छान रंगीत साड्या नेसायच्या."

"अगं, आईची साडी आणि ब्लाउज घालावा लागला तिला. दोघींना पुरतील एवढ्या साड्या कशा असतील घरात? आपण देऊ या का तिला रंगीत साड्या?"

"आपण सगळ्या मिळून जाऊ आणि देऊ. एकटीनं दिलेली साडी ती घ्यायची नाही."

"गेल्या पंधरा दिवसांत, एक साडी विणून होईल एवढं सूत मी कातलंय. पण ते विणलं पाहिजे."

"विणून काय होणार? रंगवायला नको का? किती वेळ जाईल त्यात."

"होय बाई, घाई केली पाहिजे. नाही तर पुन्हा विचार बदलायचा."

वैजयंती म्हणाली – "त्यापेक्षा आपण असं करू या की, तिचे सगळे पांढरे कपडे रंगवून देऊ तिला. एक तांबडी साडी, एक हिरवी, एक निळी –"

ही कल्पना सगळ्यांना पसंत पडली.

मग गांधीग्राममधल्या मुली कामाला लागल्या. बातमी सगळीकडे पोहोचली. अनेक मुली सरसावल्या. तीस चरखे फिरू लागले. चार विणकरांनी नंतरचं काम पार पाडलं. रंगाऱ्यांनी आपलं काम चोख केलं.

शनिवारी सकाळी-सकाळी तीस मुलींची मिरवणूक सुमीताच्या घरापुढे थांबली. स्वागताला उभी असल्यासारखी ती बाहेरच्या फाटकातच उभी होती. पण तिची दृष्टी वननिवासाकडे होती. भान हरपून ती भास्करनं वाजवलेली मुरली ऐकत होती!

गोपाळनं तिला सांगितलं होतं की, रोज सकाळी भास्कर वननिवासाच्या पायरीवर बसून कुठे तरी पाहतो आणि मुरली वाजवतो. धुळीनं भरलेल्या पायरीवर बसून तो कसला विचार करतो?

वननिवासाची इमारत त्याच्या लेखी फार मोलाची होती. दगड-विटांची ती केवळ इमारत नव्हती, तर भास्करनं गांधीग्रामपुढे केलेला तो मैत्रीचा हात होता. ही इमारत त्यानं गांधीग्रामला अर्पण केली होती.

"मला फार आशा आहे. तुम्ही फायदा करून घ्याल ह्या वास्तूचा." असं तो म्हणाला होता.

ह्या निमंत्रणामागे आव्हानही होतं, ही गोष्ट खरी. असे ना का! नव्या युगाचा झपाटा सोसण्याची गांधीग्रामची तयारी पाहिजे. नव्या विचारांचं स्वागत करण्यासाठी त्यानं तयार झालं पाहिजे, कसल्याही वाऱ्यावादळाला तोंड देऊन डोंगरकड्याप्रमाणं अभेद्य राहिलं पाहिजे. एककल्लीपणा का म्हणून? एककल्लीपणा म्हणजे पराभवाची भीती. असल्या भीतीला सत्यजितपाशी थारा नव्हता. तोच अनेकदा बोलून दाखवत नव्हता का –

"स्त्रीनं आणि पुरुषानं कधी ना कधी अग्निदिव्यातून गेलं पाहिजे."

"सुमीता!"
सुमीतानं दचकून समोर पाहिलं. कपड्यांचा गठ्ठा घेऊन सावित्री उभी होती. इतर मुली पाहत होत्या.
"तुझ्यासाठी आहे, घे."
"घे ना."
"उघडून तरी बघ, काय आहे ते."
वर्तमानपत्रात गुंडाळलेलं ते बंडल घेऊन सुमीतानं सोडलं.
ती चकित झाली.
बायका विचारू लागल्या. "कोणता रंग तुला आवडतो सुमीता? आमची पैज लागलीय. वीणा म्हणते की –"
"हिरवा. बरोबर आहे की नाही गं सुमीता?"
"नाही, निळा. सुमीता उघड्या शिल्पासारखी सुंदर आहे – समुद्राचा निळा रंगच हिला शोभतो."
"नाही – नाही. विटकरी रंगाची साडी नेसली की एखाद्या परीसारखी शोभेल!"
"वा गं, पऱ्या साड्या नेसतात वाटतं?"
"नाही तर काय, तशाच हिंडतात?"
मोठा हशा झाला. सुमीताही त्यात सामील झाली. आता नकार देणं तिला अशक्य होतं. घराकडे वळून तिनं आईला हाक मारली; पण आई तर केव्हाची व्हरांड्यात उभी राहून सगळं ऐकत होती.
"आई –"
तक्रारीच्या सुरात सुमीता आईला काही म्हणणार त्या अगोदरच तीच म्हणाली, "किती आनंद झालाय पोरी मला –"
तिचे डोळे भरून आले होते.
"सुमीता, माझी कित्येक वर्षांपासून देवाला प्रार्थना होती की, ह्या पोरीला चांगले-चुंगले कपडे वापरण्याची बुद्धी दे."
मुली पुन्हा कलकलू लागल्या.
"ए, पाहू या गं – रंगीत साडी कशी दिसते सुमीताला. एक साडी नेसून दाखविली पाहिजे तिनं आपल्याला."
"आणि आपण हा दिवस साजरा करू."
"कसा?"
"आपणही एक कार्यक्रम करू. आपली लोकगीतं, आपली नृत्यं आणि

स्त्री-गीतं असा कार्यक्रम करू आणि तो पाहायला स्टील हाउसच्या बायकांना बोलावू – कामगार बायकांना हं.''

सगळ्या मुलींना ही कल्पना पसंत पडली. पण कार्यक्रम करायचा कुठे? गांधीग्रामचं समाजमंदिर अजून पुरं झालं नव्हतं. छप्परच घालायचं उणे होतं. दोन महिने तरी त्यासाठी लागणार होते.

सुमीताच्या मनात हा कार्यक्रम वननिवासात करायचा होता. गांधीग्रामनं ती इमारत वापरली, तर बिघडलं कुठे? ती उत्साहानं म्हणाली – ''तिथंच ठरवू की सगळं.''

''पण सुमीता, तुला अजून काठी घ्यावी लागतेय चालण्यासाठी.''

''ते पाहीन मी!''

''कधी जाऊ या तिकडे?''

''आत्ता. पण थांब हं एक मिनिट.''

पट्‌कन वळून ती नाहीशी झाली.

ती मुलगी गोंधळून सुरुचीकडे पाहत राहिली.

सुरुची हसून म्हणाली, ''मला तरी कसं कळणार ती कुठं गेली हे! गळ्यात सोन्याची साखळी घालून येणार असेल!'' नर्गिस म्हणाली.

''हातातही बांगड्या घालायला हव्यात तिनं – किती सुरेख हात आहेत तिचे.''

''हो, माझ्या लक्षात यायला पाहिजे होतं.''

''पण शांतिसेना निघायला आता फार अवकाश नसणार.''

''शांतिसेनेत स्त्री पाहिजेच कशाला? बाईमाणसांची कामं का आहेत ही?''

''शू:! सावित्री, काय बोलावं कळतं का तुला?'' सुरुची म्हणाली.

''अगं, कदाचित ती जाणारही नाही शांतिसेनेतून.''

''खरंच, नाही जाणार?''

''एकदा वननिवासाच्या कार्यात पडू दे ती. ते काम चांगलं करू दे तिला. यश मिळालं की, आपली सगळी शक्ती ती त्या कामाकडे लावील. तिची शांतियात्रा तीच आहे.''

''खरंच!''

''आपण हा कार्यक्रम करणार नाही, त्याची सगळी जबाबदारी तिच्यावरच टाकू या.''

''नृत्यातसुद्धा भाग घ्यायला लावू तिला आपण.''

एवढ्यात, तांबड्या रंगाची साडी नेसून सुमीता बाहेर आली. व्हरांड्यात न थांबता, 'चला, चला' म्हणून पायऱ्या उतरली.

स्टील टाउनच्या चीफ इंजिनिअरला आश्चर्याचा धक्का बसेल. त्याला वाटेल

की, आपण वननिवाससंबंधी जे बोललो, ते इतक्या लवकर खरं होईल, असं स्वप्नातही वाटलं नव्हतं. तिथे कार्यक्रम होऊन फक्त पाचच दिवस झाले होते.

पण हे गृहस्थ निघून जाण्याच्या आत वननिवासात पोहोचायला हवं.

"चला, चला."

वननिवासाच्या फाटकापुढे जीप उभी होती. कुणी तरी स्टील टाउनचे अधिकारी आले असावेत. ते जाईपर्यंत आपण आत शिरू नये, असं मुलींचं म्हणणं पडलं.

सुमीता म्हणाली, "काय हरकत आहे? वननिवास आपलंच आहे. शहरातलं कोणी आलं असेल, तर त्यांचं स्वागत करू. चला तुम्ही."

सुमीताचा पाय दुखत होता; पण तिला शुद्ध नव्हती.

वननिवासाच्या पायरीवर भास्कर बसून होता. डोक्यात विचार होते; हातात पावा होता.

आपण हा वननिवास बांधला खरा, पण त्यासंबंधीचं आपलं स्वप्न पुरं करण्यासाठी आता वेळ कुठे आहे? दुसऱ्यांदा झालेली पेकिंग-दिल्लीची बोलणीसुद्धा फिसकटली. चीनच्या दृष्टीनं ह्या वाटाघाटी म्हणजे निव्वळ आडोसा होता. त्या आडोशाआड चाललेल्या गोष्टींमुळे भारताचं कधीच भलं होणार नव्हतं. गेले दोन दिवस रेडिओ पेकिंग नुसती गरळ ओकत होता. राग, द्वेष, तिरस्कार ह्या प्रचारात भरून ओसंडत होता.

वाईटात वाईट परिस्थितीला तोंड देण्यावाचून भारताकडे दुसरा मार्ग नव्हता.

स्टील टाउननं आता प्रसंगाला उभं ठाकलंच पाहिजे. उत्पादन वाढविलं पाहिजे. गांधीग्रामचं भवितव्य आता अटळ होतं. हृदयपरिवर्तन होईल म्हणून काळ दवडणं वेडेपणाचं होतं. देशाला धोका होता. पेकिंगला उत्तर द्यायचं ते सामर्थ्यानंच. माणुसकी, जागतिक बंधुभाव, जागतिक शांतता हे सगळे शब्दांचे बुडबुडे होते. पेंकिग त्याचा उपयोग करीत आहे, तो स्वतःचे घाणेरडे हेतू लपविण्यापुरता.

रूपा फोनवरून बोलली होती –

...मी नेहमीप्रमाणे साडे-आठ वाजता आले; पण नेहमी वेळेवर येणारा सत्यजित अद्याप आलेला नव्हता. अर्धा तास उशिरा येऊन तो लगेच कामाला लागला. त्याचा चेहरा दमलेला दिसत होता, कष्टी दिसत होता. दहा मिनिटांनंतर त्यानं वर पाहिलं.

"माफ करा मला."

"कशाबद्दल?"

"ह्या तुमच्यावर लादलेल्या कामाबद्दल."

हे सांगताना त्यानं मला 'रूपा मदर' म्हटलं.

इथे रूपा बोलायची एकदम थांबली, गप्प झाली. काही वेळानंतर ती म्हणाली,

"तिसऱ्या प्रहरी सत्यजित गेला. त्याला दिल्ली एक्स्प्रेस गाठायची होती.''

सत्यजित आपल्या भ्रमात मग्न होता. शांतिसेना, गांधीग्राम खर्ची घालून ती शांतियात्रा करणं योग्य होईल का? सत्यजितच्या सगळ्या इच्छा नवी दिल्ली मान्य करणार नाही. वॉशिंग्टनला भेटलेले ते मंत्रिमहाशय काय म्हणाले होते, 'तुमच्यासारखी माणसे आम्हाला हवी आहेत.'

दुसरा मार्ग नव्हता. 'गांधीग्राम आम्हाला द्या', अशी मागणी करणं आवश्यक होतं.

सुमीताला धक्का बसेल. तिनं वननिवासाचं आव्हान स्वीकारलं होतं. पण आता शांततापूर्ण शिरकावाऐवजी आक्रमणाचा पवित्रा घेणं अपरिहार्य होतं. सुमीताची श्रद्धा अढळ होती. गांधीग्राम हा तिचा आदर्श होता. तिच्या कल्पनेप्रमाणं उभ्या जगाला आवश्यक अशा श्रद्धांचा गांधीग्राम हा बालेकिल्ला होता. सुमीताच्या श्रद्धांशी भास्करचं भांडण नव्हतं. पण गांधीग्राम दुसऱ्या जागी नेऊन रुजवावं, असं त्याला वाटत होतं.

सुमीता आपल्या आयुष्यातून नाहीशी होणार, ही कल्पनासुद्धा भास्करला असह्य वाटली. खरं तर, सुमीतानं त्याची कधी पर्वा केली होती? ती तर अलिप्त, स्वयंपूर्ण आणि सर्वसामान्य स्त्रीला ज्या गोष्टी हव्या असतात, त्या पलीकडची होती. तरी पण, चिनी बुलेटनं ही ज्योत विझून जाईल, असं भास्करला वाटलं. कृतज्ञतेनं त्याचं मन भरून आलं. सुमीताची अशी थोडी का होईना ओळख झाली, हे विशेषच होतं. तिला पाहून त्याला आपण पुराणकाळात गेलो आहोत, असं वाटलं होतं. तरुण राजकुमारीनं राजवाडा सोडला, केशसंभार उतरून ठेवला आणि बौद्ध भिक्षुणी झाली, हे दृश्य आपण पाहिलं आहे, असं वाटलं होतं आणि ह्या अनुभवाबद्दल कृतज्ञ राहायला नको का?

कपाळावर हात लावून त्यानं समोर पाहिलं. लोकांचा घोळका वननिवासाच्या दिशेनं येत होता. सगळ्या बायका होत्या. काठीच्या आधारानं चालणारी ही कोण, सुमीता दिसते! पण तिच्या अंगावर रंगीत कपडे कसे? तिचे पांढरे कपडे काय झाले?

ती इकडे आली, याचा अर्थ तिनं वननिवास आपलं मानलं का? आपल्या देणगीचा स्वीकार केला काय? आता स्थिती अशी होती की, एके दिवशी त्यालाच तिला सांगावं लागणार होतं –

वननिवासाचा हेतू आता बदलला आहे....

हीही आता दुसरी इन्स्टिट्यूटच झाली आहे.

। वीस ।

संध्याकाळ झाली होती. कुरणाच्या रस्त्यानं लांब-लांब पावलं टाकीत सत्यजित चालला होता. निवेदनपत्राचं बरंच काम झालं होतं. उद्यापर्यंत ते पूर्ण होईल. मग दिल्लीला प्रयाण. राजधानीतलं काम कठीण जाणार होतं. ह्या योजनेला जोरदार विरोध होणार.

आज जे सत्ताधारी आहेत, त्यांनी आपल्याला सत्तेवर येण्यासाठी उपयोगात आणलेल्या साधनांचा त्याग केला काय? बंदुकीतून एकही गोळी न उडता ह्यांनी स्वातंत्र्यसमर जिंकलं. अहिंसा, एक प्रकारचं विलक्षण धैर्य – ''रक्तच सांडावयाचे असेल तर ते आमचे सांडू दे.'' ह्या बळावरच पृथ्वीतलावरील सर्वश्रेष्ठ राज्यसत्ता संपुष्टात आली होती. इतरत्र केवढं वेगळं दृश्य होतं. व्हिएतनाम, इंडोनेशिया, अल्जिअर्स.

माणूस जातीचं भवितव्य बदलून टाकण्याचं सामर्थ भारतापाशी आहे. नैतिक बळ वापरून सगळे आंतरराष्ट्रीय प्रश्न सोडवता येतील. युनोपेक्षा प्रभावी असं काही असायला हवं आहे. राष्ट्रांनी एक होण्यापेक्षा सर्व लोकांची सदसद्विवेकबुद्धी एकत्र आली पाहिजे. हिंसेचा त्याग करणारे लोक, रणांगणात दोन सैन्यांमध्ये जाऊन धारिष्ट्यानं शांतपणे उभं राहणारे लोक, मरणाला सिद्ध झालेले एक लाख लोक – ज्यांच्या बलिदानामुळे लक्षावधी लोक सुखासमाधानानं जगतील. एक पिढी – त्यागाला तयार झालेली एक पिढी – जी संस्कृतीवर आलेलं मोठ्यात मोठं संकट तारू शकेल आणि जागतिक शांतता प्राप्त करून देईल.

विचारांच्या नादात रस्ता कधीच संपला. घर आलं. सुरुची वाटच पाहत होती. सुमीता अद्याप शाळेतून परत आली नव्हती.

हात-पाय धुऊन सत्यजित रोजच्या कामाला लागला.

त्याची सूतकताई सुरू झाली.

त्याच्या शेजारी बसून सुरुचीनं विचारलं, "दिल्लीला जाण्याची सगळी तयारी झाली का?"

वर न पाहता सत्यजितनं उत्तर दिलं, "आम्ही दोघं गेल्यावर कामाचा सगळा भार तुलाच उचलावा लागेल. शाळा तुझ्याच ताब्यात येईल."

"जाईल का पण ती – जाईलच, असं कुणी सांगावं?"

"तुला काय म्हणायचं आहे? मला कळलं नाही."

"कदाचित तिचा बेत बदलेल."

सत्यजितला हसू आलं.

"घाबरून नको म्हणेल?"

"तसं नाही; पण तरुण वय आहे. ह्या वयात आजचा विचार उद्या नसतो. रंगीत कपडे बघितलेत ना तिचे?"

"कपडे वरवरचे असतात."

"आणि कपाळावरचं कुंकू? तोही नुसता रंगीत ठिपकाच का?"

सत्यजितची नजर सुरुचीच्या कुंकवावर गेली आणि त्याचा चेहरा बदलला. त्याला जुन्या आठवणी आल्या. लग्नानंतर अनेक वर्षं सुरुची कुंकू लावीत होती.

तरुण मुलगी होती, ती आई झाली. आई म्हणून काही काळ गेला. मातृत्व एका जागी थांबून राहिलं.

आज ह्या कपाळावरल्या कुंकवानंच तिला पूर्वस्मृतीकडे नेलं. सुमीता एवढी-एवढीशी लहान मुलगी होती, तिथपर्यंत.

सत्यजितला इथे आणखी एक आठवलं.

साडी नेसणारी आणि कुंकू लावणारी एक परदेशी स्त्री – केंब्रिजला असताना भेटलेली हॅरिएट ग्रीन. एका पार्टीच्या वेळी ओळख झाली. साडी कशी नेसावी, हे तिला माहीत नव्हतं. निरीतच काही तरी जमलेलं नव्हतं. सत्यजितनं ते तिच्या ध्यानात आणून दिलं आणि त्यावर ती गंभीरपणे म्हणाली, "कशी नेसायची, ते सांगा बघू मला."

दंडाला पकडून तिनं त्याला वरच्या मजल्यावरच्या खोलीत नेलं. दिवा लावला आणि साडी फेडून त्याच्या हातात देऊन ती, नुसत्या आतल्या कपड्यांत त्याच्यापुढे उभी राहिली.

साडी कशी नेसतात, हे सत्यजितला माहीत नव्हतं; पण आपलं अज्ञान त्याला दाखवायचं नव्हतं. त्यानं नाना तऱ्हा करून पाहिल्या.

तिनं विचारलं, "खरंच माहीत आहे का तुम्हाला? हिंदू स्त्री साडी नेसताना

बघितलीय का कधी?''

शेवटी तो म्हणाला, ''हां, बघा आता.''

तरीही काही जमलं नव्हतंच. कमरेभोवती काही तरी गळाठा झाला होता.

''छान आहे.''

असं म्हणून तिनं आपलं कपाळ दाखवून विचारलं, ''मी हे लिपस्टिकनं लावलं आहे.''

''बरोबर?''

पुढे जास्ती ओळख झाली, तेव्हा एके दिवशी साडी कशी नेसतात हे आपल्याला मुळीच माहीत नव्हतं, हे सत्यजितनं मोकळेपणानं सांगून टाकलं.

ती हसून म्हणाली, ''मला कळलं होतं ते.''

''होय, मग का –''

वेडावत ती बोलली –

''पण तुला आवडलं होतं ते काम! मुद्दाम उशीर लावत होतास की नाही?''

धागा तुटला. तो जोडता-जोडता सत्यजितच्या मनात आलं, त्या लज्जास्पद दिवसाची आठवण का आली आज? काही क्षण का होईना; आपण त्या आठवणीत रंगून कसे गेलो? अर्धअधिक आयुष्य संपलं की आता. काळ काही निव्वळ वर्षांनीच मोजला जात नाही; माणसाची आंतरिक वाढसुद्धा जमेला धरतात.

''संध्याकाळ झाली. धागा दिसायचा नाही तुम्हाला.'' असं म्हणून सुरुची उठली आणि करंजीच्या तेलावर जळणारा दिवा लावून घेऊन आली. तो ठेवून पुन्हा आत गेली. संध्याकाळच्या स्वयंपाकाला लागायला पाहिजे होतं. तिला पाठमोरी पाहून सत्यजितला एकोणीस वर्षांची मुलगी आठवली. एकोणिसाव्या वर्षी ती सत्यजितच्या आयुष्यात आली. आपलं सौंदर्य, आपलं मन तिनं सत्यजितला वाहून टाकलं होतं. सत्यजितनं सांगितलं ते ऐकलं होतं. त्याचं सगळं बिनतक्रार सोसलं होतं.

शांतिनिकेतनमधली ती ख्रिसमस कार्डं, पुन्हा कधी आली नाहीत. त्या आठवणीतही रस राहिलेला नव्हता. सुरुचीनं आपला प्रश्न पुन्हा कधीच विचारला नाही. त्यानं खरी गोष्ट सांगितली नव्हती. सुरुची दुखावली असती.

हॅरिएट ग्रीनसाठी त्यानं तीन दिवस उपवास केला होता. टर्म संपत आली होती. तो लंडनला गेला. ब्रिटिश म्युझियममधल्या रीडिंग रूममध्ये एक दिवस, ए.बी.सी.त घाईघाईनं दुपारचं जेवण आणि लगेच परत आपल्या टेबलाशेजारीच त्याला ती दिसली. आपण कुणाकडेच पाहायचं नाही, असं त्यानं ठरवलं होतं. पण तासाभरानं तीच त्याच्याशी बोलली. चहा कुठे मिळेल, ह्याची तिनं चौकशी केली. ती पहिल्यांदाच ह्या म्युझियममध्ये आली होती. त्यालाही चहा पाहिजे होता. तो

म्हणाला, "चला, मलाही तिकडंच जायचं आहे!"

स्टेला जॉन्सनची ही अशी ओळख झाली होती. दोघांनीही आपली पुस्तकं रिझर्व्हेशन स्लिप घालून टेबलावर ठेवली. दुसऱ्या दिवशी पुन्हा दोघं एकत्र जेवले, म्युझियम स्ट्रीटवरच्या एका ग्रीक कॅफेत.

दोघांनी एकत्र घालवलेली रात्रही त्याला आठवली. हम्पस्टेंड अंडरग्राउंडच्या प्रवेशद्वारापाशी ते भेटले. अंधार होता. दोघंही चालू लागले. स्पॅनियार्ड्स रोडनं जाऊन जंगलाच्या बाजूला वळले. रात्र झाली. बरंच चालणं झाल्यावर, पानगळीनं भरून गेलेल्या जमिनीवर बसले. थंडगार वारं सुटलं. उबेसाठी ती त्याच्या जवळ सरकली.

तिचा चेहरा जेव्हा त्यानं आपल्या दोन्ही हातांत घेतला, तेव्हा एक क्षीण नि:श्वास सोडून तिनं डोळे मिटून घेतले.

त्याच्यापेक्षा ती दोन-तीन वर्षांनी मोठी होती. तिचं लग्न झालं होतं, हे त्याला ठाऊक नव्हतं. नंतर दोन-तीन आठवड्यांनी ती ते बोलली. आचार-विचार हिंदू धर्मांप्रमाणे असल्यामुळे त्याला धक्का बसला. दुःख झालं. आत्मशुद्धीसाठी मोठा उपवास करायला हवा होता.

धागा पुन्हा तुटला. हात थांबले. अस्वस्थ झालेला सत्यजित उठला आणि स्वयंपाकघराकडे गेला.

"सुरुची –"

शेगडीकडे तोंड करून पाठमोऱ्या बसलेल्या सुरुचीनं वळून पाहिलं.

भिंतीवर अडकवलेल्या दिव्याचा उजेड सत्यजितच्या चेहऱ्यावर पडला होता. सुरुचीच्या छातीत धऽस्स झालं.

"काय झालं हो?"

सत्यजित तिकडे व्हरांड्यात एकटा, अगदी एकाकी होता; सुरुचीपासून दूर होता. हे कसं समजावून सांगणार तिला?

परत जावं वाटलं.

सुरुची उत्तराची वाट पाहत थांबली होती.

म्हणाली, "चला, शाळेपर्यंत चालून येऊ या."

तेवढ्यात दार वाजलं. सुमीताच पुढे येऊन उभी राहिली.

"आले मीच. मला वाटलंच होतं, आई काळजीत असणार. मग मी लडाखला गेल्यावर कसं होणार गं तुझं?"

सुरुचीला तो विचारसुद्धा नको होता. सुमीता गेल्यावर केवढ्या सुखाला ती मुकली असती. सोन्याची साखळी अद्याप तिच्या गळ्यात होती. सोनं असं हे एवढंच घरात होतं. तेही राहिलं याचं कारण, ही साखळी सुरुचीच्या आईनं तिला दिली होती.

रात्री सुमीता ती साखळी गळ्यात ठेवूनच झोपली होती. पहाटे जागी झालेली सुरुची मुलीपाशी कौतुकाच्या नजरेनं पाहत उभी राहिली. गळ्यातली साखळी ओघळून काखेकडे झुकली होती. सुरुचीला वाटलं, माझ्या मुलीच्या अंगावर दागिन्यांचीसुद्धा शोभा दुप्पट दिसते.

साखळीतले लॉकेट हातात घेऊन सुमीता म्हणाली, ''बाबांना आवडत नाही.''

''का नाही? तू करतेस ते सगळं आवडतं त्यांना. गेली वीस वर्षं तुला बिघडवायचं काम चाललंय त्यांचं!''

''तुला नाही बिघडवलं?''

''केला प्रयत्न, पण हरले!''

सत्यजितनं आपल्या पत्नीकडे पाहिलं. ओठ मिटून ती हसू लागली की, गालाला खळी पडत असे. गेल्या कित्येक वर्षांत त्यानं हे पाहिलं नव्हतं. एके काळी काय मोह पडत असे त्याला ह्या खळीचा! 'शांतिनिकेतन'मधल्या काळात ह्या खळीवरच तो मरून जायचा.

शेगडीवर ठेवलेल्या भाताला वाफ आली होती. फडक्यानं धरून सुरुचीनं भांडं खाली उतरवलं. सत्यजित गेला आणि लगेच चरखा घेऊन परत आला. सुरुची चकित झाली. सूतकताई चालू असली, म्हणजे सत्यजित नेहमी एकटा बसत असे.

''मी इथे बसूनच कातती आज.''

''आम्ही गप्प राहू हं, बाबा.''

''नाही, तुम्ही बोलत राहा बेटा, मला ऐकू दे तुमचं बोलणं.''

काय झालं आहे मला? सत्यजित विचार करू लागला. कुठल्या-कुठल्या त्रासदायक आठवणी, कोण-कोण व्यक्ती... कधी भेटलेल्या, कधी पाहिलेल्या... आणि त्याला टेबलापाशी बसलेली रूपा दिसली, तिची लालचुटुक बोटं रेमिंग्टन टाइपरायटरच्या की-बोर्डवर नाचत होती... तिच्यातच कुठे तरी स्टेला होती, हॅरिएट होती!

खिडक्यांच्या तावदानावर पाऊस तडतडत होता. खोलीभर पसरलेले कागद रूपा गोळा करीत होती....

आता कळलं! हे सगळं रूपामुळे झालं होतं. सरून गेलेलं आपलं यौवन तिनं समाधीतून परत बोलाविलं होतं. अनेक वर्षांच्या प्रयत्नानं आपण मनाचा तोल राखायला शिकलो होतो, तो ढळला. अनेक वर्षांची तपश्चर्या वाया गेली.

सत्यजितला सैरभैर झालं.

रात्री तिघंही जेवायला बसले.

सत्यजित पितळी वाडग्यातून दूध प्यायला.

सुमीतानं त्याच्या तोंडाकडे पाहिलं आणि ती हसू लागली.

''काय झालं?''

''लहान बाळासारख्या मिशा पांढऱ्या झाल्यात तुमच्या.''

''लहान बाळांना पांढऱ्या मिशा असतात?''

''तसं नव्हे हो.''

सुरुची म्हणाली, ''सुमीता, गप्प राहा तू.''

सुरुचीच्या चेहऱ्यावर स्मित पाहून सत्यजित संतप्त झाला.

समोरच्या ताटावरची नजर न काढता त्यानं जेवण उरकलं. सत्यजित असा गप्प झाला की, त्या दोघींना कळत असे. त्या काही बोलत नसत.

जेवण संपता-संपता, आपल्या दंडाला सत्यजितच्या हाताचा स्पर्श झाल्यासारखं सुरुचीला वाटलं. तिला ह्या स्पर्शाचा अर्थ कळला नाही. तसाच स्पर्श पुन्हा झाला. ह्या खेपेला दंड दाबला गेला. चकित होऊन सुरुचीनं सत्यजितकडे पाहिलं. सत्यजितच्या डोळ्यांत दिसलं, ते तिला पूर्वी किती परिचित होतं; पहिल्यांदाच लक्षात यायला हवं होतं, पण आता इतकी वर्षं झाली होती की, सुरुची हा संकेत जवळजवळ विसरून गेली होती.

सुरुचीचा चेहरा उजळून निघाला. तिनं खाली मान घातली. श्वास जोरानं सुरू झाला.

इतकी वर्षं निग्रहानं, सक्तीनं पाळायला लावलेला संयम असा एका कटाक्षानं कसा मोडला जाणार?

मध्यरात्रीच्या सुमाराला सत्यजितच्या अभ्यासिकेचं दार तिनं ढकलून उघडलं. खोलीत अंधार होता.

''रुची –''

सत्यजितच्या कॉटच्या दिशेनं काहीसा चकित, आर्जवी, कृतज्ञ असा आवाज आला.

''एक मिनिट हं –'' असं म्हणून ती वळली; आणि पुन्हा किती तरी वर्षांनी दार झाकून तिनं कडी घातली.

■

। एकवीस ।

नेहमीप्रमाणे आजही दिल्ली एक्स्प्रेस लेटच होती. बिरेश्वर बसू प्लॅटफॉर्मवर ह्या टोकापासून त्या टोकापर्यंत हिंडत होता. चहाचा स्टॉल आला की, थांबून एक कप चहा घेत होता. पहिल्यांदा जिभेला चटका बसला; पण वेळच घालवायचा होता, म्हणून बशीत ओतून सावकाशपणे त्यानं पहिला कप संपवला.

असा चवथा कप हातात असताना गाडी आली. माणसं भराभर आत गेली. घाई-गोंधळ सुरू झाला. गर्दीतून धक्के खात-खात बिरेश्वर इंजिनपासून गाडीच्या डब्यापर्यंत पाहून आला आणि त्याची खात्री झाली की, आपल्या दोस्तानं आपल्याला फसवलं. तो ह्या गाडीनं आलाच नाही. त्याच्यावर आता एक गाणं रचलंच पाहिजे. त्याशिवाय सुटका नाही त्याची. गेली एक-दोन वर्षं, बिरेश्वर जीवनावरील आपली टीका-टिप्पणी काव्यातून व्यक्त करीत होता. आठ ओळींची कविता – अगदी शेवटच्या ओळीत डंख असे. ही शेवटची ओळ आधी रचायची आणि त्या खुंटीला पुढच्या ओळी गुंतवायच्या.

कवितेविषयी विचार चालला असतानाच त्याला हाक ऐकू आली आणि सत्यजितची उंचीपुरी मूर्ती तिसऱ्या वर्गाच्या डब्यापुढे उभी राहिलेली दिसली.

आनंदानं एक आरोळी ठोकून बिरेश्वरनं सत्यजितला दोन्ही हातांनी कवटाळलं.

“आता काव्य नाही, सगळं भरून पावलो.” असं म्हणून बिरेश्वर सत्यजितला दाराकडे नेऊ लागला.

“अरे, पण माझं सामान?”

“होय की!”

प्लॅटफॉर्मवर बेवारशी पडलेल्या सूटकेस आणि होल्डॉलकडे दोघेही मित्र पुन्हा जाऊ लागले. गर्दीत धक्काबुक्की करता-करता एकमेकांपासून लांब गेले. गर्दीतून डोकं वर करून बिरेश्वर ओरडला, “अरे, जनसमुदायाबरोबर वाहत जाऊ नकोस. केंब्रिजला

बोटरेसच्या वेळी काय झालं, ते विसरलास काय?''

सत्यजितला हसू आलं. ह्या माणसानं फेल्ट हॅट आणि सूट वापरायचं का सोडून दिलं?

टॅक्सी आली.

बिरेश्वरनं ओरडून सांगितलं, ''एम. पी. क्वार्टर्स, नॉर्थ अॅव्हेन्यू!''

टॅक्सी सुरू होताच सत्यजितचा हात दाबून तो म्हणाला, ''हं, आता बोल. अरे, कसे होतो आपण केंब्रिजला! हां? अजून तू मध्य युगातल्या साधू पुरुषासारखा यमनियम पाळून अंत:शुद्धी करतोच आहेस का? उपास, मौन वगैरे मूर्खपणा चालूच आहे?''

''हे बघ बिरेज –''

''माणसाच्या नैतिक घसरगुंडीवर मी काव्य केलेलं नाही अजून, तेव्हा काळजी करू नकोस तशी.''

सत्यजितनं मित्राला पाहून घेतलं. केस पांढरे झाले होते. अगदी पार्लमेंट मेंबरला शोभावेत इतके. ह्याची निवड झाली कशी? हा काही कोणत्या पक्षाचा नव्हता. मतदार ह्याच्या काव्यावर खूश झाले काय? मतप्रचाराच्या सभेत ह्यानं मतदारांचीसुद्धा टरच उडवली असेल.

''बिरेज, मी दिल्लीला का आलो, हे तुला इथंच सांगून टाकतो. लडाखमध्ये उतरलेल्या चिनी फौजा, हे कारण आहे माझ्या येण्याचं.''

''हो? लडाखचं काय?''

''तू सांस्कृतिक मंडळातून गेला होतास चीनला. तुझं काय मत आहे त्या देशाबद्दल?''

''पहिल्यांदा ऐतिहासिक सत्य काय आहे, ते पाहा. आधुनिक पेकिंगची पार्श्वभूमी कोणती? अनेक वर्षे तिथे क्रांतीची घडण चालू होती. त्याग, नकार, धडाडीनं भोग भोगणं हे सगळं – कोणत्याही चळवळीत असतं, ते तिथे चालू होतं. नंतर एक लांब उडी. कोमिंग्टाग. मध्यम वर्गाचे हत्यार. पण त्यानं सामान्य माणसाला पाहिजे होतं ते मिळविलं नाही. त्यांना पाहिजे होती एकरभर शेतजमीन, वाडगाभर भात. जनलोकांचा तिथे काही आबच उरला नव्हता. विसावं शतक जणू चीनच्या उंबरठ्याबाहेर थांबलं होतं. यानंतर मुक्तिसेनेला विजय मिळाला!''

''नवा चीन तू पाहिलास का?''

''पाहिला तर! जमिनीचं फेरवाटप पाहिलं. रशियाच्या मदतीनं त्यांच्या औद्योगिकीकरणानं घेतलेला वेग पाहिला. आता तिथल्या लोकांना नवी क्षितिजं दिसू लागलीत. ती फार दूर आहेत, हे खरं; पण पल्ल्याची वाटचाल चालू आहे. सत्तर कोट लोकांचं भवितव्य अवलंबून आहे ना!''

''हो, पण पुढे काय?''

"तोच तर खरा प्रश्न आहे. ज्या मानवी मूल्यांसाठी झगडा सुरू झाला, ती मूल्यंच लढ्याच्या नेत्यांनी आता टाकून दिली आहेत, हे दुर्दैव आहे. जिथे कसलीच मूल्यं नाहीत, अशा ठिकाणी हे नेते आता लोकांना घेऊन चालले आहेत. पेकिंगला पाच लाख लोकांनी 'जागतिक शांतता पाहिजे', म्हणून केलेली गर्जना मी ऐकली आहे. युद्धाला कायमची मूठमाती द्या, ह्या गोष्टीला आता दहा वर्षं झाली. ती मागणी आता उरलेली नाही. जगातील एकमेव विस्तारवादी म्हणून चिनी नेते आता उभे आहेत. केवढा विरोधाभास हा! पण ह्याला विरोधाभासही नाही म्हणता येणार. ट्राटस्कोवादाचा हा आडाखा आहे. बाणगटाच्या टोकानं घडणारी जागतिक क्रांती! पण आता बाणगटे जुनी झाली. अण्वस्त्रांची आगच आग आता!"

"पण हे आव्हान स्वीकारण्याची माओची तयारी आहे. त्यांचं गणित मी पुन्हा सांगायला नको तुला!"

"माहीत आहे मला. काहीही तळपट घडलं तरी चीनची लोकसंख्या पुन्हा वाढेलच. पण अणुशास्त्रज्ञांचं भविष्य आहे की, पुढे आया जन्म देतील त्या राक्षसांना; बाळांना नव्हे. दोन तोंडांची, एक डोळ्याची आणि चार हातांची – अशी ही मुलं जन्मतील. मग हे राक्षस कसलं समाजवादी राष्ट्र घडविणार? समाजवादाची मूठभर राखच होईल!"

सत्यजितनं होकार देऊन म्हटलं, "दुसरीही एक गोष्ट शक्य आहे. चीनमधला सर्वसामान्य माणूस हे माओचं गणित बघणार नाही. तो पुत्र-पुत्री आणि पती-पत्नीच पाहील. आशिया खंडाचं नेतृत्व करण्याची स्वप्नं माणूस पाहील; स्त्री नाही पाहणार. चीनमधल्या स्त्रियाच आपल्या देशाला काही समाधान मिळवून देतील."

"खरी गोष्ट आहे. चिनी स्त्रिया सुटका करून घ्यायला आतुर आहेत. सेक्सच्या बाबतीत मात्र नाही हं. हे खासच आहे, बरं का!"

"कम्युनिस्ट राजवटीच्या सुरुवातीच्या काळात ह्या गोष्टीचं मात्र दडपण असावं. रशियात हेच झालं. पण आता मात्र सामाजिक दडपणामुळं पाळावं लागणारं ब्रह्मचर्य त्याही देशात नाही. आता रशियन स्त्री तशी सोवळी नसते. अरे, माणसाची नैसर्गिक भूक आहे ती बाबा; किती दडपणार? चिन्यांनासुद्धा आता कळायला लागलंय हे!"

सत्यजितला हसू आलं. बिरेश्वर गंभीर बोलता-बोलता कधी छचोर होईल, त्याचा नेम नव्हता आणि छचोर बोलता-बोलता कधी गंभीर होईल, त्याचाही नेम नव्हता. डोंबाऱ्यासारखा तो इकडून तिकडे उडी घेई. त्याला आता लगाम घातला पाहिजे. नाहीपेक्षा हा आणखी काय बोलेल, कोण जाणे!

"ए बिरेज, आता पुरे हं."

"मी तुला पेकिंगमधल्या हॉटेलातली एक गंमत सांगतोच. एका तरुण चिनी पोरीबरोबर मी डान्स फ्लोअरवर होतो. चिनी डान्स नव्हे हं, अमेरिकन फॉक्सट्रॉट.

बरी होती, बांधाबिंधा छान होता, हिरव्या रंगाचा रेशमी फ्रॉक घातला होता तिनं आणि –''

''अरे, टॅक्सी ड्रायव्हर ऐकेल.''

तांबडा फेटा घालून गाडी चालवणाऱ्या शीख ड्रायव्हरला उद्देशून बिरेश्वर म्हणाला, ''सरदारजी –''

''जी?''

''मी काही वाईट बोलतोय का?''

''नाही-नाही जी. चालू द्या. आलंच आपलं राहण्याचं ठिकाण!''

''ऐक सत्यजित, सरदारजी म्हणतात – चालू द्या.''

''नको.''

''सरदारजी, सॉरी.''

''हे बघ, मी दिल्लीला कशाला आलोय, ह्याची तुला कल्पना नाही. मला भेटायचं आहे –''

''माहीत आहे रे. अगदी योग्य माणसाला भेटवतो तुला. पण दुपारच्या जेवणानंतर हं. मी फोन करून भेट ठरवतो. त्या बिन खात्याच्या मंत्र्याकडून तुझी सुटका झाली की, तू थेट पार्लमेंट हाउसवर ये. वादविवादाचा तुला भयंकर तिटकारा असला तरी ये.''

''वादाशिवाय तू दुसरं काय करणार?''

''मी? माझं भाषण ऐकण्याचा अलभ्य लाभ तुला होईल मित्रा. पण नेहमीप्रमाणे मी बोलणार म्हणजे, आठ ओळींची कविता आली. पार्लमेंट हाउसमध्ये तू साडेतीन वाजता ये. व्हिजिटर्स गॅलरीचं कार्ड मी तुला देतो.''

नॉर्थ ॲव्हेन्यू म्हणजे, एक मजली बंगल्यांची रांग होती. पार्लमेंटच्या मेंबर्सना राहण्यासाठी. बंगला येताच बिरेश्वरनं विचारलं, ''तुला चहा रे? आता चहा नाही घेतला, तर मी तर मरेन.'' एवढं बोलून त्यानं नोकराला हाक मारली, ''रघू, अरे भाई –''

न्हाणीघरातून ताजातवाना होऊन सत्यजित बाहेर आला, तेव्हा गरम चहा बशीत ओतून बिरेश्वर पीत होता. मघाचा खेळकरपणा जाऊन तो आता गंभीर दिसत होता.

''चंगीझखानच्या हाताशी टेलिफोन असता, तर ह्या जगाचं काय झालं असतं? टॉलस्टॉयपुढं हा प्रश्न होता, त्याला उत्तर मिळालं नाही. आपल्याला आता ते मिळेल. कारण शेवटी चंगीझखानाला टेलिफोन मिळाला आहे.''

सत्यजितचं निवेदन दोन पानांचं होतं. बिनखात्याचे मंत्री ते निवेदन लक्षपूर्वक पाहत होते. हातात पेन्सिल घेऊन इथे-तिथे खुणा करीत होते. हे गृहस्थ गांधीजींच्या

अगदी जवळ होते. जवाहरलालजी जितक्या जवळ होते, तितक्या जवळ. सेवाग्रामच्या काही आठवणी सत्यजितपाशी होत्या. खरं तर, ह्या जागी सत्यजितच असता. गेल्या निवडणुकीच्या वेळी ही सूचना प्रत्यक्ष पंतप्रधानांनी केली होती. सत्यजितनंच नकार दिला होता. ही त्याची चूक झाली होती का? सत्तेच्या उंच खुर्चीवर बसून, देशाची सेवा अधिक आणि उत्तम प्रकारे करता आली असती का? पण, त्या अगोदर गांधीजींनी काम सुरूही केलं होतं. गांधीजींच्या मते, स्वातंत्र्य मिळवणं हे एकमेव ध्येय नव्हतं, तर ध्येयाच्या दिशेनं चढलेली पहिली पायरी होती. प्रत्येकाच्या डोळ्यांतील अश्रू पुसणं, ही गोष्ट महत्त्वाची होती आणि तीच फार मोठी होती. नवी दिल्लीत बसून ती साध्य होण्यासारखी नव्हती, इथे ऑफिसच्या खोलीत, तीन फोन हाताशी असलेल्या टेबलावर बसून. इथे चेहरा दिसत नाही, माणसांचा अफाट समुद्र दिसतो.

बिरेश्वरचे विचार वाचून मंत्री स्वत:शी हसले.

हेच. पेकिंगमधल्या 'लाँग-मार्च'च्या नेत्याबाबत हेच घडलं. जनता आणि नेते ह्यांच्यामध्ये टेलिफोन आला. एके दिवशी, कोण जाणे; पण लोक दरवाजे फोडतील आणि हा टेलिफोन हिसकावून घेतील.

सत्यजितच्या निवेदनाचा गर्भित अर्थ असाच होता. मंत्रीमहाशयांना हे सर्व कळेल असंच होतं. पण मंत्री, कदाचित ह्याच कारणानं असतील – विरोधी पवित्रा घेऊन उभे राहिले होते.

ते बोलू लागले,

"पीपल्स रिपब्लिक ऑफ चायनाला मान्यता देण्यातले आम्ही पहिले. चीन युनोत यावा म्हणून आम्ही वर्षानुवर्षे प्रयत्न केले. तिबेटवरच्या त्यांच्या दाव्याला आम्ही हरकत घेतली नाही. साऊथ कोरियासाठी युनोत लढा दिला, तसा तिबेटसाठी दिला नसता. शिवाय चाऊ एन लायनं आम्हाला शब्दही दिला होता की, तिबेट स्वतंत्र राहील आणि तिथल्या संस्कृतीची जपणूक केली जाईल. युनोत जाऊन आम्ही तावातावानं संताप व्यक्त करण्यापेक्षा इथे तडजोड केली, तर तिबेटी लोकांचा फायदा होईल, असा आमचा कयास होता. कागदी ठरावामुळे इतिहासाची घडण बदलत नाही. लक्षात आलं का, मी काय म्हणतोय ते सत्यजित? तडजोडीची वाट घेऊन सत्यापर्यंत पोहोचता येत नाही. आक्रमकांशी तडजोड व्हायला नको होती. तुमची ही शांतिसेना म्हणजे अप्रत्यक्षपणे तडजोडच नाही का?"

"नाही, हे आव्हान आहे. हे शस्त्र त्याच्या अंतराचा लक्ष्यवेध करण्यासाठी वापरायचं आहे. चीनच्या जनतेच्या अंत:करणाला हात घातला, तर हवा तो बंधुभाव पुन्हा निर्माण होईल."

"बंधुभाव म्हणजे त्यांच्या मनाप्रमाणे, आम्ही त्यांचं नेतृत्व मान्य करायचं आणि दक्षिण आशिया व आफ्रिकेकडे त्यांची दौड आहे, त्याच्यासाठी वाट

करून द्यायची?''

''हे होणार नाही. त्यांना एकवार कळलं पाहिजे. रशिया म्हणतो ते शांततापूर्ण सहजीवन त्यांना मुळीच मान्य नाही. त्याला ते उजळणीवाद म्हणतात. तटस्थतेचं त्यांना हसू येतं. त्यांना अशी एक परिस्थिती निर्माण करायची आहे की, भारताला तटस्थतेचं आपलं धोरण सोडून देऊन पाश्चिमात्य गटात सामील व्हावं लागेल. भारत गेला की, तटस्थतेचं धोरण बाळगणारा गट कमकुवत होईल आणि मग आशिया व आफ्रिका खंडांतील अनेक राष्ट्रांचं नेतृत्व करणारा चीन देश हा जगातील सर्वांत जास्ती सामर्थ्यवान देश होईल. मार्शल लीन पान्चा विचार हा असा आहे.''

काही क्षण विचार करून सत्यजित म्हणाला, ''चिनी नेत्यांच्या मनातून 'लाँग मार्च' नाहीसा झाला असेल, तरीपण चिनी जनतेच्या मनात कुठे तरी खोल ते स्वप्न असणारच.''

मंत्रीमहाशयांचा चेहरा हसरा दिसला. त्यांच्या चेहऱ्यावर थकव्यामुळे उमटलेल्या रेषा जास्ती गडद झाल्या.

''दुसऱ्या दिशेनं विचार करून पाहा तुम्ही. पूर्वी ब्रिटन होतं तसाच आज चीन हा स्वत:पलीकडे विचार करायला मुळीच राजी नसलेला देश आहे. पेकिंगकडून आपल्या सरकारकडे येणाऱ्या खलित्यातली भाषा वाचून बघा. उर्मट, असभ्य!''

कष्टी होऊन सत्यजितनं मान हलविली.

''आपण माझ्या माहितीची नको अशी भाषा वापरताय.''

''मलासुद्धा आनंद होत नाही ही भाषा वापरताना. मी चुकलो असं जर सिद्ध झालं उद्या, तर मला विलक्षण सुख होईल. माणसाच्या चांगुलपणावर तुमचा विश्वास ही फार मोठी गोष्ट आहे. तेच सत्य आहे, बाकी खोटं आहे –''

''मग?''

''मग अण्वस्त्रापासून जगाला धोकाच नाही; पण इतिहासानं ह्या आशेचा चक्काचूर अनेकदा केला आहे ना! एक दृष्टांत सांगतो. आम्ही सिमल्याला चाललो होतो गाडीनं. समोरच्या काचेतून काळाकुट्ट बोगदा, पलीकडे तोंडाशी उजेड, त्या पलीकडे हिरवी गर्द राई दिसत होती. बोगदा पार करून आम्ही सूर्यप्रकाशात आलो आणि समोर पाहिलं, तर पुन्हा दुसऱ्या बोगद्याचं काळं तोंड होतंच समोर.''

बोगद्यातून जाताना गप्प व्हावं, तसं दोघंही काही वेळ गप्प झाले.

आणि फोन वाजला.

मंत्र्यांनी फोन उचलला. कानाशी लावला. ऐकता-ऐकता त्यांचा थकलेला चेहरा काळवंडून गेला.

फोन ठेवून ते काही क्षण गप्प बसले.

आपल्या समोर हे गृहस्थ बसले आहेत, त्याचं भानही त्यांना उरलं नसावं, असं वाटलं आणि ते म्हणाले, ''सत्यजित, आत्ताच बातमी आली आहे. गालवान

भागातल्या आपल्या संरक्षण ठाण्याला चिनी फौजांनी वेढा टाकला आहे.''

"गालवान? तिथे काय संबंध त्यांचा?"

"आपली रसद त्यांनी तोडली आहे. ठाण्यावरच्या लोकांना जगण्यासाठी विमानातून अन्नपुरवठा खाली टाकला पाहिजे. आणि त्यांनी विमानावर तोफा डागल्या तर?"

"असं होईल का?"

"का नाही होणार? गालवान व्हॅली भारतातच आहे. आता आपल्या ठाण्यावरच्या जवानांना तातडीनं मदत पोहोचवली पाहिजे. आणि ह्याचा शेवट काय होईल, ठाऊक आहे? सशस्त्र चकमक!"

एक मिनिटभर संपूर्ण शांतता. आपण विचारलेल्या प्रश्नाला उत्तर काय मिळतं, म्हणून सत्यजित आशाळभूतपणे मंत्र्यांकडे पाहत होता.

शेवटी उत्तर मिळालं –

"सत्यजित, तुमची शांतिसेना नेणं म्हणजे सरळ आत्महत्या करणं ठरेल. चिन्यांना शांतिसेनेचा अर्थ मुळीच कळणार नाही. त्याबद्दल त्यांना दोषही देता येणार नाही, कारण ते दया-माया न मानणारे आहेत.''

"पण त्याला तयारीच आहे आमची!"

"हे पाहा, मला एक गोष्ट सांगितली पाहिजे तुम्हाला. गांधीजी म्हणत की, असल्या अहिंसात्मक प्रतिकाराला जनता उभी राहिली पाहिजे. शिस्तबद्ध अशी ही राष्ट्रीय सेना हवी, अहिंसेवर संपूर्ण श्रद्धा ठेवणारी. अहिंसात्मक प्रतिकाराला हिंसात्मक प्रतिकारापेक्षा संघटित शक्तीची जास्ती गरज असते.''

सत्यजितला हे मान्य नव्हतं. जनतेनं करावयाच्या चळवळीचं ओझं गांधीजींनी अनेकदा आपल्या एकट्याच्या खांद्यावर घेतलं होतं. सर्व जनतेचा प्रतिनिधी म्हणून ते एकटे अशा वेळी उभे राहत.

मंत्र्यांनी सत्यजितकडे नुसती अर्थपूर्ण नजर टाकली. तिचा अर्थ सत्यजितला कळला. गांधीजींच्या जागी उभा राहणं, ही भूमिका सत्यजितनं घ्यावी का? पण, इतर कोणी ही भूमिका घेणार नाही, तर सत्यजितनं का पुढे होऊ नये? सेनापती गेला म्हणून सैनिकानं शस्त्र खाली ठेवायचं काय?

"मी एक सवलत तुम्हाला देईन. शंभर स्त्री-पुरुष तुमच्या हाकेला धावून आले, तर मी तुमच्या मागणीचा फेरविचार करीन.''

"फक्त फेरविचार?"

"हो. मी वचन देत नाही. अजाण लोकांचे प्राण फुकाफुकी जावेत, ही कल्पनासुद्धा मला सहन होत नाही. इथे नुसत्या ध्येयवादाला काही किंमत नाही. कारण माणसाचा जीव हीच इथे तुच्छ गोष्ट आहे!''

। बावीस ।

भास्करसाठी रूपा ही वधू बरी आहे की उत्तमच आहे, ह्या गोष्टीवर गेले काही महिने मेहराबाई विचार करीत होत्या. रूपा दिसायला आकर्षक होती. फक्त एकच बाजू विचार करण्याजोगी होती. तिचे सारे आचार-विचार पाश्चिमात्य होते. आई अमेरिकन. तीही आता कुठे आहे, ह्याचा पत्ता नव्हताच. तिनं रूपाच्या बापाकडून घटस्फोट का घेतला? इतक्या वर्षांत तिचा बाप मुलीला पाहण्यासाठी स्टील टाउनमध्ये आलाय, असं कधी घडलेलं नव्हतं. कधी सुट्टी काढून रूपा बापाकडे जाऊन राहिल्याचं कोणी ऐकलं नव्हतं. हे सर्व दृष्टिआड केलं, तरी भास्करला अपूर्वाई वाटावी अशी काही रूपा नव्हती. अमेरिकेत त्यानं अशा किती तरी रूपा पाहिल्या असतील, त्यांनी कुठे त्याला आपलासा केला होता? मग ही मुलगी त्याला जिंकेल का? पिटस्बर्ग आणि शिकागोत राहून जे घडलं नाही, ते लोहपुरात घडेल का?

ह्या प्रश्नाला अस्पष्ट असं उत्तर पुढे मिळालं.

भास्करच्या खोलीत मेहराबाई शिरणार एवढ्यात बंद दार उघडून रूपा बाहेर पडली. स्वत:च्याच नादात होती. चेहरा फुललेला होता. एका नजरेत मेहराबाईंनी हे पाहून घेतलं आणि त्यांच्या छातीत धस्स झालं! ही पोरगी प्रेमात पडली आहे, हे नक्कीच! तिचा चेहराच ते सांगत होता.

मेहराबाईंनी म्हटलं, ''काय रूपा, खुशीत दिसतेस अगदी?''

यावर रूपानं मेहराबाईंच्या गालाचा चक्क मुकाच घेतला. मेहराबाई इतक्या चकित झाल्या की, त्यांच्या हातातल्या फायली खाली पडल्या.

दिवसा-ढवळ्या, चार लोक आजूबाजूला असताना मुका घ्यायचा?

ह्या देशात कोणी बाई धजणार नाही. वाटेल ते झालं, तरी कोणतीही भारतीय स्त्री असं वागणार नाही.

ही मग सी.ई.चासुद्धा मुका घेईल, त्यांना खोलीत

एकटं पाहून. काय करणार ते बापडे; घेतला तर –?

सी.ई.ही हिच्या प्रेमात पडले असतील तर प्रश्नच मिटला, असं म्हणून मेहराबाईंनी गालावरील लिपस्टिक पुसून टाकली. रूपा एव्हाना पायऱ्या उतरून गेली होती.

खोलीचं बंद दार उघडून मेहराबाईंनी भास्करच्या खोलीत पाय ठेवला. भास्करचा चेहरा निर्विकार होता. काही क्षणापूर्वी आपल्या प्रेयसीला घेऊन बसलेला हा माणूसच नव्हता. गंभीर चेहऱ्यानं तो एक पत्र वाचीत होता.

मेहराबाईंना वाटलं, बिचारी रूपा!

एक आठवडा गेला आणि एके दिवशी विचार करता-करता मेहराबाईंना आठवलं – वननिवासातला कार्यक्रम. मुलीचा भावी नवरा म्हणून, भास्करला जाळ्यात पकडण्यासाठी त्या दोन आयांची चाललेली धडपड – कार्यक्रम संपला. पाहुण्यांना निरोप देण्यासाठी भास्कर दारापर्यंत गेला. सुमीता बैलगाडीत होती. भास्करची त्या वेळची नजर मेहराबाईंनी बरोबर हेरली होती. बैलगाडी दिसेनाशी होईपर्यंत ही नजर घोटाळत होती.

गांधीग्रामच्या ह्या मुलीनं भास्करला मोहिनी घातली होती, हे मेहराबाईंनी ओळखलं. पण त्या दोघांच्यात केवढं अंतर होतं. आश्रमात राहणारी ही मुलगी सी.ई.ची बायको होणार, ही कल्पनासुद्धा मनाला पटत नव्हती. रूपासारखी देखणी, जिवापाड प्रेम करणारी मुलगी दृष्टीपुढे असताना, आधुनिक विचारांचा भास्कर ह्या सुमीताकडे कसा ओढला जाईल?

मेहराबाईंचा गोंधळ झाला. त्यांना वाटलं, आपल्या मिस्टरांनाच विचारून पाहावं.

मिस्टर मेहरा अंघोळ करून केस विंचरीत होते, एवढ्यात मेहराबाईंनी हा प्रश्न त्यांच्यासमोर टाकला.

"रूपा का सुमीता? तुम्हाला काय वाटतं?"

"हो, पण मुद्दा काय?"

"ह्या दोन्हींपैकी वधू म्हणून कोण उजवी आहे?"

जरा वेळ विचार करून मेहरा म्हणाले, "आता माझी स्वत:ची निवड म्हणशील तर –"

"तुमचं नका सांगू. तुम्ही एकीला पसंत करून थांबणार होय; दोन्हीही चालतील म्हणाल!"

"मग माझं मत विचारलंसच का?"

"मी आमच्या सी.ई.ना ह्यापैकी कोणती मुलगी चांगली आहे, म्हणून विचार

करतेय; तुम्हाला नाही!''

''मिसेस सरोजिनी मेहरा, तुम्हाला विनोद काय असतो, हे कळत नाही का?''

''ह्याला मी विनोद म्हणणार नाही. जेव्हा-तेव्हा दुसऱ्या बायकांकडे बघून जिभल्या चाटणं, ह्याला काय विनोद म्हणतात? आणि काय हो, उद्या मीही जर दुसऱ्या -''

विचारता-विचारता मिस्टर मेहरा थांबले. म्हणाले, ''तुम्ही करायचं नाही असं काही. हार्टफेल होईल माझा.''

''हो, जशी काही निघालेच आहे मी!''

''काहीही म्हणा आता तुम्ही; आमचं आयुष्य संपलं. त्या तीन पोरांचं काय होणार?''

''तुम्ही आधी मला हे सांगा....''

''चुंकी आता बारा वर्षांची झालीय, पाच-सहा वर्षांनी लग्न करावं लागेल. पण आई अशी रंगेल असलेल्या मुलीशी लग्न तरी कोण करील?''

''आधी मला बोलू देणार आहात का तुम्ही?''

''इतक्या लहान वयात ही पोर आईविना पोरकी असणार... माझा लालू, माझा प्रेमनाथ....''

''आता काय म्हणावं तुम्हाला! तुम्हाला तरी विनोद कळतो का?''

''विनोद काय हा? मला ठाऊक आहे, दोन दुसरे पुरुष आहेत तुझ्या डोक्यात. मला माहीत आहेत दोघेही.''

मेहराबाईंची उत्सुकता शिगेला पोहोचली होती. पण त्यांनी नावं सांगण्यापूर्वीच मिस्टर मेहरांचं तोंड झाकून त्या म्हणाल्या, ''काय घाणेरडे विचार तुमच्या डोक्यातले हे? मुलं अभ्यास करताहेत पलीकडच्या खोलीत. त्यांनी ही मुक्ताफळं ऐकली असली तर?''

एवढं बोलून मेहराबाई दुसऱ्या खोलीच्या दाराकडे धावल्या. दाराचा पडदा बाजूला करताच तिन्ही मुलं मोठ्यानं वाचत बसलेली त्यांना दिसली. टेबलावर ट्रॅन्झिस्टरही लावून ठेवलेला होता.

''काय रे बाळांनो, तुमचे बाबा काय बोलत होते, ते ऐकलं नाही ना तुम्ही?''

''नाही.'' चुंकीनं तत्काळ उत्तर दिलं, ''आम्ही मोठ्यानं वाचतोय आई. पलीकडचं बोलणं कसं ऐकू येईल आम्हाला.''

लालूनं लगेच अजाणतेपणे विचारलं, ''काय गं म्हणत होते बाबा?''

सहा वर्षांच्या प्रेमनाथनं मान हलवून लालूच्या प्रश्नाला होकार दिला, ''मी ऐकलं बाबा काय म्हणाले ते, मी सगळं ऐकलं!''

चुंकीने त्याला दटावून म्हटले, ''हो-हो, कसं ऐकलंस रे? तुला काय तिसरा

कान आहे? दाखव तरी आम्हाला!''

मग मेहराबाईंनी हसरा चेहरा करून मुलांना म्हटलं, ''बरं, आता लक्षपूर्वक अभ्यास करा हं.''

आवाज न करता दार लावून घेऊन त्या बाहेर आल्या.

ह्या सगळ्या गडबडीत वादाचा मुद्दा राहूनच गेला. पण महत्त्वाची गोष्ट दुसरीच होती.

सी.ई.चे मन सुमीतावर होते.

आता मेहराबाईंचं कर्तव्य काय? सुमीताच्या मनात काय आहे, हे जाणून घेणं. कोणतीही मुलगी सी.ई.सारख्या पुरुषाशी लग्न करायला हसत तयार होईल, ही गोष्ट वेगळी. तरीपण सुमीताला बरंच सांगितलं-सवरलं पाहिजे आपण. गांधीग्राम ते लोहपूर हा प्रवास तिला करावयाचा होता आणि तो काही साधासुधा नव्हता.

यानंतरच्या पुढच्याच आठवड्यात मेहराबाई सायकल मारीत गांधीग्रामला पोहोचल्या. इथे त्या पहिल्यांदाच येत होत्या. त्यामुळे घर सापडेल कसं, ही चिंता होती. त्याच वेळी गांधीग्राममधले काही लोक रस्त्यावरच भेटले आणि त्यांनी घर दाखवलं.

माय-लेकी बाहेर निघाल्याच होत्या. शाळेत जाऊन त्यांना वर्ग घ्यायचे होते. मेहराबाईंनी आपला हेतू स्पष्टच सांगितला. सुमीतानं एक-दोन तास तिच्याबरोबर शहरात घालवावेत.

''भास्करनं सांगितलंय?''

सुरुचीच्या चेहऱ्यावरून तिच्या मनात काय आलं, हे मेहराबाईंनी ओळखलं.

''हो, आणि नाही.''

सुरुचीच्या मनात आलं, ही बाई सायकलवरून आलीय; मग ह्या दोघी मिळून जाणार कशा?

मेहराबाई म्हणाल्या – ''सी.ई.साहेबांचं प्रत्येक मिनिट मोलाचं आहे. केवढी जबाबदारी आहे त्यांच्यावर! उत्पादन वाढलं पाहिजे ना कारखान्याचं! टार्गेट काय आहे, माहीत आहे? वीस लाख टन पोलाद! हे चिनी लोकांमुळं झालं. तीन वर्षांचं काम आम्हाला दीड वर्षांत पुरं केलं पाहिजे. सुमीता, तुला हे सगळं समजावून घेतलं पाहिजे. सोपं आहे तसं. काही पुस्तकं वाचलीस की कळेल सगळं. मी देईन पुस्तकं. चार्ट्स, ब्ल्यू प्रिंट्स सगळं दाखवीन तुला. त्यासाठी तर आज नेतेय मी तुला तिकडं.''

''म्हणजे हे सगळं सुमीतानं पाहावं, पुस्तकं वाचावीत, असं म्हणणं आहे भास्करचं?''

ह्या प्रश्नाचं उत्तर मेहराबाईंनी नुसतं अर्थपूर्ण असं सुरुचीकडे पाहूनच दिलं. सुरुचीलाही कळायचं ते कळलं.

ती सुमीताला म्हणाली, "तू तुझ्या इतिहासाच्या तासाची काळजी नको करूस. मी मुलांचा अभ्यास घेईन. तू जा मेहराबाईंबरोबर."

मनातला आनंद मात्र सुरुचीनं चेहऱ्यावर दिसू दिला नाही.

"पण – कशी जाऊ?"

सायकलीकडे बोट करून मेहराबाई म्हणाल्या, "कॅरेजवर बस तू; मी चालवते सायकल."

"अशक्य! माझं वजन काही एवढं हलकं नाही."

"सुमीता, तुला माझी ताकद अजून माहीत नाही."

यावर तिघींनाही हसू फुटलं.

सुमीताला मागे बसवून मेहराबाई जोरजोरानं सायकल मारीत होत्या. हळूहळू त्यांचं बडवणं सावकाश झालं. धाप लागली. रस्ता आता खाचखळग्यांचा होता. मेहराबाईंच्या मानेवर घामाचे ओघळ चमकू लागले.

"मेहराबाई, थांबा आता. थोडं चालू या!"

"तुला... माझी... ताकद... माहीत नाही....!"

कुरण मागे पडलं. गुळगुळीत डांबरी रस्ता लागला. हा रस्ता आता, चिकार वाहतूक असलेल्या मोठ्या रस्त्याला मिळणार होता. मोठा उतार लागला, तशा मेहराबाई ओरडून बोलल्या, "घट्ट धर हं. घाबरू नकोस. बघ कशा पाखराच्या भरारीसारख्या जातो आता आपण!"

भरधाव धावणाऱ्या मोटारी, ट्रक्स, रिक्षा चुकवीत सायकल भन्नाट सुटली; तेव्हा मोठ्यांदा किंचाळावं, असं सुमीताला वाटलं. उतार संपून चढण लागली, तेव्हा सुमीताच्या जीवात जीव आला. सायकलीचा वेग एकदम मंदावला. मेहराबाईंनी ब्रेक लावला.

"आपण थोडं चालू या आता. जमेल ना तुला? आता समोरचा हा चढ चढला की कारखाना. मी तुला गच्चीवर नेऊन शहराचा सगळा देखावा दाखवीन हं!"

तेवढ्यात रखवालदारानं सुमीताला अडवून विचारलं, "गेट पास?"

दहा-एक यार्डांवर असलेल्या खोलीकडे हात दाखवून मेहराबाई म्हणाल्या, "तिकडे मिळेल सुमीता गेट पास. कारखान्याच्या आवारात शिरणाऱ्याला गेटपास लागतोच. एक मिनिटात मिळेल तो."

"पण का?"

"नाहीतर कोणीही आत शिरेल की! हा बघ फॉर्म. सही कर तुझी इथं."

पायऱ्या चढून त्या दोघीही एका मोठ्या विस्तृत दालनात आल्या. लिफ्टनं गच्चीपर्यंत गेल्या.

केवढं भव्य आणि सुंदर दृश्य होतं.

व्यवस्थित आणखी कोरून बांधलेल्या अनेक इमारती चारी दिशांनी उभ्या होत्या. मैल-मैल लांब नजर टाकली तरी इमारतीच दिसत होत्या. उंच चिमण्या धूर सोडीत होत्या. तांबड्या रंगानं रंगवलेल्या पोलादाचे प्रचंड सांगाडे दिसत होते. टॉवरवरल्या घड्याळाची पांढरी तबकडी सूर्यप्रकाशात लखलखत होती....

"ती आमची नंबर एक भट्टी पाहिलीस? दिवसा उजेडी ती अशी दिसते, पण रात्री काय देखावा असतो!"

गांधीग्रामहून ज्या उद्देशानं सुमीताला आणलं होतं, तो उद्देश साधण्यासाठी मेहराबाईंनी सुमीताला सर्व समजावून दिलं. "धातू वगळले, तर प्रगती नाहीच. भारताला अशी अनेक लोहपुरे हवी आहेत. योजनाबद्ध उत्पादनवाढ झाली, तर एकशेपन्नास लाख टन पोलाद निर्माण करण्याचा संकल्प पुरा होईल आणि मग खरी क्रांती दिसेल ह्या देशात. सुमीता, ह्या नवनिर्माणात भाग घ्यावा, असं तुला नाही का वाटत?"

"तुम्ही म्हणता ती औद्योगिक क्रांती होईल आणि कुठे तरी थांबेल. आम्हाला त्या पलीकडे जायचं आहे."

"आम्हाला?"

"गांधीग्रामला."

"सुमीता, तुला असं म्हणायचं आहे का की, उत्पादनवाढीचा संकल्प पुरा झाला की आम्ही पुन्हा चरखा हातात घ्यावा? आम्ही माघारी यावं?"

"माघार नाहीच. शरीराबरोबर आत्म्याचंही पोषण पाहिजे, नाहीतर आत्मा तगणार नाही. आणि हे पोषण साथ-साथ झालं पाहिजे. आधी हे आणि नंतर ते, असं चालणार नाही."

मेहराबाईंनी मान हलवून होकार दिला. सी.ई.ची नियोजित वधू ही विचारवंत मुलगी आहे; लोहपूर क्लबमधल्या मुलींसारखी नुसती शोभेची बाहुली नाही, म्हणून त्यांना संतोष वाटला होता. सी.ई.ना गांधीग्रामचं अस्तित्व नको होतं, कारण गांधीग्राम प्रगतीकडे जात नाही, उलटं जातं; असं त्यांचं म्हणणं होतं. स्टील टाउनचा पसारा अजून वाढण्याजोगा आहे. पूर्व, दक्षिण ह्या दिशेनं स्टील टाउन वाढलं असतं; पण त्याला गांधीग्राम आड येत होतं.

मेहराबाई म्हणाल्या, "तुझ्या वडिलांचे विचार मला कळले पाहिजेत. पाहिजे तर तू मला शिकव. मी तुला शिकवीन आणि तू मला शिकव."

सुमीता आनंदानं म्हणाली, "आपण पुन्हा भेटू ना, तेव्हा माझ्या वडिलांची पुस्तकं मी तुम्हाला देईन. जगभर प्रसिद्ध आहेत त्यांची पुस्तकं!"

लिफ्टमधून त्या दोघी दुसऱ्या मजल्यावर आल्या. मेहराबाईंनी एका दाराकडे बोट दाखवलं.

"नंबर एकोणीस, सी.ई.ची खोली आणि त्यापलीकडे त्यांची पी.एस.ची."

सेक्रेटरीची खोली नीटनेटकी होती. टाइपरायटरशेजारी दोन टेलिफोन होते. लोखंडी शेल्फे भिंतीला लागून नीट ठेवलेली होती. एका कोपऱ्यात फिरतं बुकशेल्फ होतं. सुमीता त्याच्या शेजारी उभी राहून पुस्तकं बघू लागली.

मेहराबाई आपल्या खुर्चीवर बसल्या. ड्रॉवरचं कुलूप उघडून त्यांनी ती हिरवी फाइल बाहेर काढली. ही फाइल आता संपवून टाकायला पाहिजे होती. फायलीतली सगळी माहिती, पत्रव्यवहार, फोटो सुमीताला दाखवावेत – अशी इच्छा मेहराबाईंना झाली. मग ती फाइल फाडून टाकली तर चालेल.

"सुमीता –"

"काय?"

सुमीता पुस्तकं पाहण्यात इतकी दंग झाली होती की, तिनं वळून पाहिलंही नाही. एक मिनिट झालं. तेवढ्या वेळात मेहराबाईंच्या मनात आलेला विचार बदलला. सी.ई.च्या ह्या खासगी गोष्टी नियोजित वधूला माहीत करून देणं इष्ट नाही. सुमीता त्यांना नाना प्रश्न विचारील. ती म्हणेल की मी ह्या इथे, कुरणापलीकडे असताना 'वधू पाहिजे' अशी जाहिरात तुम्ही दिलीच कशी?

पण सुमीताला त्यांनी पाहिलं कधी? जाहिरात दिल्यानंतर ती त्यांच्या दृष्टीला पडली असावी.

कुठे बरं या दोघांची पहिली भेट झाली? त्यानंतर, आजवर त्यांच्या किती गाठीभेटी झाल्या?

मनोमनी मेहराबाई बिथरल्या. आपलं लक्ष असताना हे घडलं कसं? आपल्याला त्याचा पत्ता का लागला नाही? आपल्याकडून ही कसूर झाली कशी?

टेलिफोन वाजू लागला. सुमीतानं वळून मागे बघितलं.

मेहराबाई म्हणाल्या, "सी.ई.चाच आहे. तू इथे आहेस, हे त्यांना सांगते आता मी."

"नको, नको."

सुमीताचा चेहरा आरक्त झाला. ह्या वातावरणात तिला भास्करला भेटणं नको होतं. मेहराबाईंनी मान हलवली. सी.ई.च्या एकोणीस नंबरच्या खोलीत नियोजित वधूनं पाऊल टाकण्याचं काही कारणच नव्हतं.

"एक मिनिटात आलेच हं मी." असं म्हणून त्या गेल्या.

सुमीता थोडी खट्टू झाली. तिला भास्करची खोली पाहायची होती. चीफ इंजिनिअरना सुंदर सेक्रेटरी मिळालेली नव्हती, कामात मात्र ती तत्पर होती. आपण सेक्रेटरीच्या ह्या जागेसाठी प्रयत्न केला असता तर? कशा शोभलो असतो? – असा एक विलक्षण विचार सुमीताच्या मनात येऊन गेला.

दार उघडून कोणी आत आलं –

"येऊ का मी मिसेस मेहरा? ओ! सॉरी हं."

त्या बाईकडे बघून सुमीता म्हणाली, "मेहराबाई आताच सी.ई.च्याकडे गेल्या." आणि न विचारलेल्या प्रश्नाचंही उत्तर तिनं देऊन टाकलं. "मी गांधीग्रामहून आलेय."

"म्हणजे सत्यजितची मुलगी तू? अरे वा! त्या दिवशी मी वननिवासातल्या कार्यक्रमाला हजर नव्हते. बरी भेट झाली इथं. माझं नाव रूपा."

सुमीता एकदम म्हणून गेली –

"छान दिसता. इतकं सुंदर माणूस मी आजवर पाहिलंच नाही."

रूपा हसून म्हणाली, "आरशात पाहायला पाहिजे होतंस तू."

"तुम्हीसुद्धा त्यांच्या सेक्रेटरी?"

"तसं नाही म्हणता येत."

मेहराबाई घाईनं परत आल्या. रूपाला बघून म्हणाल्या, "फार उशीर झाला. आत्ताच ते जनरल मॅनेजरकडे गेले आणि दहा मिनिटांत लोखंडाच्या खाणीकडे जायला निघतील. काही तरी यांत्रिक बिघाड झालाय तिकडे. आत्ताच कळलं."

"म्हणजे शंभर मैल दूर जाऊन येणार ते. आज परतायचे नाहीत बहुतेक."

"नाही ना. कदाचित अनेक दिवस तिकडे राहावं लागेल त्यांना. काय झालंय तिकडे, त्याच्यावर अवलंबून आहे."

सुमीताच्या छातीचे ठोके जलद पडू लागले. अनेक दिवस भास्कर तिकडेच राहणार? एकाएकी तिला उदास वाटू लागलं. आपण मघाशी मेहराबाईंबरोबर का नाही गेलो त्याच्या खोलीत?

सुमीताच्या लक्षात आलं, मेहराबाई रोखून तिच्या चेहऱ्याकडे बघत होत्या. हैराण झालेल्या सुमीतानं पुन्हा पुस्तकं पाहायला सुरुवात केली.

टेबलावरचा ट्रिब्यूनचा अंक चाळून मेहराबाईंनी जाहिरातीचं पान उघडलं. एका मजकुरावर तांबडी खूण केलेली होती.

"हे पाहिलंस तू रूपा – एअर इंडियाला होस्टेस हव्या आहेत."

रूपाला काही स्वारस्य नव्हतं.

"मजा असते नाही विमानाच्या नोकरीत? कुठं ही स्टील टाउनची गद्य नोकरी आणि कुठे ती – मी जर तुझ्या वयाची असते ना –"

रूपा हसून म्हणाली, ''तुम्ही नक्कीच उत्तम एअर होस्टेस झाला असता, पण मग मिस्टर मेहरा नसते मिळाले!''

''म्हणून काय झालं? ते काय एकटेच पुरुष आहेत ह्या पृथ्वीतलावर? अगं, माणूस अखेर तडजोड करतोच की!''

''आणि चुंकी, लालू, प्रेमनाथ नसते मिळाले.''

''अगं असते. ते कुठं जातील!''

''हो, पण –''

रूपानं मध्येच बोलणं गिळलं. ती वेगळंच बोलली.

''मिस्टर मेहरांशिवाय तुम्ही म्हणजे... म्हणजे नुसती डायल असलेलं घड्याळ; आत स्प्रिंगा, चक्रं काही नाहीत. किंवा स्प्रिंगा, चक्रं आहेत आणि डायलच नाही.''

''एक नक्की म्हण काही तरी. मी डायल का स्प्रिंगा, चक्रं?''

''तुम्ही दोन्हीही आहात, मिस्टर मेहराही तसेच. आळीपाळीनं एकाशिवाय दुसऱ्याला काही अस्तित्वच नाही.''

''शू:! आपली ही बडबड ऐकून सुमीताला काय वाटेल?''

■

। तेवीस ।

"तू मला असं सांग की –"
एवढं बोलून बिरेश्वर थांबला. समोर असलेल्या मद्यग्लासात त्यानं ड्रिंक ओतलं आणि ग्लास उंचावून ओठाला लावण्याअगोदर सत्यजितकडे पाहिलं.
"सुमीता का? खरं तर तिच्या आईची तू ह्या कामासाठी निवड करायला पाहिजे होतीस."
हाच विचार गेले कित्येक दिवस सत्यजितला त्रासून टाकीत होता. आत्मशुद्धीसाठी उपवास करायला हवा होता – सात दिवस उपवास. पण ही वेळ आहे का? इतकी कामं हाताशी असताना अन्न वर्ज्य करून बिछान्यावर पडून राहणं, योग्य होईल का? शांतियात्रा सुरू केलीच पाहिजे. त्या आधी मन आणि शरीर शुद्ध केल्यावाचून कसली शांतियात्रा? आणि देशावर असं संकट ओढवलेलं असताना, उपवासाचं समर्थन करता येईल का? एकपरीनं ती निष्क्रियताच ठरणार. शांतियात्रेला मारक ठरणार.
सत्यजित आपल्याच विचारात गढून गेल्याचं बिरेश्वरच्या लक्षात आलं आणि तोही अंतर्मुख झाला. आपल्या घरकुलात एकाकी, परित्यक्ता अशी सुरुची त्याला दिसू लागली आणि त्याला राग आला. ग्लास तोंडाला लावून त्यानं तो एका दमात रिकामा केला आणि पुन्हा भरला. आज 'स्वत:ला नशेत बुडवून टाकायचं', हा मोह त्याला आवरता येत नव्हता. एकाएकी मनावर आलेला असह्य भार त्याला हलका करायचा होता. अनेक वर्षं अंधारात राहिलेलं रहस्य एका उसळीसरशी बाहेर आलं. बिरेश्वर म्हणाला, "किती वर्षं होऊन गेली... मी प्रेमात पडलो होतो तिच्या!"
आश्चर्यचकित होऊन सत्यजितनं आपल्या मित्राकडे पाहिलं.
"कुणाच्या?"
क्षुब्ध होऊन बिरेश्वर बोलला, "काय वय होतं तेव्हा तिचं? नुकतीच तिशीत आली होती ती. स्त्रीरूपाचा

सर्वोत्तम नमुना पाहिला मी.''

डोळे विस्फारून सत्यजित ऐकतच राहिला. त्याचा विश्वास बसेना.

''माझ्यासारख्या जन्मजात उडाणटप्पू माणसाच्या आयुष्यात असा एकच हार खाण्याचा प्रसंग येतो सत्यजित. या आधी स्त्री ही वस्तू मी कधी मनापासून मानली नव्हती; तुला माहीत आहे. केंब्रिजचा तो काळ! तू उपास करून इंद्रियदमन करत होतास, तेव्हा केंब्रिजमध्ये मी जे दिवस काढले, त्याचीच सोबत पुढेही होती. आणि मग हा विलक्षण अनुभव आला. सगळं जीवन ढवळून टाकणारा अनुभव. आयुष्यात प्रथमच मी प्रेमात पडलो होतो! तिचा चेहरा, तिचं शरीरसौष्ठव, तिचा आवाज – ह्या सगळ्यावर माझं प्रेम होतंच; पण त्याही पलीकडे तिच्यातलं जे अदृश्य, अगोचर होतं – त्यावर मी प्रेम करीत होतो.

''हा असला खुळचटपणा माझ्या हातून कधी घडेल, असं मला वाटलं नव्हतं. मी सुरुचीत रमून गेलो. स्वतःला हरवून बसलो. माझं सगळं पूर्वायुष्य मला निरर्थक वाटू लागलं आणि सगळं भविष्यही अर्थशून्य दिसू लागलं.''

कापऱ्या आवाजात सत्यजितनं विचारलं, ''आणि – ती?''

बिरेश्वर म्हणाला, ''त्यामुळंच तर माझं भविष्य राखरांगोळी झालं !''

''तिनं पर्वा नाही केली?''

''आठवतं का, दर वर्षी मी तुझ्याकडे राहायला येत असे तेव्हा. मधे पन्नास आठवडे जायचे. मी वाट बघ-बघ बघायचो की, पुन्हा ते पंधरा दिवस कधी येतात. रोज कॅलेंडरवरची एक-एक तारीख मी खोडून टाकायचो.''

''आणि तिला माहीत होतं?''

''बायकांना अंतर्ज्ञानानं हे कळतं म्हणतात. सुरुचीलाही कळलं असेल, पण ते तिनं कधी दाखवलं नाही. तिच्याकडून अगदी अस्पष्ट असा प्रतिसाद आला असता, केवळ एक वेळ ती अर्थपूर्ण अशी हसली असती माझ्याकडे बघून; तरी मी पुढच्या संग्रामाला उभा ठाकलो असतो. आणि मग सत्यजित, तू कदाचित तुझ्या प्रिय पत्नीला गमावून बसला असतास. मला पूर्वग्रह आड येत नाहीत, नीति-अनीतीची मी पर्वा करत नाही. मला जे हवं आहे, आवश्यक आहे; ते वाटेल ती किंमत देऊन मी मिळवतो.''

''पण दुसऱ्याला दुःख, क्लेश पोहोचले तरी?''

''हो. कधीही असुखी म्हणून व्हायचं नाही, ह्यासाठी केवढा प्रयत्न करतो मी! माझ्या स्वभावाशीच जुळत नाही ते !''

''तू तुझ्या कल्पनेनं तिला देवता बनवली असशील. मुळात ती आहे त्यापेक्षा तिला उंच केली असशील. ती सुरुची ही केवळ तूच कल्पनेनं निर्माण केलेली आदर्श स्त्री असेल.''

सत्यजितच्या ह्या बोलण्याकडे बिरेश्वरनं दुर्लक्ष केलं.

तो म्हणाला, "सत्यजित, मला खरं-खरं सांग. सुरुची गेली, ही वस्तुस्थिती तुझ्यानं पेलली असती का? तुझ्या लेखी ती फक्त गृहिणी होती, पत्नी होती; जी भूमिका इतर कोणीही खात्रीनं यशस्वी करून दाखवली असती."

सत्यजितचा चेहरा गंभीर झाला.

तो म्हणाला, "तू ह्या कृत्यानं गांधीग्रामचा नाश केला असतास, त्याच्या मुळावर घाव घातले असतेस."

बिरेश्वर हसला. चक्ऽ असा तोंडानं आवाज करून त्यानं मान हलवली.

"सुरुचीपेक्षा तुला गांधीग्रामची जास्ती मातब्बरी वाटते. नैतिक दृष्ट्या ह्या गोष्टीचा गांधीग्रामवर काय परिणाम झाला असता, म्हणून तू काळजी करतोस. सत्यजित, त्यामुळं तू खलास होऊन गेला नसतास, मी झालोय तसा?"

काही वेळ दोघंही स्तब्ध होते.

"मला कबुली द्यावी लागली तुझ्यापाशी, हे विलक्षण आहे. शांतियात्रेत सुमीता तुझी साथी असणार. आता सुमीता खलास झालेली तुला बघायची आहे. खरं ना?"

"सुमीता?"

"जर शांतियात्रेचा शेवट दुःखपूर्ण झाला तर. थांब – माझं ऐकून घे. तुझ्या कुटुंबात मी फार कमी वेळ काढलाय, तरीसुद्धा त्या मुलीवर तुझं किती प्रेम आहे, याची मला चांगली जाणीव आहे. तुझ्या लेखी गांधीग्रामला जेवढं महत्त्व आहे, तितकंच सुमीतालाही आहे. त्यासाठीच तुला गांधीग्रामशी तिचं नाव जोडायचं आहे. त्या दोन्हींत अतूट नातं पाहायचं आहे. गांधीग्राम म्हणजे सुमीता आणि सुमीता म्हणजे गांधीग्राम – असं समीकरण तू पाहतोस. त्यात आणखीही एक सूक्ष्म तपशील आहे. प्रत्येक प्रेमाच्या ठिकाणी एक गुप्त अशी एक निर्दयतेची छटा असते. तू सुमीताच्या बाबतीत निर्दय आहेस. गांधीग्रामच्या बाबतीतही निर्दय आहेस."

"मी कुणाच्याही बाबतीत निर्दय होऊच शकत नाही."

"जाणीवपूर्वक नाही, अजाणता म्हणतोय मी. प्रेम ही रहस्यपूर्ण भावना आहे. तिच्या तलम पोतात निर्दयतेचा एक बारीक धागाही विणला जातो."

"तुला सुरुचीबद्दल काय म्हणायचं आहे? तिच्या भावना काय आहेत?"

बिरेश्वर गप्प झाला. आपल्याच विचारात गढून गेला होता. बावरला होता आणि उदासही झाला होता. हा नेमक्या याच क्षणी आपली अंतस्थ गोष्ट माझ्यापाशी का बोलतोय?

बिरेश्वराला उत्तर सापडलं होतं. तो म्हणाला, "सुरुचीला डावलून तू सुमीताला शांतियात्रेत घेतलंस, ह्याचा अर्थ काय होतो? सुरुचीनं तिच्या-तुझ्यात अंतर निर्माण केलं आहे. केवढं नुकसान आहे हे तुझं... तुला ते कळत असेल तर!"

"हे बघ बिरेज, अंतर निर्माण झालं ह्याबद्दल तू मला दोषी धरतोस आणि पुन्हा म्हणतोस की – "

"बंधू, सुरुचीसारख्या बाईनं मनात आणलं असतं तर पाळीव कुत्र्याप्रमाणं गळ्याला दोरी लावून नाचवलं असतं तुला. तू तिच्या म्हणण्याबरोबर नाचला, कुदला असतास. पण तिनं तुला मोकळीक दिली. तुझ्या खुळचट मार्गानं तिनं तुला जाऊ दिलं. इथे ती निर्दय झाली! एका परीनं तिनं तुला नाकारलं. तुझ्या आवाक्यात असलेली धनसंपदा तिनं तुला मिळू दिली नाही." आवाज खासगी करून बिरेश्वर म्हणाला, "अर्थात ती धनसंपदा इतर कुणासाठीही नव्हती!"

"बिरेज – माझं ऐकून घे."

"नाही – माझी कीव करू नकोस मित्रा!" भिंतीवरच्या घड्याळ्याकडे बघून बिरेश्वर चट्‌कन उठला. "मध्यरात्र उलटून गेली. जा झोप. सकाळी साडेनऊला प्रेस कॉन्फरन्स आहे, लक्षात आहे ना?"

आपल्या नादात उठून सत्यजित खोलीकडे गेला.

आत्ता ह्या गोष्टी उघड करून सांगण्याची काय जरुरी होती? काय उपयोग होता आता? पुन्हा समोरासमोर येताच बिरेश्वर आता शरमून जाईल.

अंथरुणावर पडल्यानंतर आपल्या मित्राबद्दल सत्यजितला दया वाटली.

घर नाही, कुणी मायेचं माणूस नाही – अशा अवस्थेत आयुष्य काढीत असताना एकाएकी कोणी स्त्री जीवनात यावी; जीव तोडून तिच्यावर प्रेम असावं, पण ते उघड करता येऊ नये. सगळ्या भावना लपवून-छपवून ठेवाव्या लागाव्यात, ही केवढी करुण स्थिती आहे! त्याचं गांधीग्रामला येणं बंद झालं, ह्या गोष्टीला आता तीन वर्षं झाली. का बंद केलं येणं त्यानं? झगडून-झगडून थकला असेल बापडा. कदाचित एखाद्या बेसावध क्षणी आपला तोल सुटेल, अशी भीतीही वाटली असेल त्याला.

हा विचार करता-करता एकदम सुरुचीची मूर्ती समोर उभी राहिली. बिरेश्वरनं आपलं प्रेमरहस्य सांगितल्यामुळे ती किती वेगळी दिसत होती आता! वेगळी, रहस्यमय, एकाकी. सुरुचीला भेटण्याची विलक्षण इच्छा सत्यजितच्या मनात उसळून आली.

झोप उडाली. गेल्या घटका नव्यानं पुढे आल्या. इतकी वर्षं झाली; पण तिच्यात काही बदल झालेला नव्हता. ते अर्थपूर्ण हावभाव... शरीर... नजर... प्रतिसाद... सत्यजित घामानं ओला झाला, त्याची छाती धडधडू लागली.

आजवर दडपून टाकलं, ते उसळून आलं. दोन्ही मुठी आवळून सत्यजित स्वत:शीच झगडू लागला.

शांत व्हायला त्याला बराच वेळ लागला.

कुठे तरी दोन टोल पडले. आता शांतपणे विचार करून निर्णय घेणं आवश्यक होतं. 'प्रेस कॉन्फरन्स' आता काही तासांनीच होती. वृत्तपत्र प्रतिनिधींना सांगावयाच्या बाबी मनात स्पष्ट व्हायला हव्या होत्या. लडाखहून आलेल्या ताज्या बातम्यांमुळे मूळच्या योजनेत महत्त्वाचे फेरफार करणं अत्यंत आवश्यक होतं.

आता शांतियात्रा चार पुरुष आणि एक स्त्री यांच्यापुरती मर्यादित नाही; शेकडो शांतिसैनिकांनी ह्या यात्रेत भाग घ्यावा, असं आवाहन वृत्तपत्रांतून सगळ्या जनतेला दिलं जाईल. ताज्या घडामोडींमुळे हा बदल आवश्यक होता.

वृत्तपत्र प्रतिनिधी वाईट बातमी घेऊन आले. दिल्ली आणि पेकिंगमध्ये चाललेली राजनैतिक बोलणी फिसकटली होती. आता वाटाघाटीला वावच उरला नव्हता. पेकिंगकडून आलेल्या ताज्या खलित्याची भाषा शिवराळ होती. आजच्या वर्तमानपत्रांनी ठळक शब्दांत बातम्या छापल्या होत्या.

गालवान चौकीकडे कुमक रवाना... चौक्या ओलांडून चिनी सैनिक घुसले... पंतप्रधानांनी देशाला सावधान राहण्याचा आदेश दिला.

वृत्तपत्र प्रतिनिधींनी नेमके प्रश्न विचारले. शांतियात्रेसारख्या ध्येयवादाला आजच्या जगात वाव आहे का? सैनिकी सामर्थ्याखेरीज इतर भाषेत दिलेलं उत्तर चिनी राजकर्त्यांना कळेल, असं आपल्याला वाटतं का?

पूर्वी सत्यजित वारंवार जे म्हणाला होता, तेच त्यानं ह्या लोकांना पुन्हा सांगितलं. हिंसा ही हिंसकालाही मारकच ठरते, असा इतिहासाचा दाखला आहे. शेवटी नैतिक बळाचाच विजय होतो. आशिया खंडावर वर्चस्व मिळवण्यासाठी तिबेटमध्ये युद्धसाहित्यगृह करणं, ही केवळ रम्य अशी कल्पना आहे. आशियातील लोक हे इतर कोणत्याही लोकांसारखेच वर्चस्वाखाली दडपले जाणार नाहीत. परकीय मदतीच्या बाबतीत एक गोष्ट स्वच्छ आहे की, भारत हा चीनचा उपग्रह झालेला अमेरिका सुखासुखी बघू शकत नाही. ती स्वस्थ राहणार नाही, पण त्याचबरोबर हेही सत्य आहे की, भारताच्या वतीनं अमेरिका चीनशी युद्धही पुकारणार नाही.

शेवटी, सत्यजितनं आशा व्यक्त केली (आता पूर्वीसारखी खात्री नव्हती.) की, तूर्त चालू झालेला संघर्ष हा केवळ सरहद्दीपुरता मर्यादित राहील. परकीय मदत घेणं भारतानं चालू ठेवलं आणि ह्या शस्त्रास्त्रांच्या मदतीबदली किंमत मोजली, तरी त्यामुळे तटस्थतेच्या धोरणाला तडे जातील.

यावर एका प्रतिनिधीनं विचारलं, "सोव्हिएत रशियानंसुद्धा दुसऱ्या महायुद्धाच्या वेळी लष्करी मदत स्वीकारली नव्हती का?"

पण हे विधान होतं, प्रश्न नव्हता; त्यामुळे त्याला उत्तर नव्हतंच. आणि शांततामय सहजीवनाला पर्याय म्हणजे जीवनच संपुष्टात येणं, हेही उघड होतं.

तासाभराच्या ह्या बोलण्यानंतर सत्यजितनं आपला निर्णय पत्रपंडितांना सांगितला.

शंभरच शांतियात्रिक का? ही संख्या अमर्याद का नको?

हजारोंनी लोक सामील व्हावेत या यात्रेत. हे नि:शस्त्र युद्ध होतं. मानवजातीचं भवितव्य काय आहे, हे हिमालयाच्या बर्फाच्छादित भूमीवरच ठरू दे.

शांतियात्रेची ही कल्पना यशस्वी झाली, विजयश्री मिळाली; तर युद्धाचा अंत होईल. सगळी मानवजात एके दिवशी अण्वस्त्रानं नाहीशी होऊन तिची रेडिओॲक्टिव्ह राख होईल, ही भीती संपून जाईल कायमची.

सत्यजित गांधीग्रामला परतणार नव्हता. इथे राजधानीत राहून तो शांतियात्रेसाठी येणाऱ्या पाइकांची वाट पाहणार होता. अनेक लोक येऊन सामील झाले की, यात्रेला सुरुवात होईल. प्रथम रेल्वे आणि नंतर ट्रक्स, बसेस. लडाखला पोहोचताच सरहद्दीकडे कूच. सिकियांगकडे मोर्चा.

वृत्तपत्रांतून झळकणाऱ्या हेडलाइन्स सत्यजितला दिसू लागल्या....

सत्यजितची स्वयंसेवकांना हाक... शांतियात्रेत हजारोंनी भाग घ्या....

हे आवाहन भारतीय जनतेला नवं होतं. सर्व बलाढ्य अशा राजसत्तेशी लढा देण्यासाठी गांधीजींनी देशातील लोकांना अनेकवार आवाहन केलं होतं.

विलक्षण स्फोटक परिस्थितीत एक आठवडा लोटला.

"नदी फार तर एका फर्लांगावर आहे. रस्ता ओलांडून पलीकडे जाऊ. चल, कुठे वाहनाखाली मात्र सापडू नकोस."

आपल्या मित्राचा दंड धरून बिरेश्वरनं त्याला गर्दीतून चालवलं. मधेच एकाएकी थांबून उंच आवाजात तो म्हणाला, "सत्यजित, तुला कळायला पाहिजे – गांधींचा मार्ग फक्त गांधींनीच ओळखावा; इतरांचं काम नाही!"

भर वेगानं येऊन एक मोटरगाडी अवघ्या तीन फुटांवर थांबली. मोटार चालविणाऱ्या माणसाकडे रोखून बघत बिरेश्वर म्हणाला, "दिल्लीतले रस्ते तुम्ही स्वत:च्या मालकीचे समजता काय हो, राजश्री?"

रस्ता ओलांडून सुखरूप पोहोचल्यावर सत्यजितनं ते शब्द स्वत:शीच उच्चारले, "इतरांचं ते काम नाही!"

बिरेश्वर असं का म्हणाला?

कारण, आतापर्यंत पन्नास स्वयंसेवकसुद्धा तयार झाले नव्हते!

आपल्या देशासाठी सर्वश्रेष्ठ त्याग करण्याची तयारी पन्नास जणांनीसुद्धा दाखवली नव्हती.

हीच हाक जर गांधीजींनी दिली असती, निवडक सहकाऱ्यांसह त्यांनी शांतियात्रेला आरंभ केला असता; तर सहस्रावधी लोक त्यांना येऊन मिळाले असते. आपल्याच रक्तामांसाच्या ह्या राष्ट्रपित्याच्या हाकेला ओ देऊन शिस्तबद्ध सैनिकांप्रमाणे त्यांनी आपले प्राण दिले असते. कोणी प्रश्न विचारला नसता, कोणी कारण शोधलं नसतं.

होय. तरीसुद्धा बिरेश्वरचं बोलणं हे संपूर्ण सत्य नसून, अर्धसत्य होतं. गांधीजींचं शरीर हे अनंत काळ राहणं शक्य नव्हतं, त्यांचे विचार राहणार होते. खादीच्या उपरण्यात झाकलेल्या त्या कृशतनू महात्म्यानं जशी जनजागृती केली, तशीच आता त्यांच्या मागे राहिलेल्या विचारांनी करणं अगत्याचं होतं. केवळ एका व्यक्तीच्या कृतीद्वारा हे होणार नव्हतं, जनसमुदायाच्या कृतीतून त्यांना उद्‌गार मिळणार होता. बुद्ध महात्म्यानं निर्वाण केल्यानंतर अनेक शतकांनी बुद्ध धर्माची खरी सुरुवात झाली होती. महात्मा ख्रिस्त सुळी गेल्यावर ख्रिश्चन धर्मानं शिखर गाठलं होतं.

गांधीजी म्हणत –

''मागे कोणताही पंथ ठेवून जाण्याची माझी मनीषा नाही. जगाला देण्याजोगी काही शिकवण माझ्यापाशी नाही. अहिंसा ही फार सनातन आहे.''

सनातन तत्त्वंच युगानयुगानं पुनर्जन्म पावतात.

तत्त्वांचं महत्त्व नाही; नेमक्या वेळी त्यांचा वापर महत्त्वाचा असतो. जुलमी राज्यसत्तेशी लढा देण्यासाठी गांधीजींनी जुनंच हत्यार नव्यानं जनतेच्या हाती दिलं होतं आणि ह्या हत्यारामुळे जनता राज्यसत्तेपेक्षाही जास्त सामर्थ्यवान झाली होती. प्राणार्पणासाठी सिद्ध झालेला समुदाय जेव्हा सत्तेपुढे उभा ठाकतो, तेव्हा सत्ताच पराजित होते.

जयाबद्दल खात्री असते का?

चकमकीत विजय होईल, अशी पुसट आशा मनी असली तरी सैनिक प्राणार्पण करतात.

हिंसात्मक आणि अहिंसात्मक अशा दोन्हीही लढ्यांत विजयाची संधी समानच असते. बिरेश्वर म्हणाला, ''गांधीमार्गानं जाताना तो थोर महात्मासुद्धा कधी कधी निष्फळ ठरला.''

''ह्या मार्गाचं फळ हेच की, लक्षावधी लोक स्वातंत्र्यप्राप्तीसाठी झगडले.''

''खरं सांग मला, अहिंसा ही पंथ म्हणून आपण कधी स्वीकारली? ते एक केवळ साधन होतं. गांधींना हे माहीत होतं आणि अनेक प्रसंगी पुढाकार सोडून त्यांनी आपल्या अनुयानांना त्यांच्या मार्गानं पुढे जाऊ दिलं. आत्मबळ हे बंदुकीच्या गोळीप्रमाणे वापरता यावं, अशी इच्छा त्यांनी कधी केली नाही. स्वातंत्र्य मिळाल्यानंतर काही वर्षांतच स्वातंत्र्याच्या त्या शिल्पकारातून आम्ही स्वत:ची सुटका करून घेतली आणि यमुना तीरावर त्याची समाधी उभारली.

“आता परदेशातील थोर मोठे लोक दिल्लीला आले की, ह्या समाधीवर पुष्कचक्रं वाहतात आणि ह्या दिवंगत नेत्याबद्दल भारतीय जनतेच्या भक्तिभावाची प्रचिती घेतात. कदाचित त्यांना हा भक्तिभाव नाही, असंही वाटत असेल; पण एका गोष्टीची मात्र मला गंमत वाटते.”

बिरेश्वरला हसू आलं.

“कशाची गंमत?”

“माझा एक दोस्त आहे झुनझुनिया. मोठा व्यापारी आहे. गव्हाचा व्यापार आहे. धंद्यात काही डावं-उजवं करून त्याला फायदा झाला रे झाला की, तो राजघटावर फुलं घेऊन जातो; स्वातंत्र्यापूर्वी तो देवळात जायचा.” हसून बिरेश्वर म्हणाला.

‘आणि प्रत्येकाच्या डोळ्यांतले अश्रू पुसावेत, असं गांधीजींचं स्वप्न होतं!’ सत्यजित विचार करीत होता.

गांधीजींनी सांगितलेल्या विचारांशी तो आजपर्यंत प्रामाणिक होता. आयुष्यभर केलेलं तप फळाला लागावं, अशी वेळ आता आलेली होती; पण एकटा सत्यजित काय करू शकत होता? हजारो लोकांच्या मदतीनंच तो काही करू शकला असता. म्हणून त्यानं आवाहन केलं होतं. एका आठवड्यानंतर अनेक उत्तरं आली होती; पण त्यांपैकी फार थोड्या लोकांनी प्राणत्यागाची तयारी ठेवली होती. बाकी लोकांनी आपल्या पत्रातून विनंती केली होती की, शांतियात्रेची कल्पना रहित करा. देशाची ह्यासारख्या लढ्याला तयारी नाही. शांतियात्रेच्या ह्या सैनिकांवर चिनी बंदुकांनी वर्षाव केला आणि त्यांचे मुडदे पाडले तर? ह्या दोन देशांतील संबंध बिघडतील.

सत्यजितनं मान खाली घातली.

आजवर आपण केलेल्या कामाची माती झाली, असं त्याला वाटलं. ह्यापेक्षा शांतिनिकेतनमध्ये शिक्षक म्हणून जास्ती कमाई झाली असती.

जड आवाजात बिरेश्वर म्हणाला, “सत्यजित, मला एक बातमी सांगायची आहे तुला. अर्थातच ती चांगली बातमी नाही.”

“ठाऊक आहे मला. शांतियात्रा घेऊन जायला विरोध आहे त्यांचा. मला जाऊ देणार नाहीत ते.”

“ही बातमी नव्हे सत्यजित, दुसरी आहे. ती तुला सांगण्याची वेळ माझ्यावर यायला नको होती.”

“सांगून टाक आता.”

“स्टील टाउन इर्षेला पेटलं आहे. ते लोक गांधीग्राम आपल्याकडे घेणार. त्यांनी सरकारला तार करून विनंती केलीय की, राष्ट्रीय हितासाठी ही जागा ताब्यात मिळावी.”

सत्यजित चकित झाला.

“तुला वाटतं की, सरकार हा असला जुलमी निर्णय घेईल?”

“आता गोष्ट अशी आहे की, चिनी मुसंडी थोपविण्यासाठी गांधीग्रामचा काही उपयोग नाही. तुझी शांतियात्रेची योजना – काय स्वागत झालं तिचं? वर्तमानपत्रांनी बाद ठरवली ही योजना. सरकारनं वर्तमानपत्रांच्या ह्या मताची दखल घेतली असणारच. ह्याउलट स्टील टाउनला जर हवी ती मदत, सवलत दिली; तर सैन्याला त्याचा फार उपयोग होणार आहे.”

पांढऱ्या शुभ्र रंगविलेल्या फाटकापाशी दोघे आतापर्यंत येऊन पोहोचले होते. आता आत लांबपर्यंत फरसबंदी पायवाट होती. दोन्ही बाजूला विस्तृत हिरवळ होती. रंगीबेरंगी फुलांचे ताटवे होते. डाव्या बाजूला क्षितिजावर यमुनेचा पूल दिसत होता. अलीकडे कापसाच्या ढिगाप्रमाणे दिसणाऱ्या ढगांच्या पार्श्वभूमीवर मशिदीचे उंच मिनार दिसत होते.

“सत्यजित, आता इथून पुढे तुला एकटंच गेलं पाहिजे. यात्रिकाला एकटंच चालावं लागतं. मी इथे हिरवळीवर बसून त्या माझ्या मित्रावर – झुनझुनियावर कविता रचतो.”

बिरेश्वर काही वेळ एका जागी उभा राहून पाहत होता. सत्यजित जात होता, तो थोडा वाकला आहे, असं बिरेश्वरला वाटत होतं. ह्यापूर्वी त्याच्या कधी हे लक्षात आलेलं नव्हतं. काही वेळ पाहत राहिल्यावर बिरेश्वरनं मान हलवली अन् स्वत:शीच म्हटलं, “बिच्चारा!”

केंब्रिजला असताना बिरेश्वर असंच म्हणे. सत्यजितपेक्षा आपण वयानं वडील आहोत, असं त्याला वाटे.

बागेकडे जाता-जाता त्याला तो प्रसंग आठवला – हातात दगड घेऊन सुरुची बांगड्या फोडते आहे! ती वरवर बांगड्या फोडीत होती; पण त्याहीपेक्षा ह्या कृतीला खोल अर्थ होता. सत्यजितला काही जाणीव नव्हती. गांधीग्राम गेल्यामुळे कदाचित त्याला दुसऱ्या मौल्यवान गोष्टीचा लाभ होईल! त्याला फक्त ती जाणीव पाहिजे.

सत्यजित चालत होता. त्याच्याही मनात सुरुचीसंबंधीच विचार होते.

गांधीग्राम नामशेष झालं, तर सुरुचीला आनंद होईल? कसं शक्य आहे? गांधीग्रामात तिचीही मुलं आहेत. मॉस्कोहून आल्यापासून ती थोडीफार बदलली आहे, हे खरं. अनेक वर्षांनी तिनं परवा शांतिनिकेतनची आठवण काढली होती.

“का हो, झाडाभोवतीचं ते घर अजून तिथे असेल का?”

लग्नाची पहिली-वहिली वर्षं जिथे काढली, ते घर सत्यजित विसरून गेला होता का? छे! किती तरी जुन्या आठवणींनी मनात गर्दी केली. मागील दारी सुरुचीनं लावलेल्या फुलझाडांची आठवण सत्यजितनंच तिला करून दिली.

त्या झाडाला भरगच्च लाल फुलं बहरली की, रोज त्यांतली काही तोडून सुरुची आपल्या केसांत माळत असे. केसांचा केवढा मोठा अंबाडा तेव्हा तिच्या मानेवर असे. अजूनसुद्धा तितकेच विपुल आणि भरगच्च केस तिला आहेत का? बघायला पाहिजेत एकदा. तिचे पाठीवर सोडलेले केस कुठपर्यंत पोहोचतात, ते बघायला पाहिजे एकदा.

लांब-लांब पावलं टाकीत सत्यजित चालला होता. मघा मनाला बसलेला धक्का सोसण्यासाठीच आपल्या मनात सुरुची उभी राहिली, असं त्याला वाटलं. ती जर आली नसती, तर हा धक्का सोसणं असह्य होतं. सुरुची त्याला शांतिनिकेतनकडे घेऊन जात होती. ज्या ठिकाणी त्याचं-तिचं सहजीवन सुरू झालं, त्या पहिल्या ठिकाणाकडे.

सुरुची सारं मन व्यापून राहिली. आता आपलं नवं आयुष्य फक्त तीच एक सुखी, आनंदी करू शकेल!

बिरेश्वरनं आपल्या प्रेमाची कबुली दिल्यामुळे हे घडलं का?

सत्यजितला उत्तर सापडलं नाही.

फरसबंदी वाट संपली, कमान आली. उंच भिंतीच्या मधोमध काळ्याभोर संगमरवरी चौथऱ्यावर पांढऱ्या धातूनं अक्षरं लिहिली होती –

हे, राम!

हजारो लोक प्रार्थनेसाठी जमलेले असताना, छातीवर तीन गोळ्या बसताच हे उद्गार गांधीजींच्या तोंडून निघाले होते.

समाधीभोवती स्त्री-पुरुष प्रदक्षिणा घालीत होते. सत्यजित पाहत उभा राहिला.

आपण आपल्यालाच फसवीत तर नाही? गांधीग्रामचा शेवट आपण उघड्या डोळ्यांनी पाहणार, म्हणजे आजपर्यंत ज्या तत्त्वासाठी जगलो, ते तत्त्वच आपण झुगारलं, असं होणार.

आपल्या पराभवाचं मूळ कुठे आहे?

तत्त्वाविरुद्ध वागणं, अपरिहार्य म्हणून दौर्बल्य स्वीकारणं, ब्रह्मचर्य म्हणजे इंद्रियनिग्रह. विचारात आणि कृतीत दोन्हींतही ते सांभाळावं लागतं. मन मोकळं सुटत असेल, तर नुसत्या शरीरावर ताबा ठेवणं धोकादायक आहे, असं गांधी म्हणत. मन ज्या दिशेनं धावेल, तिकडे कधी ना कधी शरीर धावणारच!

होय, सत्यजितचा मनावर ताबा नव्हता. एका रात्री घडलेल्या प्रसंगामुळे मनाची शांती लोपून गेली होती.

एखाद्या जखमेप्रमाणे वेदना वाहू लागली. व्यथित होऊन सत्यजित भिंतीशी टेकला. खाली मान घालून त्यानं डोळे मिटले. आता मार्ग कोणता? कोण दाखवील

तो मला?

मग, एकाएकी त्याच्या डोक्यात प्रकाश पडला. हेही एक गांधीजींचंच हत्यार; पण सामान्य माणसाला पेलणारं.

ह्या नव्या विचारानं झपाटल्यासारखा होऊन सत्यजित शहारून आला.

"मृत्यों मां अमृतम् गमय – "

त्याच्या तोंडून प्रार्थना बाहेर पडली.

■

। चोवीस ।

सत्यजितनं देशातील आम जनतेला शांतियात्रेसाठी जेव्हा हाक दिली, तेव्हा सुरुचीला हायसं वाटलं. ह्या बातमीचा परिणाम आपल्या मुलीवर काय झाला, म्हणून तिनं पाहिलं; तर सुमीता काही क्षण विचारमग्न दिसली. नंतर तिच्या चेहऱ्यावर क्लेश दिसू लागले. सुरुचीला तेच हवं होतं. नव्या घडामोडीतून खरंखुरं चित्र तिला दिसणं आवश्यक होतं.

सुरुची म्हणाली, ''लोकांकडून साद येईल, हे गृहीत धरून सहा जणांनीच का जायचं? हा लढा म्हणजे आमच्याच घराचा प्रश्‍न नाही; उभा देश संकटात आहे. आता ही चळवळ लोकांच्या हाती गेली. लोक घ्यायचा तो निर्णय घेतील.''

त्यावर सुमीताचं म्हणणं पडलं की, ''काहीही झालं, तरी कोणी नेता हवाच आणि सत्यजितच्या ठिकाणी उभी राहील, असा दुसरा नेता मिळणं कठीण आहे.''

यावर सुरुचीनं सांगितलं की, नेता सुरुवातीला लागतो; नंतर जमाव रांगा-रांगा करून जात राहतो. गांधीजींच्या बाबतीतसुद्धा असं घडलं आहे. आपल्याच आदेशानुसार उठलेली चळवळीची लाट त्यांनाही हवी तिथे थांबवता आली नाही. त्या लाटेबरोबर जाण्यावाचून त्यांनाही दुसरा मार्ग उरला नाही.

''तुझे वडील गांधीजींनी इतिहासात ठेवलेल्या वाटेवरूनच जाताहेत आणि इतिहासाची पुनरावृत्ती होते. सुमीता, कोणत्याही एका व्यक्तीपेक्षा समाज मोठा असतो – मग ती व्यक्ती कितीही मोठी असो.''

सुमीता गोंधळली, खचून गेली. तिला कळून चुकलं की, सत्यजितच्या शेजारी असलेली आपली जागा आता गेली. ही जागा आता स्त्री-पुरुषांचा क्षुब्ध जमाव घेणार. ह्यापैकी प्रत्येक जण पात्रतेनं आपल्या बरोबरीचं असेल. ह्या स्त्री-पुरुषांच्या प्रचंड जमावात आपण हरवून जाऊ, सत्यजितही हरवून जाईल.

सुरुचीला वाटत होतं की, आपल्या मुलीनं विचार करावा; घाईनं परिस्थितीचा अर्थ लावून स्वत:ला

दुखावून घेऊ नये.

तिनं विषय बदलीत म्हटलं, "अगं, वननिवासातल्या कार्यक्रमाबद्दल काय ठरवलं आहेस तू? बासरीचा कार्यक्रम रद्द करू नकोस हं, आवडेल तो लोकांना."

"त्यांचे चीफ इंजिनिअर वाजवतात की बासरी."

"हो? उत्तम! तुम्ही दोघं द्वंद्वगीत सादर करा बासरीवरच. मी तुम्हाला चाल देईन. मी शांतिनिकेतनमध्ये शिकले आहे चाल. इतकी वर्षं झाली, अजून माझ्या लक्षात आहे ती. तो कार्यक्रम केला, ती जोडीसुद्धा आठवते मला."

मालती आणि प्रवीण. सगळ्या शांतिनिकेतनमध्ये ही जोडी दिसायला सुंदर होती. मालती संगीत विद्यालयात गेली आणि प्रवीण संशोधनात गुंतला. त्यांचं लग्न होणार, हे निश्चितच होतं. सत्यजित आणि सुरुचीचं लग्न झालं, त्याच वेळी ह्या दोघांचंही झालं.

सुमीता आपल्या आईकडे आश्चर्यानं पाहत राहिली. शांतिनिकेतनमधल्या आठवणी सांगायला ती सहसा राजी नसे. फारच आग्रह झाला होता, तेव्हा तिनं एकवार सांगितलं होतं, "गेले ते दिवस! आता माझा काही संबंध राहिलेला नाही त्यांच्याशी. कथा-कादंबरीत जमा झाला तो काळ."

आताही तिनं पट्‌कन विषय बदलला. ती संगीताबद्दल बोलू लागली. साधं, सुंदर असं लोकसंगीत हे शास्त्रीय संगीतापेक्षा कमी मोलाचं नाही. टागोरांचा दृढ विश्वास होता असा. अशा दोन गोष्टींचा सुंदर मिलाफ घडवून आणणं, हेच त्या कवीचं जीवितकार्य होतं. साधं-सोपं आणि कृत्रिम, पुरातन आणि आधुनिक, शहरी आणि ग्रामीण, पौर्वात्य आणि पाश्चिमात्य यांचा मिलाफ.

"सुमीता, लक्षात ठेव – आपण म्हणतो, पण एकसारखेपणा हा एकीचा पाया आहे, ह्यावर टागोरांचा विश्वास नव्हता."

"का गं आई, इतक्या आठवणी ताज्या असूनसुद्धा तू कधी शांतिनिकेतनात गेली नाहीस पुन्हा?"

एरवी ह्या प्रश्नाकडे सुरुचीनं दुर्लक्ष केलं असतं; पण आज ती पट्‌कन म्हणाली, "आपण जाऊ पुन्हा तिथं – तू आणि मी!"

"आणि बाबा?"

"तेही. बघायचं आता!"

दुसऱ्या दिवशी दोघीही आतुरतेनं वर्तमानपत्रं येण्याची वाट पाहत राहिल्या. सत्यजितनं दिलेल्या हाकेला कसा प्रतिसाद मिळतो आहे, हे त्यांना जाणून घ्यावयाचं होतं.

लडाखची बातमी पहिल्या पानावर होती. चिनी सैनिक पुढे सरकले. गालवान चौकीला विमानातून पुरवठा पोहोचता झाला. आणि बातमी होती ती क्युबाविषयी.

अमेरिकेने रशियाचे क्युबातील दूरगामी अस्त्राचे तळ हेरले. ही अस्त्रे काढून घेण्यासंबंधी त्यांनी रशियाकडे सक्त मागणी केली. शीतयुद्धाची आघाडी नवं रूप घेऊ लागली.

पण शांतियात्रेची बातमी आहे कुठे? दुसऱ्या पानावर?

छे, कुठे एक ओळही नव्हती! का? लोकांचा प्रतिसाद इतक्या त्वरित अपेक्षित नव्हता? सर्वश्रेष्ठ असा त्याग करण्याची तयारी ठेवून मगच शांतियात्रेत नाव नोंदवायला हवं होतं. हा एवढा निर्णय चट्कन कुणाला तरी घेता येईल का? कदाचित आणखी चार दिवसांनी वर्तमानपत्रं चांगली विस्तृत बातमी देणार असतील.

चार दिवस झाले; पण बातमी आली नाही. दिवसांमागून दिवस गेले, तरीही बातमी आली नाही.

रविवारी सकाळी सुरुची बागेत उभी होती. तिच्याभोवती गोळा झालेल्या खारींना शेंगदाणे खाऊ घालीत होती. तेवढ्यात रस्त्यावर एक जीप येऊन उभी राहिली. सुरुचीनं वळून पाहिलं आणि भास्करची उंचीपुरी मूर्ती दोन्ही हात जुळवून हास्यमुद्रेनं समोर आली.

"केव्हा आलास परत? आठवडाभर पत्ता नव्हता तुझा?"

"अहो आईसाहेब, फार घोटाळा झाला होता आमच्या लोखंडाच्या खाणीत. थोडक्यात आटोपलं. खरं तर मी तुम्हाला कळवायला पाहिजे होतं."

खरं तर सुरुची दहा वर्षांनीच वडील असेल; पण भास्कर अगदी नि:संकोचपणे तिला आईसाहेब म्हणत होता. सुरुची चकित झाली.

"हो, तुम्ही लोक काळजीत होता, हे कळलं आम्हाला. मिसेस मेहरा बातमी देत होत्या वरचेवर."

"हो का? त्या सगळीकडे असतात."

"गेल्या आठवड्यात दोनदा आल्या होत्या. चांगल्या आहेत हो बाई!"

मग भास्करने मुद्द्याची गोष्ट काढली.

"शांतियात्रेचं काय झालं पुढं? वर्तमानपत्रात काही बातमी नाही."

"असली मोठी चळवळ एका रात्रीत फोफावत नाही. लोकांना धक्का आहे हा. मूळची योजना वेगळीच होती, माहीत आहे ना?"

"दिल्लीहून काही पत्रं?"

"आलं पाहिजे आज-उद्या एवढ्यात!"

"मला पोस्टमन येताना दिसला. येईल तो आता एवढ्यात. सुमीताचा निर्णय पक्का झाला का?"

"वडिलांची इच्छा कशी मोडेल ती?"

बोलू का नको, म्हणून भास्कर काही वेळ घोटाळला.

"बोलणं अवघड आहे मला आईसाहेब, पण आता परिस्थिती बदलली आहे.

शांतियात्रेपेक्षा सुमीताची इथे गांधीग्राममध्ये जास्ती जरुरी लागेल आता.''

''का?''

गंभीर चेहऱ्यानं भास्कर म्हणाला, ''ह्या आणीबाणीच्या वेळी गावकऱ्याच्या बरोबरीनं राहावं लागेल तिला.''

''पण आणीबाणीची वेळ तर आता गेला महिनाभर चालूच आहे.''

भास्करच्या कपाळाला आठ्या पडल्या. कुठे तरी दृष्टी लावून तो मिनिटभर गप्प उभा राहिला. मग एकाएकी बोलला, ''गांधीग्राम आता नाहीसं होईल!''

''का? असं का वाटतं तुम्हाला?''

भास्कर तिच्याकडे पाहत राहिला होता. तिच्याविषयी त्याला सहानुभूती वाटत होती. कोणत्या शब्दांत आता हिला सांगावं, म्हणून तो विचार करीत होता.

''इतके दिवस आम्हाला वाटत होतं की, हे स्थित्यंतर हळूहळू होईल. वननिवास आम्ही त्यासाठीच बांधलं. हे स्थित्यंतर व्हायला फार काळ लागणार. अनेक वर्षं निघून जातील. तेवढा वेळ आहे कुठे आम्हाला! चीननं आता आमच्या देशावर शीतयुद्ध लादलं आहे, ह्यातून पुढे सशस्त्र चकमकी झडणार. तोच हेतू आहे चीनचा. मग आपल्याला स्वस्थ बसून चालणार नाही, तडकाफडकी कृती करावी लागेल. हे सगळं लक्षात घेऊन आम्ही अगदी टोकाचा मार्ग स्वीकारला आहे. आम्ही दिल्ली सरकारकडे तार केली. सरकारला खास अधिकार आहेत.''

एवढं बोलून भास्कर थांबला. सुरुची काही बोलेल, म्हणून थांबला. पण सुरुची रागावली नव्हती. तिच्या चेहऱ्यावर राग दिसत नव्हता, तर ती विचारात गढून गेल्यासारखी दिसत होती.

''हा निर्णय घेणं अवघड गेलं असेल तुला?''

''फारच.''

त्याला सांगावंसं वाटलं, की मी रात्री-रात्री जागून काढल्या.

''पण एवढ्यात सुमीताला मात्र काही सांगू नकोस हं.''

''पण – ''

''अजून एकमेकांशी नीट परिचयही झाला नाही, तेवढ्यात विरुद्ध पक्ष होऊन तिच्या पुढे नको उभा राहूस. वननिवासातल्या कार्यक्रमात तिला मदत का नाहीस करत तू?''

''आता काय राहिलंय वननिवासाचं?''

''हे बघ, सुमीताला घेऊन जा. तिला म्हण, तुझ्याशिवाय वननिवासाचा कार्यक्रम होणार नाही. तू केवढं लक्ष घातलंस त्याच्यात; आता तुझ्याशिवाय तो चांगला होणारच नाही. लडाखमध्ये काय शेकडो लोक जातील; तिची खरी गरज इथे आहे. तू पटवून दे तिला हे. तू सरकारकडे मागणी केली आहेस, त्याबद्दल काही

बोलू नकोस एवढ्यात. थांब. तुझ्याविषयी ती गैरसमज करून घेणार नाही, एवढा काळ जाऊ दे.''

"पण महिनाभरात लोकांना कळेल निर्णय.''

"महिना? म्हणजे पुष्कळ अवकाश आहे.''

भास्करचा चेहरा काहीसा गंभीर झाला.

"क्युबात काय होणार, कोण जाणे. एका महिन्यात केवढी तरी उलथापालथ होईल.''

सुमीता परसदारी कपडे धूत होती. हात साबणाच्या फेसानं भरले होते. तिनं समोर पाहिलं, तर आईच्या मागोमाग भास्कर दिसला. एकदम केवढा तरी आनंद झाला तिला! आनंद झाला आणि लाजही वाटली. काय अवतार होता तिचा! फेसानं भरलेल्या हातानंच तिनं पुढे आलेले केस सावरले. पांढरा पट्टा उठला. भास्करला हसताना बघून तिनं दुसऱ्या हातानं तोंड पुसलं आणि चेहरा पांढरा झाला. मग सुरुची पुढे झाली. आशीर्वादासाठी ठेवावा तसा एक हात तिनं सुमीताच्या मस्तकावर ठेवला. डोळे भरून आले. लगेच तिनं स्वतःला सावरलं आणि हसत-हसत ती म्हणाली, "सुमीता, माझ्यापेक्षा तीन इंचानं जास्ती आहेस की गं तू. अशीच जर वाढत राहिलीस, तर केवढी होशील तू!''

"राक्षसाएवढी!''

"कोण लग्न करील तुझ्याशी?''

"कोणी नाही. सुदैव माझं!''

भास्करकडे वळून सुरुची म्हणाली, "ऐकलंस? ही आता पुढच्या वर्षी एकवीस वर्षांची होईल. कोणी वयात आलेली पोर बोलेल का असं?''

भास्करनं फक्त मान हलवली. काही तरी बोलायचं असून तो गप्प राहिला. काही मिनिटांपूर्वीच सुमीता आता कोणत्या वेषात आपल्याला दिसेल, असा विचार त्याच्या मनात आला होता. पुन्हा ती शुभ्र कपडे घालू लागली असेल का? तिचं सात्त्विक सौंदर्य शोभून दिसायचं शुभ्र पोशाखात, पण आत्ता निळ्या साडीतही ती शोभून दिसत होती.

सुमीतनं आईला विचारलं, "पण मी चारचौघींसारखीच असावं, असं का वाटतं गं तुला?''

स्वतःशीच बोलल्यासारखी सुरुची बोलली, "चारचौघींसारखीच असतीस, तर बरं झालं असतं!''

"काय?''

"सुख लागलं असतं तुला.''

"पण सगळ्यांनी सुखाच्याच मागे कशाला धावायचं? इतर पुष्कळ गोष्टी आहेत की महत्त्वाच्या."

हे बोलणे मध्येच सोडून सुरुची म्हणाली, "भास्कर घेऊन जायला आलाय तुला —"

आश्चर्यचकित होऊन सुमीतानं विचारलं, "कुठे, दूर?"

"हो. तुला हवं तितकं दूर."

ह्यावर गर्रकन वळून सुमीता घरातच गेली. भास्करचा गोंधळलेला चेहरा बघून सुरुची म्हणाली, "तुला बंजारीण न्यायची नाही ना बरोबर? तिला जरा नीटनेटके कपडे करू देत की!"

मोठ्या रस्त्यानं सुमारे मैलभर भर वेगानं जीप मारल्यानंतर भास्करला वाटलं की, ह्या रस्त्यावर फार रहदारी असणार. त्यापेक्षा आडवळणी रस्त्यानं रमत-गमत गेलेलं काय वाईट? कठीण, गुळगुळीत रस्त्यानं ताशी पन्नास मैल जाण्यात सुमीताला मजा वाटत होती; पण भास्करच्या चेहऱ्यावरची नाराजी पाहिली, त्यानं वळण घेऊन जीप साध्या रस्त्यानं घेतलेली पाहिली आणि सुमीतानं आपली आवड बोलून दाखवली नाही.

भास्कर गप्प होता. त्याला बर्फमय डोंगरटेकड्यांतून जाणारी वाट दिसत होती. शांतिसेनेचे यात्रिक कष्टानं पावलं टाकीत होते. सुमीता अगदी वाळून-सुकून गेलेली दिसत होती. आधीच मोठे असलेले डोळे आणखी मोठे दिसत होते.

उंचावर चिनी सैनिक आपल्या गस्तीठाण्यावरून टेहळणी करीत होते. एकाएकी बार झाले. दोन यात्रिक बर्फात कोसळले. कैद्यांना पकडण्यासाठी चिनी सैनिक खाली धावून आले.

खाणीवर एकटाच असताना ह्याच कल्पनेनं त्याला झपाटून टाकलं होतं. विलक्षण मानसिक त्रास होत होता.

भास्करच्या चेहऱ्यावर वेदना बघून सुमीताला गलबलून आलं. त्याच्या राखी रंगाच्या कोटावर गाल टेकवून रडावं वाटलं.

"काय झालं हो?"

भास्कर ताणलेल्या स्वरात म्हणाला, "तू ह्या काळातली नाहीस; ऐतिहासिक काळातली आहेस, त्या दुसऱ्या लोकांसारखी. ते तुला बळी देतील, मग तुझा पुनर्जन्म होईल."

सुमीताचे डोळे भरून आले.

पण लगेच भास्करचा चेहरा बदलला. दुःख, यातना मावळल्या आणि राग व संताप दिसू लागला. त्याचं दुःख तिला कमी करायचं होतं, तसाच रागही कमी

करायचा होता. तिला अलिप्त राहायचंच नव्हतं.

पण हा रागही नव्हताच. तरुण, भावनाप्रधान अंतःकरणाचा तो आविष्कार होता. कोणत्याही स्त्रीला आपल्या स्त्रीत्वाचं सार्थक स्त्री म्हणून जगण्यातच होतं; बलिदान केलेली एक ऐतिहासिक व्यक्ती होण्यात नव्हतं!

आईला हे कळू शकतं, भास्करला कसं कळावं? सुमीता बदलेल तर अंतःप्रेरणेनंच; इतर कशानं नाही!

जीप भर्रकन त्या जुन्या देवळावरून गेली. भास्करला एकदम ती भेट आठवली आणि त्याचा पाय ब्रेकवर पडला. जीप रिव्हर्स घेऊ लागली. देवळाच्या दाराशी येऊन थांबली.

"आपण इथे आलो होतो एकदा, आठवतं?"

सुमीता लाजून चूर झाली.

ते पाषाणात कोरलेलं प्रेम तिनं ह्याआधी पाहिलं होतं; पण पाषाण म्हणून.

हातात काठी घेऊन सुमीता उतरू लागली, तसा भास्कर पुढे झाला. तिच्या हातातील काठी काढून त्यानं ती दूर भिरकावून दिली.

विस्फारलेल्या डोळ्यांनी सुमीतानं विचारलं, "राग आला अधू माणूस बघताच?"

"अधू?" भास्करला माहीत होतं की, आता हिला काठीच्या आधाराची जरूरच नाही. ती एक सवय झाली होती – इतर अनेक गोष्टींसारखीच.

"तू वादळात सापडलीस, तेव्हा कुठं होती आधारासाठी काठी हातात?"

"म्हणून तर घसरले, पडले!"

भास्करच्या ओठांवर कडक शब्द आले; पण तिच्या चेहऱ्याकडे पाहताच तो ते बोलला नाही. हसून म्हणाला, "माझ्या दंडाचा आधार घे आणि चल."

दोघं जण पुन्हा एकदा त्या शिल्पापुढे येऊन उभे राहिले.

भास्कर हलक्या आवाजात म्हणाला, "काय उत्तम कलाकृती आहे – किती जिवंत!"

त्या प्रेमी युगुलावर सुमीताची नजर गेली. भला मोठा पंजा गोल स्तनावर दाबलेला. सुमीतानं नजर वळवून दुसरीकडे पाहिलं. पण पुन्हा तिला ते शिल्प पाहावं वाटलं. गालावर लाली चढली. डोळे विस्फारले गेले. विलक्षण उत्सुकता.

भास्करचा हात तिच्या खांद्यावर होता. तो दाबला गेला. घाम यावा तशी सुस्ती सुमीताच्या सर्व शरीराला आली.

"सुमीता!"

भास्करनं तिला जवळ ओढलं. तिनं पुन्हा एकदा त्या शिल्पाकडे नजर टाकली आणि अस्पष्ट असा निःश्वास सोडला. डोळे मिटले.

पाच मिनिटांपूर्वी दोघंही एखाद्या शिल्पाप्रमाणे स्थिर होती. भास्कर स्टिअरिंगवर

हात ठेवून होता. सुमीता अंग चोरून अलग बसलेली होती. गप्प-गप्प होती. भास्करला आजपर्यंत ज्या-ज्या स्त्रिया भेटल्या होत्या, त्यांच्याशी हिचं काही नातं नव्हतं.

पण देवळात ती एकदम बदलून गेली. काही विरोध तिनं केला नाही. त्याला पूर्वपरिचित अशी धग तिच्या चेहऱ्यावर दिसली. प्रथम घट्ट मिटल्या ओठांनी ती बाजूला बघत होती; पण मग लगेच त्याच्या आग्रहाला तिनं कबुली दिली. भास्कर बळे-बळे तेवढ्यावरच थांबला. एकविसाव्या वर्षी हिला ह्या प्राथमिक गोष्टीचासुद्धा अनुभव नसावा, ह्या जाणिवेनं तो चकित झाला. पुन्हा जवळ घेताच त्याच्या हाताच्या स्पर्शासरशी ती कचरते आहे, हे त्याला कळलं. तो बाजूला झाला. थांबला. तिला धक्का बसेल, असं काही त्याला करायचं नव्हतं.

गेल्या काही वर्षांत भास्करनं खूप अनुभव घेतले होते. मुक्तपणे तो वागला होता, एखाद्या पाश्चात्त्य तरुणाप्रमाणे आणि त्याबद्दल त्याला पश्चात्ताप नव्हता. पण, पुढे असमाधान आलं. त्याला वाटलं की, आपण स्वच्छ पाण्यात टाक बुडवून लिहितो आहोत – पाणी सुकतं, अक्षरं उडून जातात.

गेल्या काही वर्षांत त्याने नाना अनुभव घेतले होते. कसली बंधने न मानता, पाश्चात्त्य माणसाप्रमाणे मुक्त मनाने भास्कर वागलेला होता आणि उगीच तसे वागलो असे त्याला कधी वाटले नव्हते; पण अलीकडे एक असमाधान मनी होतं. त्याला वाटत होते की, आपला हा सगळा प्रवास – म्हणजे पाण्यात लेखणी बुडवून तिनं लिहिलेल्या मजकुरासारखा आहे. पाणी सुकलं की शब्द पुसून जातात; काही उरत नाही.

हे अनुभव तीव्र असते, तर त्या पाण्याला रंग मिळाला असता, पण तसं काही नव्हतं. नित्य पाठ होता. सकाळचं चहा-पाणी, तसंच हेही.

भास्करला नीटसं कळलं नाही, पण ह्या वागण्यामागे एक शोध होता; त्याचं स्वरूप कळून घेण्याचा प्रयत्नच त्यानं कधी केला नव्हता. सुखाच्या चार क्षणांपलीकडे काही त्याला हवं होतं. काही मूल्यं गवसायला हवी होती. इथे, भारतात आल्यावर आता त्याला आपल्या वागण्याचं पृथक्करण करता येत होतं. कुठे तरी दडलेली एक भूक होती, ती भागविण्याची मूल्यं त्याला हवी होती. परदेशात असताना मनाची अस्वस्थता त्यानं कामात बुडवून टाकली होती. शरीराची भूक भागवली होती. बस. अजस्र यंत्रांकडून आपल्या इच्छेनुसार कामं करून घेणारा हा माणूस, असल्या अप्रत्यक्ष गोष्टीकडे कशाला लक्ष देईल? तसली चैन कवीला, तत्त्वज्ञांना परवडते!

आपल्या भावनांतील विसंगती त्याला आता कळत होती. अद्ययावत विचारांचा चाहता असून त्याचा भ्रमनिरास झाला होता आणि ह्या पलीकडचं असं तो काही

शोधीत होता. सुधारलेल्या जगाच्या सवयीतून बाहेर पडू पाहत होता. आणि तीच सुधारणा दुसऱ्यानं स्वीकारावी, असा मात्र त्याचा हट्ट होता. ही सुधारणा भारतानं स्वीकारावी – सत्यजितच्या भारतानं, ज्या भारतात सुमीता वावरत होती – त्या भारतानं!

तिनं फक्त सर्वसामान्य माणूस व्हावं, एवढं भास्करला हवं होतं. तशी ती झाली की, गांधीग्रामविरुद्ध ती आपोआप बंड करून उठेल. स्त्री-पुरुषाला सर्वसामान्य असा आनंद उपभोगू देण्याला जे तत्त्वज्ञान मज्जाव करतं, त्याविरुद्ध निश्चितच ती बंड करील.

आपण दोघं कधी एकत्र येणारच नाही का?

पाच मिनिटांपूर्वीच आपण ते पाषाणयुगुल होतो. एकमेकांच्या निकट, परस्परांचा स्वीकार करायला उत्सुक आणि तरीही दूर, स्थिर – जणू पाषाणमूर्तीच.

गाभाऱ्यातील अपुऱ्या उजेडातसुद्धा भास्करनं हे सगळं स्पष्ट पाहिलं होतं. ज्या क्षणी आपण सुमीताला आपलंसं केलं, त्याच क्षणी ती कायमची गमावण्याचीही शक्यता होती. हा धोका भास्करला पत्करावयाचा नव्हता. स्वत:साठी तरी त्याला सावध राहायला हवं होतं, सुमीतासाठीसुद्धा. कळी उमलते ती तेवढा काळ घेऊनच; बळे-बळे जर तिला उमलवू म्हटलं, तर नाशच होणार. काळ जायला हवा.

पण काळ भास्करच्या बाजूला नव्हता.

कालच नव्या दिल्लीहून फोन आला होता.

मिनिस्टर विदाऊट पोर्ट फोलिओ – बिनखात्याचे मंत्री बोलत होते. स्टील टाउनकडून विस्तारासाठी गेलेला अर्ज त्यांच्यापर्यंत पोहोचला होता. त्याच्यावर विचार चालू होता. पण, मंत्रीमहाशयांना माहिती हवी होती की, स्टील टाउनच्या विस्ताराला आणखी काही वेगळा वाव आहे का?

भास्करनं उत्तर दिलं की, वेगळा मार्ग आहे; पण आता आखलेल्या योजनेत बदल करायचा म्हणजे पुष्कळच श्रम आणि पैसा वाया जाणार. आणि एक-एक दिवस फुकट जाणं, म्हणजे युद्धजन्य परिस्थितीत तेवढी मदत कमी होणं. ह्यावर मंत्रीमहाशयांनी खुलासा केला की, तूर्त परिस्थिती फार चिंतादायक नाही. गालवानमधून चिन्यांनी काही फौजा मागे घेतल्या आहेत. चोहोंकडून वेढा आता नाही. कदाचित ही पुढे होणाऱ्या बदलाची सुरुवातही असू शकेल. चिन्यांना युद्धच हवं आहे, असं मानून आपण तयारी करणं, कदाचित चुकीचंही असू शकेल. क्युबातील घडामोडींकडे चिन्यांचं अधिक लक्ष राहणं स्वाभाविक आहे.

शेवटी मंत्री म्हणाले, "आपण आणखी थोडे दिवस पाहू. आज आहे तशीच जैसे थे परिस्थिती राहिली, तर विस्तारासाठी तुम्हाला घाई करायला नको. दुसरे काही मार्गही शोधण्याइतका अवसर मिळेल आणि काहीही असलं तरी इतक्या त्वरित

निर्णय देणं आम्हालाही शक्य होणार नाही. कमीत कमी महिना लागेल.''

भास्करला हसू आलं.

चीनची मैत्री संपुष्टात आलीच होती. गालवान व्हॅलीतून सैन्य मागे नेणं ही हुलकावणीसुद्धा असेल. तिचा उपयोग मात्र झाला होता.

राजकीय वर्तुळात एक नवी आशा निर्माण झाली होती, सुरक्षिततेची खोटी हमी मिळाली होती. क्युबातील परिस्थितीमुळे तंग झालेलं वातावरण म्हणजे चिनी स्वप्न साकार झाल्याचा प्रत्ययच होता. अणुयुद्धाला तोंड देण्याच्या स्थितीत स्वत: अमेरिका असताना भारताच्या मदतीला ती धावून कशाला येईल?

एक महिना! महिन्याच्या शेवटी गांधीग्रामचं भवितव्य ठरणार – गांधीग्रामचं आणि सुमीताचंही.

सुमीतात पुष्कळच बदल झाला होता. शांतियात्रेत ती ओढली मात्र न जावो. भास्कर तिला जाऊ देणारच नव्हता.

भास्करची सुमीताच्या हातावरची पकड घट्ट झाली. स्वामित्वाची भावना जोर करून उठली. त्या पकडीमुळे सुमीताने दुखावल्यासारखा उद्‌गार काढला. आपला प्रश्नार्थक चेहरा तिनं भास्करकडे वळवला.

यावर तोच म्हणाला, ''काय लोखंडी माणूस हा!''

सुमीताला एकाएकी रडू आलं. कारण कळून भास्करनं तिला रडू दिलं. सुमीताच्या दोन्ही गालांवरून धारा ओघळत होत्या. इतके दिवस आपल्याला काही माहीत नव्हतं. निर्मळ, भोळे होतो आपण. ते सगळं आता जाणार, ह्या जाणिवेमुळे सुमीताला रडू येत होतं.

मग त्यानं हळुवारपणे तिचा हात कुरवाळला. जणू काही मूठभर जाईची फुलंच हाताशी असावीत, असा.

सुमीताचं घर दृष्टिपथात येताच भास्करनं आपला हातरुमाल सुमीताकडे दिला. घराचं फाटक वीस यार्डांवर असतानाच तो थांबला. सुमीताकडे वळून त्यानं तिचा चेहरा दोन्ही हातांत घेतला. त्याची मागणी पुरी करण्यासाठी तिचे ओठ पुढे आले.

भास्कर मनाशी म्हणाला... आणि अगदी सुरुवातीला आपल्याला वाटलं होतं की, हिच्या तडकल्या ओठांना तिनं लिपस्टिक तरी लावावी. मूर्खपणा होता आपला!

फाटक उघडलं, बंद झालं. भास्कर तोवर थांबून होता.

जीप वळण घेऊन दिसेनाशी होईपर्यंत सुमीता अंगणात उभी होती. आईच्या नजरेला नजर देण्याइतपत तिची अजून तयारी झाली नव्हती. आई स्वयंपाकघरात गुंतलेली होती. सुमीता ओसरीवर बसून विचार करू लागली.

तिच्या मनात तुफान वादळ होऊन गेलं होतं.

ह्यालाच 'पाप' म्हणतात का?

जानकीसंबंधी गावात फार बोललं जात होतं. कालच, पंचायतीनं तिला बोलावून घेतलं होतं. रडत-रडत ती तिथून बाहेर पडलेली लोकांनी पाहिली होती.

सुमीताच्या आईनंच फक्त जानकीची बाजू घेतली होती. पंचांसमोर ती बोलली नाही; पण घरी वडिलांशी खूप वाद झाला. सुमीताला त्यांचं बोलणं मुद्दाम ऐकायचं नव्हतं; पण त्या दोघांचे आवाजच वाढले आणि सुमीताला आपल्या खोलीत त्यांचं संभाषण ऐकू आलं.

आई म्हणाली, ''तुम्हाला मुळी अधिकारच काय चौकशी करण्याचा? तरुण मुलींची मनं कळतात तुम्हाला? काही विलक्षण केलं नाही जानकीनं; उपजत प्रवृत्तीनुसार वागलीय ती!''

''हे बघ रुची, उपजत प्रवृत्तीप्रमाणं माणसं वागू लागली, तर फार गोंधळ होईल. माणसाच्या आत्मिक बळावर, शिस्तीवरच भिस्त ठेवून आपण नवा समाज निर्माण करू म्हणतोय. ही शिस्त जर माणसानं सोडली, तर समाज कोसळून जाईल. चालेल का तुला ते?''

''मला काय चालेल, हा प्रश्न नाही. पण तरुण मुलांच्या मनांना असा वेडाविद्रा आकार देताना पाहिलं कुणाला की, माझा संताप होतो.''

''ठीक आहे. ह्या तुझ्या कल्पना मनातच ठेव... सुमीताला....''

''तिच्याबाबतीत मी कधी आड आले आहे का? तुमची मुलगी आहे ती. मी फक्त जन्म दिलाय, ह्या पलीकडे माझं काही लागत नाही ती!''

एवढं ऐकल्यानंतर असह्य होऊन सुमीता बाहेर निघून गेली होती. आईच्या मनात काय आहे, हे जाणून घेण्याची तिची फार इच्छा होती; पण स्पष्ट काही विचारणं फार अवघड होतं. त्या दोघांचं संभाषण आपण आडून ऐकलं, हे कसं तिला सांगायचं?

सुमीता शरमून गेली. काय सांगणार आपण आईला? आई, आम्ही त्या जुन्या देवळापाशी काही वेळ थांबलो होतो. गाभाऱ्यात गेलो होतो. एवढंच फार तर तिला सांगता आलं असतं. पण आईला जानकीचं मन कळतं, तर माझं का नाही कळणार?

आई पाहिजे, असं होऊन सुमीता उभी राहिली. आत गेली आणि आईकडे पाहताच तिच्या तोंडून लहान किंकाळी बाहेर पडली.

आई खाली मान घालून अंथरुणावर बसलेली होती.

''सुमीता –!''

''आई, काय गं झालं?''

''हे पत्र वाच, म्हणजे कळेल तुला.''

पत्र वाचताच सुमीताचा मघाचा आनंद कुठल्या कुठे गेला. तिनं पुन्हा पत्र वाचलं. स्टील टाउनकडून विनंतीअर्ज सरकारकडे गेला होता. विस्तारासाठी त्यांना गांधीग्रामचा ताबा हवा होता. देशहितासाठी ही गोष्ट करणं अत्यावश्यक होतं. सरकारला ही विनंती मान्य करणं भाग होतं, आणि ह्या सरकारी निर्णयविरुद्ध झुंजण्याचा एकमेव मार्ग होता – बेमुदत उपवास.

सुमीताला भास्करचे शब्द आठवले. वननिवास हे प्रेम जिंकण्याचं ठिकाण आहे. वननिवासामुळे गांधीग्रामचे रहिवासी आपोआप स्टील टाउनला शरण येतील. आपल्या विजयाबद्दल भास्करला खात्री होती. तरी आता त्यानं शस्त्र बदललं होतं – 'प्रेमा'ऐवजी 'हिंसा'!

हिंसा हाच त्याचा मूळ स्वभाव आहे; बाकी सगळं वरवरचं, तात्पुरतं. दुहेरी डाव होता त्याचा. सुमीताला तर सोडायचं नाही; पण आपलं दुसरं उद्दिष्ट मात्र साधायचं, आणि भोळेपणानं सुमीतानं त्याचं प्रेम स्वीकारलं होतं.

क्षणभर उजळून गेलेलं सुमीताचं जीवन पुन्हा अंधारमय होऊन गेलं!

मनाला होणाऱ्या यातना सोसून, थंडपणे तिनं विचार केला. तिला दिल्लीला जायलाच हवं होतं. मी जर गेले नाही, तर अशा वेळी बाबांपाशी कोण राहील?

आईनं गप्प ऐकून घेतलं. काही क्षणांनी ती बोलली, "मीही येते."

"नको. इथे शाळा कोण बघणार? आणि तिथे येऊन तू करणार काय? नाही तरी तुला बाबांची ही, गांधीग्राम वाचवायची धडपड पसंत नाहीच. गेलं गांधीग्राम तर गेलं, असं वाटतं तुला!"

आईचा चेहरा दु:खी झाला.

सुमीता पुन्हा म्हणाली, "मी सत्य ते बोलले. सत्य डावलण्यात काय अर्थ आहे अशा वेळी?"

सत्य!

ह्या पोरीला सत्य काय कळणार? मागे, काही वर्षांपूर्वी पत्नीच्या प्रतिकाराला त्याला जर तोंड द्यावं लागलं असतं, तर आज झाली ती वाटचाल झाली असती का? सत्यजित आजचा सत्यजित झाला असता का?

सुरुचीला वाटलं की, आपण त्याला असं होऊ दिलं, ही चूक झाली.

पण ती आणखी काय करणार होती? त्या काळी काही कळलं नव्हतं. जेव्हा जाणीव झाली – ती पुढे, पुष्कळ वर्षांनी, फार उशिरा.

पण खरंच, आता वेळ गेली होती का?

■

। पंचवीस ।

"सुमीताऽऽ"

उतारूंनी गजबजलेल्या प्लॅटफॉर्मवर उतरताच ओळखीची हाक सुमीताला ऐकू आली आणि हात उंच करून खुणावत असलेला बिरेश्वरकाका दिसला. त्याच्यात फार बदल झाले होते. पण तसा तो वडील वाटत नव्हता.

"अगदी वेळेवर आलीस बघ पोरी. अशी वेळ साधू म्हटल्यानं कधी साधत नाही."

कोणती वेळ, ते सुमीताला माहीत होतं. गाडीत चढून चार-एक तास झाले असतील, तेवढ्यात बातमी पसरली होती. गाडीच्या ह्या टोकापासून त्या टोकापर्यंत क्षणार्धात ती सर्वांच्या तोंडी झाली. लोक गोंधळून गेले. त्यांना धक्का बसला. एकमेकांपाशी ते शंका, मनातला विश्वास बोलून दाखवू लागले. कदाचित ही नुसती बाजारगप्पसुद्धा असेल, कुणी सांगावं?

पुढच्या स्टेशनवर गाडी उभी राहिली. तिथेही तीच बातमी समजली. जास्त तपशील समजले.

गाडी पुढे झाली. गाळवट जमिनीचा एक मोठ्ठा पट्टा लागला. भाताची शेतं लागली. किती शांत साधंसुधं जीवन हे, असं सुमीताला वाटलं आणि विमानाची घरघर ऐकू आली म्हणून सुमीतानं खिडकीबाहेर डोकावून पाहिलं. कर्कश आवाज करीत जेट विमान दिसेनासं झालं. लहान आकाराची विमानं अगदी खालून उडताना दिसली – बहुधा सैनिक हत्यारं घेऊन आघाडीकडे निघाले असावेत.

एकाएकी स्फोट व्हावा, तसा हल्ला चिन्यांनी केला होता. हजारोंच्या संख्येने ते हद्दीवर आले होते. दोन ठिकाणांच्या हल्ल्यांत हजार मैलांचे अंतर होते.

सुमीतानं विचारलं, "बाबा कुठं आहेत?"

सत्यजित आलेला नव्हता. सुमीताला वाटलं, आपल्या वडिलांनी अखेर उपवास सुरू तर नाही केला?

तिची ही काळजी बिरेश्वरला कळली.

"चुकीची कल्पना आहे तुझी बेटा. तुझा बाप दिल्लीत उपवास नाही करणार, गांधीग्रामला जाऊन करील. पण, एवढ्यात त्याला आता संधी नाही."

"संधी कसली?"

"हुतात्मा व्हायची. स्टील टाउनला धन्यवाद दिले पाहिजेत. पण त्यांचंही काम आता रेंगाळणार. विस्तार योजनेचा विचार करण्याएवढा वेळ आता कुणाला नाही. पोलादासाठी भट्टी बांधणं काय किंवा नवी शस्त्राची फॅक्टरी उभी करणं काय – ही कामं एका दिवसात कधी होत नाहीत. स्टील टाउनच्या मागणीचा विचारसुद्धा आता परिस्थिती थोडी स्थिरस्थावर झाल्यावरच होणार."

सत्यजितनं पार्लमेंटमधल्या गच्च भरलेल्या व्हिजिटर्स गॅलरीत बसून पंतप्रधानांनी केलेली घोषणा ऐकली होती. आणीबाणीची परिस्थिती जाहीर करताना पंतप्रधान म्हणाले होते, "हे भारतावर आक्रमण आहे!"

बोलताना पंतप्रधानांना झालेल्या यातना त्यांच्या चेहऱ्यावर दिसत होत्या. नेहमीप्रमाणे, ते होते त्यापेक्षा वयानं दहा वर्षांनी लहान दिसत नव्हते, आज उलट प्रत्यक्षात होते त्यापेक्षा जास्त वृद्ध दिसत होते.

सुमीता बोलून गेली – "केवळ धक्का आहे हा बाबांना."

बाबांना? बिरेश्वरला वाटलं की, हिनं नेहरूंना म्हणायला हवं होतं. ह्या मुलीचं दैवत बाबा आहे.

सुमीता म्हणाली, "काका, माझ्यासाठी तुम्हाला पार्लमेंटच्या बैठकीतून यावं लागलं, सॉरी! तास-अर्धा तास वाया गेला. मला तुम्ही घरी सोडा आणि जा तिकडे लगेच."

"माझ्या इथे आता जागा नाही बेटा. आणखी एक एम.पी. राहतात माझ्याबरोबर. एक जादा खोली आहे, ती तुझ्या बाबांना दिलीय. तू आमच्या नंदिनीकडे राहा."

मॉस्कोहून परत येताना आपली आई नंदिनीकडे एक दिवस राहिली होती, ही गोष्ट सुमीताला आठवली.

"तुझ्याच वयाची आहे माझी पुतणी. एका आर्मी ऑफिसरबरोबर लग्न ठरलं आहे तिचं. वडील ब्रिगेडियर आहेत, माहीत असेल तुला. दोन मुलगे आहेत. थोरला हवाई दलात आहे आणि धाकटा बोर्डिंग स्कूलमध्ये आहे. आणि आई? ती मेजर जनरल आहे!"

"छे!"

"म्हणजे, मी बहिणीबद्दल खोटं सांगेन तुला? बघशील आता. बरं, एक गोष्ट ध्यानात ठेव. त्या घरात तुला असंख्य आर्मी ऑफिसर्स भेटतील; पण कुणाच्या प्रेमात पडू नकोस!"

"काका!"

"का गं? मला वाटतं आता, तुझ्या हृदयाला मोठीशी जखम पाहिजे."

"बाबांना ऐकवा हे!"

"हो. त्यामुळं तरी सुधारेल तो. बिचारा!"

"पण, म्हणजे मी बाबांपासून दूर राहू?"

"कल्याण आहे त्यात तुझं."

टॅक्सी लाल किल्ल्यापाशी आली. इतका वेळ गप्प राहिलेली सुमीता म्हणाली, "काका, खरंच का युद्ध सुरू झालं? भयंकर आहे."

"मी घरून निघालो तेव्हा ताजी बातमी आली – जखमी जवानांना घेऊन जाणारं आपलं हेलिकॉप्टर त्यांनी गोळ्या घालून पाडलंय. चिन्यांनी तीस हजार सैन्य पाठवलंय म्हणे – नुसत्या पूर्वेकडच्या बाजूवर नामकाचू नदी, मॅकमोहन रेषेपासून दक्षिणेकडे चार मैलांवर आहे. ती त्यांनी ओलांडली आहे. म्हणजे लडाखपासून सुमारे हजार मैल. लडाखमध्ये त्यांच्या जोरदार हल्ल्यांपुढे आपल्या जवानांना कित्येक ठाणी सोडून द्यावी लागली आहेत. सुमीता, तू पेकिंग रेडिओ ऐक, म्हणजे कळेल."

"हो?"

"भारतानं चीनवर अतिक्रमण केलं आहे. आक्रमकांना परतवून लावण्यासाठी, चिनी गस्ती शिपाई शौर्यानं लढत आहेत. ही मध्यवर्ती कथाकल्पना बरं का. आणि घाणेरड्या शब्दांची गटारगंगा चालू असते. मुख्य रोख नेहरूंवर. ते म्हणे शांततेचे शत्रू. निदान भाषा तरी सभ्य असावी, पण माओवाद्यांकडून काय अपेक्षा करावी कुणी?"

सुमीता मान हलवून म्हणाली, "हे माझ्या डोक्यापलीकडचं आहे. त्यांनी आपल्याशी युद्ध का पुकारावं? काही हजार मैल लांबीच्या उजाड जमिनीवर हक्क सांगण्यासाठी? कोट्यवधी भातीयांच्या विरुद्ध उभं राहावं, इतकी ही गोष्ट महत्त्वाची आहे का? मला लहानपणापासून आजपर्यंत शिकवलं गेलं, चीन हे भारताचं मित्रराष्ट्र आहे."

"नवी राजवट आली तरी?"

"नवी राजवट चांगली आहे आणि वाईटही आहे, असं शिकवलंय आम्हाला. खरं म्हणजे, आम्हा गांधीग्रामवासी लोकांचा विश्वास नाही हिंसेवर. हिंसेमुळे आजतागायत काही चांगलं निर्माण झालेलं नाही. पण हे आता चालू आहे, हे भयंकर आहे. आयुष्यात पहिल्यांदा मला तिरस्कार वाटू लागलाय. तुम्ही बातमी सांगितलीत. किती जीवांची हत्या –"

"आजपर्यंत कोट्यवधी लोक लढले. त्यांनी दुसऱ्याला ठार मारलं, आपण ठार

झाले. सगळ्या जगभर हे चालतच आलं आहे सुमीता. तिरस्कार करण्याचा हक्क आहे कुणाला?''

सुमीताचा चेहरा विचारमग्न झाला.

''दुसरं महायुद्ध संपलं, तेव्हा मी तीन वर्षांची होते. माझा हा पहिला अनुभव आहे.''

सुमीतानं खिडकीतून बाहेर पाहिलं. युद्धाची काळीभोर छाया राजधानीच्या रस्त्यावर उमटलेली दिसेल, अशा अपेक्षेनं पाहिलं. पण गर्दीचा लोंढा वाहत होता, सुरेख सूर्यप्रकाशानं रस्ता उजळून निघालेला होता. शेकडो मोटारी धावत होत्या आणि त्या सर्वांमध्ये एक घोडागाडी होती. सैनिक म्हणावा, तर कुठे एकही दिसत नव्हता. आपल्या मूर्खपणाचं सुमीताला हसू आलं. आणीबाणीच्या काळात राजधानीच्या रस्त्यावर सैनिक कशाला असतील?

''अजूनही काही लोकांना वाटतं की, हा केवळ सरहद्दीचा झगडा आहे. फार आनंदाची गोष्ट होती असं असतं तर. पण, कठोर सत्याकडे काणाडोळा करणं, आता आपल्याला परवडणार नाही, फार मोठी किंमत द्यावी लागणार आहे.''

''नाही काका, कदाचित वाटतंय एवढं काही नसेलही.''

''डोंगरघाटातून त्यांनी बांधलेले रस्ते बघ. ते काही व्यापार-धंद्यासाठी नाही बांधले. घटकाभर आपण धरून चालू की, भारत देश हा विस्तारवादी आहे. पण, शेजारी पुष्कळ लहान राष्ट्रं आहेत की. ब्रह्मदेश हा काल-परवापर्यंत भारताचा भाग होता. तांदूळ, साग, तेल – किती गोष्टी आहेत तिथं; तरीसुद्धा आम्ही मूर्ख लोक तिबेटवर डोळा ठेवून आहोत! काय आहे तिथं? बर्फ आणि उत्तम देखावे! लांबच लांब पासरलेला निर्मनुष्य भूभाग. हा कुठे पोहोचतो, कुणाला ठाऊक? चीनपर्यंत तर नाहीच तो. ह्या असल्या प्रदेशासाठी आशिया खंडातल्या एका सामर्थ्यवान देशाशी आम्ही भांडण काढू? बेकारी आणि अन्नधान्य-समस्या ह्यावर उपाय म्हणून सुरू केलेल्या योजना गुंडाळून ठेवू?''

बिरेश्वर मध्येच थांबला. सुमीता कुठे तरी पाहत होती.

बिरेश्वर हसून म्हणाला, ''काही ऐकत नाहीस तू; पार्लमेंटात मेंबर म्हणून छान शोभशील बघ!''

''आपण ऐकत नाही, असं ते दाखवतात; पण ऐकत असतात.''

''छेऽ छे, भ्रम आहे तुझा! म्हणून तर मी भाषणाऐवजी आठ ओळींची कविता म्हणून दाखवतो.''

''ऐकलं आहे बाबांकडून मी तुमचं ते कर्तृत्व. एकदा तर तुम्ही म्हणे, रेडिओवर क्रिकेट कॉमेंटरी मुक्त छंदात दिली होती.''

''देणार होतो, पण पहिल्या कडव्यानंतर त्यांनी बंदी केली मला. मग नाइलाजानं

नीरस गद्याचा आश्रय घ्यावा लागला मला!''

''बेकारी आणि अन्नधान्याच्या प्रश्नाबद्दल बोलत होतो आपण –''

''हो. आता दुसरं चित्र पाहा. चीन भराभर आपल्या आघाड्या उघडतोय. एकामागून एक चमत्कार दाखवावेत, तशा. त्या काही लष्करी डावपेच म्हणून? बँक ऑफ चायनाच्या भारतभर ज्या-ज्या शाखा आहेत, त्यांच्यातर्फे हेरगिरीवर लक्षावधी रुपये खर्च होताहेत. शिवाय, प्रचंड नोकरवर्ग असलेल्या चिनी वकिलाती आणि इतर शहरांतली त्यांची कार्यालयं ह्यांच्यातून काय-काय उद्योग चाललेत, ते वेगळेच. वर्षानुवर्षं ह्या देशात राहिलेल्या चिन्यांना पंचमस्तंभी म्हणून काम करायला उत्तेजन देताहेत. मोठमोठ्या फॅक्टरी, कारखान्यांवर त्यांचा डोळा आहे.''

''का, असल्या बाजारगप्पांवर कशाला विश्वास ठेवायचा? वेलीवर भोपळे वाढतात, तशा ह्या असल्या काळात भूमका वाढतात.''

बिरेश्वर ताड्कन काही उत्तर देणार होता, तेवढ्यात सुमीताच्या मंद स्मिताकडे त्याचं लक्ष गेलं आणि त्याच्या मनात विचार आला – सुरुचीसुद्धा विशीत अशीच देखणी दिसत असेल. थोडी जास्तच. तिचा रंग तापलेल्या सोन्यासारखा आहे. खास बंगाली रंग. आणि काही विशिष्ट झोकाच्या स्त्रियांना शोभून दिसणारा.

''रागावलात काका? चूक झाली माझी.''

पण एकाएकी बिरेश्वरनं दुसराच प्रश्न विचारला, ''तुझ्या आईला येता आलं असतं की तुझ्याबरोबर. का नाही आली?''

''मग शाळेकडे कोण पाहणार?''

''वा:! अशा वेळी नवऱ्याकडे पाहायचं का शाळेकडं? तू एवढी धावत-पळत आलीस; तिला नसतं येता आलं?''

सुमीताला आईची आठवण आली. किती दुखवतो आपण तिला! पण कधी बिचारी मनात ठेवत नाही.

रेल्वे स्टेशनवर ती म्हणाली होती, ''सुमीता, तुझी आई मूर्ख आहे – लाज आणते ती तुला!''

''असं काय गं बोलतेस आई?''

आणि दोघींनाही रडायला आलं होतं.

आता टॅक्सीत बसल्या-बसल्या त्या केवळ आठवणीनंही सुमीताच्या पापण्या ओल्या झाल्या.

काकांच्या लक्षात आलं का?

बिरेश्वर आपल्याच विचारात गढून गेला होता.

एक मिनिट अगदी शांततेत गेलं.

स्वत:शीच बोलल्याप्रमाणे बिरेश्वर बोलला, ''सुरुचीचं काही खरं नाही. तिला

एवढं कळू नये? सुमीता –''

"काय काका?''

"तुम्ही दोघीही एकाच साच्यातून निघाल्या आहात. तुझे कपडे बघ की.''

"काय झालं?''

"चक्क पांढरे कपडे वापरायचीस. मला बघायला नको वाटायचं!''

"का ते?''

"तुझ्यासारख्या सुरेख मुलीनं विधवेसारखे पांढरे कपडे करायचे? तू ते वेड काढून टाकलंस डोक्यातनं, हे सत्यजितनं परवा सांगितलं आणि बरं वाटलं मला! आनंद झाला. मला वाटलं होतं, सुरेख निळ्या साडीत दिसणार आज तू मला आणि बघतो तर पुन्हा तेच कपडे!''

निळी साडी? निळीच का? ती आता कधीच निळी साडी वापरणार नव्हती!

"पुन्हा तू सत्यजितवाद स्वीकारलास काय?''

सुमीता काही बोलली नाही.

"एके दिवशी तुला दुसरा एखादा 'वाद' दिसेल, नको-नको म्हणशील सुरुवातीला; पण अखेरीला स्वीकारशील तो!''

तरीही सुमीता गप्प राहिली.

"कुंकू तेवढं लावतेस वाटतं अजून?''

कुंकू होतं खरं! गाडीत कपडे बदलले, तेव्हा नव्यानं तिनं कुंकू लावलं होतं. का बरं?

सुमीताला उत्तर मिळालं नाही.

ती शरमली मात्र.

■

। सव्वीस ।

‘‘काय प्रसंग हा तीन भावंडांवर! केवढा कमीपणा हा आपल्याला!’’ टेबलावरच्या आऊट-ट्रेमधले कागद गोळा करीत मेहराबाई बोलल्या.

भास्करनं वर पाहिलं.

‘‘कुणाच्या मुलावर प्रसंग आला? तुमच्या?’’

‘‘नाही. आपला बूट बनवणारा चिनी आहे ना, त्याच्या मुलावर.’’

भास्करच्या पायांत आत्ता त्यानंच केलेले बूट होते. नेहरू अव्हेन्यू ह्या फॅन्सी भागात हे दुकान होतं.

‘‘बरं, मग आपल्या सगळ्यांना हा कमीपणा, असं का म्हणालात तुम्ही?’’

‘‘सर, त्या तिन्ही मुली सेन्ट जोसेफ स्कूलमध्ये आहेत. सर्वांत मोठी मुलगी अकरा वर्षांची आहे. ती माझ्या मुलीच्या वर्गात आहे. तिच्याकडून कळलं मला सगळं. बाकी दोन्ही मुली लहान आहेत. एक नऊ वर्षांची, दुसरी सहा वर्षांची आणि जुळं आहे एक. दोन वर्षं झाली असतील जन्मून त्यांना. त्या बाळंतपणातच आई मरून गेली बिचाऱ्यांची.’’

भास्करनं आपला पाइप रिकामा केला. कातडी पिशवीतील ताजी तंबाखू पाइपमध्ये भरत त्यानं मेहराबाईंना विचारलं, ‘‘बूट बनविणाऱ्याचा हा कौटुंबिक वृत्तांत, आपल्या ऑफिसच्या काही कामाचा आहे का मेहराबाई?’’

‘‘आपलं सर्वांचं कर्तव्य आहे, असं मला वाटतं खरं. त्या पोरांच्या देशातल्या लोकांनी काही केलं, म्हणून त्यांनी इथे का भोगावं? वर्तमानपत्रांनी यादी छापलीय – किती लोक मेले त्याची – ’’

‘‘हं?’’

‘‘सहाव्या इयत्तेतल्या मुलीनं ती यादी वाचली. आपल्या काकाचं नाव तिला दिसलं, तेव्हा रडत तिनं आपल्या मैत्रिणींना ते दाखवलं आणि त्यांची डोकी फिरली. कुणी तरी ओरडलं, चिनी राक्षस! आणि तीस मुली एका आवाजात म्हणू लागल्या – चिनी राक्षस!

शिक्षकांनी मुलींना गप्प बसविण्याचा प्रयत्न केला, पण कुणी त्यांचं ऐकेना. शेवटी त्या मुलींना शाळेच्या बसमध्ये घालून घरी पाठवावं लागलं!''

भास्करने पुन्हा आपल्या सेक्रेटरीबाईकडे पाहिले – ''हं?''

''म्हणे, चिनी राक्षस. सेन्ट फ्रान्सिसचा शाळेपुढचा पुतळा आहे, त्याच्या भोवती मुली गोळा झाल्या होत्या आणि ओरडत होत्या. काय अपराध त्या तीन लहान मुलींचा? त्या गोष्टीतल्या सारखा प्रकार झाला – एकाच ओढ्यावर पाणी पिणारा वाघ आणि धनगराचा मुलगा –''

भास्कर म्हणाला, ''मिसेस मेहरा – जगाची रीतच आहे अशी. चीनमध्ये असणाऱ्या भारतीय मुलांना काय सुख असेल आता? पुष्कळ मुलं आहेत तिथंही.''

''तर, मला एवढंच कळतं की, त्या तीन मुलींचा काही अपराध नाही. सीतानं केलेल्या गुन्ह्याची शिक्षा गीताला होऊ नये. आता त्या मुलांना शाळेत जाता येणार नाही.''

भास्करनं पुन्हा कामात डोकं घातलं.

मेहराबाई निघून गेल्या, तेव्हा त्याला बरं वाटलं. जाता-जाता बाईंनी दार आपटलं, म्हणजे त्यांना राग आला होता.

हा भाबडा भलेपणा!

असल्या स्वभावाचा माणूस पुष्कळदा धोकेबाजही असतो. दुसऱ्या दिवशी पुन्हा तेच.

''सर!''

त्यांचा चेहराच सांगत होता. आज सकाळीच त्या चिनी बूटवाल्याला अटक झाली होती आणि ती बातमी लगेच गावभर झाली होती. हा माणूस भेद्या बातमीदार आहे, असा पोलिसांचा संशय होता. त्याला तूर्त कस्टडीत ठेवून तपासात घेतलं होतं.

''मिसेस मेहरा, त्या माणसासाठी आपण काहीही करू शकत नाही, हे सांगितलं नाही का मी तुम्हाला?''

''त्याची मला काळजी नाही सर, मला त्या मुलांची काळजी आहे. त्यांनी काही अपराध केलेला नाही. त्यांना उगीच दु:ख का?''

''मला तुमच्या ह्या विचारसरणीचा अर्थच कळत नाही. ज्या कोणा गुन्हेगाराला लहान मुलं आहेत, त्यांना पोलिसांनी कधी हात लावू नये, असं का म्हणायचं आहे तुम्हाला?''

मेहराबाईंनी थोडा वेळ विचार केला. ''तसं नाही म्हणायचं मला. पोलीस येण्याआगोदर त्यानं फोन करून मला सांगितलं की, माझ्या मुलाकडे जरा लक्ष ठेवा. आया आहे; पण ती फार थकलीय आता.''

“हे बघा – ”

“मला माहीत आहे तुम्ही काय म्हणणार ते, सर. पण हा काही नेहमीसारखा गुन्हेगार नाही. त्यानं आपल्या देशासाठी गुन्हेगारी केली असली पाहिजे. तशी त्याची घरची स्थिती चांगली आहे.”

“अस्सं!”

“इथे जर आणखी काही कुटुंबं असती चिनी, तर आपल्याला काळजी करण्याचं कारण नव्हतं.”

टेबलावर साठून राहिलेल्या कागदांकडे भास्करचं लक्ष गेलं. तो तडकून म्हणाला, “तुम्हाला काय करायचं आहे ते करा; माझा वेळ नका घेऊ.”

मेहराबाईंनी उत्साहानं विचारलं, “खरंच का सर, करू?”

“जरूर!”

आता दुपारच्या जेवणाची वेळ झाली होती. मेहराबाईंनी रजा घेतली. आपली योजना मात्र सांगितली नाही. भास्करला जाणून घ्यायची इच्छाही नव्हती.

संध्याकाळी नेहमीच्या वेळी भास्कर घरी गेला. रामलालने त्याच्यासाठी पेय आणलं आणि मालकांना विचारलं, “साहेब, त्यांना जेवण काय द्यावं?”

“कुणाला?”

“आपलं चालतं का त्यांना?”

“कोणाला?”

“चिनी लोकांचं खाणं आपल्यासारखं नसतं?”

चिनी लोक! म्हणजे – तुम्हाला वाटेल ते करा, अशी परवानगी मिळताच मेहराबाईंनी ती पोरं इथे आणून ठेवली?

इतक्या खोल्या रिकाम्या आहेत. शिवाय सी.ई.सारख्या मोठ्या पगारदाराला मुलांचा खर्च काही जास्त नाही.

भास्कर मनाशी म्हणाला, ‘कोण आहेत ही पाच भावंडं, मला बघू दे तरी.’

बराच वेळ ती हॉलच्या दाराशी येऊन उभी राहिली. आत येण्याची त्यांची इच्छा मात्र दिसली नाही. म्हातारी आया त्यांना ‘आत जा, आत जा,’ असं सांगत होती.

“अरे, भिता का बाळांनो, मालक दयाळू आहेत. त्यांनी तुम्हाला जागा दिली, जेवण्या-खाण्याची सोय केली.”

मेहराबाईंनी सगळी कामं हुशारीनं केली होती. बोलणी चुकविण्यासाठी त्या स्वत: मात्र हजर नव्हत्या.

पायांतल्या वहाणा दाराशी काढून ठेवून मुली आत आल्या. हॉलमध्ये अंथरलेल्या गालिच्याच्या कडेशी येऊन उभ्या राहिल्या.

भास्करनं निरखून पाहिलं – त्यांचे चेहरे निर्विकार होते. भीती नव्हती, वेदना

नव्हत्या, राग नव्हता. चेहऱ्यावर काही भावनाच नव्हती – जणू चिनी मातीचे मुखवटे!

पिवळ्या रेशमी कापडानं मढविलेला दिवाण दाखवीत भास्करनं म्हटलं, ''बसा तिथे.''

तरीही सगळी मुलं गप्प उभीच. शेवटी एकानं धारिष्ट्य केलं. मग सर्व जण बसली. मुली पाय वर करून बसल्या, मुलं त्यांच्या आधारानं बसली. सर्वांचेच कपडे नीटनेटके होते.

सर्वांत मोठी मुलगी होती, तिला उद्देशून भास्करनं म्हटलं, ''कदाचित पुष्कळ दिवस तुम्हाला ह्या घरात राहावं लागेल; माहीत आहे ना?''

अस्पष्ट असा होकार कानावर पडला.

''शाळेत नाही जायचं तुम्हाला?''

''नाही सर!''

निळ्या रंगाचा फ्रॉक घातलेल्या त्या मुलीनं आपल्या शेजारच्या लहान मुलाला हाडकुळ्या हातानं जवळ घेतलं.

ह्या मुलांना कसा दोष द्यायचा? सगळे जण त्यांना समजत होते 'चिनी राक्षस.'

ती मुलगी भास्करकडे पाहत होती. तिला काही तरी बोलायचं होतं.

काही मिनिटं शांततेत गेली.

मग ती मुलगी म्हणाली, ''सर, आम्ही तुमचं घरकाम करू.''

आता कुठे तिच्या चेहऱ्यावर भीती दिसली. आपलं म्हणणं मान्य होणार नाही, असं तिला वाटलं असावं.

''काय काम कराल तुम्ही?''

''स्वयंपाक करू.''

''म्हणजे बापड्या रामलालला मी काढून टाकू?''

रामलाल तर चांगला होता. असा काही प्रश्न उभा राहील, याची त्या मुलीला कल्पना नव्हती. पण एक तडजोड होती.

''त्याच्या हाताखाली, मी चिनी पद्धतीचे पदार्थ करीन.''

गोंधळून मध्येच ती गप्प झाली.

भास्कर म्हणाला, ''वा: छान!''

मग त्याचं त्यालाच आश्चर्य वाटलं.

''आणि सर, माझ्या दोन्ही बहिणीही काही घरकाम करतील. दोन मात्र फार लहान आहेत.''

भास्कर म्हणाला, ''आधी मला तुम्हा सर्वांची नावं सांगा बघू. म्हणजे आपण ठरवू – कुणी काय काम करायचं ते.''

"माझं नाव चँगन्नो."

"चँगन्नो!"

मग तिनं आपल्या बहिणीकडे पाहिलं. त्या बोलू लागल्या.

"नू हसीन."

"इऱ्हकू."

जुळ्या मुली तेवढ्या गप्प राहिल्या. मोठी बहीण त्यांच्याशी समजूतदार स्वरात, चिनी भाषेत काही बोलली. मग एक पोर म्हणाली, "त्झुचून." लगेच दुसरी म्हणाली, "टिंगलिंग."

सगळी नावं सांगून झाल्यावर मोठी मुलगी भास्करला म्हणाली, "आता तुम्ही सांगता का सगळ्यांची नावं?"

"कशाला, तुम्हाला हसवायला?"

"नाही सर, आम्ही हसणार कशाला?"

तेवढ्यात भास्करला एक कल्पना सुचली.

"तुम्हा सर्वांना मी दुसरी नावं ठेवू का?"

पडल्या चेहऱ्यानं मुलीनं म्हटलं, "दुसरी नावं?"

"नकोत?"

"पण आमच्या ती कशी लक्षात राहणार?"

"राहतील. सोपी नावं आहेत ती. ही पाच बोटं आहेत ना, तीच तुमची नावं."

"बोटं?"

"हे बघ – पहिलं बोट, म्हणजे अंगठा – ती तू, ही तर्जनी, हे मधलं बोट, ही अनामिका आणि ही करंगळी. थम्ब, फोरफिंगर, रिंग फिंगर आणि लिटिल फिंगर!"

काही वेळ शांतता!

"नाही आवडलं? बरोबर आहे. मलासुद्धा माझं नाव बदललेलं आवडणार नाही."

विचार करीत राहिलेली चँगन्नो छातीवर हात आपटीत अगदी उत्स्फूर्तपणे बोलली, "थम्ब!"

त्याबरोबर तिचं अनुकरण सर्वांनी केलं.

"फोरफिंगर."

"मिडल फिंगर."

"रिंग फिंगर."

जुळ्या मुली मात्र ओठ आवळून गप्प होत्या.

"त्झुचूनला वाटतंय, आपलं नवं नाव आपण विसरून जाऊ." थम्बनं खुलासा केला.

"मग तिचं पहिलं नावच आपण कायम करू. पण मला ते नीट म्हणायला आलं नाही, तर तिनं रागावायचं नाही हं."

ह्यावर फोरफिंगर म्हणाली, "नाही हो, एवढी-एवढीशी आहे बापडी –"

आणि दोन्ही हातांनी तिनं बहिणीला ओढून आपल्या मांडीवर घेतलं.

"वडिलांची लाडकी आहे ही."

पोलिसांच्या निळ्या गाडीत जाळीआड बसलेले वडील मुलींना पुन्हा दिसले आणि त्या आठवणीसरशी डोळे भरून आले.

त्यांचं लक्ष वेधून घेण्यासाठी भास्करनं विचारलं, "थम्ब, बाकी बहिणी घरकाम करतील, असं तू म्हणालीस ना मघाशी? कोण काय करील, ते बघू आता आपण. पहिल्या प्रथम फोरफिंगर. तू काय करशील?"

पण, मुलींना आपल्या वडिलांची आठवण झाली होती. दोन्ही हातांनी चेहरे झाकून त्या रडत राहिल्या.

आणि इतका वेळ गप्प असलेल्या त्या दोन जुळ्या मुली मोठमोठ्यानं ओरडून रडू लागल्या.

ह्या आतूच्या मुली –! आतू कदाचित शत्रूचा हेरही असू शकेल – ह्यांचं दुःख कमी व्हावं, मनं शांत व्हावीत, असं आपल्याला का वाटतं?

मुलं रडत राहिली.

काही वेळानं आपोआप शांत झाली.

भास्करचे विचार सुरू झाले. आता पुढे काय? ही मुलं शाळेत जाणार नाहीत. साहजिक आहे. पण त्यांचं शिक्षण थांबून राहता उपयोगी नाही. आपल्यावर जबाबदारी आहे.

खासगी शिक्षक ठेवावा का?

कोण?

सुमीता!

भास्करच्या डोळ्यांपुढे दृश्य दिसू लागलं.

ह्या मुलांना घेऊन कुरण ओलांडून बस सुमीताच्या घरी गेली.

सुमीता व्हरांड्यात बसली आहे. दोन्ही जुळ्या मुली तिच्या मांडीवर आहेत. तिघी शेजारी खेटून बसल्या आहेत. सुमीता त्यांना गोष्टींचं पुस्तक वाचून दाखवते आहे.

दृश्य पुसून गेलं.

भास्करला एकाकी वाटलं.

सुमीताला भेटण्यासाठी तो पुन्हा एकदा गेला होता. त्याच दिवशी चीननं मोठा हल्ला सीमेवर चढवला होता. ह्या वेळी, भास्करच्या मनात होतं की मागे नेलं तसं

तिला बाहेर न्यावं आणि आपण सरकारकडे अर्ज केला आहे, ही बातमी तिला द्यावी. तिच्या आईनं आपल्याला म्हटलं होतं, ''भास्कर, तुझं सगळं तिला कळेपर्यंत थांब, तिचा गैरसमज नको व्हायला.'' आता नेमकी वेळ होती. आपण अर्ज का केला, हे तिला आता नीट कळलं असतं.

दाराशी जाऊन भास्करनं हाक मारली – ''सुमीता –!''

आणि दु:खी चेहऱ्यानं तिची आई बाहेर येऊन म्हणाली, ''सुमीता दिल्लीला गेलीय.''

''दिल्लीला गेली?''

आपल्याला किंचितही कल्पना न देता गेली?

''तिच्या वडिलांचं पत्र आलं होतं. आज सकाळीच गेली.''

म्हणजे सत्यजितकडून आलेल्या पत्रामुळे तिला एकाएकी जावं लागलं. स्टील टाउनकडून सरकारला गेलेला अर्ज सत्यजितला माहीत होता. ती बातमी वडिलांकडून कळली आणि सुमीताला वाटलं, किती खोटेपणा हा भास्करचा! केवढं दुहेरी वागणं! आणि विलक्षण दु:खी अंत:करणानं सुमीता वडिलांच्या भेटीला गेली.

भास्करनं विचारलं, ''आणखी काही बातमी?''

''काही नाही. स्टील टाउननं केलेल्या मागणीविरुद्ध लढा द्यायचा, असा निर्धार आहे सुमीताच्या वडिलांचा. तुम्हाला अवघड जाणार आहे सगळं!''

जी गोष्ट अटळ आहे, तिला तोंड दिलंच पाहिजे. पण भास्करला वाटलं, सुमीताला सत्य परिस्थिती कळायला हवी होती.

भास्करचे हे विचार सुमीताच्या आईनं ओळखले. ती म्हणाली, ''सुमीताला नीट कळलं पाहिजे सगळं. मीच पत्र लिहून कळवलं पाहिजे तिला. तुम्ही सांगणार होता; पण मीच 'नको' म्हणाले, अंदाज चुकला माझा.''

आईच्या लिहिण्याचा उपयोग होईल?

आता कोणत्याही स्वरूपात हा लढा सुरू झाला, तरी सुमीता आपल्या वडिलांचीच बाजू घेणार.

जड अंत:करणानं भास्करनं समोर बसलेल्या मुलांकडे पाहिलं.

ह्यांना आता खासगी शिक्षक आणायचा कुठून? कोण?

रूपा!

तडकाफडकी निर्णय घेऊन भास्करनं रूपाला लगेच फोन केला.

ती गोंधळून गेली.

''मी चिनी मुलांना शिकवू?''

''हो. त्यांना शाळेत जाता येत नाही. खासगी शिकवणी ठेवणं भाग आहे. मला

वाटतं, माझ्या माहितीपैकी तूच एक आहेस. उत्तम शिकवशील त्यांना!''

"म्हणजे, मी – तुमच्या बंगल्यावर यायचं शिकवायला?''

"लोक काहीबाही बोलतील; पण तिकडे दुर्लक्ष करायचं!''

"पण, मी रोज यायचं?''

"नकार आहे का तुझा? माझा गैरसमज नाही होणार!''

"उद्यापासून सुरुवात का?''

"हो. तुझी तयारी असली तर –''

काही वेळ रूपा गप्प राहिली. मग अगदी कानात बोलल्याइतक्या हलक्या आवाजात म्हणाली, ''उद्या येते.''

"ठीक. बरं, त्याबद्दल द्यायचं-घ्यायचं काय ते –''

पण भास्करचं वाक्य पूर्ण होण्याअगोदरच फोन बंद झाला.

■

चिनी सैनिकांची संख्या प्रचंड होती, त्यांच्यापाशी शस्त्रंही अद्ययावत होती. कोरियामध्ये त्यांनी जे तंत्र वापरलं, तेच ते इथे वापरीत होते. उखळी तोफांच्या माऱ्यामागोमाग सैनिकांच्या लाटांवर लाटा येत होत्या. भारतीय जवानांनी इंच-इंच भूमी लढवली, पण एका पाश्चात्त्य पत्रकारानं म्हटल्याप्रमाणे, त्यांच्याजवळ धैर्य हेच एकमेव शस्त्र होतं.

शांतता हेच प्रमुख धोरण ठेवून चालणाऱ्या भारतापाशी एकाएकी एवढ्या मोठ्या संघर्षाला तोंड देण्याइतकी साधनसामग्री नव्हती, तरी पण नेहरूंनी म्हटल्याप्रमाणे देशाच्या स्वातंत्र्यरक्षणासाठी पडेल ती किंमत द्यावी लागणार होती. नेहरूंनी सेनेला आदेश दिला. आपल्यापाशी आहे त्या साधनसामग्रीनिशी ह्या आक्रमणाचा प्रतिकार करा.

। सत्तावीस ।

सत्यजितनं दिल्ली सोडली होती. त्याच्या मित्रांनी त्याला डोंगरमाथ्यावरील एका आरोग्यधामामध्ये नेलं होतं. दलाईलामा इथेच राहिले होते. दिल्लीपासून एका रात्रीचा रेल्वेप्रवास होता. आलेल्या दिवशी सुमीता थोडा वेळ बापाला भेटली, तेवढीच. नंतर बिरेश्वरनं तिला आपल्या मुक्कामी नेलं होतं.

सुमीताच्या केसांवरून हात फिरवून सत्यजित हलक्या आवाजात पुटपुटल्याप्रमाणे म्हणाला होता, "हे युद्धच सुरू झालं सुमीता!" त्याचा चेहरा झपाटलेल्या माणसासारखा दिसत होता. बापाच्या भावना सुमीताला कळल्या. पण काय बोलावं, सांगावं, हे तिला कळत नव्हतं.

चक्काचूर झालेल्या आपल्या स्वप्नांच्या ढिगाऱ्यात सत्यजित विषण्णचित्तानं एकाकी उभा होता आणि तो त्यातच दिसेनासा होईल, ह्या विचारानं सुमीता भेदरून गेली होती.

अहिंसेचा पाइक असलेला सत्यजित... त्याच्या समोर

आज मोठा पेचप्रसंग उभा होता. भारतावर आक्रमण झालं होतं, त्याला उत्तर कोणतं होतं? सशस्त्र प्रतिकार! हिंसेला हिंसेनं उत्तर. ह्यापेक्षा वेगळं उत्तर होतं काय?

दिल्ली स्टेशनपासून शहरात येताना रस्त्यावर कुठेही सैनिक कसे दिसत नाहीत, म्हणून सुमिताला आश्चर्य वाटलं होतं. त्या वेळी तिच्या स्वप्नातही नव्हतं की, रोज आपल्याला दिल्ली स्टेशनवर राहून, प्रवासी सैनिकांसाठी चालविलेल्या कँटीनमध्ये काम करावं लागेल.

सहा नंबरच्या प्लॅटफॉर्मवर अगदी लहान प्रमाणात कँटीन सुरू झालं. फक्त चहा आणि बिस्किटं. पण पहिल्याच दिवशी कळून चुकलं की, सैनिकांना पूर्ण जेवणाची गरज आहे. स्टेशनवरच्या रेस्टॉरंटला एवढ्या मोठ्या प्रमाणात जेवण देणं शक्य नव्हतं. कँटीननं हे काम आपल्याकडे घेतलं. पण सतत पुढे येणाऱ्या थाळीत डाळ-चपाती वाढण्याचं काम करायला एक माणूस पुरं पडलं नाही.

"तुझ्याशिवाय मी एकटी काय गं करू?" असं ओरडून, दमगीर झालेल्या नंदिनीनं चेहऱ्याला लागलेली डाळ पुसून टाकली. कँटीन चालविण्याची कल्पना तिचीच होती.

सुमीता म्हणाली, "चार दिवसांमागे मी कुठे होते?"

"चार वर्षांत होणार नाही, एवढं चार दिवसांत होतं. आता पुढचे चार दिवस बघ."

"काय होईल?"

"अनवाणी सौंदर्याला आता आपलं प्रतिबिंब नव्या आरशात पाहावं लागेल!"

"नवा आरसा?"

पण नंदिनीनं आणखी खुलासा केला नाही.

दिल्लीत उतरल्यापासूनच नवनव्या गोष्टी घडत होत्या आणि त्या कशा पार पाडाव्यात, ह्या चिंतेत सुमीता पडली होती.

पहिल्या दिवशी ब्रिगेडियर चतर्जी आणि त्यांची पत्नी जेवायला आली. सुमीताकडे पाहून मिशावाले बिग्रेडियर म्हणाले होते, "तू सुमीता का? अशी दिसतेस होय! बिरेश्वरनं वेगळंच चित्र रंगवलं होतं तुझं."

"कोणतं?"

"पांढरा वेष परिधान केलेली, सत्यजितची मुलगी शोभणारी – सगळं खोटं. नेहमीप्रमाणं बिरेश्वरनं ही थट्टाच केली होती. आम्हाला असं काही सांगून आश्चर्याचा धक्का द्यावा, अशी कल्पना असली पाहिजे."

वडील बाहेर गेल्यावर नंदिनी म्हणाली, "काही तरीच सांगितलं होतं तुझ्याबद्दल. अशी कुठं आहेस तू? दाखव आता. सगळ्यांना कळू दे खरीखुरी सुमीता कशी आहे ते!"

"नंदिनी, हिच्या बापानं तिला माझ्यावर सोपवली आहे. तिला तू आपल्या जातीत ओढू नकोस. आणि, तुझ्यापेक्षा वयानं लहान आहे ती, हे विसरू नकोस."

"किती? एखाद्या वर्षानं लहान असेल. म्हणजे आई, तिला कशी घडवायची, ह्यासंबंधी तुझीही काही योजना दिसते. त्या झकपक मुली येतात, त्या कुकिंग क्लासला का घेऊन जाणार आहेस तिला?"

"तुझी काय योजना आहे, ती तरी कळू दे नंदिनी."

नंदिनी एक-एक बोट झाकीत म्हणाली, "एका कँटीनमध्ये ती दुय्यम व्यवस्थापिकेचं काम करील. मी तिला डिफेन्स सर्व्हिस क्लबमध्ये घेऊन जाईन. तिथे सगळे तरुण तिच्याभोवती गर्दी करतील. तिनं...."

आई मध्येच म्हणाली, "क्लबमध्ये अनवाणी पायानंच नेणार का तिला? का वहाणा विकत घेऊन देणार तिला आधी?"

"हो. अनवाणीच नेणार. त्यामुळं उलट सगळ्याचं लक्ष वेधून घेईल ती!"

ह्यावर खजील झालेली सुमीता म्हणाली, "नंदिनी, वहाणा वापरणार नाही अशी काही प्रतिज्ञा नाही माझी. मी ज्या खेड्यात राहते, तिथली माणसं गरिबीत राहतात. त्यांना वहाणा घेणं परवडत नाही, म्हणून मीही त्यांच्यासारखं राहते. इथे शहरात मला शहरी लोकांसारखं राहिलं पाहिजे."

नंदिनीनं जोरानं मान हलवली.

"नाही – नाही, तू तुझ्या पद्धतीनंच राहिलं पाहिजेस. तडजोड का करायची? इतरांची नक्कल का म्हणून करायची? हवं तर त्यांना करू दे तुझी नक्कल – सगळ्यांना माहीतच आहे, तू कुणाची मुलगी आहेस ते!"

मिस्टर चतर्जींना हसू आलं.

"वाहवा! गांधीग्राममध्ये डिफेन्स सर्व्हिस क्लब आहे वाटतं? तिथे शेक डान्स करतात का? सुमीताभोवती तरुण गर्दी करतात? काय मूर्खपणा आहे हा!"

ह्यावर नंदिनी काही बोलणार, तोवर आईनं घाईघाईनं खुलासा केला, "ते काही नाही – सुमीता आता माझ्याबरोबर राहील. तिला काय हवं, काय नको, ते मला कळव. तिनं युद्धकार्यात मदत केली पाहिजे. मी सगळं ठरवलं आहे आधीच."

"मीही ठरवलं आहे." नंदिनी जोरानं म्हणाली. "उद्यापासून मी दिल्ली स्टेशनवर कँटीन सुरू करणार आहे. सैनिकांना खाद्यपदार्थ देणारं कँटीन. आई, तुला जर ही कल्पना पसंत नसेल, तर आपण काकांना विचारू या. त्यांनाच ठरवू दे सुमीतानं काय करावं ते. मी म्हणते ते करावं, का तू म्हणतेस ते करावं?"

मिसेस चतर्जी घोटाळ्यात पडल्या. त्यांना माहीत होतं की, बिरेश्वर जितका वेडापीर आहे, तितकीच आपली मुलगीही आहे.

नंदिनी पुन्हा म्हणाली, "हिला कंपनी कुणाची, अशी काळजी वाटायला नको

कुणाला. माझा भाऊ त्याचं 'मेस'चं काम सोडून घरी येऊ दे. कामात चुकारपणा केला म्हणून वरिष्ठांनी तक्रार करीपर्यंत तो घरातच राहतो का नाही बघा. तो हेलिकॉप्टर घेऊन ह्या घरावरून चकरा मारील, अनवाणी सुंदरीच्या दर्शनासाठी!''

सुमीताला नंदिनीची सूचना आवडली. मिसेस चतर्जींच्या युद्धप्रयत्नांना मदत करण्याच्या कल्पनेनं ती शहारली. कँटीनचं काम म्हणजे सैनिकांची सेवा होती.

बहिणीचं उपनाव काकांनी 'मेजर जनरल' का ठेवलंय, हे रात्री जेवणाच्या वेळी सुमीताला कळलं.

आघाडीवरून येणाऱ्या बातम्या चांगल्या नव्हत्या. लडाखमधली अनेक गस्ती-ठाणी पडली होती. परिस्थिती गंभीर होती. पण, समोरच्या अन्नपदार्थांवर ताव मारता-मारता मिसेस चतर्जींनी उजळल्या चेहऱ्यानं आपल्या पतिराजांकडे पाहिलं आणि त्या म्हणाल्या – ''आपण आता चिनी फौजांचा 'पिन्झर मूव्हमेन्ट'नं, म्हणजे चिमट्यांत पकडून समाचार घेतला पाहिजे.''

मिस्टर चतर्जी विरोध करण्याच्या मन:स्थितीत नसावेत. ते फक्त म्हणाले – ''पिन्झर मूव्हमेंट!''

मिसेस चतर्जी उत्साहानं म्हणाल्या, ''थांबा, मी माझी कल्पना स्पष्ट करून सांगते तुम्हाला. डोंगरउतारावरून चिनी फौजा वेड्या वेगानं खाली धाव घेतील. पुढे घुसारा करतील. त्या वेळी आपण पद्धतशीर माघार घ्यायची, पण गुपचूप चिमटा तयार करीत राहायचं. दाट जंगलात – असा –'' आपल्या रंगवलेल्या नखानं टेबलक्लॉथवर रेघा मानून चतर्जीबाई नकाशा दाखवू लागल्या.

''इथे आपल्या एका तुकडीचा मुख्य तळ तेजपूरजवळ – त्यांनी पुढे सरकत राहायचं. दुसऱ्या तुकडीनं भूतानच्या दिशेकडून सुरुवात करायची.''

''हं, गुड स्ट्रॅटेजी!''

पण चतर्जीबाईंना नवऱ्याचं बोलणं खरं वाटेना.

''पहिल्यांदा मी काय म्हणते, ते नीट समजावून घ्या; मग गुड, बॅड काही म्हणा. जरा तुमची काड्याची पेटी देता का?''

काड्याची पेटी देता-देता मिस्टर चतर्जी म्हणाले, ''ग्रेट आयडिया, द पिंझर!''

''तुम्ही आधी नीट समजावून घ्या – नुसतंच ग्रेट-ग्रेट म्हणू नका.'' एक मिनिटभर बाई काड्या मांडण्यात दंग झाल्या होत्या; मग त्यांनी सुरुवात केली, ''शत्रू पुढे आला. हे आसामचे चहामळे, तेलसाठे. आधाशीपणा वाढल्यामुळे शत्रूला आपल्या बगलेवरचा धोका दिसत नाही. खरा महत्त्वाचा क्षण येऊन ठेपला. आपल्या फौजेनं केलेला चिमटा हळूहळू मिटत आला आणि मग मगरमिठी!''

चतर्जीबाईंचे दोन्ही लठ्ठ हात चिमट्याप्रमाणे जुळले. दोन्ही पंजे एकमेकांत घट्ट अडकले.

आवेशानं तळवे चोळीत त्या म्हणाल्या, ''आता चुराडा – लगदा!''

मिस्टर चतर्जी म्हणाले, ''गुड! अशा तऱ्हेनं शत्रूच्या तीन डिव्हिजन्सचा चुराडा झाला.'' नंतर एकदम शंका आल्याप्रमाणे त्यांनी विचारलं, ''पण आपण किती डिव्हिजन्स ह्या कामी वापरायच्या?''

दोन्ही हात सैल सोडून चतर्जीबाई म्हणाल्या, ''किती डिव्हिजन्स? मिस्टर जनरल, मला पेचात पकडू नका. तुम्हाला त्याचा अंदाज पाहिजे. हा तपशिलाचा भाग आहे. संबंधित अधिकारी ते गणित करतील; आपण फक्त डावपेचाचा विचार करायचा. युद्धं जिंकली जातात ती डावपेचांमुळं! मी सांगायला पाहिजे का तुम्हाला? नेपोलियनच्या एका चरित्रलेखकानं म्हटलंच आहे की –''

''तुम्हाला ब्रेड हवा का?'' ब्रिगेडियरनी मध्येच विचारलं.

''नो थँक्स! सुमीता, तुला एक स्लाईस गं? का चपातीच लागते तुला होममेड?''

सुमीताचं लक्षच नव्हतं.

चतर्जीबाई पुढे बोलल्या, ''तुला नीट ओळख करून द्यायची राहिलीच चतर्जींची. रोमेलच्या तुकडीचा पराभव करणाऱ्या आठव्या पलटणीत होते बरं हे. पहिल्यांदा टोब्रूक पुन्हा जिंकून घेतलं. म्हणजे पुन्हा स्ट्रॅटेजीच! जनरल मॉंटगोमेरीचा उजवा हात म्हणून हे –''

इथे मात्र ब्रिगेडियरनी लहानशी हरकत घेतली. ते म्हणाले, ''मी त्या काळी फक्त ॲक्टिंग कॅप्टन होतो, तर हे काय –''

मिसेस चतर्जींनी जोरानं विचारलं, ''आणि मेडल कुणी मिळवलं; तुम्ही का मी?''

''तूच मिळवलंस आई!'' नंदिनी हळूच बोलली.

मिसेस चतर्जी डोळे वटरून म्हणाल्या, ''हां – नंदिनी असला विनोद बरा नाही हं.''

''सॉरी, मदर.''

''चतर्जी नेहमी आपण कोणी नाही असं वागतात. नम्रपणा असावा माणसापाशी, पण त्याचा अतिरेक काय कामाचा! उलट, आपल्या जवानांचं धैर्य दुप्पट होतं अशा पराक्रमाच्या कथा ऐकल्यावर. बेंगासीला काय घडलं, ते त्यांनी ऐकलं पाहिजे. अल् अल्मनचा तडाखा कसा होता, हे त्यांनी ऐकलं पाहिजे. टोब्रूकचा संस्मरणीय लढा! मग खरा लढा पंधराशे मैल आत, वाळवंटाच्या प्रदेशात –''

''पण आई, तू सांगते आहेस ते प्रसंग पुढे-मागे तर होत नाहीत ना?''

''आधी बेंगासी असेल, नाही तर आधी टोब्रूक असेल. त्यानं काय फरक पडतो गं? उत्तर आफ्रिकेतल्या लढ्याचा सर्वांत उच्च बिंदू ट्रिपोलीत गाठला गेला. नाही

म्हणायचं आहे का तुला? ट्रिपोलीच्या वेशीत तुझ्या वडिलांच्या छातीला मेडल लावलं गेलं का नाही?''

''नाही कशी म्हणेन मी आई? आपले वडील इतके शूर आहेत ह्याचा अभिमान कोणत्या मुलीला वाटणार नाही?''

''मग तपशील कशाला विचारत बसली आहेस?''

सुमीता म्हणाली, ''सांगा हो, मला ऐकायचं आहे.''

काटा-चमचा नीट ठेवून ब्रिगेडियर आपल्या खुर्चीत नीट रेलून बसले.

''सुमीता, तुला ऐकण्यासारख्या गोष्टी मी सांगतो. हिमालयात चाललेल्या लढ्यात काय घडतंय? ऐक. काल तोफांचा जोरदार मारा केल्यावर चिनी सैन्यानं लडाखमधल्या आपल्या राझेनगोला ह्या ठाण्यावर मोठा हल्ला चढवला. चिनी सैनिकांच्या लाटांवर लाटा कोसळल्या आपल्या ठाण्यावर. पहिला हल्ला आपल्या जवानांनी परतवला, पण पुष्कळ सैनिक कामी आले. कंपनी कमांडर भयंकर जखमी झाला. मूठभर सैनिकांनिशी हे ठाणं लढवणं अशक्य आहे असं वाटताच, त्यानं माघार घ्या – असा हुकूम दिला. एक लान्स कॉर्पोरल आणि काही सैनिक जखमी कमांडरला घेऊन जात असताना मशिनगनचा जोराचा मारा झाला. त्याबरोबर, कमांडरनं बरोबरच्या सैनिकांना सांगितलं की, मला इथंच सोडा आणि तुम्ही स्वतःचे जीव वाचवा. लान्स कॉर्पोरलनं हे कमांडरचं म्हणणं मान्य केलं नाही. तो गेला नाही.''

श्वास रोधून ऐकणाऱ्या सुमीतानं विचारलं, ''काय झालं त्यांचं?''

''कुणाला ठाऊक? आम्ही नोंद केलीय – ह्या दोघांचा पत्ता नाही म्हणून.''

एक मिनिटभर कोणी बोललं नाही.

ब्रिगेडियर चतर्जी म्हणाले, ''ही एक गोष्ट तुम्ही लक्षात ठेवली पाहिजे. असं धीरगंभीर शौर्यही फार मोलाचं असतं! कुमान रेंजिमेटमधल्या त्या लान्स कॉर्पोरलला मी सलाम करतो!''

पुन्हा काही क्षण शांतता.

''कँटीन चालवताना हे ध्यानात ठेवा. तुमच्या हातातून अन्न घेणाऱ्या सैनिकांत असले थोर योद्धे आहेत.''

''हो, बाबा!''

मिसेस चतर्जींचा चेहरा चिंताक्रांत झाला. त्या म्हणाल्या, ''अशोकला असल्या परिस्थितीत लडाखला जावं लागणार नाही ना?''

नंदिनीचं लग्न ह्या मुलाशी ठरलं होतं. नंदिनी म्हणाली, ''त्याला ऑर्डर आलीय. त्याची कंपनी फ्रन्टकडे गेलीसुद्धा.''

''ऑर्डर आली?'' चतर्जीबाईंनी नवऱ्याकडे पाहून म्हटलं.

ब्रिगेडियर म्हणाले, ''तुमची काय अपेक्षा आहे? आर्मीच्या ऑर्डर्समध्ये ढवळाढवळ

करावी मी?''

चतर्जीबाईंनी तत्काळ शब्द फिरवले, ''तसं म्हणायचं नाही हं मला. पण तो हुशार आहे. तल्लख बुद्धीनं तो हल्ल्याचे प्लॅन्स आखू शकेल. हेडक्वार्टरला त्याचा तसा उपयोग जास्ती होईल.''

''ते त्याच्या वरिष्ठ अधिकाऱ्यानं ठरवावं!''

नंदिनी म्हणाली, ''बाबा, मला एवढंच म्हणायचं आहे की, टेबलाशी बसून दिल्लीतल्या आपल्या ऑफिसात काम करणं अशोकला मुळीच पसंत नसणार. ऑर्डर हातात पडताच त्याला केवढा आनंद झाला. उत्साहानं नुसता नाचत होता तो.''

दहा-एक मिनिटांनी सगळीच वडीलमाणसं निघून गेली. मग नंदिनी आपल्या मैत्रिणीला कँटीनसंबंधीच्या आपल्या योजना सांगू लागली. सुमीताला आमची सहकारी म्हणून घ्यावी, ही कल्पना एकदम तिला जेवणाच्या टेबलावरच सुचली. पुढच्या सगळ्या योजनांची चर्चा करण्यात त्या दोघी गढल्या आहेत, एवढ्यात समोरचं दार उघडून आकस्मिकपणे नंदिनीचा भाऊ आत आला.

त्याला पाहून नंदिनी ओरडली, ''भाऊ!''

तिला केवढा आनंद झाला होता.

तिनं सुमीताला ओळख करून दिली.

''माझा मोठा भाऊ फ्लाइंग ऑफिसर आहे, हवाईदलात.''

नंदिनीचा भाऊ उंचीनं बेताचा आणि अंगानं सडपातळ होता. त्याच्या अंगावर हवाईदलाचा निळा युनिफॉर्म होता. सुमीताकडे बघून तो टेबलाशी येता-येता थांबला.

नंदिनी हसून म्हणाली, ''अरे, ही सुमीता! तुला अंदाजानं कळायला पाहिजे होतं.''

''नाही, पण तू तर म्हणाली होतीस की – ''

''काय म्हणाले होते मी?''

''नखशिखांत तपस्विनी आहे म्हणून –''

''आहेच. दिसत नाही का तुला?''

नंदिनीचा भाऊ गोंधळला होता, तो म्हणाला, ''आणखी काही तरी शब्द वापरला होतास तू – आठवत नाही मला आता.''

''विरक्त.'' नंदिनी म्हणाली.

''हां, विरक्त!''

''आपल्या राहणीशी परिचय नाही तिचा, म्हणून ती अशी राहते. तिला एकवार ही राहणी पाहू दे, अनुभवू दे आणि मग ठरवू दे.''

सुमीताला हसावंसं वाटलं. हा सगळा गैरसमज बिरेश्वरकाकांनी पसरवून ठेवला

होता – गंमत म्हणून. पण किती चांगली माणसं होती ही! बहीण आणि भाऊही. किती सहज आणि किती लवकर त्यांनी परकेपणाची भावना नाहीशी केली होती.

भाऊ म्हणाला, "मग, मी ऐकली ती परिकथाच म्हणायची."

हे बोलताना तो भक्तिभावानं सुमिताकडे पाहत होता.

नंदिनी म्हणाली, "तू एकवार तिच्या पावलांकडे बघ."

"हो?"

आणि खरंच सुमीता बसली होती त्या टेबलाच्या बाजूकडे येऊन, तो गुडघे टेकून बसला.

सुमीताचा चेहरा आरक्त झाला. त्या क्षणी तिला आठवला तो पाऊस... ते वादळ... भास्कर तिच्या पायावरून हळुवार बोटं फिरवीत म्हणत होता, "...फ्रॅक्चर नाही... मुरगाळलाय नुसता पाय."

त्याच्या स्पर्शानं दुखणारा पाय बरा वाटत होता आणि सुमीता मनोमनी शरमूनही गेली होती. आपले पाय नाजूक, गोरे नाहीत; याची जाणीव होऊन तिला लाज वाटली होती.

आता काही राहिलं नव्हतं. भास्कर निघून गेला होता. त्यानं तिची फसवणूक केली होती. आता त्या आठवणीचासुद्धा मनाला त्रास होता कामा नये. आठवणीसुद्धा पुसून टाकल्या पाहिजेत.

नंदिनीचा भाऊ उठत म्हणाला, "असले सुंदर पाय, अनवाणी राहू नयेत."

नंदिनी म्हणाली, "तिनं नवी फॅशन सुरू केलीय ही."

भावानं तिला विचारलं, "पण तुझ्याकडे वहाणांचा ढीगच्या ढीग आहे, तो काय टाकून देणार तू? बूट, चपला, सॅन्डल्स ह्यांची खरेदी तू जर बंद केलीस, तर आपल्या घरातला खर्च किती तरी वाचेल. अर्थात, तू अनुकरण करायचं ठरवलंस तर हं –"

नंदिनी म्हणाली, "तिची-माझी तुलना का? ती तशीसुद्धा सुंदर दिसते, काहीही –"

गंभीर चेहऱ्यानं भाऊ म्हणाला, "कपडे नसले तरी –!"

"हो, झकपक फॅशनचे कपडे नसले तरी –"

ह्या विनोदामुळे सुमीता हैराण झालेली दिसताच नंदिनी भावाला पुन्हा म्हणाली,

"हं, चरबट विनोद पुरे. आधी आपले प्लॅन्स बोलू या. उद्या रात्री काय-काय आणि त्यानंतर काय –"

"मी तर आता हेलिकॉप्टर घेऊन उडणार. हिमालयावरच्या आभाळातून चिनी सैन्याचं निरीक्षण करणार. काय मजा येईल, नाही?"

"आईला कळवलंस का?"

"नाही अजून. तुला चकित करावं म्हणून मी धावत-पळत आलो, तर इथे मीच चकित झालो!"

एवढं बोलून तो सुमीताकडे पाहत राहिला.

मग पुढच्या योजना नक्की झाल्या. सुमीताच्या होकाराची कोणी वाट पाहिली नाही. तो गृहीतच धरला.

नंदिनीचा भाऊ जायला निघाला. जाता-जाता सुमीताला म्हणाला, "तुमची भेट झाली, हा काही अनपेक्षित योग होता. मला फार आनंद झाला!"

हे काही केवळ औपचारिक बोलणं नव्हतं. त्याला आनंद झाला आहे, हे चेहऱ्यावर स्पष्ट दिसत होतं.

सुमीताचं नवं जीवन सुरू झालं. कॅंटीनचं काम वाढलं. हॅवरसॅक्स आणि रायफली घेतलेल्या जवानांना अन्न पुरवता-पुरवता ती मनाशी म्हणत राहिली – आता पुढे काय?

■

। अठ्ठावीस ।

त्या पाची चिनी मुली दिवाणखान्याच्या दाराशी येऊन थांबल्या. प्रत्येकीच्या हातात पुष्पगुच्छ होते. फूटभर लांबीच्या हिरव्या बांबूची फुलदाणी करून तिच्यात फुलांची सुंदर रचना केली होती.

कोचावर बसून पुस्तकवाचनात गढून गेलेल्या भास्करनं दाराकडे पाहिलं आणि तो चकित झाला. पहिल्यांदा थम्ब पुढे आली, बाकी चौघी जणी दाराशीच अवघडून उभ्या होत्या. थम्बनं हातानं खूण करताच सगळ्या पुढे झाल्या आणि एकापाठोपाठ एक हात पुढे येऊन भास्करला पुष्पगुच्छ देऊ लागल्या. मुलींचे डोळे चमकत होते.

भास्कर म्हणत होता, "वाऽ वा! छान, सुंदर!"

मग फोरफिंगर चलाखीनं कोचाच्या मागे गेली आणि दोन्ही हातांनी तिनं भास्करचं कपाळ धरलं.

मान वळवून भास्कर आश्चर्यानं बघत राहिला. थोरल्या बहिणीपेक्षा ही मुलगी उंच होती आणि तिची बोटं लांबसडक होती. भास्करच्या कपाळाला ती मसाज करीत होती.

थम्बने खुलासा केला, "सर, मसाज करतेय ती. आईनं शिकवलंय तिला. कुणाचंही डोकं दुखायला लागलं...."

"हो, पण माझं डोकं दुखत नाही."

"नसू दे सर. पण बघा तुम्ही, मसाज केल्यावर किती बरं वाटतं ते."

भास्करच्या कपाळावर, डोक्यावर लांबसडक बोटं नाचत होती. आपटत होती. भास्कर निवांत झाला. त्याच्या पापण्या जड झाल्या.

पाच मिनिटं झाली.

"पुरे, नको आणखी?"

"पुरे, पुरे. थँक्यू!"

पण मसाज संपला नव्हता. डोळ्यांच्या पापण्या, खांदे, एक हात, दुसरा हात.

"गुड?"

"गुड. थँक्यू!"

मग पायाचे मसाज सुरू. ती मुलगी बुटाचे बंद सोडू लागताच भास्करनं पाय मागे घेतला.

"नाही सर, पायाला केलं पाहिजे."

भास्करचा नाइलाज झाला. तो स्वस्थ पडून राहिला.

आणि उघड्या दारात येऊन उभ्या राहिलेल्या रूपाच्या तोंडून किंकाळी ऐकताच उठून बसला.

डोळे विस्फारलेली, लालचुटुक ओठांवर बोटं ठेवलेली रूपा दारात उभी होती.

भास्कर ओरडला, "रूपा, हा घातपात आहे – "

ठरलेल्या वेळेपेक्षा रूपा अर्धा तास अगोदर आली होती. ओशाळून गेलेला भास्कर आपला ओशाळेपणा दडविण्याचा वायफळ प्रयत्न करीत होता.

"घातपात?"

"मसाज! झोपेच्या गोळ्या! तिकडं फायली पडून राहिल्यात, त्यांचं काय? स्टेनोग्राफर केव्हाही येईल एवढ्यात – "

"पण तुम्हाला हे करून घेण्यात सुख होतंय ना?"

भास्करला एकाएकी कल्पना सुचली.

"फोरफिंगर, तुझ्या टीचरना काही फी देशील की नाही? काय देणार?"

फोरफिंगरनं मान हलवली. त्यांच्याकडे पैसे कुठं होते. शिकवणीबद्दल ते काय देणार?

"पैसेच कशाला हवेत; त्यांचा मसाज कर, म्हणजे शिकवणीची फी फिटली. तुझ्या टीचरना जरूर आहे मसाजची. त्यांना काळजी आहे, ढब्बू होईल म्हणून."

मान उडवून रूपानं म्हटलं, "होय का?"

गालात हसत, भारतीय शिल्पाप्रमाणे शरीर बांधेसूद ठेवलेल्या रूपाकडे पाहून भास्कर पुन्हा त्या चिनी मुलीला म्हणाला, "हाताला, पायाला मसाज कर तुझ्या टीचरच्या. आनंद वाटेल तिला."

काय करावं ह्याचा निर्णय फोरफिंगरला घेता येईना. तिनं थम्बकडे पाहिलं.

तिनं मान हलवून होकार भरताच ती गालिचा ओलांडून पुढे झाली. रूपाकडे पाहून म्हणाली, "तिथे बसा."

आणि भास्करनं नुकत्याच रिकाम्या केलेल्या मऊ कोचाकडे तिनं बोट दाखवलं.

रूपा आनंदानं म्हणाली, "रोज मसाज करणार तू मला?"

पण लगेच गंभीर चेहरा करून तिनं बजावलं, "हे बघ चॅन्गो –" अगदी चिनी पद्धतीनं तिनं हा उच्चार केला होता, "आधी कर्तव्य! मी तुझी शिक्षिका आहे. मला नोकरी घालवून चालायचं नाही. असल्या मोहात मला पडायचं नाही."

भास्करला हसू आवरेना.

"ए रूपा, तुला नोकरीची इतकी गरज आहे, हे त्या बापडीला माहीत नाही. तुझा पगारही मी अजून नक्की केला नाही. असं म्हणतो मी की –"

"काही म्हणायला नको. मला दुप्पट वेतन नको. मसाज पुरे झाला."

"थट्टा पुरे. तुला तुझ्या शिकवणीबद्दल फी मिळालीच पाहिजे."

"मी लठ्ठ होत चालले आहे, असं तुला वाटतं ना?" हे बोलून होताच काही तरी आठवून तिनं विचारलं, "मेरी ॲन कशी होती रे?"

भास्करच्या उत्तराची वाट न पाहता फोरफिंगरकडे वळून ती म्हणाली, "त्याला आवडत नाही मसाज, मुळीच आवडत नाही. त्रास वाटतो त्याला मसाज म्हणजे. तुम्ही जा आता. त्याला निवांतपणा मिळू द्या. कळलं?"

हे बोलताना भास्करविषयीचा मालकी हक्क रूपाच्या डोळ्यांत अगदी स्पष्ट दिसला.

तिनं आपल्या विद्यार्थ्यांना दरडावून म्हटलं – "कळलं का, मी काय म्हणते ते?"

भेदरट आवाजात थम्ब म्हणाली, "कळलं, टीचर."

आणि, अशा रीतीनं भास्करच्या नव्या गृहजीवनाचा पाया घातला गेला.

संध्याकाळ झाली की, शत्रूच्या बातमीदाराची ही पाचही मुलं भास्करची वाट पाहत व्हरांड्यात उभी राहत. भास्कर आला, गाडीतून उतरून घरात शिरला, भागल्या शरीरानं आरामखुर्चीत पडून राहिला की, फोरफिंगर पुढे होऊन त्याच्या पायातले बूट-मोजे काढी. मग एका बशीत तळलेले काजूगर आणि चीज घेऊन थम्ब येई. जुळ्या मुली भास्करकडे आशाळभूतपणे पाहत उभ्या राहत. त्यांच्याकडे लक्ष जाऊन भास्कर काही बोलला, हसला की, त्या दोघींचे चेहरे हसरे होत.

आपल्याबरोबर ह्या पोरींनीही चहा घ्यावा, म्हणून भास्करनं त्यांना आग्रह केला, तर थम्बला ते मुळीच पसंत पडलं नाही.

ती म्हणाली, "नाही."

"का?"

"बरोबर नाही."

"तुझ्या चीन देशात नसेल, इथे बरोबर आहे."

थम्बला ते मान्य नव्हतं.

"भारतातसुद्धा बरोबर नाही."

"अगं, जुन्या घरांतून ती पद्धत होती. आधी पुरुषमाणसांनी जेवून घ्यायचं; मग

बायकांनी जेवायचं. पण आता मॉडर्न फॅमिलीत तसं नाही.''

यावर फोरफिंगर म्हणाली, ''हे घर जुनंच.''

भास्करला हार खावी लागली.

एके दिवशी त्यानं टिंगलिंगला जवळ मांडीवर बसवून घेतलं. त्याबरोबर तिची जुळी बहीण आपल्या आपण चढून त्याच्या मांडीवर बसली.

दोघींच्याही तोंडात भास्करनं काजू घातले.

जुळ्या मुली काजू खाताना पाहून, इतर भावंडांनीही संकोच सोडला. हात पुढे करून त्यांनी बशीतले काजू घेतले. तोंडात घातले.

फोरफिंगर थोडी अस्वस्थ होती. एवढ्याशा पोरांनी आधी सुरुवात करावी आणि त्यांचं अनुकरण करावं, हे तिला लागलं होतं.

तिनं भास्करला विचारलं, ''तुम्हाला काय वाटतं, अगदी सारख्या दिसतात ह्या दोघी – एका शेंगेतल्या मटार दाण्यासारख्या?''

भास्कर म्हणाला, ''हो.''

पण भास्करला फरक माहीत होता. त्झुचून थोडी जास्त गब्दुल होती. टिंगलिंगपेक्षा तिचे डोळेही जास्ती लहान होते. ती हसली की, ते गालात दिसेनासे होत. दोघींची नाकं नकटी असूनसुद्धा त्यांतही फरक होताच.

फोरफिंगरनं टिंगलिंगचा पाय धरून म्हटलं, ''छान! कोंबडीच्या तंगडीसारखा हा पाय खाऊन टाकू मी?''

टिंगलिंग खुदुखुदु हसत म्हणाली, ''हो, खाऊन टाक!''

आणि तिनं पाय बहिणीपुढे धरला.

फोरफिंगर चेहरा वाईट करून म्हणाली, ''छे, नुसतं हाडच आहे. नक्को मला.''

तिने त्झुचूनचा पाय पकडला आणि ओठ चाखत-माखत म्हटलं, ''हा छान गुबगुबीत, लुसलुशीत आहे.''

तशी ती पोर ओरडून म्हणाली – ''नको.''

आणि घाबरून रडायलाच लागली. भास्करनं तिला ओढून छातीशी घेतली. त्यासरशी विजयी आवाजात फोरफिंगर म्हणाली, ''बघितलंत! खरं तर त्झुचून जास्ती कणखर आहे, तिच्या उलट आहे टिंगलिंग.''

भास्करला अनुभव आला तो दोन्ही मोठ्या बहिणींचा. त्या मात्र खऱ्या कणखर!

रात्री तो ऑफिसच्या कामात गर्क असताना रामलाल धापा टाकीत आला आणि सांगू लागला – ''साहेब, जीव घेताहेत त्या आता एकमेकींचा.''

"जीव घेताहेत, कोण?"

पण नीट खुलासा न करता बुटक्या पायांनी रामलाल बाहेर धावला. भास्कर उठून त्याच्या मागोमाग धावला.

स्वयंपाकघराच्या उघड्या दारातून त्यानं अगदी अनपेक्षित असं दृश्य पाहिलं. फोरफिंगर आणि थम्ब दोघी जणींची हाणामारी चालू होती. जमिनीवर पडून त्या एकमेकींवर बुक्क्यांचा वर्षाव करीत होत्या. मुळीच दयामाया नसलेल्या प्राण्यांसारखी त्यांची मारामारी चालू होती आणि बाकीची तिन्ही भावंडं, आया शांतपणे उभी राहून पाहत होती.

भास्कर ओरडला – "थांबा!"

फोरफिंगर वर होती. तिनं थम्बच्या नाकावर ठोसा हाणला. तशी थम्बने आपल्या बहिणीचे केस मुठीत पकडले आणि जोरदार हिसका मारला. इतकं चाललं होतं, तरी दोघींच्याही तोंडून यातनेचा सुस्कारा बाहेर पडत नव्हता.

म्हातारी आया हसत होती. त्यांना उत्तेजन देत होती – "चालू द्या तुमचा खेळ."

भास्करच चकित होऊन ओरडला, "खेळ?"

"वर्षानुवर्षं बघत आल्येय मी ह्यांची कुस्ती. मजा वाटते त्यांना."

भास्कर पुन्हा ओरडला, "मजा आहे ही?"

त्यानं पुढे होऊन फोरफिंगरला ओढून बाजूला घेतलं. त्याच्या हातात येता क्षणीच ती लोळागोळा झाली.

भास्करनं तिला बाहेर नेलं. अंगणातल्या नळाजवळ तिला उभी करून सांगितलं – "धुऊन काढ ते रक्त."

खाली डोकं घालून ती उभी होती. धापा टाकीत होती.

क्षणभरात बाकीच्या तिघी तिथे येऊन उभ्या राहिल्या. त्यांचे चेहरे कोरे होते. त्यांच्या मागोमाग नाक सुजून बंब झालेली थम्ब आली.

भास्करनं विचारलं, "का, आता काय?"

कोणी बोललं नाही. भास्करनं पुन्हा प्रश्न केला.

त्यावर शांतपणे थम्ब म्हणाली, "सर, ह्यात तुम्हाला काळजी करण्यासारखं काही नाही."

"नाही? अरे, तुम्ही पिसाळल्या कुत्र्यासारखं भांडता की!"

मिडल फिंगरने सांगितले – "थम्ब म्हणते की, मीच फक्त सरांना उत्तम स्वयंपाक करून घालते आणि इथे राहण्याचा खर्च फेडते. फोरफिंगरचा मसाज सरांना मुळीच आवडत नाही, ती काही कमवत नाही. ह्यावर फोरफिंगर म्हणाली की, रूपाताईला फक्त मीच हवी आहे. अशी भांडणं झाली आणि मग त्यांनी मारामारी केली."

भास्करनं विचारलं, "रूपाताई? असं म्हणायला तिनंच सांगितलंय तुम्हाला?"

"पण ह्या माझ्या जुळ्या बहिणी तिला आई म्हणतात. रूपा आई नाही, नुसतं आईच!"

"ती काही आई म्हणण्याइतकी मोठी नाही."

"का? दोन वर्षांच्या मुलाची आई शोभते की ती!"

भास्कर गप्प झाला. रूपा म्हणजे एक कोडं होतं. ती आईच्या जातीची होती. भास्करला भीती होती की, एकवार ह्या शिकवणीतलं नावीन्य संपलं, म्हणजे रूपा कंटाळून जाईल. पण, उलट झालं होतं.

रूपाला ह्या मुलींचा चांगलाच लळा लागला होता. मेरी ॲनही अशीच आईच्या जातीची होती. एके दिवशी दुपारी बागेतून हिंडताना – तिनं उन्हाळा होता म्हणून निळी जर्सी आणि पांढरी आखूड चड्डी असा पोशाख केला होता – झाडाखालच्या बाकावर एक लहान पोर दिसलं. त्याचं नाक वाहत होतं. मेरी ॲन थांबली. पर्समधून चांगला लेस लावलेला हातरुमाल काढून तिनं त्या पोराचं नाक पुसलं.

"शिंकर चांगलं बाळ – जोरानं शिंकर." असं म्हणताना ती आईच दिसली थेट.

हिमालयातून धडाक्यानं वाटा पाडीत चिनी सैन्य भरताच्या रोखानं येत होतं. निर्घृण आणि आडदांड असं नेहरूंनी ज्याला म्हटलं, त्या आक्रमणामुळे भारतातील जनतेचं देशप्रेम उफाळून आलं.

"आशिया खंडापुरतं, कदाचित सर्व जगासाठीही इतिहासानं नवं वळण घेतलं आहे आणि त्याचा धक्का भारताला सहन केला पाहिजे. आपल्या स्वातंत्र्याला दहशत निर्माण करणाऱ्या शक्तीशी मुकाबला केला पाहिजे." असं नेहरूंनी देशाला सांगितलं! तरीपण युद्धज्वरामुळे मानवाच्या चांगुलपणावरच्या त्यांच्या श्रद्धेला तडा गेला नाही. त्यांनी स्पष्टपणे इशारा दिला की, "हे शीतयुद्ध असो किंवा युद्धाचा भडका असो; त्यामुळे माझ्या देशातील लोकांच्या मनात द्वेषभावना निर्माण होऊ नये. चिनी जनतेशी आमचं वैर नाही. चिनी सरकारच्या कृत्यामुळे आलेला राग आणि कटुता आपण चिनी जनतेबाबतही मुळीच दाखवता कामा नये."

भास्करच्या मनात आलं की, ह्या पाच मुलींचीसुद्धा लढाईच सुरू आहे. वयानं कोवळ्या आणि शरीरानं सडपातळ असलेल्या ह्या मुली, मानवतेची लढाई खेळत आहेत. त्यांच्या सबळ देशानं मात्र ह्या लढाईत कधीच हार खाल्ली होती! दुसऱ्याचं अंत:करण जिंकून त्यांना, आपल्या पुरातन वंशाच्या नेत्यांनी दाखविलेल्या मनोदारिद्र्याची भरपाई करायची होती.

पण पुढे काही दिवसांनी भास्करचा भ्रमनिरास झाला.

त्या दिवशी, डोकं दुखत होतं म्हणून भास्कर नेहमीपेक्षा लवकर ऑफिसमधून बाहेर पडला. घरी जाऊन त्याला निवांत पडायचं होतं. घरात शिरता-शिरता त्याला वाटलं की, डोकेदुखीवरच्या गोळीचा काही उपयोग झाला नाही; पण फोरफिंगरच्या मसाजचा कदाचित उपयोग होईलही, म्हणून बंगल्याच्या पूर्वेला असलेल्या मुलींच्या खोलीकडे तो गेला.

दार उघडं होतं.

हलक्या आवाजात म्हटलेल्या सामुदायिक प्रार्थनेचा आवाज कानावर येत होता. चकित होऊन भास्करनं खोलीत डोकावून पाहिलं.

पाचही मुली गुडघे टेकून बसलेल्या होत्या. त्यांनी डोळे मिटले होते, हात जोडले होते आणि मनोभावे देवाची प्रार्थना त्या पुटपुटत होत्या.

त्यांच्या समोर, भिंतीवर माओचा फोटो लावलेला होता.

∎

। एकोणतीस ।

मिलिटरी गणवेश अंगावर असलेले जवान कँटीनमध्ये बसून खात होते, ते एकदम खडाखड उभे राहिले आणि समोरून येणाऱ्या तरुण अधिकाऱ्याला त्यांनी सॅल्यूट दिले.

अधिकाऱ्याने सॅल्यूटला प्रतिसाद दिला आणि चकित होऊन बघत राहिलेल्या दोन्ही मुलींकडे बघून स्मित केलं.

नंदिनी आपल्या धडधडणाऱ्या छातीवर हात ठेवून म्हणाली – "काही तरी झालेलं दिसतं."

आणि उत्तराची वाट पाहत राहिली. आपल्या नव्या बहिणीविषयी सुमीताला सहानुभूती वाटली.

अशोक आघाडीवर गेला होता.

नंदिनीचा भाऊ देवीप्रसाद म्हणाला, "काहीही झालेलं नाही. मला तुझं कँटीन बघायचं होतं. तुम्हाला मदतीला पाहिजे कुणी तरी – होय नं नंदिनी?"

नंदिनीनं छातीवरचा हात खाली सोडला. भावावरून दृष्टी काढून सुमीताकडे पाहिलं आणि पुन्हा भावाकडे पाहून ती म्हणाली – "तुझं कोर्ट मार्शल करायला पाहिजे."

"काय?"

"आणीबाणीच्या ह्या काळात, आता तू ड्युटी सोडून इकडे का?"

"म्हणून होय!"

जवानांनी आपलं खाणं संपवलं होतं. हातातली पानं गुंडाळून त्यांनी ती कचरापेटीत टाकली. त्या दोन्ही अन्नपूर्णांकडे आदरार्थी वाकून ते नळाकडे गेले. पाणी पिण्यासाठी त्यांनी रांग लावली.

आपल्या येण्यामागचं कारण देवीप्रसादनं सांगून टाकलं.

"हे बघ नंदिनी, तू सुमीताला इथे गुंतवू नकोस. दिल्लीला ती पहिल्यांदा आलीय. तिनं अजून काही पाहिलेलं नाही. लाल किल्ला, कुतूबमिनार, चांदणी चौक तिनं पाहिला पाहिजे. सोळाव्या शतकाप्रमाणं

तिनं विसाव्या शतकातली नवी दिल्लीही पाहिली पाहिजे.''

"हो, हॉटेल अशोक पाहिलं पाहिजे – आशियामधलं उत्तम हॉटेल!''

"छान कल्पना आहे. आपण तिथंच चहा घेऊ.''

"देवी, कोर्ट मार्शलमधून तुला वाचवण्याचा थोडासुद्धा प्रयत्न बाबा करायचे नाहीत हं!''

"जाऊ दे गं – ''

नंदिनी सुमीताकडे वळून म्हणाली, "काय गं, ह्या उत्तम कल्पनेबद्दल तुझं मत काय? ह्या झकास गाईडबरोबर राजधानी पाहणार का तू?''

नंदिनीच्या भावानं घाईघाईनं विचारलं, "माझ्या स्कूटरवरून जाऊ आपण – टॅक्सीसुद्धा करता येईल म्हणा.''

ह्यावर लगेच नंदिनी आपल्या भावाला बोलली, "ऐकलंस? तुझ्याविरुद्ध तक्रार गुदरली गेली नाही, तोपर्यंत तू पालमवर जा बघू.''

तो काही वेळ गप्प उभा राहिला आणि मग बहिणीला सॅल्यूट करून म्हणाला, "बरोबर आहे नंदिनीचं – नेहमीच असतं. जातो मी. भेटू पुन्हा.''

नंदिनीनं खुलासा केला – "पुन्हा म्हणजे, संध्याकाळी.''

तिघं मिळून संध्याकाळी बाहेर पडले. शनिवारी रात्री आयुष्यात पहिल्यांदा सुमीता इंपीरियलच्या बॉलरूममध्ये गेली. नंदिनीचा भाऊ म्हणाला, "उद्या, घरी मी तुला दाखवीन कसं नाचायचं ते.''

सुमीतानं नकारार्थी मान हलवली.

"का नको?''

"बूट!''

तिची दृष्टी आपल्या पावलांकडे होती. नंदिनीचे बूट मागून तिनं घातले होते; पण सवय होईपर्यंत काही दिवस जायला पाहिजे होते. सुमीताने कपडेसुद्धा नंदिनीचेच घेतले होते. 'तुला आवडेल ती साडी घे', असं तिनं म्हटलं होतं. जरीकाठ लावलेली रेशमी साडी नेसल्यावर लाजून-लाजून ती लाल झाली होती. अवघडल्यासारखी झाली होती, तरी किती वेगळी दिसत होती!

आणि काही गमावलंही होतं... गांधीग्राम गमावलं होतं.

देवीप्रसाद गेल्यावर त्या दोघी पुन्हा कामाला लागल्या. पुन्हा धुणं, पुसणं, दुसऱ्या गाडीनं येणाऱ्या जवानांसाठी खाद्यपदार्थ तयार ठेवणं.

अर्धा तास नाही झाला तेवढ्यात भाऊ पुन्हा हजर झाला आणि त्याच्याबरोबर होत्या मिसेस चतर्जी!

चतर्जीबाईंची चौकस नजर सर्वत्र फिरली. अन्नाची भांडी त्यांनी पाहिली. एका भल्या मोठ्या पितळी भांड्यांत कालवण होतं, त्याचा वास घेताच चतर्जीबाईंच्या नाकाला सुरकुत्या पडल्या. चमच्यानं त्यांनी थोडंसं कालवण काढून ते जिभेनं चाखून पाहिलं.

त्यांच्या चेहऱ्यावर आश्चर्य दिसलं. बरं होतं की कालवण. त्यांचा हा उद्योग चालू असतानाच नंदिनीचा रागीट आवाज कानावर आला – "मला काही कळतच नाही, हा का आला पुन्हा इथं? नोकरी करायची नाही का?"

चतर्जीबाई म्हणाल्या, "म्हणजे काय? त्यानं सांगितलं नाही वाटतं तुला? दहा दिवस रजेवर आहे तो. मग –" थोड्या जड आवाजात त्या बोलल्या, "जावं लागेल त्याला आघाडीवर. ऑर्डर आलीय तशी."

"अस्सं!"

"सुमीताला दिल्ली दाखवायची आहे त्याला. म्हणून तर मी आले तुला मदत करायला."

नंदिनी फणकाऱ्यानं म्हणाली, "पण आधी मी विचारलं होतं तुला, तर तू फार कामात होतीस. एका मिनिटाचीसुद्धा सवड नव्हती तुला आणि आता तुझ्या मुलानं ही कल्पना सांगताच –"

"देवीला तुझ्यापेक्षा जास्त कळतं नंदिनी. मी जवानांच्या थाळ्यांत ब्रेड आणि कालवण घालणार नाही नुसतं, त्यांच्याशी बोलणार आहे. देवी म्हणतो, त्यामुळं चांगला परिणाम होईल."

"काय सांगणार गं तू त्यांना? बाबांनी लिबियात कसा पराक्रम केला ते?"

"का? कॅप्टन अशोक बॅनर्जीबद्दलसुद्धा सांगेन की."

"काय?"

"आत्ताच कळलं मला. तुझ्या बाबांनी फोन केला –" एवढं बोलत चतर्जीबाई नेमक्या थांबल्या.

"आई – "

"संध्याकाळपर्यंत थांब आणि वडिलांच्या तोंडूनच ऐक."

"आई –!"

"मीच सांगायला पाहिजे. काय रे?"

नंदिनीच्या भावानं सुरुवातच केली – "कॅप्टन बॅनर्जींना हुकूम झाला होता की, गस्तीपथक घेऊन चिनी सैन्यानं व्याप्त अशा भागात जायचं, फॉरवर्ड ऑब्झर्वेशन ऑफिसर म्हणून तीन दिवस काम करायचं.

"ह्या पथकाचा उद्देश होता – तोफांच्या माऱ्यासाठी शत्रुसैन्याच्या मोक्याच्या जागा हेरायच्या –"

अशोकची गोष्ट मध्येच चतर्जीबाईंनी उचलली –

"शत्रुसैन्याच्या हालचालीची बातमी काढायची. वीस गस्ती सैनिक आणि त्यांचा नेता बिकट वाट पार करून पंधरा हजार फुटांपर्यंत गेले. शत्रुसैन्याच्या पिछाडीच्या बाजूला दोन रात्री काढून त्यांनी महत्त्वाची बातमी मिळवली आणि परतीच्या प्रवासात पथकावर कठीण प्रसंग गुदरला."

इथे चतर्जीबाई थांबल्या. नंदिनीनं आपल्या धडधडत्या छातीवर हात ठेवला.

देवी मध्येच बोलला – "चिनी सैनिकांची संख्या अफाट आणि आपले गस्ती सैनिक...."

चतर्जीबाईंनी इथे पुन्हा निवेदन आपल्याकडे घेतलं –

"गस्ती पथकाच्या लक्षात आलं की, आपला मार्ग अडवलेला आहे. त्यांनी तीन वेळा कोंडी फोडून जाण्याचा प्रयत्न केला; पण बंदुकांच्या फैरींमुळे त्यांना परतावं लागलं. त्वरित जाऊन मिळालेली माहिती तळावरच्या अधिकाऱ्याला सांगणं आवश्यक होतं.

"कॅप्टन बॅनर्जींनी निर्णय घेतला की, मारगिरी करीत वाट काढायचीच. गोळीबाराला जुमानायचं नाही.

"रात्रभर ते चालत होते.

"शेवटी फक्त चार गस्ती सैनिक आपल्या अधिकाऱ्यासहित तळावर पोहोचले."

नंदिनीच्या तोंडून आनंदाची अस्पष्ट किंकाळी बाहेर पडली.

तिचं सर्वस्व सुरक्षित होतं.

आता तिच्या ध्यानात आलं की, सुमीतानं आपला हात तिच्या कमरेभोवती टाकला आहे.

"असं असतं सुमीता, युद्ध!"

"हो, याला म्हणतात युद्ध."

धारातीर्थी पडले ते भाग्यवान; पण जखमींचं काय? नुसते भारतीयच नव्हेत; चिनी जवानही होते, आपल्या घरापासून हजारो मैल दूर आलेले.

सुमीताला ते दिसले डोळ्यांपुढे. कॅंटीनमध्ये रोज येणाऱ्या सैनिकांपेक्षा ते किती वेगळे होते.

कशासाठी हे मारणं आणि मरणं? शांततापूर्ण मार्गानं हा प्रश्न सोडवता येत नव्हता का?

डोंगरपायथ्याशी असलेल्या वैराण जमिनीपेक्षा माणसाचे जीव कमी मोलाचे होते का?

चतर्जीबाई पुढे सांगू लागल्या –

"लडाखला निघालेल्या आपल्या सैनिकांनी ही हकिगत ऐकली, तर त्याचं

'मोराल' केवढं उंचावेल! मी त्यांना म्हणणार आहे, भारतीय भूमीवरून हाकलून द्या चिनी हल्लेखोरांना! जाऊ द्या, रेटा त्यांना सिंकियांगकडे, गोबीच्या वाळवंटात. थांबू नका, रेटत-रेटत पार पेकिंगच्या वेशीपर्यंत जा. तिरंगा झेंडा तिथे फडकवा आपला!''

नंदिनीच्या भावाला हसू आलं. तो म्हणाला, ''आई, हे तुझे शब्द पेकिंगपर्यंत पोहोचू देत. रेडिओ पेकिंगवरून प्रचाराचा धुमधडाका चालू ठेवणारे लगेच ते शब्द आशियातील स्वातंत्र्यप्रेमी लोकांना ऐकवून पुस्ती जोडतील – बघा, बघा, कोण साम्राज्यवादी आहे!''

मुद्दा लक्षात येऊन चतर्जीबाई थोड्या गोंधळल्या; पण लगेच त्यांनी आपलं बोलणं सावरून घेतलं.

''तुला काही कळत नाही. आपण हे करायचं ते चिन्यांना एक धडा मिळावा म्हणून. त्यांच्या भूमीपैकी एक इंचही नको आम्हाला, ते पण समजतो आम्ही. त्यांनी फक्त आमच्या भूमीवर ठेवलेला पाय मागे घ्यावा आणि उत्तम शेजारी म्हणून आमच्याशी वागणूक ठेवावी, म्हणजे झालं. आता हे जर आपल्या जवानापुढं बोलले मी, तर त्यात काही चुकेल का?''

देवीप्रसाद म्हणाला – ''आता मेजर जनरलनी ठरवल्यावर 'नको' म्हणणार कोण?''

आईला थोडी खूश करणं देवीप्रसादला भागच होतं. कारण त्याशिवाय सुमीताला घेऊन त्याला बाहेर पडता येणार नव्हतं.

''हो-हो, मेजर जनरल आहेच मी!''

गंमत म्हणून चतर्जीबाईंना मिळालेलं हे टोपणनाव – त्याचा त्यांना अभिमान होता.

देवी थोडा गंभीर होऊन म्हणाला, ''जवानांनाच बोलायला लावा की. त्यांच्यापासून तुम्हाला पुष्कळ शिकायला मिळेल. का गं, नंदिनी?''

''अरे, खाता-खाता ते बोलतातच आमच्याशी. विचारतात आम्हाला की, ताई, तुम्हाला मुलंबाळं किती? आमची लग्नंच अजून व्हायची आहेत, हे बघून चकित होतात बिचारे. सगळे खेड्यातले आहेत, शहरातलेसुद्धा असतात हं.''

सुमीता म्हणाली, ''पुढं वाढून ठेवलेल्या लढाईबद्दल कुणी काही बोलत नाहीत.''

देवी मान डोलवून म्हणाला – ''लढाईबद्दल काय असतं बोलण्यासारखं? ती होणार, हे गृहीतच असतं. आईच्या सांगण्याचा फारसा परिणाम आमच्या सैनिकांच्या मनावर होणार नाही. प्रत्येक जण आपलं काम करतो. सोपवलेलं काम पार पाडायचं. नेमकी गोळी तुमच्याकडेच आली, तर मरून जायचं. ह्या सगळ्यात नवं काय असतं? सैनिक ह्या पद्धतीनं विचार करतो.''

ह्यावर आईकडे बघून नंदिनी म्हणाली, ''कळलं का आई? सैनिकांनी आपलं काम कोणत्या पद्धतीनं करावं, ह्यावर तू काही लेक्चर द्यायचं कारण नाही. त्यांना धीर देण्याचं कामही तुझं नाही.''

मागच्या सीटवर बसायला संकोच वाटला सुमीताला, पण दुसरा काही मार्ग नव्हता. देवीने स्कूटर सुरू केली होती. इंजिन धडधडत होतं.

''माझा खांदा धर हं आणि कृपा करून पडू नकोस मागच्या मागे. नाही, पहिल्यांदाच बसतेयस, म्हणून म्हटलं.''

''एकदा सायकलवरून अशी गेले होते मी.''

''कुणाच्या? कोण होता तो?''

''तो नाही, ती होती – मिसेस मेहरा तिचं नाव.''

त्याच्या हलणाऱ्या खांद्यामुळे सुमीताला कळलं की, ह्याला हसू आलं आहे. हसत-हसत देवीप्रसाद म्हणाला, ''सुमीता, यू आर वंडरफुल!''

ह्यात काय वंडरफुल होतं? सुमीताला विचारावंसं वाटलं; पण देवी हसतच होता.

तिच्यापासून तो काही इंचांवरच होता. हॅण्डलवर वाकलेला. निळ्या लोकरीचे कपडे त्यानं घातले होते.

त्याच्या डोक्याला खोक पडल्याची खूण होती.

अगदी लहानपणी झाली असावी. झाडावरनं पडला असेल आणि ढलपी घुसली असेल. पण, शहरात कशाला झाडावर चढेल हा?

बापाची बदली शहरगावातूनच होणार. हा शहरातच, कँपमध्ये राहणार. कदाचित शाळेत पडला असेल... थंड हवेच्या ठिकाणी असलेल्या शाळेतच शिक्षण झालेलं असेल ह्याचं. मग पुढे गेला असेल मिलिटरी ॲकॅडमीत.

काही माहिती नव्हती देवीची. पण भास्करची तरी कुठे होती?

त्याच्या तर प्रामाणिकपणाबद्दलसुद्धा शंका होती. आईनं पत्र पाठवून सगळा खुलासा केला नसता, तर खरं-खोटं कधी झालंच नसतं. काही का असेना, त्याच्या दृष्टीनं गांधीग्राम म्हणजे चार गावांसारखं एक साधं खेडेगाव होतं आणि सुमीता एक स्त्री होती; इतर अनेक असतात, तशीच!

पण त्याच्यामुळे एक झालं होतं. ती कोण होती, ह्याची मनोमनी जाणीव सुमीताला त्याच्यामुळेच झाली होती. ती 'झनक' होती.

झनक? सुमीता गोंधळून गेली.

पण झनकचं तरी काय चुकलं होतं?

आई म्हणाली होती – "काही विलक्षण नाही झनकच्या वागण्यात, अगदी नैसर्गिक आहे. उगाच मन मारून जगण्यात काय हशील आहे?" ह्यावर सत्यजित म्हणाला होता, "पुरे. ह्या तुमच्या कल्पना तुमच्याजवळच ठेवा. सुमीताला नका ऐकवू –"

सुमीताला खरं तर आईला विचारायचं होतं – खरंच का गं, झनकसारखं वागले मी, तर ते बरोबर असेल?

तिनं आईला विचारलं नाही; पण दिल्लीला येऊन तिला ह्या प्रश्नाचं उत्तर आपोआप मिळालं होतं.

लाल किल्ल्याची भव्य वास्तू समोर दिसताच सुमीताच्या मनातील विचार थांबले. लाहोर गेटपाशी स्कूटर उभी राहिली.

"हा मोगल बादशहानं बांधलेला किल्ला आणि राजवाडासुद्धा. भारतावर ह्या लोकांनी दोनशे वर्षं राज्य केलं." देवीनं नावं आठवण्याचा प्रयत्न केला. बाबर, अकबर, जहांगीर, शहाजहान, औरंगजेब – पुढे काही आठवेना. खरं तर कालच देवीनं 'दिल्ली'वरचं टुरिस्ट बुक आणून वाचलं होतं आणि कसून तयारी केली होती.

दिवाणे आम सभागृह, त्याचे खांब पाहण्याजोगे. नंतर खास दालन. इथेच ते सुप्रसिद्ध मयूर सिंहासन असे. हे दालन पांढऱ्याशुभ्र संगमरवरानं बांधलेलं होतं. ठिकठिकाणी रत्नं बसवून वेलबुट्टी काढलेली होती. ह्याच दालनाच्या एका कमानीवर पर्शियन भाषेत लिहिलं होतं –

ह्या पृथ्वीवर कुठे जर नंदनवन असेल तर ते हेच... हेच ते... हेच.

स्वप्ननगरीतून चालावं तशी सुमीता चालत होती आणि देवीप्रसादचं पोरसवदा आवाजातील निवेदन ऐकत होती.

इतिहासकालीन भारताच्या वैभवाबद्दल तो तिला सांगत होता. त्याच्या डोळ्यांसमोर मोगल बादशहा होते, हिच्या डोळ्यांपुढे फक्त तो होता. फार तर चार-पाच वर्षांनी मोठा असेल तिच्यापेक्षा आणि तो हेलिकॉप्टर चालवीत होता. आपण जेटसुद्धा चालवू, असं त्यानं सुमीताला म्हटलं होतं; पण जेटपेक्षा हेलिकॉप्टरसुद्धा काही कमी उपयोगी नव्हतं. तेव्हा मिळालं आहे, त्यात देवीप्रसाद सुख मानून घेत होता.

संग्रहालयातल्या काचेच्या पेट्यांतून मांडलेल्या वस्तूंकडे पाहताच, गाईडबुक बोलू लागलं.

"तो तांबड्या मखमलीचा अंगरखा पाहिलास? राणी नूरजहान तो वापरीत असे. ती विलक्षण सुंदर होती. त्यामुळं तिचा रसिक नवरा जहांगीर हा तिच्या मुठीत होता. सगळी सत्ता राणीपाशीच होती. तो म्हणे की, नूरजहान जोवर राज्यकारभार पाहायला आहे, तोवर मला वारुणीची सुरई आणि कविता लिहिण्यासाठी कागद,

एवढं पुरे! नूरजहाननं बुरखा टाकून दिला होता. ती घोडे फिरवी आणि शिकार खेळे. तिचा नेम अचूक होता. ती फार हुशार बाई होती. फार निश्चयी होती.''

तीनशे वर्षं होऊन गेली, तरी रंग फिका झालेला नव्हता. रत्नं-माणकं जडवलेल्या त्या अंगरख्यावर जरीचं अप्रतिम काम केलेलं होतं. त्याच्याकडे पाहत सुमीता म्हणाली – ''धोकेबाज स्त्री. सगळ्या सुंदर स्त्रिया अशाच असतात.''

''मुळीच नाही.''

देवीप्रसादचं हे ठाम मत ऐकताच सुमीतानं वळून त्याच्याकडे पाहिलं. अनेक स्त्रियांचा अनुभव येण्याइतकं त्याचं वय नव्हतं, पण कुणी सांगावं? इथे शहरात जीवनाला फार गती असते. थोड्या काळात भरगच्च अनुभव येणं, ही काही अगदीच दुर्मीळ गोष्ट नाही इथे.

सुमीताला आपल्या आयुष्यातील तो एकमेव अनुभव आठवला आणि तिचा चेहरा लाल झाला. निर्जन देवळातला तो अनुभव! अस्वस्थ होऊन सुमीता म्हणाली–

''चला, जाऊ या आता?''

''छे, अजून बरंच बघायचं आहे – ''

''नको. ह्या मध्ययुगीन वातावरणापासून दूर जाऊ या आता.''

देवीनं निमूटपणे मान हलवली.

आपण वाचलेली सगळी माहिती फुकट गेली, असं त्याला मनातून वाटलं. स्कूटरवरून जाता-जाता तो म्हणाला, ''खरं तर, आणखी काही ऐतिहासिक ठिकाणं दाखवण्याचा माझा विचार होता; पण तुला काही रस दिसत नाही ह्यात.''

आता सुमीता थोडी शांत झाली होती.

''कोणती?''

''कुतूबमिनार. चौदाव्या शतकात उभारलेला आहे तो. खूप उंच असा मनोरा आहे. खालपासून वरपर्यंत तीनशे एकोणऐंशी पायऱ्या आहेत. काय देखावा दिसतो वरनं दिल्लीचा!''

''मग बघू या नं!''

स्कूटर वेगानं धावू लागली. बरंच अंतर जावं लागणार होतं ना. देवी फार वेगानं जात होता. त्याच्या खांद्यावर ठेवलेला हात दाबून सुमीता म्हणाली, ''ध्यानात आहे नं, हे हेलिकॉप्टर नाही!''

''सॉरी!'' वेग मंदावला ''पण आतापर्यंत जेवढ्या बसल्या, त्यांत तूच छान बसलीस हं!''

'म्हणजे आजवर किती बसल्या होत्या ह्याच्यामागे? दहा? वीस?' इथे काय, चैन, मजा, उत्तम संगत-सोबत – असणारच सगळं! असेना का!

आज तरी तो एका खेडवळ मुलीबरोबर सुट्टीचा दिवस घालवायला राजी होता.

मग ती आठवण एकाएकी मनात आली :

लढाईच्या सुरुवातीला नाहीसं झालेलं हेलिकॉप्टर. त्याचा पायलट देवीच्या माहितीचा होता. जोधपूरला त्यांनी एकत्रच ट्रेनिंग घेतलं होतं.

सुट्टी संपवून देवी परत गेल्यावर किती काळजी वाटेल?

पण ती अशी बाहेर दाखवता उपयोगी नाही.

ते ह्या मिलिटरी अधिकाऱ्यांना मुळीच आवडत नाही.

पण मग – आनंदात तरी वेळ जाऊ दे. संगीत, नृत्य, रंगीत झगझगाट... हे सगळं सोडून ह्या उदास वास्तू कशाला पाहायच्या?

ती म्हणाली, ''आपण त्या बड्या हॉटेलात जाऊ या का, फार वाकडी वाट होणार नसेल – तर?''

''जाऊ या. पण मिनार बघताना मजा येईल.'' पुन्हा माहिती फुकट जाणार!

''प्लीज!''

एकाएकी सुमीतानं आपला विचार का बदलला, हे देवीनं विचारलं नाही.

''मग कुतूबमिनारला थांबू या थोडा वेळ.'' असं म्हणून देवीप्रसादनं स्कूटर कॅनॉट सर्कलमधल्या आतल्या रस्त्याकडे वळवली.

■

। तीस ।

खेड्यांतील माळरानांत निवडुंग फुलून यावा तशी 'झनक' आता लोकांच्या डोळ्यांना दिसू लागली होती. तिचं काळंसावळं शरीर कातीव, घोटीव दिसत होतं. नितंब हलवीत रस्त्यातून जाताना किंवा मनमोकळं हसताना, तिच्यातलं तारुण्य ओसंडून आल्यासारखं दिसे.

पंचायतीकडून ताकीद मिळाली होती; पण त्यामुळे नमून न जाता ती जास्तीच उद्दाम बनली. स्टील टाउनमधल्या एका तरुण मुलाबरोबर कुरण ओलांडून ती सिनेमाला गेली, ही गोष्ट तिनं मुळीच चोरून ठेवली नव्हती. उलट, त्याचा तिला अभिमान होता. इंग्रजी सिनेमा होता. त्यात किती तरी तरण्याताठ्या मुली होत्या, मुलं होती. समुद्रकिनाऱ्यावर आलेल्या बाया तर अगदी उघड्या होत्या. सिनेमातल्या तरुण-तरुणींमध्ये एकमेकांविषयी प्रेम वाढतं आणि – ह्यापुढे बोलताना झनक गप्प होई. काय, पुढे काय म्हणून ऐकणारे विचारत, पण झनक काही बोलत नसे.

एकवार सुधानं तिला एकटीला गाठलं. "ए मला सांग की, असं काय बघितलंस तू तिथे, सांगायला अवघड लागावं असं?"

झनकच्या काळ्याभोर डोळ्यांत खोडकरपणा दिसला. तिने सुधाला ओढून घेतलं आणि तिच्या ओठांचा पट्कन मुका घेतला. आधी हळूच आणि दुसरा मोठा आणि खोल. अवाक् होऊन सुधा पाहत राहिली. झनकनं खुलासा केला – "न सांगण्यासारखं घडलं ना, तेच हे."

"एकीनं दुसरीचा मुका घेतला?"

"नाही गं वेडे, आता मी मुलगा आहे समज तू." आणि क्षणभर गप्प राहून ती म्हणाली, "मी परदेशात का नाही जन्माला आले?"

झनक सिनेमाला गेली, ह्याबद्दल तक्रार नव्हती; ती मोठ्या काकांच्या नातवाबरोबर गेली, म्हणून गवगवा

झाला होता. गावातले लोक त्याला मोठ्या काकांचा नातू म्हणूनच ओळखत. गिरीशचा एके काळी झनककडून अपमान झाला होता, म्हणून वैतागून तो स्टील टाउनमध्ये जाऊन राहिला होता. तिथे त्याचा चांगला जम बसला होता. स्टील टाउनमधल्या अधिकाऱ्याच्या एका मुलीशी त्याचं लग्नही ठरत होतं. एवढ्यात वननिवासात त्याची आणि झनकची पुन्हा काही वर्षांनी अचानक भेट झाली होती.

इतकी वर्षं मनात दडपून ठेवलेल्या भावना उसळून आल्या. गिरीशच्या मनावर एवढं दडपण आलं की, तो एक शब्दही बोलू शकला नाही. तिनं मात्र खट्याळपणे त्याच्याकडे नजर लावली. त्या नजरेत – आता तू अगदी वेगळा झाला आहेस, मला हवा, हवा असा – हा भाव स्पष्ट दिसत होता. खेड्यातल्या सुतारमेटावर बैलगाडीच्या चाकाच्या आऱ्या बनवणारा गिरीश आता पार बदलून गेला होता. तरीसुद्धा झनकच्या डोळ्याला डोळा देण्याचं धैर्य त्याला झालं नाही.

ह्या प्रसंगानंतर लगेच 'वननिवास' बंद झालं. नुसती इमारत राहिली. कार्यक्रम बंद झाले. सुमीता दिल्लीला निघून गेली. चिनी आक्रमणामुळे सर्वत्र चिंतेचं वातावरण पसरलं.

गिरीश अस्वस्थ झाला. आलेली संधी आपण दवडली, असं त्याला वाटू लागलं. पुन्हा झनकला आपली करता आली असती. आता तिची दुरून दृष्टभेट होण्याचासुद्धा संभव नव्हता, 'वननिवास' बंद झालं होतं.

गिरीश पेटून निघाला. त्याला झनकचा ध्यास लागला सारखा. शेवटी त्यानं निश्चय केला की, आता भ्यायचं नाही.

संध्याकाळी, सूर्य मावळता-मावळता तो गावात शिरला. झनकचं घर एका फर्लांगावर आलं. गिरीशची चाल मंदावली.

पुढे काय?

घरात जाऊन काय म्हणायचं? मी झनकला भेटायला आलोय?

ती दृष्टीला न पडताच परत जायचं?

धडधडत्या छातीनं त्यानं झनकच्या घराला असलेलं बांबूचं फाटक ओलांडलं आणि तो परिचित आवाज कानी आला. चट्‌कन कोपऱ्यावरून वळून गिरीशनं परसदारी पाहिलं तर, म्हशीची धार काढीत झनक बसलेली. तिनं पातळ वर खोचलं होतं. चांगले गुडघ्यापर्यंत उघडे पाय दिसत होते.

"अगं, अगं म्हशी, तू रंगानं कशी?

– झनक जशी.

अगं, अगं झनक, तू गं कशी?

काळीसावळी म्हैस जशी!"

मोठमोठ्यानं हे गमतीशीर गाणं ती म्हणत होती. "तू रंगानं कशी?"

मध्येच तिला प्रतिध्वनी ऐकू आला : "झनक जशी!"

सड पिळणारी बोटं तिथेच थांबली, झनकनं वळून पाहिलं.

गिरीश दृष्टीला पडताच तिच्या चेहऱ्यावर राग दिसला नाही, तिला आश्चर्य वाटल्याचं दिसलं नाही. जणू काही तो येणार, हे तिला आगाऊ माहीतच होतं.

ती केवळ म्हणाली, "तू?"

त्या काळ्याभोर नजरेत आव्हान होतं.

गिरीशला वाटलं, ही संधी आता नाही घेतली, तर पुन्हा कधीच ती मिळणार नाही. पोरसवदा भित्रेपणाचा त्याला तिटकारा होता. मागे ह्याच कारणावरून ती त्याच्या हातून गेली होती. तिला हवा होता पुरुष. पुरुषी दाणगटपणानंच ह्या स्त्रीला ओढायला हवं होतं. नाहीपेक्षा थप्पड घेऊन, शेपूट घालून पळायला हवं होतं.

कुंपणाला थोडीशी फट होती. अंग चोरून गिरीश आत शिरला.

"काय गं, मला बघून आनंद नाही झाला तुला? माझी आठवण येते?"

"का यावी?"

तिच्या उघड्या पायाकडे बघून तो म्हणाला, "युरोपातल्या बायकांसारखे पाय आहेत अगदी तुझे."

"युरोपातल्या बायकांचे पाय काळे असतात?"

"काळे आणि गोरे – रंगात काय आहे? दिसायला सुंदर पाहिजेत. मी सिनेमात पाहिलंय. हातरुमालाएवढे दोन कपडे अंगावर घालून, समुद्रकिनाऱ्यावर उन्हं खात पडतात तिकडच्या बायका."

"मला कधी पाहिलं आहेस का तसं?"

"कसं?"

"हातरुमालाएवढ्या कपड्यांत?"

गिरीश भलताच धीट झाला होता.

"हो, तशीच पाहिली काल मी तुला स्वप्नात. एवढे-एवढे, तळहाताएवढे दोन रुमाल होते तुझ्या अंगावर. समुद्रातून पोहत-पोहत तू किनाऱ्यावर आलीस. ओलं अंग कसं चमकत होतं तुझं... सुरेख उघडे पाय दिसत होते आणि इतर बायकांपेक्षा तुझा मागचा भाग कसा पुष्ट होता! त्यात सर्वांत तूच उठून दिसलीस."

तिचे डोळे विस्फारलेले होते. हो, रे हो – कसा होकार द्यायला उत्सुक. पण मान हलवून ती म्हणाली, "खोटारडा!"

पण गिरीश आता माघार घेणार नव्हता. तो म्हणाला, "अगं, काळी द्राक्षं आणि गोरी द्राक्षं चवीला सारखीच असतात."

एक रुष्ट कटाक्ष गिरीशकडे टाकून झनक पुन्हा धार काढू लागली. दोन्ही मांड्यांत धरलेलं भांडं तिनं सारखं करून घेतलं.

"अगं, अगं म्हशी, तू रंगानं कशी?
झनक जशी –"
"म्हणून काय बिघडतं? असेना तशी."
एक मिनिटभर शांतता.
गिरीशला वाटलं, घरातून कुणी बघत तर नाही?
रस्त्यावरून जाणाऱ्यांचं लक्ष तर इकडे जात नाही?
इतकी धिटाई पार पडली. पण आता पुढे?
पुढे झनकच गेली. तिनं चक्क प्रश्नच केला – "युरोपियन बायकांचा सिनेमा दाखवशील मला?"
"ये की उद्या. अजून चालू आहे तो सिनेमा. संध्याकाळ व्हायच्या आत ये. कुरणाबाहेर मी तुझी वाट बघीन. तिथनं पुढे चालावं नाही लागणार तुला. आपण रिक्षानं जाऊ."
"नाही बाई!"
"का?"
"माणसानं ओढणाऱ्या रिक्षात मी नाही बसणार."
"वेडी आहेस. ही सायकल-रिक्षा असते. माणसं नाहीत ओढत ती. फक्त बसून पायडल मारतात."
गिरीशला रिक्षाच पसंत होती. दोघांना दाटीवाटीनं बसायला लागलं असतं.
अंगाला अंग लागणारच. आणि रस्ता खराब होता. थोडी घुसळाघुसळ झाली असती. धक्के देता आणि खाता आले असते.
पण ही तयार होणार का?
"उद्या बरं का? सिनेमा सहाला सुरू होतो." थोडा विचार करून तो पुन्हा म्हणाला, "मी मिलमधून लवकरच निघेन. फोरमन चांगला दोस्त आहे माझा. आपण वननिवासापाशी भेटू या. म्हणजे अर्धा-एक तास मिळेल. ठरलं?"

दुधाचं भांडं गरम झालं होतं.
वासराकडे नजर टाकून झनक म्हणाली, "एवढं दूध राहू दे हिच्या कासंला, रेडकू काय पील?"

त्या दिवशी झनक स्टील टाउनला गेली.
मोठ्या काकांच्या नातवाबरोबर दोन तास सिनेमा बघत बसली. त्याच्याबरोबर ती कुरणातून घरापर्यंत आली. चांदणं नव्हतं, फक्त चांदण्यांचा उजेड होता. जाताना घरी ती सांगून गेली होती की, मी सुधाकडे जेवायला जाते; पण दुसऱ्या दिवशी खरी

गोष्ट तिनं सांगून टाकली.

अशा धीट बाईपुढे पंचायत काय करणार? सगळ्यांना सत्यजितची आठवण झाली. त्याचा सल्ला पाहिजे, असं वाटलं.

शहरगावातल्या लोकांना ह्या गोष्टीचं काही वाटत नाही. एक मुलगा आणि एक मुलगी सिनेमाला गेले काय किंवा कुरणातून हिंडले काय, त्यात एवढं विशेष काय आहे? एकमेकांशी असा परिचय झाल्याशिवाय लग्नं कशी ठरणार? शहरातल्या लोकांचे विचार हे झाले होते, पश्चिमेकडच्या वाऱ्याबरोबर आलेले. भारत देशातील पन्नास लाख खेड्यांना ते परकीयच होते आणि गांधीग्रामला तर होतेच होते. इतर पन्नास लाख खेड्यांपेक्षा गांधीग्राम वेगळं होतं.

पंचायतीपुढे हा प्रश्न आला. पंच गोंधळून गेले. काय निर्णय द्यावा, ते त्यांना कळेना. सत्यजित परत येईपर्यंत प्रश्न तसाच ठेवावा का? का सर्व पंचांनी तीन दिवस उपवास करून झनकबद्दल दयाघन प्रभूची करुणा भाकावी? त्यामुळे कदाचित तिचं हृदयपरिवर्तन होईल.

चित्तरंजननी सुचविलं – "आता हा निर्णय सुरुचीवर सोपवू या."

सगळ्या पंचांना ही कल्पना पसंत पडली. त्यांनी सुटकेचा सुस्कारा सोडला.

सुरुचीला हे काम कठीण गेलं.

एके काळी ती झनकच्या बाजूनं उभी राहिली होती. पण आज, तिच्या बंडखोरीला ती आशीर्वाद देऊ शकत होती का? का ती स्वत: जे भोगत राहिली, तेच भोग म्हणून ती झनकला सांगणार होती?

गांधीग्रामशी ती पूर्णपणे एकरूप झाली नव्हती आणि तिनं कधी गांधीग्राम पूर्णपणे नाकारलंही नव्हतं. नाही तर, आज गांधीग्रामला जो धोका निर्माण झाला होता, त्याचं इतकं तिला वाटलं नसतं. उलट तिनं हात पुढे पसरून ह्या बदलाचं स्वागतच केलं असतं. कारण त्यामुळे आपला हरवलेला नवरा तिला पुन्हा परत मिळाला असता.

भास्करनं हा असा आक्रमक पवित्रा घेतला, तो त्याच्या विचाराचा आवाका मर्यादित होता म्हणून – असा एक उदास विचार सुरुचीच्या मनात आला. दूर तो बघूच शकत नव्हता. काही मूल्यं ही स्टील टाउनपेक्षा मोठी आहेत, ह्याची त्याला जाणीव नव्हती. आत्मबल असलेल्या एखाद्या लहानशा गावाकडून, अजस्र यंत्रांनी सदैव धडधडत राहणाऱ्या मोठ्या शहराला काही शिकता आलं असतं. निर्मात्या शक्तीपाशी त्यागशक्ती असली, म्हणजेच तोल राखला जातो. नाही तर लाचबाजीची घाण माजते.

सुमीताच्या वागण्यातला फरक बघून केवढा आनंद झाला होता... केवढ्या आशा निर्माण झाल्या होत्या. भास्करचं तिच्यावरचं प्रेम अगदी उघड दिसत होतं.

त्याच्यापेक्षा उत्तम असा नवरा कुठं मिळाला असता सुमीताला? अधिकार, पैसा – ह्या गोष्टी महत्त्वाच्या नव्हत्या; पण त्याच्यापाशी एक मोठी जिद्द होती, श्रद्धा होती, सामर्थ्य होतं.

हे सामर्थ्य त्यानं गांधीग्रामवर घाव घालण्यासाठी उपयोगात आणलं; काय दोष आमचा त्यात?

सत्यजितनं पत्रात लिहिलं होतं की, विरोध करण्याचं एक शस्त्र माझ्यापाशी आहे – उपवास. सगळ्या देशाला हाक घालणं त्यामुळे शक्य होईल. लोक माझ्या मनातलं बोलतील. जेव्हा-जेव्हा गांधीजींनी अन्न सोडलं होतं, मृत्यूच्या ते जवळ जवळ गेले होते; तेव्हा लोकांनी असं केलं होतं. हरिजनांना सामाजिक न्याय मिळावा म्हणून त्यांनी नव्हता का उपवास केला?

पुन्हा सुरुचीचे विचार झनककडे वळले. एका हरिजन मुलीनंच गांधीग्राम नाहीसंसुद्धा होईल. भास्कर बाहेरून करतो आहे, ती आतून करील.

ती स्त्री आहे; स्त्री म्हणून वागण्याचा हक्क तिच्यापासून कोण हिरावून घेईल?

छे! झनकला थोपवून धरायला सुरुची असमर्थ होती. सुरुचीपाशी नव्हतं ते धैर्य तिच्यापाशी होतं. आपल्याला हवं ते ती मुळीच सोडत नव्हती. वाटेल तो झगडा देऊन ती ते मिळवीत होती.

■

। एकतीस ।

उभ्या देशाच्या भावना हेलावून गेल्या होत्या. उष्ण प्रदेशात जन्म काढलेल्या सैनिकांना थंडगार पर्वतशिखरांवर पाठविलं होतं. तिथली विलक्षण थंडी, शत्रूच्या बंदुकीतून सुटलेल्या गोळीइतकीच निर्दय होती. व्यापारी पेठांतून होणारा पुरवठा अपुरा पडू लागला, म्हणून मिलिटरी खात्यानं देशातील जनतेला हाक दिली होती की, सैनिकांसाठी गरम कपडे घरी विणून पाठवा. हजारो स्त्रिया घराघरांतून लोकरीचे कपडे विणत होत्या. पायमोजे, जर्सी, पुल ओव्हर. लोहपूर क्लब आपल्या वाट्याला आलेलं काम करीत होता. नंबर टूच्या हातातसुद्धा सुई आणि लोकरीचा गुंडा दिसत होता. त्यांचा नवरा आता हंगामी मॅनेजरचं काम पाहत होता. जनरल मॅनेजर रजेवर होते. नेतृत्वाचं जोखड घ्यावं लागलं होतं.

राज्याच्या राजधानीतून संदेश आला होता. नॅशनल डिफेन्स फंडाच्या कामासाठी डेप्युटी मिनिस्टर लोहपूरला येणार होते. सर्वांनी उदार हातानी देणग्या द्याव्यात, अशी जाहीर विनंती झाली होती. अधिकारी मंडळी हातात वाडगा घेऊन फंड जमविण्यासाठी फिरती करीत होते.

प्रसंगांतलं औचित्य बाईंना कळलं. मिनिस्टर येणार म्हणजे गावानं त्यांचा योग्य तो स्वागत-सत्कार केलाच पाहिजे. आणि गावानं म्हणजे अर्थातच लोहपूर क्लबनं.

विचार करता-करता नंबर टूच्या लक्षात आलं, जिची आपण इतके दिवस वाट पाहत होतो, ती संधी आली आहे. ही कल्पना आपल्याला अगोदरच का बरं सुचली नाही? पण घाई केली, तर अजूनसुद्धा वेळ गेलेली नव्हती.

डेप्युटी मिनिस्टर येणार, त्याच दिवशी विणकामाचं प्रदर्शन डान्स हॉलमध्ये भरवायचं. सर्वांत उत्तम जर्सी जिनं विणली, तिला मिनिस्टरच्या हस्ते प्रमाणपत्र द्यायचं. यामुळे क्लबातल्या बायकांना चांगलं उत्तेजन

मिळेल. त्या दुप्पट उत्साहानं विणकाम करतील.

आपण भाग घ्यायचा आणि प्रमाणपत्रही आपल्यालाच मिळालं पाहिजे. नेतेपण जिच्याकडे आहे, तिलाच मान मिळाला पाहिजे.

पण हे कसं जुळवून आणायचं?

सोपं आहे की अगदी!

नेहरू अव्हेन्यूमधल्या एका फॅन्सी दुकानात जाऊन बाईंनी विणकामाचं पुस्तक आणि दोन पाउंड उत्तम लोकर खरेदी केली. लोकरीचा रंग राखी. कारण सैनिकांना ती जर्सी वापरायची होती. आपल्या बंगल्यावर परत येताच लोकर नोकराहाती एका बाईकडे पाठवून दिली. बारा नंबरच्या विभागात राहणारी ही बाई, विणकामात चांगली तज्ज्ञ होती. तिला ह्या कामाबद्दल गुप्तता पाळण्याबद्दल भरपूर पैसे देऊ केले.

आता महत्त्वाचं काम राहिलं. मुथ्थुस्वामीला मनवायचं.

हा गृहस्थ स्टील टाउनमध्ये काम करत होता आणि शिवाय वर्तमानपत्राचा बातमीदार होता. फार चांगलं लिहायचा. म्हणून त्याला मनवणं आवश्यक होतं. प्रश्न होता तो आपण त्याच्याकडे जायचं का, बरोबरीच्या नात्यानं त्याला बंगल्यावर बोलवून घ्यायचं?

बराच विचार केल्यावर निर्णय झाला – येऊ दे त्यालाच घरी. आपल्या चांगुलपणानं मिंधा करू त्याला, म्हणजे तो वर्तमानपत्राकडे सुरेख रिपोर्ट पाठवील. खाऊ-पिऊ घातलं, तरी ते वाया नाही जाणार.

पण मुथ्थुस्वामी पक्का होता. त्यानं विशेष आस्था दाखवली नाही. कॉफीचा कप आणि क्रीमक्रॅकर बिस्किटं देऊ केली, तर त्यानं फक्त एकच बिस्किट घेतलं.

पुन्हा देऊ केलेली कॉफी त्यानं नाकारली, तेव्हा बाई सहज बोलावं तशा बोलल्या – "माझ्या मुलीनं – लतिकानं – तिचे दागिने डिफेन्स फंडाला द्यायचे, असं ठरवलंय. ह्यामुळं इतर बायकांनाही स्फूर्ती होईल, नाही का?"

"वाऽ! सगळे दागिने देणार का?"

बाईंना धक्का बसला. सगळे कसे देता येतील? त्यांना सांगता येईना.

"ही मुलगी फार वेगळी आहे. आपल्या मनात येईल, तसंच करणार ती. तिला योग्य वाटेल तेवढे देईल. पण इतरांना एक उदाहरण नाही का घालून दिल्यासारखं होणार?"

मुथ्थुस्वामीनं केवळ 'हां' म्हटलं.

बाई पाहतच राहिल्या तेव्हा तो बोलला, "पुष्कळ बायका आहेत हो देणाऱ्या. शेकड्यानं आहेत. ज्यांच्यापाशी सोनं नाही; त्या चांदी, रूपंसुद्धा देणार आहेत –

''कामगारांच्या बायका आहेत हं ह्या. एक विधवा म्हातारी तर – घर द्यायला निघालीय. तीन खोल्या आहेत, एकात स्वत: राहून दोन भाड्यानं दिल्या आहेत, चरितार्थासाठी; तरीसुद्धा तिला ही सगळी इस्टेट देशाला द्यायची आहे. कामगारांनी त्यांच्या युनियनतर्फे जाहीर केलं आहे, प्रत्येक महिन्याला पगारातला दहावा हिस्सा ते देणार आहेत. रिक्षावाले आपलं दर रविवारचं उत्पन्न देणार आहेत. अहो, हजारो लोक तयार आहेत. हे काय घेऊन बसलात तुम्ही; तशी वेळच आली, तर ही सामान्य माणसं सर्वस्व देतील देशासाठी!''

बाई बिथरल्याचं त्यांच्या डोळ्यांतच दिसत होतं. समोर बसलेल्या, महिना ऐंशी रुपये मिळविणाऱ्या क्लार्ककडे त्या रोखून बघत होत्या. असल्या हलक्या माणसाला महत्त्व देऊन आपण चूक केली, असं त्यांना वाटत होतं. ह्याला चांगला झाडावा, असंही मनात आलं; पण त्यांनी विवेक केला.

त्या म्हणाल्या, ''हे पाहा, डेप्युटी मिनिस्टर काही रुप्याची कडी गोळा करीत गावोगाव हिंडणार नाहीत. फक्त अर्ध्या दिवसासाठी ते लोहपूरला येताहेत. क्लबला त्यांचा सत्कार करायचा आहे. त्या निमित्तानं बायकांनी विणलेल्या कपड्यांचं प्रदर्शन ठेवलंय मुद्दाम. मिनिस्टर अर्धा-एक तास तरी बोलतील – अर्धा का, तासभर बोलतील. मग माझं – माझ्या मिस्टरांचं भाषण होईल. त्याला अर्धा तास लागेलच. मग माझी मुलगी लतिका मिनिस्टरांच्या समोर जाऊन तिची दागिन्याची देणगी मिनिस्टरांच्या हवाली करील. म्हणजे, एक-एक दागिना देईल त्यांना. त्यानंतर बाकीचे क्लबमेंबर आपलं डोनेशन देतील आणि मग गावातले लोक. नंतर दोन-तीन दिवसांनी मी स्वत: काखेला झोळी लटकावून गावात हिंडेन देणगी गोळा करत – त्या तुमच्या तीन खोल्या वगैरे म्हणता ना ते –''

''हां!''

''फोटोग्राफर असेलच क्लबातल्या समारंभाचे फोटो घ्यायला. दोन फोटो महत्त्वाचे – एक प्रमाणपत्र ज्या कोणाला मिळेल त्याचा आणि दुसरा आमची लतिका दागिने देतानाचा. फ्रेम करून तो फोटो तिला देईन मी. किती अभिमान वाटेल तिला तो घरात लावायला!''

मुथ्थुस्वामीनं काही उत्साह दाखवला नाही.

हा मौल्यवान फोटो प्रसिद्धीसाठी आपल्याला पाहिजे, असंही तो म्हणाला नाही.

तो घराबाहेर पडताच लतिका धावत आतून आली.

''मी सगळं बोलणं ऐकलं तुमचं. आई, मी बँकेत माझ्या खात्यावर असलेले हजार रुपयेसुद्धा देऊ का?''

भुवया उंचावून बाईंनी दटावलं.

"हां, ते पैसे तुझ्या लग्नात उपयोगी यावेत म्हणून ठेवलेत. आणि सगळेच्या सगळे दागिने नाही हं द्यायचे. मी सांगते – चार बांगड्या, त्या जुन्या फॅशनच्या. इअरिंग्ज, ती तुझ्या बारशाला मिळालेली बारीक साखळी – बस! एवढंच द्यायचंस तू."

" – पण आई?"

"पण-बिण काही नाही. अप्पलपोटेपणा दाखवायची वेळ नाही ही. एवढं द्यावंच लागेल. आपले सैनिक देशासाठी रक्त सांडताहेत तिकडं. आणि हा पैसा त्यांना लागणाऱ्या शस्त्रास्त्रांसाठी जाणार आहे."

समारंभाच्या दिवशी क्लबात चिकार गर्दी झाली. भास्करसुद्धा आला होता. डेप्युटी मिनिस्टर जाड्या अंगाचे आणि गोल चेहऱ्याचे गृहस्थ होते. त्यांच्या डोक्यावर खादीची टोपी होती.

त्यांनी सावकाशपणे हिंडून प्रदर्शनात मांडलेले कपडे पाहिले. पाहता-पाहता मध्येच ते थांबले. त्यांच्या खांद्यावरून डोकावून बाईंनी पाहिलं, तर हा भलताच कपडा होता. हा मध्येच कुठून उपटला? लेबलावर नाव होते – मीनाक्षी. म्हणजे लीनाची मुलगी. तिला इतकं चांगलं विणकाम येत असेल, याची कल्पनाच नव्हती. लीना मागेच होती. उजळलेल्या चेहऱ्यानं ती बाईंकडे पाहत होती. बाईंच्या पोटात एकदम खड्डा पडला. त्यांची युक्ती फसली होती. लीनानंही त्याच बाईकडून जर्सी नाही ना विणून घेतली?

डेप्युटी मिनिस्टर पुन्हा चालू लागले आणि नेमके बाईंना हव्या त्या ठिकाणी थांबले. ती जर्सी त्यांनी लक्षपूर्वक पाहिली. खरं तर आता पुढे पाहण्याजोगं असं काही नव्हतं; पण शेवटपर्यंत जाणं मिनिस्टरांना भाग होतं.

शेवटपर्यंत जाऊन ते पुन्हा परत येण्यासाठी वळले. पुन्हा बाईंच्या वस्तूपाशी थांबले. घाईनं पुन्हा पुढे गेले आणि मीनाक्षी असं ज्या जर्सीवर लेबल होतं, ती उचलून म्हणाले – "ही सर्वोत्कृष्ट आहे!"

टाळ्यांचा कडकडाट झाला. बाई सर्द होऊन उभ्या होत्या. टाळ्यांचा आवाज कमी झाला, तसा फिदीफिदी हशाचा आवाज त्यांना ऐकू आला.

'हं, डेप्युटी मिनिस्टर!' मनातल्या मनात बाई म्हणाल्या. 'त्याला काय कळतंय? कोणी मुख्यमंत्री किंवा कॅबिनेट मंत्री असते, तर गोष्ट वेगळी होती!'

तेवढ्यात भास्करनं मीनाक्षीची ओळख मिनिस्टरना करून दिली –

"ह्या मीनाक्षी. ह्यांचा भाऊ गुरखा पलटणीत ऑफिसर आहे. नुकताच तो ॲकॅडमीतून ग्रॅज्युएट झाला. आता लडाखला त्याची बदली झाली आहे."

"लडाखला का? तरीच त्याच्या बहिणीनं नंबर पटकावला!"

डेप्युटी मिनिस्टरनी हसून मीनाक्षीकडे पाहिलं. मग त्यांनी प्रमाणपत्रावरल्या कोऱ्या जागी मीनाक्षीचं नाव लिहिलं आणि खाली सही केली.

मूळच्या कार्यक्रमात थोडा बदल झाला. मिनिस्टरसाहेबांनी सूचना केली की, डिफेन्स फंडासाठी देणग्या द्यायच्या, त्या दुपारच्या जेवणाअगोदर द्याव्यात.

समारंभाची जागा बदलली. व्हरांड्यात वेताच्या खुर्च्या मांडल्या गेल्या. पी.आर.ओ. मुख्य पाहुण्याच्या कानाशी लागले. पाहुणे आनंदानं बोलले, ''हो, हो – माझी तीच अपेक्षा आहे.''

मायक्रोफोनपुढे तोंड नेऊन लतिकेचं नाव पुकारलं. ते म्हणाले, ''मला आत्ताच कळलं की, तुम्ही आपले दागिने फंडाला देणार आहात. अभिनंदन!''

अंजिरी रंगाच्या साडीत शोभून दिसणारी लतिका समोर आली. आपल्या हातातील बांगड्या काढून तिनं पाहुण्यांसमोर ठेवल्या. कानातले इअरिंग्ज निघायला थोडा उशीर लागला. बांगड्या आणि इअरिंग्ज, बस. दहा यार्डांवर उभ्या असलेल्या तिच्या आईनं 'नको' अशी मान हलवली.

तेवढ्यात पाहुण्यांनी आपले लठ्ठ बोट गळ्याकडे दाखवून म्हटले, ''मुली, आणखी एक दागिना अंगावर आहे तुझ्या. माझ्या अंगावरचे सगळे दागिने देणार – असं तू सांगितलं आहेस!''

लतिकाची आई थक्क झाली. म्हणजे हिनं गळ्यात नेकलेस घातला का काय? निघताना तर दिसला नाही गळ्यात.

हा मोत्याचा नेकलेस भारी किमतीचा होता. घरून निघताना तर तिच्या गळ्यात दिसला नव्हता तो.

मिनिस्टरचा हात लतिकेच्या गळ्यापाशी गेला. नंबर टूच्या छातीत धडधड सुरू झाली. आता जर ही नाही म्हणाली, तर सगळं हसं होणार की!

मिनिस्टर म्हणाले, ''माझी खात्री आहे, तू नाही म्हणणार नाहीस.''

लतिकेनं 'आता काय करू?' अशा अर्थानं आईकडे पाहिलं. नंबर टू नी त्वरित निर्णय घेतला आणि होकारार्थी मान हलवली.

त्याबरोबर लतिकेनं नेकलेस काढून मिनिस्टरांच्या पुढे ठेवला आणि नमस्ते म्हणून हात जोडले.

आयडियल स्टुडिओच्या माणसानं ह्या प्रसंगाचा फोटो नेमका पकडला. हा तिसरा फोटो होता. नंबर टूच्या छातीची धडधड थांबली. फार मोठी किंमत पडली होती; पण नामुष्कीचा प्रसंग टळला होता. त्यांनी विजयी चेहऱ्यानं मुथुस्वामीकडे पाहिलं. तो निर्विकार बसून होता.

लतिकेचा चेहरा उतरलेला नव्हता. गळ्यातली भारी नेकलेस गेल्याचं तिला काहीच वाटलेलं दिसत नव्हतं. उलट, 'कशी मजा' असा भाव चेहऱ्यावर होता.

ओठांवर पुसट हसू होतं. तिनं बहुधा नेकलेस पर्समधून आणून ऐन वेळी इथे घातला असावा. का? पेचात पकडून आईचा होकार मिळवायचा होता? ठीक. दुसरा नेकलेस घेऊन नाही दिला, म्हणजे चांगला धडा मिळेल.

का भास्करचं लक्ष आपल्याकडे वेधून घेण्यासाठी तिनं हे नाटक रचलं होतं? भास्करचं लक्ष वेधलं गेलं होतं खरं आणि ह्या खेपेला लतिका त्याच्या डोळ्यांत भरलीही होती. उत्तम जर्सी काय, कोणीही विणील; पण गळ्यातले, हातातले सगळे दागिने देऊन टाकणं – ही गोष्ट करणाऱ्या किती मुली निघतील? लीनाची मुलगी करील? बघू या की आता.

अंजिरी साडीत उठून दिसणारी लतिका मिनिस्टरांच्या शेजारी बसली. भास्कर फक्त एका यार्डाच्या अंतरावर होता.

सगळ्या जनसमुदायावर नजर फिरवीत मिनिस्टर पुन्हा बोलले, "उत्तम उदाहरण ह्या मुलीनं घालून दिलं आहे. आता बाकीच्या मुली आणि त्यांच्या आयांनी भराभर पुढे आलं पाहिजे."

मग रांग लागली. एकापाठोपाठ एक आली आणि मिनिस्टरांच्या पुढे दागिने जमू लागले. पैसे जमू लागले. सोनं, नाणी, चेक्स. मिनिस्टरचा आवाज पुन्हा घुमला –

"चीनकडून आमच्या पाठीत खंजीर खुपसला जाईल, अशी कधी कल्पना नव्हती. म्हणून आम्ही उत्तर सीमेवर बंदोबस्त ठेवला नव्हता. लढाईचं शिक्षण देऊन एक पलटण तयार ठेवावी, अशी गरज आम्हाला आजवर कधी वाटली नव्हती. त्या भागात आम्ही रस्ते केले नाहीत आणि आमच्यावर आक्रमण झालं. आमच्या स्वातंत्र्यावर घाला आला. स्वातंत्र्यावर आणि आमच्या लोकशाहीवरच्या श्रद्धेवर. जागतिक शांतता आणि भरभराट ह्या आमच्या स्वीकृत तत्त्वावर. आम्ही उपासमारीशी झगडत होतो, देशाची उभारणी करीत होतो. त्या सर्व उत्तम प्रयत्नांवर हे संकट कोसळलं आहे. ह्या संकटाला परतवून लावण्यासाठी दांडगा प्रयत्न करायला पाहिजे; तो होईल. कारण लोक आता खडबडून जागे झाले आहेत."

एवढ्यात युनिफॉर्ममधल्या कोणी निरोप्यानं पी.आर.ओ.पाशी एक पाकीट आणून दिलं. आत तार असावी. भाषणांत गढून गेलेल्या मलिकांनी ते पाकीट तसंच टेबलावर ठेवून दिलं.

"आपला हा शत्रू कशाची चाड बाळगणारा नाही. एक उदाहरण सांगतो. आक्रमणाच्या पहिल्या दिवशीची गोष्ट आहे. 'नाम्का चुव्हलीन' चिनी गस्ती सैनिकांनी घोषणा दिली – 'हिंदी-चिनी भाई भाई'! खंदकात दडून बसलेल्या आमच्या सैनिकांनी ही घोषणा ऐकली आणि जादूसारखा परिणाम झाला. खंदकाबाहेर पडून त्यांनीही प्रतिसाद दिला. हिंदी-चिनी भाई भाई –

"ह्या दोन देशांत युद्ध होणं, ही गोष्ट कधी काळी संभवनीयच नव्हती.

"...आणि खंदकाबाहेर आलेल्या ह्या सैनिकांवर चिन्यांनी गोळ्यांचा भडिमार केला. आपले सैनिक पटापटा मारले गेले.''

श्रोत्यांतून अस्फुट किंकाळ्या ऐकू आल्या. आपल्या नवऱ्याकडे लीनानं पाहिलं. तो तार वाचीत होता. चेहऱ्यावर भीती होती. चेहरा पांढराफटक झाला. काळजात सुरी गेली.

सर्वांगाला कंप सुटलेली लीना स्वत:शीच म्हणाली –

"नाही, असं नाही होणार!''

मलिकांच्या बोटांनी तारेचा कागद चुरगळला... तारेत मजकूर होता –

'भारत सरकारला आपणास कळविण्यास दु:ख होते की, लेफ्टनंट एन. मलिक, गुरखा रेजिमेंट हे बेपत्ता आहेत. बहुधा लडाखमधल्या चळवळीत ते मृत्यू पावले असावेत.'

∎

। बत्तीस ।

भास्करनं आपल्या घरात माओत्से तुंगशी लढाई दिली. माओची पूजा तो आपल्या घरात का चालू देईल? त्याचं रेखाचित्र म्हणजे केवळ कागदावर रंगीत शाईनं रेखाटलेलं एक रेखाटन नव्हतं; तर एक विचारसरणी होती, एक विशिष्ट ध्येयवाद होता.

एक असंबद्ध विचार मनात आला की – गांधीजींनी ह्या गोष्टीला विरोध केला नसता. तसं करणं ही हिंसा ठरली असती. भास्कर काही अहिंसेचा पुरस्कर्ता नव्हता. तरीसुद्धा त्याचं मन कचरलं. ह्या लहान मुलांना दुःख होऊ नये, असं त्याला वाटत होतं. ह्यांना सगळं नीट समजावून कसं सांगावं?

त्याला रूपाची आठवण झाली.

तिच्याशी बोलल्यावर ती म्हणाली, "लहानपणापासून शिकवलेलं तेवढं मुलं करीत राहतात. चीनमध्ये काय, इथे काय, आणखी कुठे काय; मुलं अशीच असतात. तुला त्याचा त्रास का होतो? माओचे चित्र हे एक आदर्शाचे प्रतीक आहे. इतर देशांतून जसे वैदिक, पौराणिक देव असतात; तसा हा त्यांचा देव आहे – जुन्या देवांना आपण बाजूला सारून सिंहासनावर बसलेला. विरोध का करायचा त्याला? वाटला तर चीननं करावा. ती मुलं आज भारतीय भूमीवर आहेत आणि भारताची लढाई चालू आहे चीनशी." रूपानं स्मित केलं.

"त्या पाच मुलींशी तुझी लढाई चालू नाही ना? त्यांची श्रद्धा आहे. लहानपणापासून ती मुलं त्या वातावरणात वाढलीत. तू जर त्यांच्या श्रद्धेवर आघात करशील, तर ती तुझा तिरस्कार करायला लागतील. त्यापेक्षा प्रेमानं त्यांना आपलंसं केलं पाहिजे. कोणत्याही पंथानं घालून दिलेल्या नित्य नेमापेक्षा प्रेम जास्ती मोठं असतं. एक दिवस असा उगवेल, की माओपेक्षा ह्या मुलांना तू मोठा वाटशील." रूपा थोडं थांबून म्हणाली, "हसायला येतंय ना माझ्या बोलण्याचं?"

"हसायला नाही; पण आश्चर्य वाटतंय एका गोष्टीचं.

ती जुळी मुलं तुला आई म्हणतात?''

''कुमारी माता! ह्यात आश्चर्य काय आहे? समज, ती दोन्ही माझीच असती तर?''

''म्हणजे?''

''सांभाळायची दोन्ही, आपली म्हणून.''

''पण त्यांच्या बापाला ती कुणाला अशी दत्तक द्यायची नसली तर? तो केव्हा तरी सुटून माघारी येईलच की.''

''त्याला पाच मुलं आहेत. त्यातल्या दोन लहान जिवांना आई मिळाली, तर त्याला आनंदच वाटेल.''

''पण चिनी माणूस भारतीय आई पसंत करील का?''

''का? भारतीय आई वाईट आहे? तुला आपली मुलं सुखी झालेली नको आहेत?''

''पण, तुझ्या नवऱ्याला ही मुलं आवडणार नाहीत.''

''वाऽ! कोणत्या नवऱ्याला असली गोड मुलं आवडणार नाहीत. तुला एक आश्चर्याची गोष्ट सांगू का?''

''आश्चर्य?''

''हो. काल मी पाहिलं – इन्हकूनं आपलं वहीवरलं नांव खोडून त्या जागी लिहिल होतं –''

''मिडल फिंगर! ह्यात काय आश्चर्य आहे?''

''नाही. तिनं लिहिलंय इन्हकू रॉय!''

''रॉय?''

''लहान मुलाच्या कल्पनेनुसार तिनं आपलं नाव बदलून टाकलं सहजपणे. आम्ही दोघीच होतो, तेव्हा मी तिला विचारलं, तर ती म्हणाली, मला शाळेत जायचं आहे, इतर भावंडं जावोत न जावोत. आणि तुला चिडवायला लागल्या तर गं? तर ती म्हणाली, नाहीत चिडवायची. का? तर म्हणे, इन्हकू रॉय असं माझं नाव झाल्यावर कोण कशाला चिडवील?''

भास्करला आठवलं, ही एकच मुलगी त्याच्या फार सवयीची झाली होती. रोज संध्याकाळी भास्करची वाट बघत ती बंगल्याच्या दारात उभी राही. भास्कर दाराशी नेऊन गाडी उभी करी. गाडीचं पुढचं दार उघडून म्हणे, 'चल बैस.' त्याच्या शेजारी बसून थोडंसं फिरून येण्यात तिला विलक्षण सुख असे.

इन्हकू रॉय ह्या मुलीच्या दृष्टिकोनातून माओच्या चित्राबद्दल काही विशेष भक्ती असेल, असं वाटत नव्हतं.

''जुळी मुलं तर लहानच आहेत. देशभक्ती वगैरे त्यांना काही माहीतच नाही.''

रूपा म्हणाली, ‘‘चॅन्गो आणि नू हसीन आपली संस्कृती, परंपरा जपण्याचा प्रयत्न करतील. इन्हकूची मुळं चीनपेक्षा भारताच्या भूमीत आहेत. आणि तुझा लळा लागल्यामुळे ती जास्ती घट्ट होतील, ह्याच जमिनीत. तिच्या बापाला झाला, तर ह्याच मुलीचा त्रास होईल आणि मोठेपणी तिलाही पुष्कळ भोगावं लागेल.’’

रूपाच्या शेवटच्या बोलण्यानं भास्करचं मन द्रवलं. इन्हकूला तिच्या भारतप्रेमाबद्दल काही भोगायला लागू नये, असं त्याला वाटलं.

दुसऱ्या दिवशीच मेहराबाईंनी ह्या पाच भावंडांचा विषय भास्करपाशी काढला.

‘‘मी तुरुंगात जाऊन भेटले मुलीच्या बापाला. सर, आपल्या मुलींची व्यवस्था तुमच्याकडे झाली आहे, हे ऐकून त्याला काही समाधान झालं नाही. तो म्हणाला की, सी.ई. एकटेच आहेत, गृहिणी कुठं आहे त्यांना?’’

मुलांना चांगला निवारा शोधून देण्याचं एक सत्कृत्य करून मेहराबाईंचं समाधान झालं नव्हतं.

भास्कर म्हणाला, ‘‘साहजिक आहे ते मिस मेहरा. मी त्याच्या जागी असतो तरी –’’

‘‘सर, तुम्ही घेतलीच आहे की त्याची जागा. मुलांचे बाबा होण्यात फार आनंद असतो.’’

‘‘माहीत आहे मला.’’

‘‘म्हणूनच म्हणते, तुम्ही जाहिरात दिली, आलेली उत्तरं पाहिली. अनेक दिवस ती तुमच्या टेबलावर पडून होती. मग अशा काही गोष्टी घडल्या आणि मला ती फाइल फाडून टाकावी लागली.’’

‘‘का? असं काय घडलं?’’

‘‘म्हटलं तर घडलं, म्हटलं तर नाही घडलं.’’

म्हणजे काय? हिला काय म्हणायचं आहे? हिच्या मनात सुमीताचा विचार आहे का?

तिनं गांधीजींची आणि सत्यजितची पुस्तकं वाचायला दिली होती. मेहराबाईंनी ती आपल्याला पोहोचती केली. रात्री-अपरात्री जागून आपण ती वाचून काढली.

‘‘बापडा आहे तो! त्याला मुलगा पाहिजे होता आणि दर खेपेला मुलगीच झाली. जुळं झालं, त्याही मुलीच. आणि अखेर शेवटी बायकोच मरून गेली.’’ असं बोलून मेहराबाई निघून गेल्या.

मेहराबाई गेल्या आणि भास्करला अस्वस्थ वाटू लागलं. गेले काही दिवस असंच होत होतं. कामावर लक्ष लागत नव्हतं. भास्करनं पुन:पुन्हा प्रयत्न केला; पण चित्तच ठिकाणावर नव्हतं.

फिरत्या खुर्चीत स्वस्थ बसून तो डावी-उजवी करीत राहिला.

टॉवरवरच्या घड्याळात साडे-चारचे ठोके पडले – फक्त साडे-चारच?

भास्कर अगदी थकून गेला.

स्टील टाउन पाचला बंद होत असे. पण सहाशिवाय भास्कर बाहेर पडत नसे. पुन्हा ठोके पडले, तेव्हा भास्कर ऑफिसच्या बाहेर आला. हजारो कामगार बाहेर पडत होते. भास्करकडे पाहून ते चकित झाले. इतक्या लवकर सी.ई.नी आज ऑफिस कसं सोडलं?

भास्करच्या चेहऱ्यावर त्यांना विलक्षण थकवा दिसला.

गाडी सुरू केल्यावर त्याच्या मनात आलं, सुमीताच्या आईला भेटावं. बरं वाटेल. सुमीताची पुस्तकंही परत देता येतील. पुष्कळ दिवस आपण ती ठेवून घेतलीत. घरून पुस्तकं घेतली पाहिजेत.

पोर्चमध्ये गाडी उभी करून तो आत गेला. पुस्तकं घेऊन आला आणि इऱ्हकू अपेक्षेनं उभी राहिलेली दिसली. मोटारकडे बघत होती. तिला हिंडून यायचं होतं.

"इऱ्हकू रॉय!" गाडीचा दरवाजा उघडून भास्करनं हाक मारली – "चल माझ्या बरोबर. आधी सांगून ये तुझ्या बहिणींना – परत यायला दोन तास लागतील म्हणून."

गाडी रस्त्याला लागली.

भास्करच्या मनात सुमीताचे विचार होते. तिला जावं लागलं आणि त्याचं कारण भास्कर होता.

देवळातील त्या पाषाणमूर्तीनं जादू केली होती आणि तरुण मुलीचं मन चाळवलं गेलं होतं. ती रेटली जात होती. ह्याचा परिणाम झाला. लाज वाटली. तिला सुटून जावं लागलं. सत्यजितशिवाय आणखी कुठे जाणार?

त्या वेळी भास्करनं स्वत:ला सावरलं होतं. आपल्या स्वभावाविरुद्ध आवरलं होतं. ती कुठे दुखावली जाऊ नये, म्हणून त्यानं पुरेपूर काळजी घेतली होती. तरीपण ह्या गोष्टीला काही मर्यादा होती.

तिच्यात स्त्रीत्वाची भावनाच नव्हती का?

भास्करच्या मनातील अपराधी भावना गेली; पण कळ तशीच राहिली.

शाळेची इमारत आली. ह्या वेळी सुरुची दुसरीकडे कुठे असणार?

गाडीचा आवाज ऐकून सुरुची बाहेर आली. भास्करला पाहून चकित झाली.

"भास्कर?"

भास्करनं ओळख करून दिली.

"ही इऱ्हकू."

“इन्हकू? वा! सुंदर नाव आहे!”

“नुसतं नावच नाही. सगळंच सुंदर आहे.”

“इन्हकू, तू कधी सूत कातलं आहेस का? नाही? मग ये, आज पहिला धडा शीक.” मुलीला आत गुंतवून ती बाहेर आली. शाळेपुढच्या हिरवळीवर जाऊन ती दोघं बसली.

सुरुची आता बदलली होती. पूर्वीची मृदू, कनवाळू नजरेची ती राहिली नव्हती. सुमीताप्रमाणे तीही आता सत्यजितकडे गेल्यासारखी दिसत होती. गांधीग्राम नाहीसं करू पाहणाऱ्या माणसासमोर ती बसलेली होती. ती दुःखी दिसली.

भास्कर नम्रपणे म्हणाला, “ह्या गांधीवादी गावाचा शुद्ध आत्मा आम्हाला पापमुक्त का करीत नाही? आम्ही दूरचे नाही!”

“तुमची करणी तुमच्या वाणीला खोटी पाडते. काय मदत करणार आम्ही? एकत्र राहूसुद्धा देत नाही तुम्ही आम्हाला.”

“ह्या अभेद्य भिंतींच्या आत, एकत्र राहायचं?”

एक मिनिटभर दोघंही गप्प होते. सुरुचीचा विरोध गळून पडला.

ती म्हणाली, “भास्कर, भिंती कोसळणार आहेत ह्या. मला आनंद आहे त्यात.”

“आई, तरीसुद्धा?”

पुन्हा स्तब्धता. सुरुचीला झनकची सगळी कहाणी आठवली. गांधीग्रामविरुद्ध ती बंड करून उठली होती. सुरुचीसुद्धा द्वंद्वात सापडली होती. तिच्या मनात झनकविषयी सहानुभूती होती.

भास्करच्या चेहऱ्यावर अविश्वास दिसताच सुरुची उठली. व्हरांड्यात जाऊन तिनं हाक मारली – “झनकऽऽ ए झनक!”

शाळेत असलेली झनक वर्गाच्या दाराशी येऊन उभी राहिली. कावरीबावरी होऊन बघू लागली.

“इकडे ये झनक. हे स्टील टाउनचे चीफ इंजिनिअर आहेत. ऐकलं असशील तू त्यांच्याबद्दल.”

झनकनं मान डोलवली. हाच तो माणूस. मोठ्या काकांच्या नातवानं फार सांगितलं होतं तिला. तो म्हणाला होता – ‘खरा माणूस आहे तो.’

“तुझं-माझं ठरलंय. तुला वाटेल तेव्हा तू स्टील टाउनमध्ये निघून जायचंस. पुढे इतर मुली तुझ्याच वाटेनं जातील. हे कुरण आता अडसर राहणार नाही. हे मी पुन्हा सांगतेय. का, तर सी.ईं.नी ऐकावं म्हणून. त्यांना हे सगळं झालेलं हवं आहे!”

झनकनं मानेनं होकार दिला आणि तिच्या मनातली शंका भास्करनंच बोलून दाखवली.

"पंचायत हे मान्य करणार नाही. मूळ तत्त्वाविरुद्ध वर्तन पंचायत कशी मान्य करील?"

"मग माझा मतभेद होईल पंचायतीशी."

"आणि सत्यजितशी?"

सुरुचीनं स्मित केलं आणि होकार दिला.

"पण सत्यजित एक व्यक्ती नाहीत, मोठे आहेत. एका भारतीय तत्त्वज्ञानाचे प्रतीक आहेत. पुनरुत्थानवाद. त्याला कसा विरोध कराल तुम्ही आई?"

"एक दुसऱ्या प्रतीकानं – झनकनं!"

त्याला विचारावंसं वाटलं की, सुमीता का नाही?

तिचं नाव का नाही ह्यांच्या ओठावर आलं? का आलं होतं? खरंच, सुमीताचं मन, सुमीताचं भाग्य घडविण्यात हिचा हात कधी लागला? ती नुसती बघत होती आणि सत्यजित सुमीताला घडवीत होता. त्याच्या इच्छेनुसार ती आकार घेत होती.

म्हणून सुमीता नाही, झनक. सत्यजितची झनक कोणी नव्हे.

भास्करनं झनककडे बघितलं. ह्या सावळ्या मुलीनं, एक तांबडंभडक जास्वंदीचं फूल आपल्या काळ्याभोर केसांत खोचलं होतं. तिची नजर त्याच्या नजरेला भिडली, तरी तिनं खाली बघितलं नाही. भास्करला वाटलं, हिला जीवनातली सगळी सुखं हवी आहेत आणि ती मिळविल्याशिवाय ती राहणार नाही. ह्या बाबतीत ती स्टील टाउनसारखीच होती. किती विलक्षण! स्टील टाउनमधली एक मुलगी गांधीग्राममध्ये जन्माला आली होती आणि आपला हेका तडीला न्यायला सिद्ध झाली होती.

"तुझी निवड बरोबर आहे, अशी तुझी खात्री आहे ना झनक? तोच ना मोठ्या काकांचा नातू?" भास्करला जे वाटलं होतं, तेच तिच्या तोंडून आलं –

"हो."

एवढा एकच शब्द ती बोलली; पण डोळ्यांत खोडकरपण होता, तिरस्कारही होता. हिच्याशी जमवून घेणं, ही गोष्ट मोठ्या काकांच्या नातवाला सोपी जाणार नव्हती. पण मुळात जीवनच सोपं-साधं नसतं. प्रयोग करायचे आणि हार पत्करायची, अनुभव घेत-घेत शहाणं व्हायचं. आधुनिक जीवन हे असंच गुंतागुंतीचं होतं.

मध्ये काही व्यत्यय आलाच नाही, अशा पद्धतीनं सुरुची भास्करकडे पाहून म्हणाली – "माझी खात्री आहे, संन्याशिनी आणि स्त्री हे परस्परविरोधी शब्द आहेत. हे पक्कं समजून घ्यायला मला फार वर्षं लागलीत." तिच्या आवाजात धार होती. "कोणा ग्रामपंचायतीला तरुण मुलीच्या भावना काय समजणार?"

भास्कर आश्चर्यानं बघतच राहिला. हिला जर असं वाटत असेल, तर सत्यजितसुद्धा हिच्यापुढे शक्तिहीन होता. सुमीताच्या बाबतीतच आशेला जागा होती. ती आपल्या

बाजूनं उभी राहिली असती.

भास्करला वाटलं, वेगळं वळण मिळायला हवं होतं. दोन्ही पक्षांनी बाजू बदलल्या असत्या, तर केवढं विलक्षण नाट्य निर्माण झालं असतं. सत्यजितची खरीखुरी सखी होती ती सुरुची; सुमीता नव्हे.

"तुम्ही आणि मी एकाच पक्षाचे आहोत." असं म्हणून भास्करनं स्मित केलं. मुलगी आणि नवरा यांच्याविरुद्ध उभं राहताना हिला किती यातना होत असतील!

पण सुरुचीनं मान हलवून नकार दिला. ती म्हणाली, "मी तुझ्याही विरुद्ध आहे भास्कर. माझ्या बाबतीत तीन आघाड्यांवर मला लढा द्यायचा आहे!"

भास्करला उदास वाटलं. केवढं एकाकीपण! एकटीच्या वाट्याला आलेल्या, तिलाच सोसायला लागणाऱ्या यातना... कायमचा हृदयभंग!

उघड्या दारातून इन्हकू आत आली. तिच्या हातात चरखा होता.

मोठ्या अभिमानानं तिनं सांगितलं, "हा चरखा मला दिला त्यांनी –"

सुरुचीनं भावनांची झाकापाक केली, आनंदानं ती ओरडली – "स्टील टाउनच्या चीफ इंजिनिअरच्या घरात चरखा शिरला. भास्कर, सांभाळ हो!"

एकाएकी भास्करला सुमीताच्या पुस्तकांची आठवण झाली.

"आलो हं, एका मिनिटात."

असं म्हणून तो बाहेर गेला आणि गाडीत राहिलेली पुस्तकं घेऊन आला. "ही सुमीताची आहेत. मेहराबाईंनी आणून दिली होती मला."

सुरुची म्हणाली, "मी पत्रातून सगळा खुलासा केला आहे भास्कर."

उत्तरादाखल भास्करनं आपले खांदे किंचित उडवले. मनात कडवटपणा होता.

मोटार मोठ्या रस्त्यानं धावू लागली.

मांडीवर चरखा घेऊन बसलेल्या इन्हकूनं विचारलं, "घरी जायचं?"

मोटार थांबवून भास्कर म्हणाला, "तुझ्या मर्जीवर आहे."

तिन एकवार चरख्याकडे आणि पुन्हा रस्त्याकडे पाहिलं.

भास्करला हसू आलं. तो म्हणाला, "पुन्हा जाऊ कधी तरी त्या रस्त्यानं. मला माहीत आहे, तुला आपल्या नव्या खजिन्याबद्दल काय वाटतंय ते. काय गं, त्यांनी कापूस नाही का दिला तुला?"

तिच्या फ्रॉकच्या खिशात कापूस होताच.

तासाभरातच मोटार पुन्हा पोर्चमध्ये येऊन उभी राहिली. काखेत चरखा घेऊन इन्हकू आत पळाली. भास्कर आपल्या झोपण्याच्या खोलीकडे गेला. त्याला वाटलं,

थोडं पडावं आता निवांत.

त्यानं दार उघडलं आणि तो जागच्या जागी उभा राहिला!

अंगावर नुसती लहान चड्डी असलेली रूपा बिछान्यावर पडलेली होती. पक्ष्यानं उड्डाणासाठी पंख पसरावेत, तसे तिनं दोन्ही हात पसरले होते. नू हसीन तिचं अंग रगडत होती. तिचे हात रूपाच्या पोटावर गेले, तशी ती किंचाळली आणि लगेच श्वास रोखला गेला. तिनं भास्करला दारात उभा राहिलेला पाहिला.

हातांनी अंग झाकून घेण्याचा प्रयत्न तिनं केला, पण किती झाकलं जाणार? मग ती पालथी आणि उशीत तोंड खुपसून पडली. नू हसीननं गंभीरपणे भास्करकडे पाहिलं.

"सर, तुम्ही बाहेर जा."

पण भास्करला रूपावरून दृष्टी काढावीशी वाटेना. तो मंत्रमुग्ध होऊन पाहत राहिला.

रूपानं उशीवरचं तोंड थोडं उचलून पर्याय सुचवला, "फक्त इकडे पाठ करून उभे राहिलात, तरी मी कपडे घेऊन बाथरूममध्ये जाईन."

पाठ फिरवून उभा राहिलेल्या भास्करच्या मनात आलं, तरीच माझ्या बिछान्याला तो सुगंध येत होता हं – स्त्रीच्या अंगाचा सुगंध...! म्हणजे, अशी अंगावर काही न घालता ही आज काही पहिल्यांदा झोपलेली नाही इथं. ह्या विचारसरशी सर्वांग उष्ण झालं आणि तेव्हाच मागे बाथरूमचं दार दडपलं गेलं.

बाथरूमकडून कापरा आवाज आला :

"सॉरी हं. मी कलंकित केला तुमचा बिछाना. एक मिनिट थांबा, मी चादर बदलते."

भास्कर कॉटच्या कोपऱ्यावर बसला आणि कलंकित बिछान्याचा सुगंध त्यानं छातीत भरून घेतला. तिला 'तशी' पाहण्याची इच्छा त्याच्या मनात उफाळून आली. बंद दाराकडे बघून तो मनाशी म्हणाला, 'मी आता थांबणार नाही, शक्य नाही थांबणं!'

उठून दोन पावलं गेला.

इतके दिवस आपण का बरं थांबलो?

मग त्याच्या लक्षात आलं की, सगळी मुलं गोळा होऊन शांतपणे पाहत उभी आहेत. भास्कर थांबला. ही इथे का आली? का जात नाहीत ही आता? आपण एकटे का नाही ह्या क्षणी?

आणि बाथरूमचं दार उघडून, पांढरी शुभ्र साडी नेसलेली रूपा बाहेर आली. तिचा चेहरा शांत होता, जणू काही काहीच घडलं नव्हतं.

कॉटपाशी जाऊन ती उशीचा अभ्रा काढू लागली.

भास्कर म्हणाला, "राहू दे रूपा."

गोंधळून ती बघतच राहिली.

का राहू दे?

मग पट्कन तिला कारण कळलं.

एकमेकांकडे एकटक पाहत ती दोघंही उभी राहिली. पक्ष्यासारखे हात पसरून पाठीवर झोपलेली, लज्जेनं अंग झाकून घेऊ पाहणारी रूपा!

रूपाचा चेहरा लाजून लाल झाला. तो रूपगंध केवढ्या भपकाऱ्यानं आला. तिला घट्ट मिठीत घ्यावी, असं भास्करला वाटलं.

"रूपा –!"

रूपानं पापणी पाडली. तिच्या चेहऱ्यावरचा रंग जास्तीच गडद झाला. काही क्षणांनी तिनं वर पाहिलं, तेव्हा तिच्या नजरेत एक उदास भाव होता. भास्करला वाटलं, तिला असं दिसायचं नव्हतं आपल्यापुढे – आपल्या दोघांमध्ये आता ती विवस्त्र स्त्री आहे. आपल्या दृष्टीनं एक फल, तिच्या दृष्टीनं अडथळा.

रूपाचा वाटणारा अडथळा हा तिलाही फल वाटायला लावणं, आता त्याच्याच हाती नव्हतं का?

एवढ्यात एक बालिश आवाज आला. त्झुचून बिछान्यापाशी रांगत आली होती आणि म्हणत होती – "फेकऽ फेकऽऽ"

कुणी काही करेना, तेव्हा दोन्ही हात वर करून ती पुन्हा म्हणाली, "फेक ना मला!"

भास्करनं तिला उचलून वर फेकलं. पोरगी आनंदाने किंकाळ्या मारीत होती. वरून दाणकन येऊन ती गुबगुबीत, स्प्रिंगच्या कॉटवर आदळली.

"पुन्हा आता."

त्झुचूनचा हा नित्याचा खेळ झाला होता.

टिंगलिंग जवळ उभी राहून तिऱ्हाइतासारखी बघत होती. ती घाईला येऊन ओरडली, "मला तोंड करून दाखव ना."

भास्कर रागानं तिच्याकडे बघू लागला. त्याला एकांत हवा होता – रूपाबरोबर. मोठ्या मुली गेल्या होत्या आणि ही दोन पोरंच मधे कडमडत होती.

ती लहान पोरं काळ्याभोर, अधीर डोळ्यांनी भास्करकडे पाहत होती. अपेक्षेनं पाहत होती.

भास्करचा राग वितळून गेला. तो तिला तोंडं वेडीवाकडी करून दाखवू लागला. भास्करप्रमाणे आपणही तोंडं वेडीवाकडी करण्याचा प्रयत्न टिंगलिंग करीत होती. खिदळत होती आणि त्झुचून गंभीर चेहऱ्यानं तिऱ्हाइतासारखी बसून होती.

भास्कर म्हणाला, "रूपा, आता पाळी तुझी. तुला येतात का अशी तोंडं करायला?"

"बघते प्रयत्न करून."

तिला जमलं नाही. कोणी हसलं नाही.

भास्करला वाटलं, किती आकर्षक दिसते ही! पुन्हा तो अस्वस्थ झाला. त्याला रूपा हवी होती.

जाऊ देत ही मुलं इथून. मग –

दोन्ही पोरी रूपाच्या मांडीवर ढम्म बसून राहिल्या.

तो सुगंध पुन्हा एकवार भपकारला आणि हलके-हलके नाहीसा झाला.

■

। तेहतीस ।

डोंगरकपारीखाली शहर वसलेलं होतं. खाली हिरवी गर्द कांग्रा दरी होती, उघड्या-बोडक्या डोंगरपायथ्यापर्यंत पसरलेली. खालून वर येणाऱ्या नागमोडी रस्त्याच्या कडेला मोहरानं भरून गेलेले वृक्ष होते आणि रस्त्यावर तिबेटी लोकांची गर्दी वाहत होती. केशरी वस्त्रं ल्यालेले लामा, फाटक्या कपड्यांतले भटके लोक... फाटक्या टोप्या आणि गुडघ्यापर्यंत येणारे बूट घातलेले, लढाऊ खांबा गर्दीत दिसत होते. धर्मगुरूचे आशीर्वाद घेण्यासाठी लोकांची रीघ नेहमीच लागलेली असे ह्या शहराकडे. ह्या सुंदर आणि शांत ठिकाणी दलाई लामा राहत होते. आपल्या देशाच्या – तिबेटच्या – परसात राहावं तसं. पण हा प्रदेश तिबेटसारखाच होता, असं म्हणता आलं नसतं. सौंदर्य आणि शांतता एकत्रच नांदते. शांतता नाहीशी होते, तेव्हा सौंदर्यही नाहीसं होतं. दलाई लामांचं मन जुन्या आठवणींनी उदास होत असे. किती तरी लोक मारले गेले होते. हे केवळ जनतेचं, पंचशील तत्त्वाचं, धर्माचं मरण नव्हतं; तर शेकडो सामाजिक मूल्यांचं होतं. हजारो चांगुलपणांचं होतं. सभ्यता, मानवता यांचा हा मृत्यू होता.

स्वर्गाश्रम नावाच्या बंगल्यात जाऊन दलाई लामांना अनेकदा भेटून आल्यावर सत्यजितचं मत झालं, ते असं –
देशातील लोक ज्याला देव मानीत होते, त्या तरुण दलाई लामांकडे सत्यजितचं मन आकृष्ट झालं. एवढी प्रतिष्ठा, मोठेपणा असूनसुद्धा दलाई लामा नम्र होते. त्यांनी गांधीजींसंबंधी अनेक प्रश्न विचारले. ह्या प्रश्नांत चांगलीच जाण दिसत होती. गांधीजींना भेटण्याचं भाग्य आपल्याला कधी लाभलं नाही, ह्याची हळहळ त्यांनी सत्यजितपाशी बोलून दाखवली. त्यांची खात्री होती की, आज गांधीजी असते तर तिबेटच्या

मुक्तीसाठी त्यांनी एक प्रचंड आंदोलन सुरू केलं असतं. दलाई लामा पूर्णत: बौद्धधर्मी होण्याचा प्रयत्न करीत होते – म्हणजे ते अहिंसेचं तत्त्वज्ञान अंगी बाणवत होते. पण चिनी आक्रमणामुळे त्यांना ते साधलं नव्हतं. त्यांच्या देशातल्या लोकांनीही अहिंसा मानली नव्हती.

पहिल्याच भेटीत अर्धा तास झाल्यावर दलाई लामांनी सत्यजितला विचारलं, ''आता भारतापुढेही हेच संकट उभं आहे. तिबेटमधल्या लोकांनी जे सहन केलं, त्याची खरीखुरी जाणीव भारताला आता तरी होईल का? बाकी राष्ट्रं आता तरी काही शब्द तोंडातून काढतील?''

सत्यजितचं उत्तर स्पष्ट, स्वच्छ नव्हतं. तो म्हणाला, ''आपण आपलं मन पुस्तकातून मांडलं आहेच. तरी पण आमच्या शंका अद्याप पूर्ण झालेल्या नाहीत. तुमच्या सामाजिक व्यवस्थेमुळे आम्ही तुमच्यापासून वेगळे पडलो. लष्करातील नोकरीबद्दल जहागीर देण्याचा शिरस्ता, हे जुन्या समाजव्यवस्थेचे अवशेष आता नव्या कोंदणात कसे बसणार? ते नामशेषच होणार की!''

''तुम्ही म्हणता ते सत्य आहे; पण आम्ही जुन्या पद्धती बदलण्याच्या मार्गावर असतानाच चीनचं हे आक्रमण झालं. अर्थात आमची सुधारणा अगदी मंद गतीनं चालू होती, हेही खरं. तिबेटी लोकांना आपल्या परंपरा समूळ उखडलेल्या नको होत्या. नव्या परिस्थितीशी हलके-हलके जमवून घेणंच आम्हाला जमलं असतं.''

दलाई लामांचं बोलणं इंग्रजीमधून सत्यजितला सांगणाऱ्या दुभाषाला बोलल्यावाचून राहवलं नाही. तो म्हणाला –

''हे लोक पक्के धूर्त आहेत. स्वत:ला मार्क्सवादी म्हणवून त्यांनी कार्ल मार्क्सला धोका दिला आहे. त्यांच्या बाबा-दादांनी लढून कधी काळी तिबेट जिंकलेला होता, म्हणून हे आज त्याचे वारस. तिबेटचं शरीर आणि आत्मा ह्याचा ते ताबा घेणार आणि दोन्हींचाही नाश करणार. तिबेटी लोकांची सर्रास कत्तल करणार आणि त्यांच्या जागी चीनमधले हान लोक आणून बसवणार.''

दलाई लामांनी मान हलवून होकार दिला. त्यांची इंग्रजी शिकण्यातली प्रगती चांगलीच झालेली होती.

''भारताच्या पंतप्रधानांनी म्हटलंय की, अशा तऱ्हेचं आक्रमण ही गोष्ट आता पुराणकाळात जमा झाली आहे, असं आम्ही गृहीत धरलेलं होतं – त्यांना म्हणायचं होतं भारताचं आक्रमण, पण –''

परमपवित्र दलाई लामा गप्प झाले. त्यांच्या ओठांवर उदास, स्मित दिसलं. आपल्याला राजनैतिक आश्रय देणाऱ्या उदार मनाच्या यजमानाबद्दल काही कटू शब्द बोलणं त्यांना नको आहे, हे स्पष्ट दिसलं. हा राजनैतिक आश्रय हेच भारतावर संकट येण्याचं कारण झालेलं आहे, असा प्रवाद होता. त्यामुळेच भारतावर पेकिंगचा राग

होता. पण हे इतकं सोपं, साधं नव्हतं. दलाई लामांना पकडून नष्ट करण्याचा चिनी इरादा ही गोष्ट इतकी महत्त्वाची नव्हती. चाळीस कोटी लोकांची मैत्री एवढ्या कारणासाठी ते झिडकारणार नव्हते.

दलाई लामा म्हणाले, ''माझी खात्री आहे, चिनी लोक जोपर्यंत तिबेटवर अंमल गाजवून आहेत, तोपर्यंत आग्नेय आशियातील देशांत शांतता नांदणार नाही, त्यांची प्रगती होणार नाही. आपण माझ्यावर विश्वास ठेवा – चिनी जनतेबद्दल माझ्या मनात राग नाही. ते चांगले लोक आहेत. मला माहीत आहे, काही मूठभर लोकांच्या कृत्याबद्दल सबंध जनतेला जबाबदार धरता येत नाही.''

इतके अत्याचार सोसूनही दलाई लामांनी आपलं मन कडवट होऊ दिलेलं नव्हतं. एका बौद्धधर्मीयानं आणखी काय करावं?

नंतर झालेल्या सगळ्या भेटीत राजकारणावर ते बोलले नाहीत. त्यांच्या बोलण्याचा विषय 'धर्म' हा होता. बौद्ध धर्मावरच्या विश्वासाचं हे जितं-जागतं प्रतीक, इथल्याशिवाय जगात इतरत्र कुठं होतं?

डोंगरमाथ्यावरील हे ठिकाण सोडण्याच्या वेळी सत्यजितला वाटलं की, आपले दोन आठवडे कारणी लागले. आता इथल्या मुक्कामाचे काही तासच उरले होते. ते एकट्यानंच निवांत काढायला हवे होते. धौलाधारच्या उत्तुंग कड्याकडे नजर लावून सत्यजित चिंतनात मग्न होता. पण एक दिवसासाठी आलेला बिरेश्वर त्याला सोडीत नव्हता. युद्धआघाडीवरची ताजी बातमी सत्यजितला सांगितल्याशिवाय त्याला राहवेना.

''भारतीय सेना आता चांगलीच चेपली गेली होती. कोणत्याही आघाडीवर ती चिनी सेना थोपवू शकली नव्हती. नाही म्हणायला काही ठिकाणी तिनं प्रतिहल्ले करून लहान-लहान विजय मिळविले होते.

''प्रेसिडेंट नासरनी तडजोडीसाठी सुचविलेला चतु:सूत्री फॉर्म्युला पेकिंगनं नाकारला होता.

''पागाँग सरोवराच्या आसपास शत्रुसैन्य मोठ्या संख्येनं एकत्र होत होतं. चुशूलवर जोरदार हल्ला चढविण्याचा त्याचा इरादा होता. दक्षिण लडाखमध्ये चुशूल ही भारतीय सेनेची मोठी चौकी होती. चौदा हजार फूट उंचीवर विमानं उतरण्यासाठी तिथे विमानपट्टी होती. आसपासच्या टेकड्यांवर शत्रूनं माऱ्याच्या जागा घेतल्या होत्या, मशिनगन्सचं जाळं पसरलं होतं. भारतीय फौजेला रसद पोहोचविणारी विमानं ह्या विमानपट्टीवर उतरू लागताच मारा करण्याची त्यांनी सिद्धता केली होती आणि आता ते टँक्स व तोफा आणून समोरासमोर सामना देण्याच्या तयारीला लागले होते.''

आणि एक आश्चर्यकारक बातमी होती.

''क्युबा बेटावरील सोव्हिएत मिसाइल्स बिनशर्त परत घेण्याबाबत क्युबाचा विरोध अधिक तीव्र व्हावा ह्यासाठी, युद्धशांती हवी असणाऱ्या चीननं जोरदार प्रचार सुरू केलेला होता!''

बिरेश्वरनं सांगितलं – ''संसद लॉबीमध्ये गरम चर्चा झाली या विषयावर. भारतावर आक्रमण करताना चीननं अशी अपेक्षा तर केली नव्हती की, त्याच सुमारास क्युबानं अणुयुद्ध सुरू करावं? अंतर्गत प्रश्नात गुंतून राहिलेल्या अमेरिकेला भारताच्या मदतीला धावून येणं शक्य होईल का? हल्ल्यासाठी चीननं अशीच वेळ निवडली आहे. महिन्याभरात पूर्व भागातील डोंगरी वाटा बर्फवृष्टीमुळे पूर्णपणे बंद होतील.''

''म्हणजे काही आठवड्यांच्या आतच सेनेनं निर्णय घेतला पाहिजे – असंच ना?''

''हो. रशियानं घेतलेला शांततेचा पवित्रा चीनच्या रागाचं कारण झाला आहे, तो ह्याच संदर्भात. रशियन लोकांनी आपल्याला धोका दिला, असं चीनला वाटतं.''

सत्यजित म्हणाला, ''सीमारेषा निश्चित केली जावी, काही हजार चौरस मैल असलेला उजाड निर्जन भूभाग मिळावा, ह्यापेक्षा आणखीही काही चीनला हवं आहे, यावर आपला विश्वास आहे का? आपण त्यांना संशयाचा फायदा का देऊ नये? अशा तऱ्हेनं समझोता घडवून आणला, तर आपला फायदाच होणार नाही का? पुढे घडणारा इतिहास ह्या नाजूक धाग्यापाशीच अटकून राहिला आहे.''

''केवळ भलं व्हावं, अशी इच्छा करून काही होणार नाही. वस्तुस्थितीकडे काणाडोळा केल्यानं ती बदलत नाही. एक खात्रीलायक बातमी आहे की, चीनमध्ये मुख्य प्रदेशात असलेल्या सबंध मोटार ट्रक्सपैकी, सहावा हिस्सा ह्या आक्रमणाच्या कामी राबविला जातो आहे. केवढा खर्च होत असेल, ह्याची कल्पना करा. हे एवढं होतंय ते काय नेहरूंची थोडीफार अप्रतिष्ठा जगात व्हावी म्हणून? मॅकमोहन रेषेला कुठे काट मारावी म्हणून? नाही. हे आक्रमण म्हणजे एका मोठ्या योजनेचा भाग आहे!''

दलाई लामा थांबले. सत्यजित ह्यावर काही बोलतो का, म्हणून त्यांनी वाट पाहिली. सत्यजित बोलला नाही, तेव्हा ते पुढे म्हणाले – ''पेकिंगमध्ये ट्राटस्की आला आहे. तुम्ही म्हणाला की, पूर्वीच्या साम्राज्यवादाची ही पुनरावृत्ती नाही. पण ट्राटस्कीनेसुद्धा माओला मान्यता दिली नसती. चीनच्या विस्तारवादामागे नंगा स्वार्थ आहे. आपल्या प्रचारयंत्रणेवर त्यांचा फार विश्वास आहे. त्यामुळे, काळंकुट्ट असत्यसुद्धा लखलखीत सत्य ठरवता येतं, असं त्यांना वाटतं. डाव्या स्वप्रणालीच्या लोकांना आपल्या बाजूला घ्यावं म्हणून, पेकिंग रेडिओवरून ते चौदा इंग्रजी आणि तीन हिंदी

कार्यक्रम करतात. इंडोनेशियात त्यांची ही युक्ती सफल झाली होती. दिल्लीला असलेली चिनी वकिलात ह्याबाबतीत चांगलीच कार्यक्षम आहे. पण एक लक्षात घ्या, भारतातील कम्युनिस्ट पक्षानंसुद्धा ह्या आक्रमणाचा निषेध केला आहे.''

सत्यजित पूर्वेकडे बघू लागला. शेवटचा प्रदेश धोंडाफेकी इतक्या अंतरावरच होता. लडाखसुद्धा फार दूर नव्हता.

मध्ये फक्त कड्यांच्या भिंती उभ्या होत्या. आपण जर पक्षी असतो, तर....

बिरेश्वर पुन्हा बोलू लागला – ''संसदेमध्ये आणखी दोन दृष्टिकोन ऐकू येतात. कमी नाट्यपूर्ण – पण आहेत. भारताची आर्थिक प्रगती रोखण्यासाठी चीन जिवापाड धडपड करील. नाहीतर सर्व आशियात भारतातील लोकशाही आदर्श ठरेल, हा एक दृष्टिकोन आणि दुसरा – आशिया-आफ्रिका एकजूट मोडून काढण्याचा प्रयत्न चीन करणार. वरून मात्र तो तसं दाखविणार नाही. भारताची अप्रतिष्ठा झाल्याशिवाय आपला कठपुतळीचा खेळ आशियातल्या आणि आफ्रिकेतल्या देशांना चीन दाखवू शकणार नाही.''

बिरेश्वर एकाएकी थांबला. दूर होणाऱ्या आवाजाकडे त्यानं कान दिला. दोघंही त्या दिशेला बघू लागले.

घोषणा ऐकू येत होत्या –

''चौ एन लाय... हाय, हाय! चाऊ एन लाय... हाय, हाय!''

काही मिनिटांतच मिरवणूक दिसू लागली. खालून येणाऱ्या वाटेवर ती दिसत होती. गर्द झाडीनं भरलेला घाट हळूहळू चढत होती.

लहान मुलं, मुली होत्या.

चेहरे आणि डोळे अर्धवट मंगोली, अर्धवट पहाडी जमातीसारखे. फाटके कपडे घातलेली कामगार मजुरांची पोरंही होती. पोरींनी खादीची जाकिटं घातलेली, पोरांनी गुडघ्याखाली येणाऱ्या रंगीत तुमानी घातलेल्या. त्यांच्या हातातल्या बांबूवर घोषणा फडकत होत्या, *''चिनी, चले जाव यहाँसे...'' ''आमच्या पवित्र सीमेवरून चालते व्हा चिन्यांनो!''*

पोरं छात्या बडवून घेत होती. त्यांची शरीरं दुःखानं थरथरत होती, कापत होती. मुलींनी आपले केस पाठीवर मोकळेच सोडलेले होते. त्यांच्या गालांवर अश्रूंचे डाग होते. मिरवणुकीच्या मध्यभागी सहा मुलांनी एक ताटी खांद्यावर घेतली होती. त्यावर डोळे झाकून उताणा पडलेला कोणी मुलगा होता.

सत्यजित ओरडला, ''मेला काय?''

बिरेश्वर मोठ्यानं हसला.

त्याच वेळी त्या मुलानं डोळे उघडले आणि पुन्हा मिटले. त्याच्या चेहऱ्यावर

हसू दिसलं.

"अरे, तो चाऊ एन लाय झालाय. त्याचा चेहरा बघ की सत्यजित!"

दोघे आता मिरवणुकीबरोबर चालत होते!

"हो, आठवलं – आज 'भारत संरक्षणदिन' आहे. सगळ्या देशात आज हजारो मेळे, मिरवणुकी निघाल्या असतील. पण ह्या निद्रिस्त खेड्यात एवढी कल्पनापूर्ण मिरवणूक निघेल, असं वाटलं नव्हतं."

"आणि ते हाय, हाय, हाय, हाय कशासाठी?"

"शोकप्रदर्शनाची ती इकडची रीत आहे. चीनशी असलेली मैत्री सरणावर गेली म्हणून ते हाय, हाय करताहेत. गतगोष्टीचं प्रतीक म्हणजे तो ताटीवर झोपलेला लहान चाऊ एन लाय."

ताटी वाहणारा एक पोरगा बाजूला झाला आणि त्यानं गावठी बिडी पेटवली. स्वत: थोडा धूर काढला आणि मग ती झोपलेल्या चाऊ एन लायच्या तोंडात दिली. दोघं एकमेकांकडे बघून हसले आणि तो पोरगा पुन्हा ताटीला खांदा देऊन चालू लागला.

आपल्या साथीदारांना तो म्हणाला, "चाऊजींशी निर्दयपणानं वागायचं नाही. डोळे बंद... काही करता येत नाही बापड्याला. निदान घसा तरी शेकू दे."

दुसरा म्हणाला, "पण चाऊजी बिडी ओढतात, हे तुला काय ठाऊक? वयाच्या साठाव्या वर्षी त्यांना ही सवय लावून उपयोगी नाही."

"वा:! त्याला माहीत नाही होय? आम्ही गरीब आहेत, हे ठाऊक आहे त्याला. तो गंमत करतोय. आपली मूठ दाखवतोय."

"खरं आहे. बिडी काढ त्याच्या तोंडातली."

बिरेश्वरनं पाहिलं, तर तो झोपलेला पोरगा भकाभका धूर काढीत होता. बिडीचं टोक चमकत होतं. इतकी घाई करण्याचं त्याला काही कारण नव्हतं. कुणी तरी म्हणालं – "चाऊजींना काय समजायचं ते समजू दे. आमचे आम्ही; त्याच्यासारखे कसे असू? मुठी वळून दुसऱ्याला घाबरं करणारे मवाली नाही आम्ही."

काही वेळ शांतता झाली. मग पुन्हा घोषणा –

"चला, चाऊजींना बिडी ओढू द्या मनसोक्त."

मिरवणूक पुढे निघून गेली.

बिरेश्वर विचारपूर्वक बोलू लागला – "दया, दुर्बलता ही एकाच शब्दची दोन रूपं आहेत का? ख्रिस्तानं जेव्हा आपल्या अनुयायांना सांगितलं की, शत्रूवर प्रेम करा; तेव्हा त्यानं अनुयायांना नपुंसक केलं का? पुढे मग ख्रिस्ताचा उपदेश न मानण्यावाचून त्यांना पर्याय उरला नाही. बुद्ध जेव्हा माणसामाणसांत बंधुभाव निर्माण करीत होता, तेव्हा त्यानं आक्रमकांसाठी भारताची वेस उघडली असती का?"

सत्यजितनं स्मित केलं.

"तुला असं खरंच वाटतं का?"

पण बिरेश्वर ख्रिस्तपूर्व तिसऱ्या शतकात शिरला होता.

"सम्राट अशोकानं बौद्ध भिक्षूची पिवळी वस्त्रं परिधान केली होती. आजवर साम्राज्यविस्तारासाठी उपसलेली नंगी तलवार आता म्यान झाली होती. कलिंग युद्धातील भीषण संहार पाहिल्यानंतर आता पश्चात्तापाच्या वेदना होत होत्या. बुद्धाच्या संदेशामुळे ह्या वेदना नाहीशा झाल्या आणि इतिहासात कोणाही राजानं मिळविलं नाही, ते वैभव अशोकानं मिळवलं. कूटनीतीच्या जागी आता करुणाई होती. चंद्रगुप्त मौर्यांनी मिळवलं ते शस्त्रबळ आता सैनिकबळापुढे निष्प्रभ झालेलं होतं.

"सर्व मनुष्यमात्र माझी लेकरं आहेत. माझ्या मुलाबाळांना ह्या जन्मी आणि पुढच्या जन्मी सुख-समृद्धी लाभावी, अशी माझी इच्छा असते; ती सर्व मनुष्य-मात्रांबद्दलही आहे."

केशरी वस्त्रं परिधान केलेले बौद्ध भिक्षू ह्या नव्या मानववादाचा प्रसार करीत हजारो मैल पायी हिंडले. सागरपार पेंगूपर्यंत, पूर्वेकडील द्वीपसमूहापर्यंत, पर्वतापलीकडे मध्य रशियापर्यंत. ग्रीकांच्या अमलाखालील इजिप्त आणि सिरियापर्यंत. देमेत्रिऑस त्याच्या उंच्यापुऱ्या बॅक्ट्रिअन लढवय्यांसह आला. काही काळ ग्रीकांनी पंजाब घेतला. नंतर एकामागून एक आक्रमक आले – शक, इन्डो-पर्शियन, कुशाण.

अशोकाच्या अगोदरही आक्रमणं झालेली होती. चंद्रगुप्त मौर्य सिंहासनावर असताना सिकंदराचा सेनापती सेल्युकस भारताच्या वेशीवर धडक मारून गेला होता. चंद्रगुप्तानं त्याचा पराभव केला होता. आपली मुलगी हेलन आणि काही ग्रीक भूभाग ह्यांच्या बदल्यात सेल्युकसनं शांतता विकत घेतली. हा धडा मिळताच ग्रीकांनी भारत सोडला आणि नंतर चंद्रगुप्तचा नातू सम्राट अशोक, सर्वश्रेष्ठ असा बौद्ध बोलला की, अखिल मनुष्यमात्र ही माझी लेकरं आहेत....

विमानाचा घरघराट झाला. बिरेश्वर अशोकाच्या काळातून चालू काळात आला. एक एकाकी हेलिकॉप्टर धीम्या गतीनं धौलाधारच्या निळ्या विस्ताराकडे जात होतं.

सत्यजित चिंतायुक्त होऊन बोलला, "उंचीवर गेलं पाहिजे त्यानं, नाहीतर धडक होईल डोंगराशी."

बिरेश्वर म्हणाला, "ह्या पोलादी गरुडांना आपल्या वाटा चांगल्या ठाऊक असतात." मग त्याच्याही चेहऱ्याही चेहऱ्यावर चिंता दिसली, "ह्याचा पायलट आपला हा तर नसेल?"

"कोण?"

बिरेश्वर मिनिटभर त्या हेलिकॉप्टरकडे दृष्टी लावून उभा होता. ढगाआड ते दिसेनासे झाल्यावर तो म्हणाला, ''दिल्ली सोडताना मला कळलं की, देवीप्रसादला ऑर्डर मिळाली आहे. आणीबाणीच्या परिस्थितीमुळे त्याची रजा कॅन्सल झाली आहे. बहिणीनं फोनवरून हे सांगितलं मला. आता बोलताना ती मेजर जरनल नव्हती, काळजी करणारी साधीसुधी आई होती.''

''साहजिक आहे बिरेश्वर.''

''त्याच दिवशी मी सुमीताशी बोललो. तीही अगदी वेगळी होती. आपल्या आईसारखी – सुरुचीसारखी.''

''कोणत्या अर्थानं म्हणतोस बिरेश्वर?''

''जीवनासंबंधी आसक्ती बाळगणारी. वीस वर्षांपूर्वी तिची आई जशी होती, तशी. त्याच काळी तुझं लग्न तिच्याशी –''

मध्येच सत्यजितनं विचारलं, ''तुला असं वाटतं बिरेश्वर, सुरुचीला अजून आसक्ती आहे?''

''तिचं मन समजून घे सत्यजित. इतकी वर्षं तू तिला तुझ्या इच्छेप्रमाणं घडवलीस. आता अशी एक वेळ आलीय की, तू तिला संधी द्यावीस. तिला तिच्या इच्छेनुसार वागू दे. तिला तू शरण जा, म्हणजे सगळं सुरळीत होईल.''

''बिरेश्वर...'' सत्यजितनं बिरेश्वरचा दंड पकडून म्हटलं. पण पुढे शब्द उमटले नाहीत, घशातच राहिले.

बिरेश्वर पुन्हा आभाळाकडे पाहत होता. ते लहान विमान ढगातून बाहेर पडलं होतं आणि उतरण्यासाठी जागा शोधीत होतं.

''मला वाटतं, हा देवीप्रसाद असेल.''

बिरेश्वरनं मान हलवली.

''किती वेडेपणा आहे! भारतीय विमानदलात असे शेकडो पायलट असतील. हिमालयीन आघाडीकडे जात असतील.''

एवढं असूनसुद्धा बिरेश्वर त्या एकाकी हेलिकॉप्टरकडे पाहतच राहिला. जणू काही त्याचा पायलट कोण आहे, याचं उत्तर त्याला मिळणार होतं.

■

‖ चौतीस ‖

ब्रिगेडियरच्या पत्नीची जवानांशी प्रत्यक्ष गाठभेट झाली आणि कँटीन चालविण्याच्या धर्मादाय कामावरची त्यांची श्रद्धा नाहीशी झाली.

बाईंनी कँटीन आपल्या ताब्यात घेतल्यावर सुमारे अर्ध्या तासानं आलेली तुकडी रस्ते बनविण्याच्या कामगारांची होती. त्यांना पाहून बाई उदास झाल्या. दुसऱ्या दिवशी दुपारी आलेले लोक वैद्यकीय पथकातील होते. तरीपण चतर्जीबाईंनी आशा सोडली नव्हती. कँटीन बरं दिसावं म्हणून त्यांची खटपट चालली होती. सगळीकडे पसारा होता. जेवणाच्या थाळ्या ठेवण्यासाठी टेबलं नव्हती.

विटांवर विटा रचून त्यावर आडव्या टाकलेल्या फळ्या होत्या, टेबलाऐवजी. त्यांच्यावर निदान टेबलक्लॉथ असता, तर बरं. थोडं बरं दिसलं असतं. मग त्यांनी ठरवून टाकलं की, आपल्या घरून दोन-तीन टेबलक्लॉथ आणायचे. एक फुलदाणीही आणायची. उद्या –

"उद्या?"

आई हे बोलली, तेव्हा नंदिनीला आश्चर्य वाटलं. आई उद्या परत इथे येईल, ह्यावर तिचा विश्वासच नव्हता. पण चतर्जीबाईंनी अजून आशा सोडलेली नव्हती. एके दिवशी खरेखुरे जवान येणारच इथे – दिल्ली स्टेशनवर. आणि जाता-जाता त्या कँटीनमध्ये येऊन ते काही खाणारच. शेवटची तुकडी आली तीसुद्धा वाहनांची देखभाल करणाऱ्या लोकांची. तरीसुद्धा चतर्जीबाई म्हणत होत्या, उद्या अगदी खरेखुरे जवान येतील.

आणि खरंच ते आले. एअर फोर्सची जमिनीवरची तुकडी. हे आत्ता पालम विमानतळावर जाऊन 'रिपोर्ट' करणार आणि मग खूप उंचीवरच्या धावपट्टीकडे विमानानं पोहोचणार. पार बर्फाच्छादित मैदानापलीकडे. त्यांना फक्त अर्धा तास सवड होती. तेवढ्यात ते

खाऊन घेणार होते.

चतर्जीबाई त्यांना लगेच ऐकवू लागल्या – ''एके दिवशी तुम्ही दौलतबेग ओल्डीला पोहोचाल.''

खऱ्याखुऱ्या सैनिकांची रांग बघून बाई खूश झाल्या होत्या. वीस जण होते. आता दुसऱ्यांदा ते रोटी-भाजी थाळ्यांतून घेत होते. खाता-खाता थांबून त्यांनी बाईंकडे आश्चर्यानं पाहिलं. चतर्जीबाईंनी घाईनं खुलासा केला –

''मला म्हणायचं होतं – डी.बी.ओ.''

आद्याक्षरं घेऊन केलेलं नाव पुष्कळदा फसवं असतं.

तरीही लोक एकमेकांकडे पाहत होते.

त्यांच्यापैकी कोणी डीबीओचं नाव ऐकलेलं दिसत नव्हतं. त्यांची चूक नव्हती. वरच्या अधिकाऱ्यांनी त्यांना भारतीय विमानदलाच्या थोर कर्तृत्वाबद्दल सांगायला हवं होतं.

चतर्जीबाई सांगायला लागल्या –

''लडाखच्या पश्चिमेला सर्वांत दूर असलेली चौकी काराकोरम खिंडीपाशी आहे. चिनी तिथपर्यंत पोहोचलेत. तिथे जगातला सर्वांत उंच विमानतळ आहे. समुद्रसपाटीपासून सतरा हजार फूट उंच. तिथे आहेत ते जवान अगदी एकाकी पडले आहेत. डोंगरी मार्गानं तिथपर्यंत पोहोचणं, हा एक चमत्कार आहे! पॅराशूटनी उतरता येतं.

''लहान-लहान विमानं सर्वांत पुढच्या छावणीवर पोहोचत होती. पण पिस्टन-इंजिनाची मर्यादा चौदा हजार फुटांपर्यंतच ठरवून दिलेली आहे.

''ह्या कठीण परिस्थितीवर आमच्या विमानदलानं काय तोड काढली?''

वर्गातल्या विद्यार्थ्यांसमोर लेक्चर दिल्याप्रमाणे चतर्जीबाई बोलू लागल्या –

''एक धाडसी प्रयोग करायचा ठरलं. एक पॅकेट विमान बंगलोरच्या विमान फॅक्टरीकडे पाठवले आणि तिथे तयार होणारे 'जेट पॅक' ह्या विमानाला बसविण्यात आले. सोपे वाटते, नाही? पण हे विमान काम देणार का? हे विमान गेले आणि डीबीओवर अगदी सुखरूप उतरले. कोसळण्याचा धोका सतत होता. पुन्हा उड्डाणही धोक्याचेच होते. आणि एके काळी जे धाडस होते, ती आता नित्याची गोष्ट झाली आहे. ही विमानपट्टी ही जगातील सर्वांत उंच विमानपट्टी आहे हं, ध्यानात ठेवा!''

वीस डोकी होकारार्थी हलली. हो, आम्ही ध्यानात ठेवू – डीबीओ.

नंदिनी आपल्या मैत्रिणीच्या कानात कुजबुजली, ''तुला हे माहीत होते सुमीता?''

''नाही.''

''मलाही नाही. कधी कानावरच नाही पडलं हे नाव – डीबीओ!''

ही कुजबुज चतर्जीबाईंच्या कानावर पडली आणि त्यांचा चेहरा विस्मयचकित झाला. किती शरमेची गोष्ट! जिचा भाऊ हवाईदलात आहे, तिला एवढं माहीत असू

नये? ही नंदिनी कँटीन चालवण्यापलीकडे काही कामाची नाही. हे काम काय, कुणाही माणसाला पाच-पंचवीस रुपये देऊन करून घेता येईल.

चतर्जीबाईंनी निर्णय घेतला. आपला वेळ अगदी वाया जातो आहे. इतर केवढी कामं बाकी होती. नॅशनल कौन्सिल ऑफ वुईमेनला त्यांची मदत हवी होती. शहरातल्या जेवढ्या स्त्री-संस्था होत्या, त्यांची एक मध्यवर्ती कमिटी स्थापन करून पुढच्या कार्यक्रमाची आखणी करायची होती. एक नाटक करून त्याचे उत्पन्न पंगू जवानांना द्यायचे होते.

हे सगळे खरे; तरी पण हवाईदलाचा पोशाख अंगावर घातलेले हे वीस तरुणही सैनिकच होते. त्यांना काही महत्त्वपूर्ण माहिती देणे, म्हणजे वेळ फुकट दवडणे नव्हते.

चतर्जीबाई पुन्हा जवानांना उद्देशून बोलू लागल्या –

"बर्फवृष्टीपासून काही अपाय होऊ नये, म्हणून काळजी घ्या. तेवढे तरी सांगितले आहे का तुमच्या अधिकाऱ्यांनी? सांगितले असेलच. इतक्या उंचीवर गेल्यावर दोन बर्फाच्या लाद्यांत आपण चेपून गेलोय, असे वाटेल तुम्हाला. जेवढे लोकरी कपडे असतील जवळ, तेवढे घेऊन जा."

एक सैनिक म्हणाला, "तिथे गरम असणार आम्ही. लढाईची गर्मी असणार तिथे."

दयार्द्र होऊन चतर्जीबाईंनी मान हलवली.

"शाब्दिक कोट्यांचा थंडीत काही उपयोग नाही बाबांनो!"

तोवर आणखी एक जवान बोलू लागला –

"आम्हाला फक्त एक माहीत आहे – आमच्या मातृभूमीवर आक्रमण झाले आहे. आक्रमकांना चोपून, ठोकून काढणे; तेवढे जाणतो आम्ही. आम्हाला आराम नको, आरामचा विचारसुद्धा आमच्या मनात येणार नाही."

एवढे ऐकल्यानंतर, सैनिक जायला निघेपर्यंत चतर्जीबाई गप्प होत्या. त्यांनी सैनिकांना निरोप दिला, तोही पडल्या आवाजात.

नेमका त्याच क्षणी देवीप्रसाद येऊन हजर झाला.

तो येणाऱ्या गाडीची वाट पाहत प्लॅटफॉर्मवर उभा होता. स्टॉलवरची मासिके आणि पुस्तके चाळण्यात दंग होता.

तो आनंदाने म्हणाला, "अजून सुमीताला कुतूबमिनार पाहायचा आहे. तू आजही इथे आहेस, ही किती भाग्याची गोष्ट आहे आई!"

चतर्जीबाईंनी त्याला सुचवले, "मी एका मिनिटात चालले देवी आणि तूसुद्धा चल माझ्याबरोबर."

"मी? पण –"

"तुला कारणं हवीत का? ऐक – युनिफॉर्म घातलेल्या ऑफिसरचे इथे काही काम नाही. प्रवासी सैनिकांना खाऊ घालण्यासाठी कँटीन चालविण्याची गरज नाही. हे एक – आणि दुसरं...."

"पण आई, तुला कुणी सांगितलं; मी इथे थांबणार आहे म्हणून? काल लाल किल्ला बघेपर्यंत वेळ संपला, म्हणून आज आम्ही कुतूबमिनार बघणार आहोत."

"कुतूबमिनार! उभा देश आपत्तीत सापडला असताना सौंदर्यस्थळं बघणं शोभत नाही सुमीताला. ती कोणी टुरिस्ट नाही. अशा वेळी वेळेचा सदुपयोग केला पाहिजे तिनं!"

थोडा वेळ विचार करून देवीप्रसाद म्हणाला, "खरं आहे तुझं, मी तिला घेऊन –"

"तू तिला कुठंही घेऊन जायचे नाहीस. ती इथे कँटीनमध्ये काम करील. तू माझ्याबरोबर चल. इथे कडमड नको आहे तुझी त्यांना. काय गं नंदिनी, हा हवा आहे का तुम्हाला इथं?"

"नको."

"पण सुमीताला मी हवा असलो तर?"

"काही नकोय तिलासुद्धा." असं म्हणून चतर्जीबाईंनी फुलदाणी उचलून देवीप्रसादपाशी दिली. "ही घेऊन चल घरी."

"आई, फुलदाणी ने – चल तू?"

"हो. का ती कारणे हवीत तुला? एक –"

"नकोत मला कारणे, ने जा. तिची जरुरी नाही इथे!"

मिनिटभरात आई आणि मुलगा चालू लागला. निळा युनिफॉर्म घातलेली ती पाठमोरी आकृती सुमीता पाहत राहिली. प्लॅटफॉर्मच्यापलीकडे देवीप्रसाद नाखुशीनं गेला, हे सुमीताला कळून चुकलं.

नंदिनीला हसू आलं. हसू आलं की, एक हात तोंडाला लावण्याची तिची लकब होती.

सुमीतानं गोंधळून विचारलं, "काय झालं?"

नंदिनी हसता-हसता गंभीर झाली.

"सुमीता –"

एकाएकी ही एवढी गंभीर का झाली, असं वाटून सुमीताच्या छातीत धडधड झाले.

"मला खरं सांग – तू कुणाच्या प्रेमात पडली आहेस?"

"कधीच नाही." एवढं पट्कन म्हणून झाल्यावर सुमीता गोंधळली. "पण ते कळणार कसं? तुला कळलं का तुझं?"

"अगं, माझी प्रेमातून सुटकाच झालेली नाही कधी."

"म्हणजे गं काय? तूच सांगितलंस मला की, अशोकची आणि तुझी ओळख चार महिन्यांपूर्वी झाली म्हणून. मग?"

"अगं, पण मला जन्माला येऊन चार महिने झाले नाहीत. अशोक भेटण्याअगोदर मी तिघांच्या प्रेमात पडले होते, एकाच वेळी हं. आणि ह्या तिघांपैकी कुणावर माझं किती प्रेम जास्ती आहे, हे मला मुळीच कळत नव्हतं. किती अवघड; नाही? मग अशोक दिसला आणि ते तिघं कुठल्याकुठे दिसत नाहीसे झाले. हे सगळं एका मिनिटात झाल्यासारखं वाटलं बघ."

"तिघांवर? मग कसलं गं ते प्रेम? त्याला काही प्रेम म्हणता येणार नाही."

"का नाही? तेही एक प्रेमच नव्हे का? प्रेमाची काही निश्चित व्याख्या नाही. आहे का? अशोक जेव्हा भेटला, तेव्हा माझ्या अंत:करणातून आवाज आला – ही आता शेवटाची सुरुवात आहे. अनेक प्रेमांचा शेवट. यापुढे आता एक – एकच."

थोडा वेळ नंदिनी गप्प राहिली. मग तिच्याकडे रोखून पाहत बोलली –

"माझ्याविषयी सगळं माहीत आहे तुला. तुझ्याबद्दल मात्र मला काही माहीत नाही. देवीप्रसादच्या आधी कोण गं होतं तुझ्या मनात?"

"देवी?" चकित चेहऱ्यानं सुमीता बोलली, "तुला काय म्हणायचं आहे मी –"

"हो. देवीसुद्धा तुझ्या प्रेमात पडलाय."

सुमीताला हसू आलं.

"एका वेळेला तीन – का जास्ती? मागच्या सीट आणखी किती आहेत त्याच्या?"

नंदिनीनं उत्तर दिलं ते क्रूरपणाचं होतं. ती म्हणाली, "निवड कुणाची हा निर्णय देवी करेल; पण कशाला करायला पाहिजे? मी कुठं केला? एक प्रचंड लाट एके दिवशी येईल आणि त्याला उचलून घेऊन जाईल. तो अगदी असहाय असेल –"

सुमीतानं मान खाली घातली. बराच वेळ ती काही बोलली नाही. पुन्हा जेव्हा तिनं चेहरा वर केला, तेव्हा त्याच्यावर काही गोंधळ नव्हता.

"थँक यू नंदिनी. बरं केलंस सांगितलंस ते. तुझं म्हणणं बरोबर आहे. ती प्रचंड लाट मी नव्हे."

नंदिनीनं हसून म्हटलं, "माझ्या बोलण्यात एवढा मोठा अर्थ शोधू नकोस सुमीता. मी काही कोणी पंडित नाही. मला एवढंच म्हणायचं होतं की, कोणतंही प्रेम मूल्यवान आहे. तुझी वाट पाहण्याची तयारी आहे, तोपर्यंत ते मूल्यवान आहे. एके दिवशी ती प्रचंड लाट तुम्हाला उचलून नेतेच. सुमीता, असं झालं की, माझ्याप्रमाणेच असहाय अशी तूही वाहून जाशील तिच्याबरोबर."

"केवढा विचार केला आहेस तू! कोण म्हणेल की, ही वीस वर्षांची अज्ञान

पोर आहे?''

"वयानं वाढलेली म्हणायला कचरू नकोस सुमीता. त्यात काही कमीपणा नाही वाटणार; उलट अभिमान वाटेल मला.''

दिवस चालले होते. सुमीता जीवनाकडे एका वेगळ्या दृष्टीनं बघू लागली होती. नंदिनीनं अगदी सहजपणे तिच्या मनाला हात घातला होता. आपलं जीवनविषयक तत्त्वज्ञान तिला दिलं होतं.

खरं तर हे सगळं आपल्या आईनं सांगायला हवं होतं. पण तसं झालं नव्हतं. झनकविषयीच आईला सहानुभूती होती. आपल्या मुलीला मात्र असं एकटं सोडणं, डोळे बांधून कोण्या अरुंद गल्लीत सोडणं –

ह्या आक्षेपांना विरोध करणाऱ्या जुन्या स्मृती सुमीताच्या मनात गर्दी करून उठल्या.

ती चौदा वर्षांची झाली आणि एके दिवशी आईनं पाहिलं की, मुलगी बाथरूममधून बाहेर पडली, ती रडत-रडतच. घाबरून सुरुचीनं विचारलं की, काय झालं? सुमीता काही सांगेना. सुरुचीनं तिला हृदयाशी धरलं आणि रडू दिलं. प्रश्न विचारले नाहीत. मग सुरुचीएवढीच उंच झालेली सुमीता बाजूला झाली. तिचे अश्रू थांबले होते.

"मला नकोत ते – का आहेत ते मला.''

हे म्हणताना तिनं आपले दोन्ही हात रागानं आपल्या पुष्ट स्तनांवर ठेवले होते.

"सुमीता, बेटा – तू नित्य पोरच कशी राहशील? मुलासारखीच नित्य कशी दिसशील? मुलीची जात वाढली की, ह्या गोष्टी येतातच. त्यात घाबरण्यासारखं काही नाही. मनात जसे बदल होतात, तसे शरीरातही होणारच वाढत्या वयानुसार. तू कितीही त्रागा केलास, तरी ह्या गोष्टी व्हायच्या राहणार नाहीत.''

"पण मला असल्या काही भावना नकोत.''

"तू निसर्गाला नाकारणार कशी? तुला हे सगळं नीट समजावून घेतलं पाहिजे आता. प्रत्येक प्रेरणा तुला समजून घेतली पाहिजे, तिच्या अधीन होत. जसजशी मोठी होशील, तसतसं तुला सगळं कळायला लागेल.''

सुरुचीनं आपल्या मुलीकडे बराच वेळ विचारपूर्वक पाहिलं. "तुझ्या समस्या घेऊन तू कधी माझ्यापर्यंत येणार नाहीस. इथून पुढे मला त्या कळाव्यात, असंही वाटणार नाही तुला. तू एकटीच राहशील.''

"तुझ्या वाढत्या वयात ह्या समस्या तुझ्याही पुढे होत्या का, आई?''

सुरुचीच्या चेहऱ्यावर भराभर बदलते भाव दिसले. पहिल्यांदा ती सस्मित,

सुखी दिसली. मग चेहऱ्यावर ताण दिसला. तो इतका वाढला की, स्पष्ट दिसू लागला. एकमेकांवर घट्ट दाबून धरलेल्या ओठांभोवती दिसणारा तो ताण, बोट लावून कळेल इतका झाला. आईचे ते दुःख पाहणे असह्य झाले, तेव्हा सुमीता म्हणाली – ''तुला सांगितलंच पाहिजे असे नाही आई, नको सांगूस मला काही.''

ही गोष्ट एवढ्यावरच संपली.

दुसरा प्रसंग खरं तर अनेक वर्षांनी घडलेला, पण तो नुकताच घडल्याप्रमाणे सुमीताला आठवला.

सुमीताचा अठरावा वाढदिवस होता. सकाळी सत्यजितच्या खोलीत ते तिघंही चटई अंथरूण एकत्र बसले होते. सत्यजितने तिला 'सुखी हो' असा आशीर्वाद न देता, 'सर्वे सुखिनः सन्तु, सर्वे सन्तु निरामय:' ही प्रार्थना म्हटली. त्याच्या मुलीला व्यक्तिगत असा काही आनंद, सुख नव्हतं; तर सगळ्या विश्वाचा जो आनंद, जे सुख, त्यात तिचाही वाटा होता.

त्यानंतर सुरुचीनं आशीर्वाद दिला. सुमीताने पुढे केलेल्या मस्तकावर हात ठेवून तिने डोळे मिटले आणि मनातल्या मनात प्रार्थना म्हटली. तिचे ओठ हलत होते. तिने डोळे उघडले. म्हटले, ''आता आम्हाला कळले पाहिजे. तू अठरा वर्षांची झालीस!''

सत्यजित म्हणाला, ''हो, अठरा वर्षांची झाली!''

''एवढंच म्हणायचे आहे तुम्हाला? ती अठरा वर्षांची झाली, ह्यातला अर्थ नाही कळला?''

सत्यजितच्या उत्तराची वाट न पाहता नाटकीपणाने तिने तिच्या शेजारी ठेवलेले एक पुस्तक उघडले. त्यातल्या पानात ठेवलेल्या अनेक चिठ्ठ्या काढून म्हटले, ''हे पाहा –''

''काय गं?''

असे म्हणून सुमीताने एक चिठ्ठी उचलली. ते वृत्तपत्राचे कात्रण होते. एक कात्रण सत्यजितही वाचीत होता.

प्रश्नार्थक मुद्रेने सुमीताने आईकडे पाहिले.

सुरुची म्हणाली, ''प्रत्येकाला आमच्या मुलीसारखीच वधू पाहिजे – उंच, सडसडीत, गौर कांतीची. ही आवड आहे हल्लीची. उंच मुलीला नवरा मिळायला आमच्या काळी किती जड जायचे! सुमीताचा एखादा फोटो असायला हवा होता.''

सुरुचीचा इरादा सत्यजितला कळला.

''रुची,'' तो म्हणाला, ''तुला माहीत नाही का, सुमीताला समर्पित जीवन घालवायचे आहे.''

''कोणत्याच मुलीला असे जीवन घालवायला नको असते. प्रत्येक मुलीला

छान नवरा आणि आपल्या मालकीचे सुरेख घर हवे असते.''

''त्या सर्वसामान्य मुलींपेक्षा सुमीता वेगळी आहे. तिने लग्नच करू नये, असे मी म्हणणार नाही. पण तिला नवरा हवा तो असाच, जीवन समर्पित करणारा.''

''असा मुलगा कुठे मिळणार? आपल्या गावात कोणी नाही. लोहपुरात नाही.''

''आई, ह्या देशातील प्रत्येक मुलगी लग्न करते; एखादा दुसरा अपवाद असेल, नाही असे नाही. पण मी तीच वाट चालले नाहीतर? मी चार जणींपेक्षा वेगळी झाले तर?''

सुरुचीने स्मित करून म्हटले, ''नाही बेटा, तू वेगळी नाहीस, वेगळे होता नाही येणार तुला.'' नंतर आपल्या नवऱ्याकडे पाहून ती म्हणाली, ''तुम्ही मला हवी तशी घडवून घेतलीत; आता मुलीची पाळी आली का?''

सत्यजितने विचारपूर्ण चेहऱ्याने तिच्याकडे पाहत म्हटले, ''पण तू घडलीस तशी, असे वाटत नाही मला. तू गांधीजींना पाहिले आहेस इतकी वर्षं. गांधीग्राम उभे करण्यात तुझा हातभार लागलेला आहे, तरीही तू –''

''फार अहंकारी आहात तुम्ही – आपण काय म्हणतोय, हे कळायचे नाही त्यामुळे तुम्हाला.''

सत्यजित गप्प झाला. सुमीताला वाटले, आपण वडिलांच्या बाजूने उभे राहावे. जन्मभर त्यागमय जीवन घालविलेल्या आपल्या वडिलांना अहंकारी कोण म्हणेल? सुमीता गोंधळून गेली. तिच्या तोंडून काही शब्द फुटले नाहीत.

खिडकीतून वारा जोराने आत घुसला आणि ती कात्रणे पसरली; पण गोळा करायला कोणी उठले नाही. मधेच सुरुची उठली.

''पाणी उकळले असेल शेगडीवर. मी चहा आणते हं तुम्हाला.''

तिचा स्वर नित्यासारखाच होता; पण सुमीताला तो उदास वाटला. ही स्वीकृती होती, का पराभव होता? तिला आईची कणव आली. तिच्या मागोमाग आत जावे वाटले, पण सत्यजित पुन्हा काही सांगत होता –

''सुमीता, तुझा मार्ग तू निवड. मला अपराधी वाटून घ्यायचे नाही. कदाचित, तुझी आई म्हणते, तेही सत्य असेल.''

सुमीताला ठाऊक होते की, वडिलांना आपण हवे आहोत. तिला कोणी अडवू शकणार नव्हते.

''बाबा, मी माझा मार्ग केव्हाच निवडलाय. माझे मन कळण्याइतकी मी आता मोठी झाली आहे. लक्षावधी गृहिणींनी मिळवले, ते सौभाग्य नको आहे मला.''

त्यानंतर अनेक वर्षांनी आज नवी दृष्टी मिळाली. नंदिनीने ती दिली होती. किती तरी घडून आले होते. ज्या थंड आत्मसंतोषी वृत्तीत ती होती, ती आता नाहीशी झाली होती. ते समर्पण नाहीसं होऊन, अंतःकरणात आता एक पोकळी निर्माण

झाली होती.

फक्त आईला हे सगळे कळायला हवे होते.

ह्या नव्या दृष्टीमुळे तिची देवीप्रसादशी झालेली मैत्री सुकर झाली होती. ती फक्त मैत्रीच होती. देवीप्रसादबरोबर ती डिफेन्स सर्व्हिस क्लबमध्ये जात होती आणि तिथे इतर ऑफिसरही भेटत होते. देवीप्रसादसारखेच प्रत्येकाला मागच्या सीटवर बसवून हिंडण्यासारखे कोणी ना कोणी होतेच. त्या मुली प्रत्येक वेळी एकाच ऑफिसरबरोबर हिंडत होत्या, असेही नाही. सुमीताला हे सगळे नवीन होते. ह्या जीवनाशी समरस होण्याचा ती प्रयत्न करीत होती. तिच्या पसंती-नापसंतीचा प्रश्नच नव्हता. तिला फक्त पाहायचे होते, समजावून घ्यायचे होते. गांधीग्रामला परत गेल्यावर ती हे सगळे अनुभव तराजूत घालून जोखणार होती. हां, तराजूच तुटला, तर इलाज नव्हता!

कधी जाणार आपण गांधीग्रामला परत? वडील प्रवासाला गेले होते, ते अजून माघारी आले नव्हते. युद्ध चालू आहे तोपर्यंत ही अग्निपरीक्षा लांबणीवर टाकली जाईल? भास्कर तोपर्यंत गप्प बसेल? युद्ध किती काळ चालू राहील, हे सांगता येत नव्हते. महिने? वर्षं? पण वडील आता परत यायला हवेत. घरी गेले पाहिजे. त्यांना आणि मलाही.

कदाचित, आणखी थोड्या दिवसांनी जाऊही.

कुणी सांगावे, भास्कर तिला पुन्हा भेटणारही नाही. दिल्लीला घेतलेल्या अनुभवानंतर त्या छोट्या देवळातले ते शिल्प आता समजायला कठीण नव्हते. दिल्ली आणि लोहपूर यांच्यात तसे साम्य होते. एक स्कूटर, तर एक जीप. सुमीताने शहर कसं आहे, हे नीट जाणून घेतलं होतं. एवढ्यासाठीच की, भास्कर कसा आहे, हे कळावं.

नव्या अनुभवामुळे तिचं मन निराश झालं होतं. भास्करच्या मागच्या सीटवर बसणाऱ्या आणखी कोण-कोण आहेत, हे तिला माहीत नव्हतं. त्यांनाही भास्करनं हे देवळातलं शिल्प दाखवलं असेल का?

'हे जीवन आहे', असं तो त्या वेळी म्हणाला होता. आपल्याला त्याचा अर्थ नाही कळला. तिनंच त्याला हे प्रथम सांगितलं असतं तर?

भास्करच्या मागच्या सीटवर बसणाऱ्यांचा विचार जेव्हा-जेव्हा मनात येई, तेव्हा-तेव्हा सुमीताच्या अंत:करणाचा भडका उडे. कळ उठे. दिवसभर कँटीनमध्ये काम करून, संध्याकाळचा वेळ क्लबमध्ये घालवून ती हे विसरण्याचा प्रयत्न करायची. रात्र थकून-भागून अंथरुणावर पडलं की, झोप येई. पण जेव्हा जागी असे, तेव्हा हृदयातली ही आग जास्ती भडके, इतर सगळं तिच्यात जळून भस्म होई.

अजून कुतूबमिनारची ट्रिप झाली नव्हती. येत्या रविवारी जायचं ठरलं होतं. पण त्या आधीच एके दिवशी देवीप्रसाद घाईघाईनं कँटीनकडे आला. नेहमीसारखा त्याचा चेहरा लखलखीत, उत्साही होता. तो सुमीताच्या जवळ आला आणि तिच्या केसांतली पिन त्यानं काढून घेतली. ती खिशात ठेवून दिली आणि आश्चर्यचकित होऊन बघत राहिलेल्या सुमीताला म्हटलं, "तुला ठाऊक आहे; हवाईदलात काम करणारे आम्ही लोक अंधश्रद्धा फार मानतो. असल्या ताईतावर आमची श्रद्धा असते."

"ताईत?"

"हो. ह्यापेक्षा अधिक किमतीचा ताईत कुठे मिळेल का?"

"पण तो घेण्याची एवढी घाई का?"

"नंदिनी, माझी रजा कॅन्सल झाली आहे. उद्या सकाळी मी आघाडीवर जायला निघणार!"

■

। पस्तीस ।

"अरे, अजून तयारी नाही झाली तुमची?" बंगल्याच्या पूर्व बाजूला असलेल्या खोलीत येऊन रूपानं मुलींकडे पाहिलं. तोंड धुऊन, केस नीट विंचरून त्या कपडे करीत होत्या. जुळ्या मुलींच्या कॉटवर रूपा बसली.

"साडे-सहा वाजता सर्कस सुरू होते. पहिलाच भाग आपण पाहिला पाहिजे. वाघाला शिकवणारा मास्तर आणि त्याचे लाडके वाघ – असा खेळ आहे पहिल्यांदाच!"

रूपाच्या आवाजात फार उत्कंठा होती. का? मुलांना सर्कस बघण्याचा आनंद आपण देणार म्हणून? मुलांची तिकिटं अगोदरच काढलेली होती, आयाचंसुद्धा. तिला घरी एकटी ठेवून कसं जायचं सर्कशीला? कालच तिचं आणि स्वयंपाकी रामलालचं भांडण झालं होतं. चेष्टेतच रामलालनं तिला टोमणा मारला, "चिनी हेराची नोकर."

आया म्हणाली, "बाबा, मी मुलींच्याकडे पाहिलं फक्त. मुलं ही इथून-तिथून सारखीच, निष्पाप." ह्यावर रामलाल आणखी काही बोलला, तशी आया हातातलं जळकं लाकूड घेऊन त्याला मारायला धावली. त्यावरही रामलाल म्हणाला, "चिनी पगार घेतला की, चिनी रागही त्याच्याबरोबरच मिळतो." आणि तो बाहेर निघून गेला. आणि इतका वेळपर्यंत आया हातात लाकूड घेऊन वाट पाहत राहणं शक्य नाही, हे जाणून अर्ध्या तासानं परत आला.

लोहपुरात सर्कशीच्या मुक्कामाला विरोध झाला होता. लोकांचं म्हणणं होतं की, युद्धकाळात अशा ख्यालीखुशालीच्या करमणुकीला वाव नसतो. सिनेमा एक चालवून घेऊ; पण सर्कस नको. सर्कशीच्या मालकानं लोकांचा विरोध नाहीसा व्हावा, म्हणून एक तोडगा काढला. दर दिवशीच्या उत्पन्नातून 'राष्ट्रीय सुरक्षा फंड'ला त्यानं मदत देऊ केली. ही कल्पना लोकांनी मान्य केली.

सर्वांआधी तयार झालेली फोरफिंगर रूपाजवळ आली आणि नाक सुरसुर करीत म्हणाली, ''हा सुवास नवा आहे.''

रूपा नेहमी वापरत असे, त्या सेंटपेक्षा ह्याचा सुवास जास्ती तीव्र होता. बहिणीनं हे जाहीर करताच इतर मुली रूपाभोवती जमल्या आणि तपास घेऊ लागल्या. टिंगलिंगला नेमकी जागा हवी होती. रूपाच्या मांडीवर चढून ती शोध घेऊ लागली. चेहरा, उघडे दंड – कारण रूपा नेहमी बिनबाह्यांची पोलकी घाली – पदराखाली, पोलक्याचा मोठा गळा झाकलेला असे. नेमक्या त्या जागी नाक नेऊन टिंगलिंग वास घेऊ लागली. त्याच जागी सुवास जास्ती येत होता. मग सगळ्या जणी तिथला वास घेऊ लागल्या. वाऽ काय सुरेख वास होता!

रूपा म्हणाली, ''अगं, तुम्ही माझ्यातच इतक्या रमून जाता; मग सर्कशीला कशाला न्यायचं तुम्हाला?''

साडे-सहाच्या आत रूपा आणि मुली सर्कशीच्या तंबूत पोहोचल्या. चार मजल्याची गॅलरी भरून गेली होती. खुर्चीच्या दहा रांगा जमिनीवर होत्या. रूपानं अगदी आतल्या खेळमैदानाजवळचं तिकीट काढलेलं होतं.

थम्बला ही जागा पसंत नव्हती. ती म्हणाली, ''पैसे फुकट गेले. गॅलरीत बसून बघण्यातच खरी मजा आहे.''

फोरफिंगर म्हणाली, ''जनावरांच्या इतक्या जवळ आपण असलो आणि त्यांना आपल्याला खावं वाटलं तर?''

सर्वांत लठ्ठ असलेली मिडल फिंगर म्हणाली, ''वाघ मला तरी नक्कीच खाईल!''

रूपा म्हणाली, ''अगं, कसा खाईल? केवढा उंच पिंजरा आहे भोवती, त्यातून त्याला बाहेरच नाही येता येणार.''

चर्चा एकदम थांबली. कारण वाघाची गाडी पटांगणात आली. अंगावर काळे पट्टे असलेला, पिंगट रंगाच्या डोळ्यांचा वाघ गाडीच्या उघड्या दारातून आरामशीरपणे पटांगणात उतरला. हातात हंटर घेऊन कोणी स्त्री त्याच्यापुढे उभी होती. काळ्या रंगाची ही बाई अंगानं कशी सडसडीत होती. गुलाबी रंगाची तंग विजार आणि जाकीट तिनं घातलं होतं. तिचं नक्की वय कळत नव्हतं, तिशीच्या आतली असावी. खडाड्कन हंटर वाजला. वाघ आज्ञाधारकासारखा खाली बसला. पुन्हा हंटरचा आवाज. वाघ पाठीवर लोळला. त्याचे पाय हवेत हलले. एखाद्या पाळीव कुत्र्याप्रमाणे त्यानं लोळण घेतली. पुन्हा तो चारी पायांवर उभा राहिला आणि अगदी अनपेक्षितपणे त्यानं एक डरकाळी फोडली. हंटर वाजला. वाघ नुसता गुरकला. मग सापानं डंख मारावा तसा हंटर वाघाच्या अंगाला डसला. वाघाचं गुरकावणं बंद झालं. संतुष्ट

होऊन त्या बाई वाघाच्या पाठीवर स्वार झाल्या आणि पिंजऱ्याच्या आतल्या कडेनं त्यांनी एक फेरी मारली. विजयानंदानं त्यांनी एक हात वर केला होता.

थम्ब म्हणाली, "ही आता एखाद्या राणीसाखी दिसते की!"

फोरफिंगरनं तिची टर उडवली.

"वाऽ गं! राणी कधी वाघावर बसते का?"

"हो-हो, आफ्रिकेत बसते."

"गप्पा नुसत्या! आफ्रिकेत वाघच नाहीत मुळी."

"शूऽ आता बघा हं."

वाघ कुल्ल्यावर बसला. मोठी जांभई देताना उघडावं, तसं त्याचं तोंड उघडलं. आणि त्या जबड्यात बाईनं आपलं डोकं घातलं. तिच्या मानेवर जिथे केस बांधलेले होते, त्या जागी वाघाचे पांढरे पिवळे सुळे दिसत होते. रूपाच्या दोन्ही बाजूला जुळ्या बहिणी होत्या, त्या लगेच रूपाला चिकटल्या. त्यांची अंगं कापत होती. रूपानं दोघींचे हात आपल्या हातात घेतले.

"घाबरायचं कशाला? त्याला शिकवलंय सगळं. अगदी पाळलेल्या कुत्र्याला शिकवावं तसं!"

मग वाघ गेला, पिंजरा गेला. एका विदूषकानं आपला खेळ सुरू केला आणि रूपा अस्वस्थ झाली. तिनं मुलांना सांगितलं, "बरं का, आता मला गेलं पाहिजे. सर्कस संपण्याच्या आत मी पुन्हा परत येईन. तोपर्यंत आया आहे हं इथं."

रूपानं काय सांगितलं ते फक्त थम्बनं ऐकलं होतं. आश्चर्यचकित होऊन ती ओरडली – "पण, आता तर सुरुवात झालीय. जाणार कशी तू रूपाताई?"

नाराज होऊन रूपा म्हणाली, "मला काम आहे गं. भेटायचं आहे एकाला. गेलं पाहिजे."

आयाकडे पाहून रूपानं प्रथम जे सांगितलं, तेच पुन्हा सांगितलं.

आया म्हणाली, "जा की."

आयानं काही आश्चर्य दाखवलं नाही. एकटक रूपाकडे बघून तिनं स्मित केलं आणि मान डोलावली. जणू काही अंतर्ज्ञानानं तिला सगळं कळलं होतं.

खुर्च्यांच्या रांगातून वाट काढीत रूपा बाहेर आली. दरवाज्याबाहेर पडली आणि एका सायकलरिक्षात बसून तिनं आज्ञा केली – "सी.ई.चा बंगला."

रिक्षावाल्यानं पट्कन मान वळवून तिच्याकडे एकटक पाहिलं.

"जी बाईसाब!"

कळू दे सर्वांना – काही पर्वा नाही. सगळं ठरवूनच चाललेलं होतं. आता फक्त भास्करच ऑफिसमधून घरी आला पाहिजे!

भास्कर कधीच येऊन रामलालनं दिलेला चहा घेत व्हरांड्यात बसला होता.

"मुलं कुठं आहेत रूपा?"

"सर्कस पाहत बसलीत. आया आहे त्यांच्याबरोबर."

"अस्सं."

नको होतं का आपल्यालाही हे? सारखी मुलं जवळ राहिलेली आपल्यालाच आवडत नव्हती; तरी पण मुलांची आडकाठी दूर होताच, त्याला संयम जाणवत होता.

रूपा कपात चहा ओतत होती. तिचे हात कापत होते. चहा बशीत सांडला. बशी घेऊन ती व्हरांड्याच्या कडेशी गेली. बशीत सांडलेला चहा तिनं ओतून टाकला. बागेतल्या हिरवळीवर पडलेला संधिप्रकाश पाहत ती उभी राहिली. एकाएकी पक्ष्यांचा एक थवा भरारत आला आणि विस्कळीत होऊन प्रत्येक पक्ष्याने बागेतल्या झाडावर बैठक मारली. रात्रीचा विसावा शोधला.

एकदम रातकिडे ओरडू लागले. गेले दोन आठवडे रोज सकाळी रूपा हा आवाज ऐकत होती. एवढ्याशा कीटकांना एवढा आवाज कसा करता येतो, म्हणून नवल करीत होती.

पुन्हा ती खुर्चीवर येऊन बसली. वेताच्या टी-पॉयवर चहाचा दुसरा कप होता. रामलाल येऊन गेला होता.

"कसल्या विचारात आहेस तू रूपा?"

"पहिल्यांदा तुम्हाला एकोणीस नंबरच्या खोलीत भेटले, त्या वेळची आठवण झाली मला."

त्याचंही मन मागं गेलं. काही क्षण दोघंही गप्प होते. मग भास्कर म्हणाला, "मला वाटलं होतं, मिसेस मेहरांसारखी कोणी प्रौढ बाई येईल. अनपेक्षितपणे तू समोर येऊन उभी राहिलीस."

रूपा दार उघडून आत आली आणि फिरत्या खुर्चीवरच्या भास्करनं गर्रकन वळून तिच्याकडे पाहिलं. रूपानं दार बंद केलं. हातात फायलींचा गठ्ठा घेऊन ती दाराशी उभी होती. भास्करनं विचारलं, "सुरक्षा कार्यालयातल्या नव्या बाई तुम्ही का?"

तिनं मान हलवून होकार दिला; बोलणं जमलं नाही.

"तुमचं नाव नाही कळलं मला अजून."

"रूपा."

"रूपा –?"

भास्करनं हसून म्हटलं, "हे एवढं फाइल्सचं ओझं कशाला आणलंत – चपराशाला सांगायचं."

"मला सवय आहे सर."

"हो?"

"मी एअर होस्टेसची नोकरी केलीय."

"पण ते प्लॅस्टिकचे लंच-ट्रे फायलीपेक्षा हलके असतात वजनानं."

"पण खायचे पदार्थ कुठं प्लॅस्टिकचे असतात!"

...भास्करनं वेताच्या टीपॉयवर कोपर ठेवून विचारलं, "असं बोलणं झालं तेव्हा आपलं?"

"पण मी तुमच्या खोलीत येण्याआधी पुष्कळ दिवस, तुम्ही एकवार मला पाहिलं होतं... कॉरिडॉरमधून. अगदी एक यार्ड अंतरावरून गेले होते मी. आणि मी काही पारदर्शक नव्हते."

"काय मूर्खपणा!"

"तुम्ही बाहेर पडत होता आणि मी जनरल मॅनेजरच्या खोलीमधून बाहेर पडत होते."

"वाऽ! जी.एम.च्या देखत मी कसं पाहणार तुला."

"इतकी वर्षे तुम्ही अमेरिकेत राहिलात; पण परत आपल्या देशात येताच पाच हजार वर्षांच्या भारतीयतेनं तुम्हाला आपल्यात घेतलं लगेच."

"म्हणजे? मी समजलो नाही रूपा!"

"प्रत्येक भारतीय माणसाच्या मनात खोल कुठे तरी एक पुराणपुरुष असतो. गांधीजी हा काही चमत्कार नाही. आजचा वर्तमानकाळ आणि मागचा सारा भूतकाळ ह्यांनी त्यांना जन्माला घातलं आहे. पण... काय सांगू मी –? एके दिवशी तुम्ही मला गांधीग्रामबद्दल सांगत होता. शब्द योद्ध्याचे होते ते. तुम्ही म्हणालात, सगळ्या भारतभर ह्या एका गोष्टीशी झगडा दिला पाहिजे. मला खरं वाटलं – तुम्ही एवढे अमेरिकामय झाला होता की, तुम्ही लढाई द्याल, असं मला वाटलं."

हातातील कप खाली ठेवून भास्करनं पाइप पेटवला. धुराचा एक भपकारा सोडला. रूपा पुढं बोलू लागली –

"सबंध अमेरिकेशी तुमचं काहीच नातं नाही; आहे ते फक्त तांत्रिक ज्ञान उचलण्यापुरतं. सगळ्याच भारतीयांचं असं होतं. तो अमेरिकेला जातो, बदलतो आणि परत देशात येताच पुन्हा संपूर्ण भारतीय होतो. गेल्या एक-दोन महिन्यांत एक फार महत्त्वाची गोष्ट मला उलगडली. मला माझ्या अमेरिकन आईचं मन कळलं. ती भारत सोडून का गेली, ते कळलं."

हो, म्हणूनच आई गेली. तिला भारतीयत्व असह्य झालं.

"तांत्रिक ज्ञानापुरताच पाश्चिमात्य देशाशी तुमचा संपर्क आहे; तो संपला की, चरखा सुरू होतो. आणि फळ काय, तर विरोधाभास!"

चहाचा कप रिकामा होता. रूपा तो भरू लागली. भास्कर पाइप ओढत होता. विचार करीत होता.

"एके दिवशी तुम्ही मला म्हणाला होतात, 'तुझ्यासारख्या स्त्रियांची भारताला गरज आहे. पाश्चिमात्य देशांतली यंत्रं जशी पाहिजेत, तशा तुझ्यासारख्या स्त्रियाही पाहिजेत.' तुम्ही असंही म्हणाला होतात, 'तुम्ही आमच्या इथलं समाजजीवनातील स्थैर्य नष्ट कराल, अराजक निर्माण कराल; पण काही गतिमान असं द्यालही. आमच्या देशाला तुम्ही पुन्हा तारुण्य द्याल.' तुमचे हे शब्द ऐकून मी केवढी हुरळून गेले होते."

होय, भास्कर हे सगळं बोलला होता, त्याची अशी श्रद्धा होती. धड म्हाताऱ्याचं आणि शिर तरुणाचं, असं कसं चालेल? औद्योगिक क्रांतीचा स्वीकार करायचा, तर तो सर्वस्वानं.

भास्कर काही बोलणार तोवर रूपानं त्याला थांबवून म्हटलं, "भारतातील कथाकारांनी भारतीय स्त्रीचं जे चित्र रेखाटलं आहे, त्याच्याकडे पाश्चिमात्य स्त्री आकृष्ट झाली आहे. भारतीय शेख! पूर्वेकडचा एक बलवंत माणूस. हा शोध पश्चिमेचाच. त्या आधी हा अरब देशात भेटला होता, तोच शेख भारतात दुसऱ्या वेषात मिळाला. स्त्री म्हणजे त्याचं खाद्य आणि पेय. ही व्यक्तिरेखा पुराण्या काळात टाका किंवा आधुनिक काळात टाका. तो महाराजा असेल किंवा शेतकरी असेल. कल्पनाचित्र तेच. कामशास्त्र ह्या पुरातन भारतीय ग्रंथातील व्यक्तिरेखांप्रमाणं."

भास्करचं मनोरंजन होत होतं. तो म्हणाला, "शेख उत्तम पुस्तक आहे वाचायला. तू त्या शृंगारयुक्त कथा वाचल्या असशील?"

तिनं चेहरा आंबट केला.

"हो, आणि त्यातला खोटेपणाही. भ्रमनिरास झाला माझा. प्रत्यक्ष जीवनातील ही व्यक्ती इतिहासानं कुंठित केलेली आहे. सर्व जगानं कधीच टाकून दिलेल्या रूढीला ती चिकटून आहे. चालू काळात ती विसंगत आहे. आणि –"

रूपा मध्येच गप्प झाली. थकून गेल्यासारखा सुस्कारा तिनं सोडला. आपल्या पापण्या जड झाल्या आहेत, डोळे मिटून घ्यावेत... मनातले सगळे विचार, भावना निचरून जाव्यात, असं वाटलं.

दातात पाइप धरून भास्करनं धुराचा भपकारा सोडला. रूपाचे डोळे पेटल्यासारखे झाले. हात लांबवून तिनं भास्करच्या तोंडातला पाइप ओढून घेतला.

तो पाहतच राहिला. कसाबसा तिनं पाइप ओठांत धरला होता आणि ती ठसकत होती. भास्करनं तिच्या हातातून पाइप काढून घेतला.

तिची छाती वर-खाली होत होती. बोलायचं तर हीच वेळ आहे.

"परदेशात मिळवलं, ते इथंही मिळवणं तुम्हाला कठीण आहे, नाही?"

रंग, स्वाद... त्याच्या मनात शब्द उमटले. पाप आणि पुण्य हे जीवनाला रंग

आणि स्वाद आणतात. सत्यजित प्रथम भेटला, तेव्हा त्यानं त्याला हेच सांगितलं होतं. हे 'शब्द' म्हणजे आव्हान होतं. सुमीता पहिल्यांदा जेव्हा भेटली, तेव्हा त्याला वाटलं होतं, तिचे डोळे गाईसारखे आहेत. नंतर कळून आलं की, तिच्यात गाईसारखं काहीही नव्हतं.

"तुम्हाला आनंद दिलेल्या स्त्रियांची आठवण कधी येत नाही?''

"रूपा, तुझ्याशी चुकीचं वागता येणार नाही मला. फार आवडतेस तू मला. माहीत आहे?''

फार दिवस झाले नव्हते त्या प्रसंगाला. किती जवळ आला होता तो रूपाच्या! अंगावर कपडे नसलेली रूपा जेव्हा पाहिली... त्या वेळी जर मुलं जवळ नसती...!

"चुकीचं वागणं? अगदी भारतीय आहात तुम्ही. अमेरिकेतल्या स्त्रियांशी तुम्ही चुकीचंच वागला होता का? त्यातल्या एकीला तरी वाटलं होतं का, की तिच्यावर अन्याय झाला?''

वेड्यासारखी होऊन ती त्याच्याकडे बघत होती.

"भास्कर, तुम्ही असं वैऱ्यासारखं का वागता?''

अरे, ह्यातलं हिचं खरं रूप कोणतं? काल पाहिली तशी! तेव्हा हिच्या डोळ्यांत उदासीनता होती. आपल्या अंगावर काही नसताना ह्यानं आपल्याशी प्रेम करू नये, असं तिला वाटलं होतं. आणि आज हिला कशानं बरं झपाटलं आहे?

रूपा म्हणाली, "तुमच्यावर सत्यजितचा प्रभाव पडला काय?''

ह्या प्रकाशात भास्करनं स्वतःकडे अद्याप पाहिलं नव्हतं. पापाबद्दलच्या आपल्या कल्पनेत बदल तर झाला नाही ना? 'पाप' हा एक निरुपद्रवी शब्द होता. कुणालाही इजा पोहोचली नाही आणि काहींना थोडं फार सुख झालं, तर तसलं पाप तुम्ही करायला काही हरकतच नव्हती.

"त्या भेटलेल्या स्त्रियांतलीच एक का समजत नाही तुम्ही मला? त्या तुमच्या जीवनात आल्या आणि निघूनही गेल्या. त्या तुमच्या जीवनातील काही क्षण ठरल्या. मला तेवढंच हवं आहे – तुमच्या जीवनातील एक क्षण.''

भास्करला ठाऊक होतं की, ही इतक्या अल्प गोष्टीवर संतुष्ट राहणार नाही. हिला काय आणि कसं समजवावं? शब्द धुंडता-धुंडता भास्करला दिसलं की, तिचे डोळे गूढ झालेत, चेहऱ्यावर तो भाव आला आहे. (जो भास्करला चांगला परिचित होता.)

"भास्करऽऽ'' आपले गोरे-गोरे हात पुढे पसरून ती पुढे झुकली. "किती विचार करता तुम्ही. इतका विचार करू नये हो –''

त्या स्फोटक क्षणी भास्करचा सारा विरोध गळून गेला. तो खुर्चीतून उठला. "रूपा – ये.''

■

। छत्तीस ।

"हा धोका केवळ आसामला, लडाखला किंवा भारतालाच आहे असं नाही; तो सगळ्या आशिया खंडाला आहे, सगळ्या जगाला आहे – हा आहे आडमुठा साम्राज्यवाद –!"
हा आवाज भारताच्या पंतप्रधानांचा होता.

लढाईनं धोकादायक वळण घेतलं होतं. भारतीय सेनेपेक्षा सहा-सातपट संख्येनं चिनी सैनिक येऊन कोसळत होते. तुटून पडत होते. लाभ त्यांना होत होता. त्यांच्या हेर खात्यानं गेली कित्येक वर्षं गुपचूपपणे आसाममधल्या अज्ञात भारतीय प्रदेशाचे नकाशे काढले होते आणि ह्याचं फळ त्यांनी मिळवलं होतं. सेलाखिंड जिंकली होती. पंधरा हजार फूट उंचीवरची ही खिंड. तिच्यावर समोरून चिनी हल्ला होत असतानाच कोणत्या तरी गुप्त मार्गानं अचानक मागे येऊन दुसऱ्या चिनी तुकडीनं हल्ला चढवला होता. खिंड लढवणारे आपले सैनिक माघार घेऊन मार्गहीन डोंगर-दऱ्या तुडवीत पांगले होते. त्यांनी जीव कसाबसा वाचवला होता.

बरीच रात्र झाल्यावर बिरेश्वर आला आणि त्यानं सत्यजितच्या दारावर थाप दिली. आपल्या मित्राला ताजी बातमी देण्यासाठी तो आलेला होता.
"आसामच्या डोंगरपायथ्यापासून ते आता केवळ पासष्ट मैल दूर आहेत. चहाचे मळे सोडून लोक पळ काढीत आहेत. तेजपूर ओस पडत चाललं आहे. आसाम भारतापासून तोडला जाईल. आपण जोरदार प्रतिहल्ला चढवला नाही, तर तेलखाणी आपल्या हातून जातील. आमच्यापाशी शस्त्रास्त्रं नाहीत. अमेरिकेनं आम्हाला अद्ययावत रायफली आणि वाहतुकीची विमानं देण्याचं वचन दिलं आहे. पेकिंगला ह्या गोष्टीचा संताप आला आहे. 'भारत-चीन संघर्ष चालूच राहावा, यासाठी अमेरिका बद्धपरिकर

आहे', असे उद्‌गार मार्शल चेन यी ने काढले आहेत. म्हणजे आक्रमणाविरुद्ध लढणाऱ्या देशाला मदतीचा हात देणं, म्हणजे युद्ध चेतवत ठेवणं!''

"आणि सोविएत रशियाबद्दल?''

"गेला पंधरवडा रेडिओ पेकिंग रशियाला शिवीगाळ करतो आहे. केवळ क्युबातलं धोरण फसलं म्हणूनच चीनचा चडफडाट नाही; रशिया युद्धबंदीसाठी पेंकिगवर दबाव आणीत आहे, अशी बातमी आहे.''

सत्यजित एका वेगळ्याच विचारात गढला.

गेल्या महायुद्धाची कथा. आसामच्या सीमेवर जपानी सेनेनं हल्ला चढविला होता. दोस्तांचं सैन्य आपल्या मोर्च्यावर गेलं होतं. हेही मोर्चे पडले तर? ह्या वेळी गांधीजींनी आपलं शस्त्र प्रतिकारासाठी वापरलं. युद्धातील बाजू जपान्यांवर उलटून ते ब्रह्मदेशात हरले असते, तर जगाला एक नवा संघर्ष पाहायला मिळाला असता.

आजही गांधीजींनी पुढे यावं, अशीच संधी पुन्हा आलेली आहे.

चिनी फौजा निर्दयी आहेत, तरीही युद्ध चालूच राहणार. महायुद्धामध्ये लक्षावधी लोक मरत होते, तरी युद्ध चालूच होतं. मानवतेनं आत्मनाशी मूर्खपणावर विजय मिळविला पाहिजे. आंतरिक चांगुलपणानं पशुत्वावर विजय मिळवला पाहिजे. हा प्रयोग एका देशात निर्णयात्मक बिंदूपर्यंत पोहोचताच सर्व जगात एक विद्युतप्रवाह सुरू होईल.

"काय विचार चाललाय सत्यजित?''

सत्यजितच्या ओठांतून ओळी बाहेर पडल्या –

हात बांधून छातीवर, दृष्टी निश्चल ठेवून,
शिवू न देता भय मनाला, थारा न देता विस्मयाला
पाहात राहा त्यांच्याकडे, जे कत्तलीत रंगलेत,
त्यांचा क्षोभ थंड होईपर्यंत, पाहत राहा तसाच

बिरेश्वर उदास झाला.

"मित्रा, तुला फार तर एक डझन अनुयायी मिळतील – त्यांपैकी मी एक.''

"तू...? तुझा अहिंसेवर विश्वास कुठे आहे? नैतिक शक्ती म्हणून किंवा व्यावहारिक उपाय म्हणून तुला अहिंसा मान्य नाही. तुला का वाटावं –''

"आपण आदर्शासाठी प्राणार्पण करावं? तुझ्यासंबंधीच्या ओढामुळं सत्यजित. ऐन मोक्याच्या वेळी मी तुला कसा सोडून जाईन? पण लक्षात ठेव – तू, मी आणि आणखी मूठभर आपण प्रकाशशून्य देवदूत ठरू.

"अन्यायाचा निषेध करण्यासाठी अंगावर तेल ओतून, स्वत:ला पेटवून घेणारे लोक माहीत आहेत आपल्याला. तसाच प्रकार आपणही केल्यासारखं होईल. आपल्या शौर्यावर पोवाडे रचले जातील; पण त्यामुळे देशाचं स्वातंत्र्य रक्षण होईल का?''

"काही मूल्यं स्वातंत्र्यापेक्षा थोर असतात."

"उदाहरणार्थ?"

"गांधीजींनी स्वतंत्र भारतात जन्म नव्हता घेतला. काही महिने सोडले, तर त्यांचा सगळा जन्म वसाहतवादी राज्यानं केलेल्या नियमांच्या चौकटीत गेला. आयुष्याचा बराच भाग तुरुंगाच्या गजाआड गेला. तरीसुद्धा गांधीजी मुक्त होते आणि त्यांना तुरुंगात डांबणारे मात्र मुक्त नव्हते."

रात्री सत्यजितला झोप आली नाही. डोळे मिटून तो विचार करीत होता. गांधीजींच्या मतानुसार स्वातंत्र्य हे साधन होतं. ते घेऊन पुढील साध्य त्यांना मिळवायचं होतं. ते साध्य आजही तितकंच दूर राहिलेलं होतं.

आर्थिक योजना, मुख्य-मुख्य प्रकल्प, व्यक्तिगत वार्षिक उत्पन्नात वाढ... केंब्रिजहून अर्थशास्त्रज्ञ झालेल्या सत्यजितला हे सगळं हवं होतं. जागतिक शक्तीपासून भारताला दूर राहणं शक्य नव्हतं. स्वातंत्र्य हा परस्परांवर अवलंबून वागण्यासाठी मधला पूल होता. पण, हा गांधीजींना जन्म देणारा भारत देश होता. गांधीजी ह्या देशात कोणी अपूर्व किंवा एकमात्र नव्हते. प्राचीन काळातून बाहेर पोहोचणाऱ्या कर्तव्यशृंखलेत त्यांनी आणखी एक जोड गुंतवला होता.

शृंखला? सत्यजितला ह्या शब्दाचं आश्चर्य वाटलं. आंतरिक उत्तरदायित्व आणि कर्तव्य ह्याला हा शब्द योग्य आहे का? भास्करला वाटलं, आहे. भास्करप्रमाणेच विचार करणाऱ्या इतरांनाही तसंच वाटलं असतं. विचित्र होतं. आंतरिक दायित्वाला सत्यजित शृंखला मानत होता.

शिस्तबद्ध जीवन ही शृंखला होती; पण उपयुक्त शृंखला. चांगला उद्देश पूर्ण करत असेल, तर ती शृंखला उपयोगीच म्हटली पाहिजे. जहाजाच्या नांगरालाही शृंखला असते. जहाज रुतून बसतं, तेव्हा ही शृंखलाच संकट होते. तिला तोडावं लागतं.

ह्या विचारांच्या गर्दीतच सुरुची येऊन उभी राहिली. अंधारातच तिचा चेहरा चमकत होता. आपल्या सडपातळ हातांनी ती शृंखला ओढीत होती. तिला धाप लागली होती, घाम फुटला होता. शृंखला गुंतून राहिली होती.

"मी तुला मदत करतो रुची, थांब."

तिचा चेहरा उजळला. हसू ऐकू आलं.

"ओळखा!"

"काय ओळखू?"

"मुलगा की मुलगी?"

रात्रीच्या पोशाखात सुरुची त्याच्या शेजारी येऊन पाठीवर उताणी पहुडली, तेव्हा सत्यजित पाहत राहिला. तिच्या प्रमाणबद्ध शरीरावर तो उभार कसा विसंगत वाटला. पण त्यामुळे ती आकारहीन दिसत नव्हती. शरीर फुललं होतं ते कमलपुष्पाप्रमाणे. त्या उभारावर हात ठेवताच त्याच्या मनात भय उत्पन्न झालं. उरलेल्या महिन्यांत हा उभार आणखी किती उंच होणार होता? त्या उभारावरून त्याचा हात खाली उतरू लागताच, तिनं त्याचा हात धरून थांबवलं. हात पुन्हा त्या उभारावर नेऊन ठेवला.

"सांगा की, मुलगा की मुलगी?"

"मुलगी. मी तिचं नावही ठरवून टाकलं आहे."

"मुलगा हिरावून घ्याल माझा?"

"माझी मुलगी –"

"पुढच्या खेपेला. काय नाव ठरवलंय –"

"सुमीता."

"मी माझ्या मुलाचं नाव ठरवलंय –"

"आधी एक मुलगी होऊ दे. तुला आवडत नाही मुलगी?"

"का आवडू नये? सुमीता –"

"आवडलं वाटतं माझं नाव?"

"तुमच्यासारखंच उंच नाक असलं तिला तर?"

"नाही. तुझ्यासारखीच आहे ती. नाक, डोळे, चेहरा तुझ्यासारखाच. तुझीच छोटी प्रतिकृती आहे ती!"

"तुमचं काही नाही येणार तिच्यात?" काही क्षण ती विचारमग्न झाली आणि भयपूर्ण आवाजात म्हणाली, "तुमची बुद्धी तिला आली तर? आपली आई मूर्ख आहे, असं तिला वाटलं तर?"

आक्रमणाच्या तिसाव्या दिवशी इतिहासानं नोंद घ्यावी, अशी एक विस्मयचकित कृती चीननं केली.

त्यांनी युद्धविरामाची घोषणा केली.

ही कृती एकतर्फी होती. हिमालयाची भिंत मागे टाकून चिनी सैन्य पायथ्याशी जमा होत होतं. तेवढ्यात ते थांबलं आणि मागे फिरू लागलं. पेकिंगहून हुकूम झाला होता की, मॅकमोहन रेषेपर्यंत मागे या.

ही बातमी ऐकून सत्यजितला फार आनंद झाला.

त्याची श्रद्धा खरी ठरली होती. चीनमधील माणुसकी जागी झाली होती. अहिंसा-तत्त्वाच्या शक्तीशी लढा होण्यापूर्वीच त्यांच्यातील माणुसकी जागी झाली होती.

पण तो संसदेत गेला, तेव्हा युद्धविरामाची वेगळीच कारणं तिथे सांगितली गेली.

येऊ घातलेल्या हिवाळ्यात बर्फवृष्टीमुळे सगळे मार्ग बंद झाले असते. चिनी सैन्याला रसद, सामग्री मिळणं अशक्य झालं असतं. माघार घेणंही अशक्य झालं असतं. प्रतिहल्ला अंगावर घेण्यावाचून गत्यंतर उरलं नसतं.

"एक डंकर्क किंवा पर्ल हार्बर झालं म्हणून गोष्ट संपत नाही." सत्ताधारी पक्षाच्या प्रतोदांनी बजावलं. युद्धाचं एक पर्व संपलं आहे, दुसरं सुरू व्हायचं आहे. आता चकित होण्याच्या स्थितीतून भारतीय सैन्य बाहेर आलं होतं. प्रतिहल्ला करण्यास सिद्ध होतं. चीन वास्तववादी होता. त्याला आपल्या मर्यादा माहीत होत्या. विजयाचा क्षण साधून युद्धविरामाची घोषणा करण्यातच शहाणपण होतं. पेकिंग शांतताप्रेमी आहे, याचा सर्व जगावर प्रभाव पडेल. प्रचार म्हणून तर हा पवित्रा अगदी बिनतोड होता.

लॉबीत अफवा उठत होत्या. रशियानं चीनवर दडपण आणलं होतं. अमेरिकेच्या नौदलाची सातवी तुकडी बंगालच्या उपसागराकडे निघाली होती. त्यांचं विमानदल सिद्ध होतं. ह्या बातम्यातील खरे-खोटेपणा तपासणं कठीण होतं.

सत्यजितच्या मनात आलं, आता आपली लढाई सुरू होणार. युद्धविरामामुळे देशावरील ताण कमी होणार आणि स्टील टाउन विस्तार योजनेसाठी परवानगी दिली जाणार.

सत्यजितला गांधीजींनी केलेले अनेक उपवास आठवले.

अगदी शेवटचा उपवास 'सर्व जनतेच्या सदसद्विवेकबुद्धीला आवाहन करणारा' होता. भारत आणि पाकिस्तान ह्या दोघांत शांतता निर्माण व्हावी; हिंदू, मुसलमान, शीख हे भाऊ-भाऊ आहेत.

सर्वांनी जेव्हा आश्वासनं दिली, तेव्हा गांधीजींनी उपवास सोडला. दोन दिवसांनंतर त्यांच्या प्रार्थनासभेत बॉम्ब फेकला गेला. गांधीजी बचावले. ह्यानंतर नऊ दिवस गेले.

रिव्हॉल्व्हरमधून तीन गोळ्या लागोपाठ उडाल्या आणि त्यांनी आपलं भक्ष्य साधलं. त्या रात्री शोकसंतप्त स्वरात पंडितजी रेडिओवर बोलले,

"आमच्या जीवनातील प्रकाश नाहीसा झाला आहे. कदाचित मी चुकत असेन – आजपासून हजार वर्षांनी हा प्रकाश देशात पुन्हा येईल – सारे जग तो पाहू शकेल."

आज, त्या प्रकाशाचीच एक मंद ज्योत ह्या पणतीत दिसणार नाही का? "सत्यजित!"

लॉबीत बिरेश्वर एकटाच उभा होता. दु:खानं वाकलेला. काय झालं? युद्धविराम संपला काय? पुन्हा हल्ला झाला काय?

"अशोकची बातमी कळली –!"

काय? युद्धसमाप्ती होता-होता तो तरुण पोरगा कामी आला काय? नंदिनी आता हा धक्का कसा सहन करील?

मॉर्टरच्या वर्षावाखाली एक गस्ती चौकीवर कॅप्टन अशोक बॅनर्जी चिनी हल्ल्याला तोंड देत होता. बेसुमार संख्येनं चिनी सैनिक अंगावर कोसळले. पण अशोक चौकी प्राणपणानं लढवीत होता. सहाही सैनिक ठार झाले. कॅप्टन अशोक घायाळ होऊन बेशुद्ध होता.

भारतीय सैन्याच्या दुसऱ्या तुकडीनं त्याला उचलून तळावर आणलं.

"जखमीच झाला ना; हरकत नाही."

"पण त्याची दृष्टी जाईल... आंधळा होईल तो!"

पंचविसाव्या वर्षी अंधत्व?

"नंदिनी?"

"तिला माहीत आहे. मिलिटरी हॉस्पिटलमध्येच ती विवाहबद्ध होणार आहे अशोकशी. तिचे वडील म्हणाले, 'विचार कर, असं करू नकोस.' त्यावर तिनं उत्तर दिलं, 'एक वार तो माझा पती झाल्यावर, कोणत्याही परिस्थितीला तोंड देईन मी.' नंदिनी केवळ भावनावेगानं बोलत नव्हती. सर्व कुटुंबात ती एकटीच अत्यंत धीरगंभीर राहिली होती."

सत्यजित म्हणाला, "अशोक आंधळा होणार ह्याची पूर्ण कल्पना असून नंदिनी –"

"त्याच्याशी लग्न करणार. एरवी वाटत नाही तशी, पण नंदिनीत ते सामर्थ्य आहे. उद्याच ती काश्मीरला जाणार आहे विमानानं!"

"सोबत म्हणून सुमीताला जाऊ दे तिच्याबरोबर."

"नको. तिला एकटीलाच सोसू दे हे, म्हणजे तिच्यातील आंतरिक बळ बाहेर येईल."

। सदतीस ।

रूपाच्या खोलीत मिसेस मेहरा आल्या. त्यांच्या हातात 'आह तो'ने तुरुंगातून लिहिलेलं पत्र होतं. चिनी नागरिकांना आपल्या देशात परत जाण्याची मुभा मिळाली होती. दक्षिण भारतातील एक बंदरात त्यांच्यासाठी जहाज उभं होतं. 'आह तो'ने लिहिलं होतं की, मला भारत सोडून जायचं आहे. नेहरू अ‍ॅव्हेन्यूवरचा कोणी बूटवाला त्याचं दुकान विकत घेणार होता. मिसेस मेहरांचे आभार मानून 'आह तो'ने लिहिलं होतं की, तुम्ही माझ्यासाठी जे केलंत, त्याबद्दल मी सदैव कृतज्ञ राहीन. आता आम्हाला आपल्या देशात जायचं आहे.

"गेल्या आठवड्यातच मी त्याला तुरुंगात जाऊन भेटले होते." मिसेस मेहरा म्हणाल्या, "मी त्याला सांगितलं की, भाग्यवान मुलं आहेत तुझी. त्यांची काळजी घ्यायला एक आई मिळालीय. आई म्हणण्यात चुकलं नाही ना काही रूपा?" रूपाकडून उत्तर मिळेपर्यंत न थांबता त्या पुढे बोलू लागल्या. "खरं तर आम्ही आमचं कर्तव्य केलं. सी.ई.नी त्या मुलांना सावली दिली; तू प्रेम, माया दिलीस. पण आता सगळं संपलं. मुलं जाणार आता."

मिसेस मेहरांना माहीत होतं की, सुमीता आता दिल्लीहून परत येणार आहे. युद्धविरामाची बातमी आलीच होती. आणखी काही गडबड होण्याचा संभव होता, म्हणून... आणि रूपाला एकदम धक्का बसू नये, म्हणूनही काळजी घ्यायला हवी होती. खरं तर, रूपाला सुमीताबद्दल काहीच माहिती नव्हती. तिला बापडीला, वरसंशोधनासाठी आईसुद्धा नव्हती. मग मिसेस मेहरांना काही करायला नको होतं का तिच्यासाठी?

"रूपा!"

"काय मिसेस मेहरा?"

मिसेस मेहरा थोड्या घुटमळल्या. एकोणीस नंबरच्या खोलीतून बाहेर पडताना रूपाचा चेहरा कसा फुलून

गेला होता, त्याची मेहराबाईंना आठवण झाली. त्या तिच्या भावनावेगात रूपानं मेहराबाईंच्या गालाचं चुंबन घेतलं होतं. आता तिला दु:खी करणं योग्य नव्हतं.

"एअर इंडियानं जाहिरात दिलेली आठवते, 'एअर होस्टेस पाहिजे' म्हणून?"

"हो, का –?"

"तुझ्या जागी मी असते तर – छान नोकरी असते ती!"

रूपाचा चेहरा विचारी झाला. मिसेस मेहरा म्हणत होती, त्यात तथ्य होतं. ह्या बाईंना बरं-वाईट कळतं.

"फार उशीर झाला."

"त्यांनी तुला इंटरव्ह्यूला बोलावलं आहे. निकाल तुझ्यासारखाच लागणार, ह्यात संशय नाही."

रूपा गोंधळल्या चेहऱ्यानं म्हणाली, "पण मी मुळी अर्जच केला नव्हता, तर त्यांनी बोलावलं कसं?"

पोलक्याच्या गळ्याशी हात घालून मेहराबाईंनी एक पाकीट बाहेर काढलं.

"आता तुला एक रहस्य सांगू का? तुझ्या नावानं मी अर्ज केला होता. माझ्या घरचा पत्ता दिला होता मी त्यांना. आज सकाळी उत्तर आलं. 'आह तो' चेपत्र ज्या डाकेनं आलं, त्याच डाकेनं हेही आलं."

रूपाचा गोंधळून गेलेला चेहरा पाहून मेहराबाई बोलल्या, "तुझ्या नावानं अर्ज करणं बरोबर नव्हतं. पण... बघ, विचार कर. पुढच्या गुरुवारी त्यांनी तुला कलकत्त्याला बोलावलं आहे. पुष्कळ अवकाश आहे अजून; तोवर निर्णय घे." एवढं बोलून मेहराबाई काही क्षण गप्प झाल्या. "तोपर्यंत, मी येते असं कळवून टाकायला काही हरकत नाही. तुझा टाइपरायटर जरा वापरू का मी?"

मेहराबाईंनी रूपाच्या होकाराची वाट पाहिली नाही.

रूपाच्या मनात आलं, हा मार्ग चांगला आहे. त्या रात्रीची तिला आठवण आली. आपल्याला काय हवं? भास्कर जेव्हा तिला आपल्या खोलीत घेऊन गेला, तेव्हा हा प्रश्न तिनं स्वत:ला विचारला – आपल्याला काय हवं आहे? प्रेम नसताना एकत्र येणं? हे मान्य आहे तुला?

हा आपल्याला हवा आहे, ह्या एकाच वेडानं ती झपाटून गेली होती. त्याचा संयम मोडून गेला आहे, हे तिला कळून आलं होतं. ही खोली, ही शय्या... त्या रात्री मुलांनी त्या दोघांना एकांत दिला होता. का?... सर्कशीच्या दिवशी मुलं नव्हती. दोघांत तिसरं कोणीमध्ये नव्हतं. तरीपण एकमेकांच्या समोरासमोर येताच दोन परस्परविरोधी शक्तींच्यामध्ये ती सापडली होती. त्याच्या जीवनातील एक क्षण होऊन तिथेच ती थांबणार होती का? जशी मेरी ॲन आणि इतर स्त्रिया त्याच्या आयुष्यात आल्या होत्या, आणि नंतर कायमच्या गेल्या होत्या. त्याच्या मनात

तिच्याविषयी घृणेशिवाय आणखी काय मागे उरेल?

भास्करच्या मनात खोल दाबून असलेलं भारतीयत्व अखेरचा निर्णय घेईल आणि तो निर्णय अंतिम व कठोर असेल.

जॉन विकफिल्डच्या मनात असं काही नव्हतं. तो जास्ती शहाणा होता.

एक विलक्षण विचारही मनात आला. दुसरं लेबल लावलेला तसलाच आदर्शवाद तिच्याही मनात तर नव्हता? आपण करतो आहोत एवढा विचार मेरी ॲननं केला नसणार. तिनं उत्तेजित इंद्रियांनी हा क्षण पुरेपूर उपभोगला असणार आणि आपण....

त्याच्या दृष्टीनं ती रूपा नव्हती, केवळ एक स्त्री होती. केवळ एक सुंदर शरीर होतं. हे तिला नको होतं.

सुखाच्या सुरुवातीच्या क्षणी एका नव्या बळानं तिनं त्याला विरोध केला. थोडे क्षण ती त्याच्यापासून बाजूला झाली. त्याला हे अनपेक्षित नव्हतं. तो हा विरोध कसा मोडून काढणार होता?

त्यानं दिवा मालवला. अंधार झाला. त्यानं तिला मिठीत घेतली. ब्लाउजची बटणं काढली. आपले ओठ तिच्या स्तनाला लावले.

रूपाचं रक्त तापून उठलं. आता विरोध करणं शक्य नव्हतं. ती आत्मार्पण करणारच होती; पण मेरी ॲनप्रमाणे नाही. त्या दोघांमध्ये मेरी ॲन आता उभी होती आणि किती तरी अनोळखी, बिनचेहऱ्याच्या स्त्रिया उभ्या होत्या. ह्या रात्रीनंतर तीही अशीच अनोळखी, बिनचेहऱ्याची होणार होती. रूपानं अंग संकोचून घेतलं, प्रतिसाद दिला नाही आणि मग स्वप्नातील शब्द सत्य होऊन तिच्या कानी आले –

"माझं प्रेम आहे तुझ्यावर... रूपा."

यानंतर कशाची तमा उरली नाही. शरीराची, मनाची, सुखाची, दुःखाची!

त्या एका रात्रीनंतर पुन्हा भेटीची संधी मिळाली नव्हती. वासनेच्या उबेत बोललेले ते शब्द... एकांताच्या गडद अंधारात रत्नासारखे चमकणारे, आता दिवसाच्या प्रकाशात काचमण्यासारखे झाले होते. हेच शब्द आजवर तो अनेक स्त्रियांच्या कानांत बोलला होता.

नाही, मेरी ॲनप्रमाणे रूपा संतुष्ट होणार नव्हती.

मेहराबाईंनी टाइप केलेला कागद रूपाच्या पुढे केला.

"ह्या खेपला तूच सही कर. काळजी नको; मी अगदी तुझ्यासारखीच सही केली होती पहिल्या पत्रावर. आता मला गेलं पाहिजे रूपा –"

मेहराबाई गेल्यावर रूपानं दुसरा कागद टाइपरायटरमध्ये घातला. राजीनामा

तयार केला. नोटीस देण्यापुरता अवधी मिळाला नाही, याबद्दल माफी मागितली. टाइप करता-करता तिची बोटं मध्येच थंड पडली; पण बळानं तिनं पुढचे शब्द टाइप केले. राजीनाम्याचं ते पत्र पाकिटात नुसतं घालून, पाकीट बंद न करता तिनं ते टेबलावरच ठेवलं आणि खोलीभर दृष्टी टाकली. ती लहानशी खोली म्हणजे तिचं घरच होतं. हिरव्या मखमलीनं झाकलेलं टेबल... फाइल ठेवण्याचं पोलादी कपाट... एका लहान स्टुलावर ठेवलेली मातीची सुरई, ग्लास.

ग्लासात पाणी ओतून ती ते प्यायली.

आणि खोलीला म्हटलं, "अच्छा, गुड बाय.'

बाहेर येऊन तिनं हळूच दार लावलं.

लिफ्ट न वापरता जिने उतरून ती खाली आली. चार मजले होईपर्यंत, पॉलिश केलेल्या पितळी कठड्यावर तिचा हात होता. सायकल स्टँडवर जाऊन तिनं आपली सायकल घेतली. रखवालदाराकडे सुहास्य मुद्रेनं पाहिलं.

लोखंडी दरवाज्याशी पोहोचताच, थांबून तिनं मागे पाहिलं... स्टील टाउनच्या प्रचंड इमारतीला उद्देशून ती म्हणाली, "फेअर वेल स्टील टाउन!"

बिनगर्दीच्या रस्त्यानं जाता-जाता तिनं आपल्या मनाशी निश्चय केला. 'आह तो' उद्या मुलं घेऊन जाईल; आपण त्याअगोदरच का जाऊ नये? अर्ध्या तासात सूटकेस भरून तयार होऊ. पहिल्यासारखी हलकंसं सामान वागवणारी पुन्हा होऊ; इतर सगळं मिसेस मेहरांवर सोपवू. पुन्हा विमानाच्या नोकरीत जाताना किती बरं वाटतं आहे! नेहमी ह्या विमानतळावरून त्या विमानतळावर जायचं. नेहमी एखाद्या हॉटेलमध्ये झोपायचं. बाहेरून आलेल्या प्रवाशांना भारतदर्शनाची प्रथम वानगी म्हणजे रूपाचं दर्शन. ती त्यांना कॉफी देणार, पट्टे बांधण्यासाठी मदत करणार. मध्यम वयाचे लोक तिच्याकडे आश्चर्यानं बघत राहणार... साडी नेसलेली रूपा – विमान कंपनीच्या जाहिरातीत असणारं शिल्प ते हेच काय?

जॉन विकफिल्ड तिला पुन्हा भेटणार – नक्कीच. तो पहिला नव्हे; आणखी कोणी दुसरा. त्याच्याबरोबर ती पुन्हा भटकायला जाईल. भयानक जंतूंनी शरीरात प्रवेश केला की, त्यांना मारण्यासाठी आपण भयानक अँटिबायोटिक टोचून घेत नाही का?

तिला पश्चात्ताप नव्हता. जॉनबद्दल नव्हता, भास्करबद्दलही नव्हता.

– आणि त्यालाही असू नये.

डोळे भरून आले, दृष्टी अंधूक झाली; तेव्हा पॅडलवरचे पाय मंदावले. तिनं अश्रू वाहू दिले. समोरून मोटार येत होती; पण तिला पर्वा नव्हती. मोटार चालविणाऱ्या गृहस्थानं तिला अश्रू गाळताना पाहिलं असलं पाहिजे. कारण त्यानं एकदम ब्रेक लावून गाडी थांबवली.

ती जोरजोरानं पॅडल मारीत होती.

'काय करावं' ह्याचा निर्णय मोटारवाल्याला घ्यायचा नव्हता. एक मिनिटभरात तो आपल्या वाटेनं जाणार.

रूपाच्या मनात आलं, हे मानसिक द्वंद्व आणखी का लांबवायचं? आजच आपण का जाऊ नये निघून? कलकत्त्याला जाणारी गाडी सव्वा-सहाला होती. अजून गाडी पकडता येईल.

मुलांचा निरोप घेण्यापुरता वेळ होता.

बाजूच्या रस्त्याकडे तिनं सायकल वळवली. दहा मिनिटांतच ती बंगल्यापाशी येऊन पोहोचली.

पहिल्यांदा ती गोड बातमी सांगायची. 'आह तो' उद्या सुटणार... त्याच दिवशी मुलं आपल्या घरी जाणार – नंतर आपल्या मायदेशी चीनला. हाँगकाँगपर्यंत बोटीनं, पुढे रेल्वेनं कॅन्टन आणि पुढे.

प्रवासाचं विलक्षण आकर्षक चित्र तिनं मुलांच्या नजरेसमोर उभं केलं आणि विचारलं – "किती मजा येईल, नाही!"

श्रोत्यांच्या चेहऱ्यावरचे भाव ती पाहत होती. मुलांचा हा लळा आता तोडला पाहिजे. मग तिनंही आपली योजना मुलांना सांगून टाकली. स्टील टाउन ती आता सोडणार होती. आणखी दोन तासांनी कलकत्ता एक्स्प्रेसनं निघणार होती, हे गाव सोडून.

हे सगळं सांगून झाल्यावर तिनं सुटकेचा निःश्वास सोडला. स्टील टाउनमधली तिची जीवनकथा आता समाप्त झाली होती.

चँगो आणि नू हसीननं वरवर काही दिसू दिलं नाही. जुळ्या मुली मात्र गोंधळून बघत राहिल्या. त्यांना काहीच कळलं नाही. इऱ्हकू एकदम रडू लागली. दोन्ही हातांनी तोंड झाकून हुंदके देताना तिचं सर्वांग हलत होतं.

रूपाला वाटलं – रडून दुःख मोकळं करू दे बिचारीला. रडली नाही, तर जास्ती दुःखी होईल ही. आपण नाही का रडूनच शांत झालो?

इऱ्हकू रॉयचा आता अंत झाला इथे!

गांधीग्राममधून ह्या मुलीनं चरखा आणला होता, त्याची आठवण रूपाला आली. भास्करलासुद्धा तिनं चरखा फिरवायला लावलं होतं.

ज्या-ज्या वेळी भास्करच्या हातून धागा तुटला, त्या-त्या वेळी केवढं हसू आलं होतं तिला. एवढे मोठे इंजिनिअर, पण त्यांना सूतसुद्धा कातता येत नव्हतं. लाजे-काजेनं भास्कर रोज अर्धा तास सूत कातू लागला होता. ती केवळ यंत्राशी खटपट होती, का ह्या साध्यासुध्या लाकडी साधनात असलेली आध्यात्मिक शक्ती भास्कर मिळवीत होता?

नंतर पुन्हा शाळेत जाण्याचा प्रसंग.

तिला जायचंच होतं. बहिणीच्या इच्छेविरुद्ध तिनं भास्करपाशी हा हट्ट धरला होता. भास्करनं विचारलं होतं –

"रूपाताई तुला शिकवतात, ते नको का तुला?"

पण तिचा हट्ट कायम होता. तिला शाळेत परत जायचं होतं. का, ते ती सांगू शकत नव्हती.

"पण पुन्हा मुलांनी तुझी टिंगल केली तर? तुला एकटीला सहन होईल का ती?"

पण हे जाऊन अनुभवल्यावाचून कसं कळणार? आता मुलींच्या भावना तशा राहिल्याही नसतील. इऱ्हकूला आपल्या मैत्रिणींबद्दल खात्री होती.

तिची शाळा पुन्हा सुरू झाली. भास्करनं स्वत: तिला शाळेत नेलं.

अजून घंटा झाली नव्हती. मुली बाहेरच हिंडत होत्या. इऱ्हकूच्या चेहऱ्यावर त्याला एकाएकी भीती दिसली. त्यानं तिला उचलून खाली ठेवली. तिच्या पाठीवर प्रोत्साहनादाखल थाप मारून म्हटलं, "जा, पुढे हो."

लढत देणाऱ्याबद्दल भास्करला फार आदर होता. पुढे काय होतं, ते पाहण्यासाठी तो पोर्चमध्ये उभा राहिला.

अनेक मुलींच्या नजरा इऱ्हकूवर गेल्या होत्या. त्या आत्ता तिच्या दिशेनं पुढे येत होत्या.

मुली ओरडल्या, "इऱ्हकू, कुठं होतीस तू इतके दिवस?"

लगोलग तिला मुलींच्या घोळक्यानं वेढलं.

"चँगो कुठाय? आणि नू हसीन? त्या का नाही आल्या शाळेला?"

"पुढच्या रविवारी नदीकडे सहल आहे. त्यांना सांगशील का इऱ्हकू?"

भास्करनं सुटकेचा नि:श्वास सोडला.

मोटारीत बसल्यावर त्यानं पाहिलं, तर इऱ्हकू उजळल्या चेहऱ्यानं एक हात हलवून निरोप देत होती. पोरीनं लढाई जिंकली होती. भास्करनंही हात हलवला.

ही सगळी हकिगत संध्याकाळी भास्करनं रूपाला सांगितली होती.

इऱ्हकू शाळेतून परत आली, तेव्हा मुलांनी दिलेल्या किती तरी वस्तू तिच्या बॅगेत होत्या. चित्रं, लाल रंगाची रिबन, ख्रिस्ताचं चित्र.

आणि एका आठवड्याच्या आतच ती चीनला जायला निघाली होती.

ह्या जुळ्या मुलांना आता हवेत कोण फेकणार? तोंडं वेडीवाकडी करून कोण त्यांचं मनोरंजन करणार?

बिचारी दु:खी होतील. भास्करही होईल.

रूपाच्या विचारात खंड पडला. बारीक आवाजात चँगो म्हणाली, ''रूपाताई, तुझ्यासाठी मी मासा केलाय.''

इञ्हकूच्या हाताला धरून रूपा म्हणाली, ''चल, खाऊ आपण.''

रामलालनं मासा वाढला. तिनं आवडीनं खाल्ला.

जेवण झाल्यावर नू हसीन म्हणाली, ''रूपा!''

गेल्या आठवड्यातच कधी तरी तिनं रूपाताई म्हणणं बंद केलं होतं. फक्त रूपा अशी हाक मारायला तिला बरं वाटे.

रूपाला काड्यांनी जेवायला मुलींनी शिकवलं होतं. जेवता-जेवता थांबून तिनं नू हसीनकडे पाहिलं.

''मला शेवटचा मसाज करायचा आहे तुला!''

''हो, चल.''

मुलं रांगेनं तिच्या पाठोपाठ आली. दुसऱ्या बाजूला कोपऱ्यातील खोलीत जाऊन रूपानं कपडे काढले. ती कॉटवर पडली. नू हसीनचे नाजूक हात तिच्या शुभ्र गोऱ्या पोटावर फिरू लागले. एक महिनाभर मालिश केलं असतं, तर रूपाचं पोट छान नितळ झालं असतं. पण आता तर काही मिनिटंच बाकी होती.

डोळे मिटून, त्या परिचित अंथरुणावर रूपानं आपल्या सर्वांगाचा संकोच केला. तिला भास्करची आठवण झाली. त्याच्या मिठीत ती गेली. कल्पनेनं सगळं सुख अनुभवू लागली. आता इथून पुढे कल्पनाच तिची प्रिय सखी होणार होती.

सुखात बुडून गेलेली रूपा थरथरू लागली.

''दुखतं?'' नू हसीननं विचारलं.

रूपाच्या वरच्या ओठावर घाम जमला होता. मुलं पाहत होती; पण तिला भान नव्हतं.

''उकडतं? पंखा सुरू करते हं.''

छताचा पंखा भिर्रऽ भिर्रऽ फिरू लागला.

रूपाच्या मनात आलं, त्याची आठवण म्हणून माझ्याजवळ काही नाही. ह्या खोलीतली कोणती वस्तू मी घेऊ? टाय?? हातरुमाल??

बघता-बघता तिची दृष्टी टेबलावर ओळीनं ठेवलेल्या तीन पाइपकडे गेली. काय हे! सोळा वर्षांच्या मुलीसारखं वागतो आहोत आपण!

तरीपण त्यातला एक पाइप तिनं आपल्या हँडबॅगमध्ये घातलाच.

नू हसीननं इशारा केला आणि सगळी मुलं निघून गेली. नू हसीन रूपाच्या पायांना मालिश करू लागली.

''किती सुंदर आकार आहे तुझ्या पायांचा रूपा!''

नू हसीन या आधी कित्येकदा हे बोलली होती, पण आज हे शेवटचं होतं.

रूपानं विचारलं, ''चीनमध्ये कधी तुला माझी आठवण येईल का?''

यावर ती एकाएकी बोलली, ''आम्ही इथून गेल्यावर, तुला आमची आठवण येईल ती शत्रू म्हणून.''

''तुम्ही? शत्रू?''

''माझ्या देशातील सैनिकांनी तुमच्यावर हल्ला केला. तुम्ही कसं विसराल हे? मला शरम वाटते. आम्ही परत गेल्यावर तुमच्या दृष्टीनं शत्रूच ठरू. थम्ब नाही, फोरफिंगर नाही; फक्त चिनी म्हणून लक्षात राहू. बंदुका घेतलेले चिनी! होय ना रूपा?''

उगारलेल्या भाल्याला, उगारलेल्या भाल्यानंच उत्तर – मोओत्से तुंगचे शब्द रूपाला आठवले. पण अशीच म्हण किंवा प्रतिशब्द रॉबर्ट क्लाइव्हच्या बाबतीत असं साधन बनलं की, त्यातून एक साम्राज्य उभं राहिलं. आता गोरा साहेब नव्हता, एक आशियाई विरुद्ध दुसरा आशियाई उभा होता. हा आशियाई नव-नेपोलियनवाद होता. जास्ती निर्घृण, जास्ती कडवा. जनता स्वातंत्र्य कुठे गेलं? बांडुग हे केवळ नाव उरलं होतं.

नू हसीन रूपाच्या चेहऱ्याकडे पाहत होती. त्यावरचं उदास मौन पाहून तिला रडू आलं.

''तुला दुःख होत असेल, तर हा विषय बोलू नको रूपा. आम्ही आपसांत बोलतो हे सगळं. मनोमनी आम्हाला वाटतं, ह्या घरात आम्ही सुखी होतो. असं सुख आता कधी मिळणार नाही. आम्हाला आई नव्हती, ती मिळाली; सहावी बहीण मिळाली, वडीलसुद्धा मिळाले. हे सगळं प्रेम, आनंद... मला शब्द सुचत नाहीत रूपा; पण तू समजून घे. ह्या सगळ्या भावना आमच्या हाडीमाशी गेल्यात. आम्ही मायदेशी गेल्यावर लोक जेव्हा भारताबद्दल विचारतील, तेव्हा आम्ही सत्य तेच सांगू.''

''नाही-नाही, नू हसीन, तू इथलं सगळं विसरून जा.''

''विसरून जाऊ?''

''हो, आमच्याबद्दल. अगं, तुम्ही लहान मुलं ही प्रचंड लाट कशी रोखाल?''

गुलाबाच्या कळीप्रमाणे दिसणारं नू हसीनचं तोंड हास्यानं उजळून गेलं.

''आम्ही सदासर्वकाळ मुलंच राहणार नाही, रूपा.''

आणि एखाद्या कळत्या बाईसारख्या गंभीर चेहऱ्यानं ती म्हणाली – ''आमच्याबद्दल कधी अविश्वास बाळगू नकोस.''

''नाही. तुमच्याबद्दल मी कधीही अविश्वास बाळगणार नाही. हा मूर्खपणा, हे परस्परातील शत्रुत्व नाहीसं होऊन उषःकाल केव्हा होईल, त्याचीच मी वाट पाहत राहीन!''

''हे शब्द मी कधी विसरणार नाही. माझ्या बहिणीही विसरणार नाहीत. आपल्याला आणखी काही वर्षं वाट पाहावी लागेल, मग तर ही जुळी मुलंसुद्धा

सगळं समजतील!''

बाकीची मुलं आता खोलीत परत येऊ लागली होती. प्रत्येकाच्या हातात काही होतं. बंद मुठी समोर धरून ती उभी राहिली.

रूपा उठून बसली. चकित डोळ्यांनी पाहू लागली.

तिच्या अंथरुणावर लहान-लहान भेटवस्तू होत्या. पुन्हा हात जोडून मुलं गुडघ्यावर बसली. रूपाला भास्करनं सांगितलेल्या त्या प्रसंगाची आठवण झाली. मुले माओच्या फोटोपुढे बसली होती, तशीच आताही बसली होती.

रूपाला माहीत होतं. भास्करपुढेसुद्धा ती अशीच बसतील.

नू हसीन उठली. खोलीबाहेर जाऊ लागली. रूपाला तिचं मन कळलं.

''जाऊ नकोस.''

ती थांबली.

केसांतील एक पीन काढून रूपाला देत म्हणाली, ''हे, घे – माझी आठवण म्हणून.''

आणि इतर मुलींप्रमाणे गुडघे टेकून बसली.

''मी काय देऊ तुम्हाला?''

चॅन्गो म्हणाली, ''आम्हाला हवं होतं, ते तू कधीच दिलं आहेस. त्यापेक्षा जास्त काय देशील आता?''

रूपानं घड्याळाकडे पाहिलं. तिला लगेच निघायला पाहिजे होतं. पंधरा मिनिटं सायकल मारायला हवी होती. सामान बांधून टॅक्सीनं स्टेशनवर पोहोचण्याइतकाच वेळ आता जेमतेम उरला होता. अंथरुणावरून उठून ती साडी नेसू लागली.

तोपर्यंत रामलाल आणि आया ह्या दोघांना पत्ता लागला होता. व्हरांड्यात उदास चेहऱ्यानं ती दोघं उभी होती.

रूपानं हसून म्हटलं, ''रामलाल, मालकांना चांगलं जेवण दे हं.''

आणि त्याचा हात काही क्षण तिनं घट्ट पकडून ठेवला. त्याला माहीत नव्हतं की, मुलंही आता आपल्या मायदेशी जाणार आहेत. इतके दिवस तीच त्यांची आई होती.

भिंतीशी उभी असलेली सायकल रूपानं शांतपणे घेतली.

हात जोडून मुलं ओळीनं उभी राहिली. त्यांच्या शेजारी रामलाल आणि आयाही आली.

कोणी काही बोललं नाही. वळसा घेऊन जाणाऱ्या वाटेवरून सायकल मारताना रूपानं मागे वळून पाहिलं नाही. फक्त फाटकाबाहेर जाताना सायकलची घंटा दोनदा वाजवली.

''येते हं बाळांनो... येते!''

■

। अडतीस ।

युद्धविराम घोषणा झाल्यावर सहा दिवसांनी सत्यजित सुमीताला घेऊन गांधीग्रामला येऊन पोहोचला.

गांधीग्रामविरुद्ध सरकारी निर्णय जाहीर झाल्यानंतर लगेच, सत्यजितनं सरकारला दिलेलं आव्हानही वृत्तपत्रांनी ठळक टाइपात छापलं होतं. सत्यजितनं सरकारला कळविलं होतं –

'प्राणपणानं आपल्या निर्णयाला विरोध करणं मला भाग आहे. हा विरोध दर्शविण्याचं एकच साधन माझ्यापाशी आहे – आमरण उपोषण. माझं उपोषण चालू असताना सरकारनं स्वत:हून किंवा जनमताच्या दडपणामुळे आपला निर्णय बदलला, तरच मी माझं उपोषण मागे घेईन. असा निर्णय मला घ्यावा लागतो आहे, याचं मला दु:ख होतं आहे; पण माझ्यापुढे दुसरा मार्ग नाही. कदाचित माझा निर्णय योग्य नसेल, मी चुकत असेन. आणि असं असेल तर माझी जीवनविषयक मूल्यंच चुकीची होती, असं सिद्ध होईल आणि उपोषणानं आलेल्या मृत्यूनं मला माझ्या चुकीचं प्रायश्चित्त मिळाल्यासारखं होईल.'

वृत्तपत्रांनी यावर भाष्य करताना म्हटलं होतं की, ब्रिटिश सरकारला एकवार गांधीजींनी सांगितलं होतं, तेच सहीन् सही सत्यजितनंही सांगितलं आहे. गांधीवादी विचारसरणी पुरेपूर अंगी बाणल्याचंच हे लक्षण नाही ना? का जाणून-बुजूनच सत्यजितनं गांधीजींचेच शब्द पुन्हा वापरले होते? गांधीजींचंच संघर्षतंत्र वापरून त्याला ह्या सरकारशी सामना द्यायचा होता?

आपल्या येण्यानं गांधीग्रामच्या दैनंदिन जीवनात काही व्यत्यय येऊ नये, अशी इच्छा सत्यजितनं व्यक्त केली होती. फक्त पंचायतीचे लोक, सुरुचीसह त्याला प्लॅटफॉर्मवर उतरून घेण्यासाठी जाणार होते. स्टेशनवर उतरताच सत्यजित आणि सुमीताला सुरुची

सामोरी गेली. तिच्या अपेक्षेनुसार पांढऱ्या खादीची साडी नेसलेली सुमीता तिला दिसली नाही. तिनं वेगळेच शहरी कपडे घातले होते. फक्त कपडेच का?

"आई!" सुमीताचे हात सुरुचीच्या गळ्यात पडले.

"सुमीता, तू आणखी उंच झालीस इंचभर. तुझ्या हनुवटीलासुद्धा लागत नाही मी आता!" माया दाटून आली होती.

सत्यजितकडे वळून सुरुची म्हणाली, "अगदी तुमच्या वळणावर गेली मुलगी – उंचीनंसुद्धा!"

"पण दिसायला अगदी तुझ्यासारखी आहे, तेवढं पुरेसं नाही का?"

सत्यजित सुरुचीकडे पाहत होता. त्या पाहण्यात आकर्षण होतं, थोडं भयही होतं. गेली कित्येक वर्षं त्यानं तिला केवळ व्यथाच दिली नव्हती काय? दुःखापाठोपाठ दुःखच तिच्या एका पारड्यात होतं, दुसरं पारडं रितं होतं. तोल राहावा असं त्यात काहीच पडलं नव्हतं. त्याला भय वाटलं की, हिला आता दुःखाची सवय तर झाली नाही ना? मागण्यासारखं काहीच उरलं नाही? काही मागणं नाही, काही सांगणं नाही. तो आता सर्व द्यायला तयार होता – अगदी सर्व.

पण आता वेळ कुठे होता? मृत्यू त्याच्या उंबऱ्यावर उभा होता. मरणाची इच्छा नव्हती; पण ती गोष्टी अगदी वेगळी. आता मोडून जाऊन त्यानं आपला निर्णय बदलला, तरी तिला जे हवं होतं, ते तो देऊ शकला असता का? आता उर्वरित आयुष्यात तो रोज मरणारच होता, कारण तो आत्मसन्मान घालवून बसला होता. मग ती काय मागणार?

तीही त्याच्याकडे एकटक बघत होती. डोळ्यांत माया दाटून आली होती.

एखाद्या पारदर्शक काचेप्रमाणे ती त्याच्या बाह्य स्वरूपापलीकडे पाहू शकत होती, हे तिचं दुर्दैव होतं. तिची ही शक्ती त्याला माहीत होती. म्हणूनच आपलं अंतरंग तो उत्तुंग निष्ठा, धैर्याची उदात्तता, निर्भय कर्म ह्यांच्या आड झाकून होता. अशी अनेक कवच त्यानं घालून घेतली होती आणि आता, ह्या अंतिम क्षणी तो स्वतःला भेदून उंच जाणार होता. ज्या मार्गानं गांधीजी गेले असते, त्याच मार्गानं जाणार होता. गांधीजी मनःशांती मिळवून गेले असते. स्वतःच मागून घेतलेल्या मृत्यूला सामोरा जाताना, त्यांच्या मनाचा तोल किंचितही ढळला नसता. उलट, सत्यजितला आता क्षणोक्षणी लढा द्यावा लागणार होता. असामान्य होण्याची इच्छा झालेल्या सामान्य माणसाचा स्वतःशीच होणारा लढा. हा लढा म्हणजे आंतरिक तयारी न झाल्याचा पुरावा नव्हता का? कित्येक वर्षांपूर्वीच हा लढा संपायला हवा होता.

सुरुचीचं हृदय करुणेनं भरून आलं.

काय करू मी ह्यांच्यासाठी? ह्यांना जाणणारं माझ्याखेरीज आणखी कोण आहे? कोण आहे माझ्याशिवाय उपयोगी पडणारं?

पंचायतीचे सदस्य इतका वेळ बाजूला उभे होते, ते पुढे झाले. एकापाठोपाठ एक सत्यजितला उराउरी भेटले. हा थोर माणूस आपला आहे, म्हणून प्रत्येकाच्या चेहऱ्यावर अभिमान होता. त्याच्यापुढे उभं राहताना नम्रता होती. राष्ट्रीय आंदोलनाचं उद्दिष्ट पूर्ण झाल्यावर, स्वातंत्र्याप्राप्तीनंतर आध्यात्मिक नेतृत्व करणारं कोणी उरलं नव्हतं. सत्यजित अपवाद. ह्या क्षेत्रात पडलेली पोकळी भरून काढण्याचा तो प्रयत्न करीत होता.

कृष्णमूर्ती म्हणाले, ''मला रोमारोलाचे शब्द आठवतात – अहिंसक चळवळीत भारताला जर पराजय पत्करावा लागला तर, ख्रिस्ताच्याच छातीत भाला भोसकला जाईल. आणि ह्या खेपेला पुनरुत्थान होणार नाही.

''पण एकट्या सत्यजितनीच उपवास करावा, हे बरोबर नाही. सामूहिक प्रयत्न झाला पाहिजे, सारे गांधीग्राम जागृत झाले पाहिजे ह्या संकटकाळी. कमीत कमी वीस ते तीस माणसं –''

सत्यजित म्हणाला – ''कशाला? असं पूर्वी कधी झालं आहे? एकटे गांधीजी सर्वांचं ओझं घेऊन चालत. अलीकडचे त्यांचे उपवास आठवा.''

स्वामीजी म्हणाले, ''हो, अनेकांनी आग्रह करूनसुद्धा सामुदायिक उपवासाला गांधीजींनी कधी संमती दिली नव्हती. पण माझी सूचना अशी की, पंचायतीच्या सर्व सदस्यांनी उपवास करावा. त्याला काही हरकत नाही ना सत्यजित?''

सत्यजितनं नकार-होकार काहीच दिला नाही. तो म्हणाला, ''चला, जाऊ या.''

बाहेर निघण्याच्या दरवाज्यानं सर्व गेले. स्टेशनवरचे सगळे नोकरचाकर, अधिकारी आदरपूर्वक उभे होते. माणिक, गोरा, आनंद त्या सर्वांना एकामागून एक असा नमस्कार सत्यजितनं केला. गावातील रस्ता येईपर्यंत मघा स्वामीजींनी विचारलेल्या प्रश्नाला त्यानं उत्तर दिलं नव्हतं. सर्व जण वाट पाहत होते.

''ठीक आहे. तुम्ही ठरवाल तसं!''

सर्वांना आनंद झाला. तेवढ्यात हात वर करून सत्यजित म्हणाला –

''तरी पण वैयक्तिक सत्याग्रहाच्या वाटेनंच आपण जावं, हे उचित आहे. जपानी फौजा आसामच्या दरीत घुसत होत्या, तेव्हा गांधीजींनी हाच मार्ग दाखविला होता. आधीच संकटानं घेरलेल्या ब्रिटिश सरकारला आणखी संकटात टाकण्याची त्यांची इच्छा नव्हती. कोणाच्या अडचणीचा फायदा घेणं, ही गोष्ट अहिंसेत बसत नाही. गांधीजींनी निर्णय घेतला की, एका वेळी एक माणूस विरोध करील. त्याला जेलमध्ये टाकलं की, ती जागा दुसऱ्यानं घ्यावी. तो गेला की तिसऱ्यानं. आजसुद्धा

जवाहरलाल नेहरूंच्या सरकारवर कोणत्याही तऱ्हेचं दडपण आपल्याला आणावयाचं नाही; पण लढा तर लढवलाच पाहिजे. यासाठी वैयक्तिक सत्याग्रह योग्य आहे. मी मृत्यू पावलो की, माझ्यानंतर तुमच्यापैकी कोणी उपवास सुरू करावा आणि चालू ठेवावा, आणि गांधीग्राम वाचवावं.''

सर्वांचे चेहरे पडले; पण विरोधी आवाज कोणी काढला नाही.

''सत्यजित, तुमचा उपवास केव्हा चालू होणार?''

''संध्याकाळपासून.''

''आज?''

''हो.''

ह्यावर स्तब्धता पसरली. सूर्यास्ताला दोन तास अवधी राहिलेला होता. सर्वांच्या बरोबर चाल ठेवणं माधवकाकांना जड जात होतं. सुमीतानं त्यांना आधार दिला होता. त्या वृद्ध माणसाचा दंड धरून ती चालत होती. माधवकाकांनी ही मदत कृतज्ञतापूर्वक स्वीकारली होती.

दु:खानं जड झालेल्या आवाजात त्यांनी विचारलं, ''सुमीता, तुला काय वाटतं? हा उपवास आवश्यक आहे?''

''दुसरी वाट नाही माधवकाका. स्टील टाउननंच आपला धमकावणीचा हात मागे घेतला, तरच –''

''मला सांग. मला समजावून घ्यायचं आहे – कुणाची किंमत जास्ती आहे... ह्या गावाची का सत्यजितच्या प्राणाची? गाव पुन्हा वसेल, वरवर नष्ट झालं तरी त्याचा आत्मा कुठे तरी जाईल. पण सत्यजित गेला, तर पुन्हा मिळेल का?''

''मिळेल काका. इतिहासात असं घडलं आहे. पृथ्वीवरच्या प्रत्येक देशात असं घडलं आहे.''

माधवकाकांनी एक मिनिटभर विचार केला, ''गांधीग्राम पुन्हा जन्म घेईल?''

सुमीतानं उत्तर दिलं, ''बुद्ध पुन्हा नाही जन्माला आला; पण लहान-लहान बुद्ध पुन्हा जन्मले. त्या सर्वांचं कार्य एका गौतमाच्या कार्याइतकं झालं. आपण स्वस्थ बसून वाट पाहत राहिलो म्हणजे कोणी प्रेषित जन्म घेणार नाही. प्रेषित दारात येऊन उभा राहिला, तरी आपण त्याला ओळखणार नाही. आमची प्रतिभापूर्ण दृष्टी क्षितिजावरच लागलेली असेल आणि दारी आलेला अतिथी जसा विन्मुख परत जातो, तसा प्रेषितही जाईल.''

सत्यजितनं स्नान करून कपडे बदलल्यावर सुरुचीनं जेवणाची थाळी आणली. सत्यजितनं नकार दिला. उपवास सुरू करण्याअगोदर भरपूर जेवण त्याला घ्यायचं नव्हतं. केवळ दूध आणि फळं त्याला पुरे होती.

सुरुचीला रडू आलं.

"किती वेळ खपून मी स्वयंपाक केला आज तुमच्यासाठी. आता पुन्हा मला अशी संधी कधी मिळणार नाही."

सत्यजित तिच्याकडे टक लावून पाहत होता. एक मिनिटभर स्तब्ध राहून तो बोलला – "ठीक आहे. तू जे कृपावंत होऊन देशील, ते मी खाईन रुची."

"कृपा? असं का बोलता?"

"इतकी वर्षं तुझ्यासाठी मी काय केलं? माझ्या मागण्यांना मात्र अंत नव्हता. मला आता सगळं स्पष्ट कळतं आहे – पण फार उशिरा."

सुरुचीला रडण्याचा आवेग आला, तो मोठ्या प्रयत्नानं तिनं दाबला. ओठ घट्ट मिटून घेतले. सत्यजितला आता सगळं समजलं होतं. पुन्हा नव्यानं सगळं सुरू करण्यासाठी आता वेळ उरला नव्हता का? त्या जुन्या वर्षापासून कशाला सुरुवात व्हायला हवी? त्या गतवर्षांनीसुद्धा समृद्धी पुरवली होती. त्यांना टाकून देणं योग्य नव्हतं. सत्यजितला असा भटकू देणं तिला मुळीच नको होतं. सत्यजितनं सत्यजित असावं आणि आणखीही कोणी असावं, म्हणजे तो थोडा-फार बिरेश्वरसारखा असावा. ही दोन्हीही रूपं त्याच्या एकट्यात असावीत. मग मात्र ती सत्यजितमध्ये पूर्णत: मिळून गेली असती. तृप्त झाली असती.

पण, आता किती उशीर झाला होता!

जमिनीवर पालथी मांडी घालून सुरुची एकटक सत्यजितकडे पाहत होती. तो नेहमीप्रमाणे न बोलता जेवत होता. पुढचे सगळे पदार्थ संपेपर्यंत त्यानं मान वर करून पाहिलंसुद्धा नाही. उपास सुरू करण्याची ही प्रथा नव्हती, पण त्याचं सत्यजितला काही वाटलं नाही.

विहिरीवर जाऊन त्यानं हात धुतले आणि बाहेर बागेत चटई अंथरूण तो सूत कातीत बसला. संधिप्रकाश आता झपाट्यानं सरू लागला होता. रस्त्यावर लोकांची गर्दी जमली होती. शांत राहून लोक बघत होते. सत्यजितनं तिकडे लक्ष दिलं नाही. लोकांना देण्यासारखा काही संदेश त्याच्यापाशी नव्हता.

सुमीता आपल्या वडिलांपाशी बसली आणि वैदिक ऋचा म्हणू लागली :

'ॐ क्रतोस्मर....'

त्या आवाजासरशी संकेत मिळाल्याप्रमाणे सर्व गाव रस्त्यावर जमा झालं. नजीक येऊ पोहोचलेल्या त्या अखेरच्या क्षणामुळे त्यांची मनं थरारून गेली होती. बांबूच्या फाटकातून लोक हळूहळू पुढे येत होते. भावनांचा उद्रेक नव्हता. ओंजळीत फुलं घेऊन आलेल्या स्त्री-पुरुषांनी रांग लावली होती. संध्याकाळ झाली. सूर्यास्त झाला. उपवास सुरू झाला, तेव्हा शांतपणे एक-एक जण बाबूंच्या फाटकातून आत येऊ लागला. सत्यजितच्या पायाशी फुलं ठेवून, ओळीनं परतू लागला. दोन्ही हात जोडून नम्र भावानं सत्यजित फुलं स्वीकारीत राहिला.

सुमीताच्या आवाजात जरासुद्धा कंप नव्हता. मंत्राचा अर्थ होता – प्राणिमात्रांचा आरंभ माहीत नाही, अंत माहीत नाही; आपण केवळ मध्य पाहतो आहोत. मग शोकाचं कारणच काय?

मोटारीचा हॉर्न वाजला. कुणाची तरी मोटार फाटकापाशी येऊन थांबली. कोण आलं? उत्सुक मौन पसरलं. स्टील टाउनकडून कोणी निरोप आणला काय? काही तडजोडीचा मसुदा आला काय?

कोणी लांबून आलेला प्रवासी मोटरमधून उतरला. हातात बॅग होती. ड्रायव्हरला पैसे देऊन त्यानं गर्दीतून वाट काढली.

दुःखानं मान हलवून तो म्हणाला – "फार उशीर झाला. उपवास सुरूही झाला?"

सत्यजितनं स्वागत केलं – "बिरेश्वर, मित्रा – तुला पाहून आनंद झाला!"

सुरुचीकडे नजर लावून बिरेश्वरनं विचारलं, "घरात काही जेवण शिल्लक आहे का? सत्यजितच्या अगोदरपासूनच माझा अनैच्छिक उपवास सुरू झाला आहे आणि मला जेवण बुडवायचं नाही. आजच्याइतका धावपळीचा दिवस मी कधीच घालवलेला नाही. विमानतळावर पोहोचण्याएवढा वेळ कसाबसा मिळाला."

सुमीताकडे बघून तो म्हणाला, "काय गं पोरी, मला पुन्हा पाहून आनंद नाही झाला तुला?"

तो आणखी काही बोलणार होता; पण सुमीताच्या चेहऱ्यावरची काळजी त्याला स्पष्ट दिसली.

"नंदिनी... अशोक..." तिचा आवाज उमटत नव्हता.

"अशोकचं ऑपरेशन झालं. फायदा-तोटा आता कळेल."

"पण, आशा आहे का?"

"डॉक्टरांचं म्हणणं आहे की, दृष्टी जाणार नाही. आनंद वाटला ना ऐकून सुमीता? आता आणखी एक आनंदाची बातमी. सत्यजितनं उपवास करायचं कारण नाही आता, हे सांगायला मी आलो खरं तर!"

जमलेल्या लोकांच्या तोंडून आश्चर्योद्गार निघाले.

सुमीतानं विचारलं, "म्हणजे, सरकारनं आपला निर्णय मागे घेतला? गांधीग्राम वाचलं?"

"एका परीनं."

"कोणत्या बिरेश्वर?" सत्यजितनं थंडपणे विचारलं.

"दिल्लीच्या सचिवालयाला एकदम जाग आली आहे. जणू काही राष्ट्रीय संकट उभं राहिलं आहे! त्याचं फळ आहे हे."

त्यानं थोडक्यात हकिगत सांगितली. सरकारनं एक मोठी जमीन ताब्यात

घेतली आहे, तिथे नवं गांधीग्राम वसेल. तिथल्या रहिवाशांच्या स्थलांतराचा प्रश्न नाही; कारण ही जमीन एका सहकारी संस्थेची आहे. जमीन चांगली आहे. आसपास सागाची झाडं होती, आणखीही काही-काही होतं. गांधीग्राम स्वयंपूर्ण होईल. कॅनॉलचं पाणी भरपूर मिळेल. मुख्य रस्ता जवळच आहे, रेल्वे स्टेशन नाही; पण ते लवकरच होईल.

सत्यजित तीक्ष्ण शब्दांत बोलला, "बिरेश्वर, तू व्यर्थ वेळ वाया घालवलास. तू नीट माहिती मिळवायला हवी होतीस. तू निराश मनानं काम केलंस, त्यामुळे हे घडलं."

"म्हणजे, तुला म्हणायचं आहे की –"

"भातशेतीप्रमाणे गांधीग्राम इथून दुसरीकडे सुरू नाही करता येणार!"

"का नाही? गांधीग्राम म्हणजे, त्यानं व्यापलेला जमिनीचा तुकडा नाही; तो एक विचार आहे, लोक आहेत. विचार स्थलांतर करू शकतो, लोक स्थलांतर करू शकतात. फार दूर जायचं नाही; फक्त शंभर मैल. स्टील टाउननं कवेत घ्यायला इथे एकही व्यक्ती राहणार नाही. आपली सगळी धनसंपदा, बाडबिस्तारा घेऊन लोक जातील. शेकडो ट्रक्स त्यासाठी मिळणार आहेत. इथली दुकानं, कारखाने सगळं उचलून तिकडे नेता येईल. तुझा आग्रह असेल, तर ती मातीची घरंसुद्धा अशीच्या अशी उचलून नेता येतील. इथली जमीन, झाडंझुडपं आणि आकाश सोडून सगळं नेता येईल."

"आणि मुळं बिरेश्वर?"

"मुळं?"

"हो, जीवनाची मुळं. ती उकरून खोक्यात भरली आणि दुसरीकडे पाठवली – असं करता येत नाही."

"का नाही? फार खोल गेलेली, जुनीपुराणी मुळं नाहीत ही. बारा वर्षांमागं गांधीग्रामचं नाव नव्हतं. हे बघ सत्यजित, एक मोठी तडजोड करण्यासाठी ही लहानशी किंमत द्यावी लागणार आहे; मग संघर्ष संपून जाईल!"

"संघर्ष? मला हा शब्दच मान्य नाही. हे आव्हान आहे. स्टील टाउन आणि गांधीग्राम ह्या दोघांतलं नव्हे, तर दोन परस्परविरोधी जीवनपद्धतींमधलं. पोलाद कारखान्याबरोबर चरख्याचा झगडा आहे हा." स्टील टाउनच्या दिशेनं बोट करून सत्यजित म्हणाला.

"आपल्याला काय पाहिजे, हे त्यांना ठाऊक आहे. इतिहास त्यांच्या बाजूला आहे. तरीपण आम्ही राष्ट्रातील चैतन्याला असा स्पर्श करू की, एक नवी जागृती होईल! हे झालं म्हणजे – पण हा विषय मोठा आहे. सुरुची वाट पाहतीय तुझी जेवणासाठी. आत जा आणि जेव."

मध्यरात्र झाली होती. बाहेर जमलेले गावकरी निघून गेले होते. पण ह्या घरातलं कोणी झोपलं नव्हतं.

बिरेश्वर एकदम उभा राहून बोलला – "थोडं हिंडून येऊ सत्यजित, फक्त आपण दोघंच. ह्या युद्धभूमीवर आपण हिंडू या."

"युद्धभूमी?"

"हो, म्हणजेच कुरण. दिल्लीला सुमीतानं मला सगळं सांगितलं आहे. भास्कर रॉय हा काय चमत्कार आहे, त्याची कल्पना मला आली आहे."

गावाबाहेर पडेपर्यंत दोघांपैकी कोणी बोललं नाही. मग बिरेश्वर बोलू लागला –

"तुम्हा दोघांचं द्वंद्व प्रकाश आणि अंधार ह्या द्वंद्वासारखं आहे – सनातन. एकाशिवाय दुसरा कधी मिळेल का? केवळ प्रकाशच सारखा राहिला, तर आम्ही झोपू शकू का? अंतहीन अंधार पसरला, तर किती वेळ जिवंत राहू? तू स्वत:ला प्रकाश समजतोस सत्यजित, पण भास्करशिवाय तुला अर्थ नाही."

सत्यजितनं स्मितपूर्वक जाणीव करून दिली – "तू काव्य बोलू लागलास बिरेज. प्रकाश आणि अंधार हे कधी एकत्र उभे राहत नाहीत. एकापाठोपाठच येतात. आज भारतात काय आहे?"

"दोन्हीही. क्षण संधिप्रकाशाचा आणि उष:कालाचा आहे. दोन्हीही एकरूप आहेत. रक्त किंवा मांस म्हणेनास. तुझ्यात कुठे तरी खोल भास्कर आहे आणि भास्करमध्ये तू आहेस. माझी खात्री आहे."

"तुझी प्रत्येक गोष्टीविषयीच खात्री असते. बरं, तू भास्करला भेटणार आहेस का?"

"आहे. का?"

"नको भेटूस बिरेज."

"ही हिंसा होईल सत्यजित. गांधीजी आपल्या शत्रूलासुद्धा जिंकण्याची संधी देत. आपला व्यक्तिगत दृष्टिकोन त्यांनी कधी महत्त्वाचा मानला नाही. ते पाहत सत्य, सत्य आणि सत्यच. तूसुद्धा सत्यजित, सत्याला संधी दिली पाहिजेस."

सत्यजितनं हसून म्हटलं, "जिंकण्याची प्रत्येक संधी भास्करला मिळेल. आम्हाला मात्र पोकळ विजय मिळाला, तर तो पराजयापेक्षा जास्ती वाईट ठरेल. सामना हेच आमच्या आत्म्याला पोषण आहे."

"युद्धाच्या गरम वातावरणात सदैव राहणं शक्य नसतं. कोणत्या तरी क्षणी रचनात्मक कार्य हाती घ्यावंच लागतं. सत्यजित, तुझा उद्देश नसला तरी, तुझा उपवास म्हणजे लोकांच्या दृष्टीनं भावनात्मक फसवणूक ठरेल – ह्या दृष्टीनं कधी विचार केला आहेस तू?"

"गांधीजींवर हा आरोप झाला होता, त्यांनी उत्तरही दिलं होतं."

"सत्यजित, आणखी ध्येयवादासंबंधी वाद घालूच नकोस. माझा आग्रह एकच आहे, तू उपवास सोड."

सत्यजितला मित्राची माया आली. कठीण परिश्रमानंतर बिरेज आता पराजयाचं दु:ख भोगीत होता. सत्यजितला आठवलं. गांधीजींनी सेवाग्राममध्ये एक उपवास सुरू केला, तेव्हा सत्यजितची आणि इतर काही लोकांची अशीच स्थिती झालेली होती. कोणत्याही उपवासात पृथ्वीवरील एका मौल्यवान जीवनाचा अंत झाला असता; प्रत्येक वेळी गांधीजी सहीसलामत बाहेर पडले, हा एक दैवी चमत्कार होता.

बिरेश्वरला साह्यभूत होण्याचा काही मार्ग होता का?

ह्या खेपेस दु:खापेक्षा रागानं बिरेश्वर बोलला – "केंब्रिजला तू उपवास केलेस, ते आठवतात का तुला सत्यजित? प्रत्येक वेळी तू कोणा स्त्रीची शिकार झालास की, स्वत:ला शिक्षा करून घेत होतास. काय परिणाम होई त्याचा? काय लाभ मिळे? परिणाम एकच – तुझा एका आकर्षणापासून दुसऱ्या आकर्षणापर्यंतचा प्रवास होत होता. तू शरण जात होतास – त्याऐवजी स्थिर प्रेमानं तू अध्यात्मदृष्ट्या संपन्न झाला असतास."

सत्यजितचा बावरून गेलेला चेहरा तशा अंधारातही बिरेश्वरला दिसला. तो गप्प झाला. आठवू दे सत्यजितला केंब्रिजमधलं आपलं स्वच्छंद वागणं. त्याच्याशी तुलना करताना बिरेज म्हणजे एक संत-महंतच होता.

सत्यजित झपाटल्यासारखा वाटे आणि त्याच्याशी संबंध आलेल्या त्या स्त्रिया? त्यांना ह्यानं दु:खापेक्षा आणखी काय दिलं? हा एकाएकी टाकून गेल्यावर प्रत्येकीला त्याची केवढी घृणा वाटली असेल? जातिवंत गुंड ह्यापेक्षा आणखी किती क्रूर, किती माणुसकी सोडून वागतो?

तीच त्याची वासना आज दुसरं रूप घेऊन वावरत होती. तेवढीच स्फोटक होती. तेव्हा जे उपवास केले होते, त्याच माळेतला हाही उपवास होता. तितकाच निरर्थक, निष्फळ, असंस्कृत. पण सत्यजित तसा निश्चयी होता. उपवास शेवटपर्यंत नेण्याची ताकद त्याच्यात होती.

राग निवला, प्रेम पुन्हा दाटून आलं.

आपण काय नुसते उभे राहून ह्याच्या वेदना पाहायच्या? कदाचित ह्याचा मृत्यूही होईल, तो पाहायचा?

"सत्यजित!"

"काय बिरेश्वर?"

"जीवनासंबंधीचं तुझं सगळं आकर्षण संपलं, म्हणून तू त्याचा त्याग करायला सिद्ध झाला आहेस काय? अरे, ह्या जीवनात किती आश्चर्यं आहेत. तुझ्या घरात

किती आहेत! विचार कर. तुझ्यासाठी अनेक त्याग जिनं केले, तिचा विचार कर. आपण तिकडे पर्वतावर होतो, तेव्हा मला वाटलं होतं की, तू आता बदलतो आहेस. जुळवून घेतो आहेस. तू गेल्यावर तुझ्यामागे सुरुचीचं काय? तुझ्यामागे तुझं साधुत्व तिला जोडलं जाईल. हजारो लोक 'साध्वी माता' म्हणून तिचा जयजयकार करतील. भौतिक जीवनात तू जेवढा प्रसिद्ध पुरुष नव्हतास, तेवढा मरणोत्तर होशील आणि तुझ्या साधुत्वाची कफनी बळे-बळे तिच्या अंगात अडकवली जाईल.''

करुणार्द्र दृष्टीनं सत्यजितनं आपल्या मित्राकडे पाहिलं, पण तो काही बोलण्या-अगोदरच बिरेज बोलू लागला –

"कुणी सांगावं, कहाणी वेगळीही होईल. प्रसिद्धीची ही कफनी फेकून देऊन ती नव्या जीवनगरजा भागवण्यासाठी सिद्ध होईल. तू गेल्यावर तिचे पूर्वग्रहही जातील. तसं जर झालं तर, मी तिच्या पाठीशी उभा राहीन, एवढं मात्र निश्चित.''

मित्राच्या खांद्यावर हात टाकून सत्यजितनं म्हटलं, "खूप प्रयत्न केलास बिरेज, सगळी शस्त्रास्त्रं वापरलीस. आता स्वस्थ राहा. अरे, माझ्यासाठी एवढं दुःख करायलाच पाहिजे का? का एवढा त्रास घेतोस; माझा संकल्प मोडण्यासाठी एवढा आटापिटा का करतोस? तुला माहीत आहे की, तुझा प्रयत्न व्यर्थ आहे!'' ∎

। एकोणचाळीस ।

रूपा एकाएकी निघून गेली, ह्याचा भास्करला धक्का बसला. जाण्यावाचून तिच्यापुढे दुसरा मार्ग नव्हता, असं जरी गृहीत धरलं तरी, एकोणीस नंबरच्या खोलीत येऊन काही क्षण एकत्र घालवण्यास काय हरकत होती? आपण पुढे काय ठरवलं आहे, ते तिच्याकडूनच भास्करला ऐकायचं होतं. आता त्यानं हे दुसऱ्या कोणाला विचारायचं काय?

मिसेस मेहरा बोलल्याच होत्या – "ती पोर पाखरासारखी, पंख असलेली आहे. ती कुठं स्थिर होणारच नाही. उडत राहील इथून तिथे, तिथून इथे."

भास्करला वाटलं, हे कारण नाही तिच्या जाण्यामागचं. आपली मेरी ॲन झाली आहे, हे तिचं बोलणंही भ्रमाचं होतं. तो तिच्या कल्पनेचा खेळ होता. हे त्याला आधीच कळलं होतं; पण तरीही तिच्या इच्छेच्या जोरावर लाटेबरोबर तो वाहवत गेला होता. क्षणकाल ती भारावून गेली असेल, तृप्त झाली असेल; पण पुन्हा विचार करताच तिला सत्याचं दर्शन झालं असेल. स्वत:बद्दल घृणा वाटली असेल. आपल्या हातून झालेल्या वर्तनाबद्दल नव्हे; तर जसं असावं तसं आपल्याला होता येत नाही, याबद्दल. हा शोध तिला लागला असणार, त्यात काही संशय नव्हता.

पाखराप्रमाणे विहरत राहावं असं तिला वाटलं, तर त्यात काय आश्चर्य होतं? लहानपणापासून तिला घरची माया मिळाली नाही. आईचं प्रेम मिळालं नाही, आधार मिळाला नाही. तारुण्य आणि सौंदर्य असल्यावर ती स्वच्छंदीच होणार. चंचल, तेवढ्या क्षणापुरतं पाहणारी. कठोर शिकारीण! तरीही पण आश्चर्य हे की, अपवाद बनून तिनं जीवनाचा एक नियम खोटा ठरवला होता.

त्यानं तिला अंतरावरच ठेवलं होतं. तिच्या चेहऱ्यावर अभिलाषा स्पष्ट दिसत असूनही ती पाच चिनी मुलं घरी येईपर्यंत त्यानं तिला स्पर्श केला नव्हता.

पाच मुलं येईपर्यंत म्हणण्यापेक्षा सुमीता निघून जाईपर्यंत, असं म्हणणं जास्ती बरोबर होतं. सुमीतानंच त्याच्यात आणि रूपात जवळीक निर्माण केली होती.

चिनी मुलंही आता लवकरच जाणार होती. 'आह तो' तुरुंगातून सुटला होता. त्यानं आपला धंदा गुंडाळला होता. चिनी लोकांना आपल्या मायदेशी घेऊन जाण्यासाठी बोट उभी होती.

रूपा गेल्यावर लगेच 'आह तो' मिसेस मेहरांना घेऊन घरी आला होता. मुलं बापाकडे धावली होती. हे पुनर्मीलन झाल्यावर लगेच 'आह तो'ने मुलांना तयारी करायला सांगितली होती. तो त्यांना घरी घेऊन जाणार होता.

खाली मान घालून मुलं स्तब्ध उभी राहिली होती. आश्चर्यचकित होऊन 'आह तो'ने एकदा भास्करकडे पाहिलं, पुन्हा मिसेस मेहरांकडे पाहिलं.

मिसेस मेहरा म्हणाल्या, "मी म्हणाले होते, मुलं फार लवकर जीव लावतात."

'आह तो' चकित झाला होता. निष्ठा एवढ्या लवकर कशी बदलते? इतकी वर्षं मुलांना बापाबद्दल भक्ती होती. पोलिसांनी बापाला गाडीत घालून नेलं, तेव्हा ती धाय मोकलून रडली होती. केवळ परिस्थितीमुळे त्यांना ह्या अनोळख्या घरात आसरा घेणं भाग पडलं होतं. आणि तेवढ्यात एवढं प्रेम?

इऱ्हकू बापाकडे बघत उभी होती. बापानं तिच्या नजरेला नजर मिळवताच, इतका वेळ आवरून धरलेले अश्रू वाहू लागले. बापानं दटावलं तरी ती अश्रू आवरून काही बोलली नाही. चँगोच तिच्यावतीनं बोलली, "इऱ्हकूला मायदेशी जाणं नको होतं. तिला अखेरपर्यंत ह्या घरातच राहायचं होतं."

मिसेस मेहरा मनात म्हणाल्या, 'तिलाच काय, सर्वांनाच राहायचं आहे इथे.' आणि त्यांनी 'आह तो'कडे 'बिच्चारा' म्हणून पाहिलं.

"त्यांना आणखी काही वेळ राहू दे इथंच. मनाची तयारी होऊ दे त्यांच्या."

'आह तो' बराच वेळ स्तब्ध राहिला. त्याच्या मनात काय चाललं आहे, ते चेहऱ्यावर दिसलं नाही. शेवटी, मुळीच भावनावश न होता तो बोलला, "साहेब, मुलं तुम्हाला इतकी मानतात याची कल्पना नव्हती – विशेषतः इऱ्हकू."

"आह तो, मला वाईट वाटतं –"

"छे, तुम्ही का वाईट वाटून घेता –"

'आह तो' आणखी काही बोलणार होता, पण थांबला.

अर्धा-एक तास 'आह तो' घरात होता; पण तो शत्रूचा एजंट आहे, असं भास्करच्या मनातही आलं नाही. आपल्या मुलींना अशा तऱ्हेनं सोडून जावं लागणार म्हणून एक वत्सल पिता दुःखी झाला होता. 'आह तो'ने कुणाला दोष दिला नाही, मनातलं दुःख उघडही केलं नाही.

पुढे तीन दिवस इन्हकू भास्करजवळून दूर झाली नाही. तिच्यासाठी भास्कर ऑफिसमधून लवकर परत येई. त्याची वाट पाहत ती पोर्चमध्ये उभी असे. तो येताच मोटारीत बसून थोडं फिरणं होई. प्रवासाविषयी, आपल्या मायदेशाविषयी ह्या मुलीच्या मनात उत्कंठा निर्माण व्हावी, म्हणून भास्करनं खूप सांगून पाहिलं. इन्हकू फक्त त्याचा आवाज ऐकून घेई; शब्द तिच्या मनात उतरत नसत. मधून-मधून ती डोळे पाण्यानं भरी आणि ते हातानंच वरचेवर पुसे. भास्करनं आपला हातरुमाल तिला दिला, तर तो ती सारखा मुठीत ठेवी. रात्री झोपतानासुद्धा तो हातरुमाल तिच्यापाशी असतो, असं चॅन्गोनं भास्करला सांगितलं.

एवढं मी हिच्यासाठी काय केलं आहे, असं वाटून भास्कर नम्र झाला. त्याला आपले अनेक दोष दिसू लागले. तीस मैल दूर असलेल्या 'सारजू'ला नेऊन, तुम्हाला कोळ्याच्या बोटीतून नदी दाखवीन, असं त्यानं मुलांना सांगितलं होतं; ते कुठे केलं होतं आजपर्यंत?

त्या जुळ्या मुलींचा हट्ट त्यानं वारंवार पुरा केला होता. त्झुचूनला हवेत उडवून झेललं होतं आणि टिंगलिंगपुढे चेहरा वेडावाकडा केला होता. पण ती मुलंही आता पहिल्यासारखी आनंदानं ओरडत नव्हती, खदखदून हसत नव्हती. अजाण होती, तरी त्यांनाही मनोमनी काही कळून चुकलं होतं.

कॅलेंडरवर त्या तारखेभोवती काळा गोल करावा, अशी ती तारीख आली. वर्तमानपत्रानं सत्यजितच्या उपवासाची बातमी छापली, आणि 'आह तो' आपल्या मुलांना घेऊन जाण्यासाठी आला.

गाडीला एक तास अवधी होता.

'आह तो' चकित मुद्रेनं पाहत होता.

सगळी मुलं ओळीनं भास्करसमोर गुडघे टेकून बसली होती. त्यांचे डोळे मिटलेले होते, दोन्ही हात जोडले होते आणि प्रत्येकाच्या ओंजळीत एक-एक फूल होतं.

माओच्या चित्रापुढे ती अशीच बसत असत. आता भारतीय पद्धतीनुसार त्यांनी फुलं तेवढी घेतली होती.

कोणी काहीच बोलत नव्हतं. फक्त इन्हकूचे ओठ हलत होते. ती प्रार्थना म्हणत असावी. तिच्या डोळ्यांच्या दोन्ही कडांमधून अश्रूंचे थेंब ओघळत होते. जोडलेले हात खाली करून तिच्या बहिणी उभ्या राहिल्या, तरी इन्हकू बसूनच होती. तिला शक्य नव्हतं. दोन्ही गाल भिजून ओले झाले होते.

भास्करनं तिला उठवलं, त्याच्या कमरेला मिठी मारून इन्हकू रडू लागली. भास्करला वाटलं की, आपल्याही डोळ्यांतून आता पाणी पडणार. ते लपवण्यासाठी

तो काही-बाही करत राहिला. इन्हकूला चालवत तो पोर्चपर्यंत गेला.

"चला लवकर आता, नाही तर गाडी चुकेल तुमची."

बाहेर उभ्या असलेल्या टॅक्सीत बसण्याअगोदर भास्करला हात जोडून नमस्कार केला. टॅक्सीत भरलेल्या सामानात इन्हकूचा चरखा भास्करनं पाहिला.

वादळाची आगाऊ सूचना काही दिवस अगोदर मिळाली होती. भास्करला कळून चुकलं होतं. सुरक्षा अधिकाऱ्यानं त्याला बातमी दिली होती, मिसेस मेहरांनीही दिली होती.

रोज कुरण ओलांडून मेहराबाई सत्यजितला भेटण्यासाठी येत होत्या. उपवासाच्या पहिल्या दोन दिवसांत सत्यजित नेहमीसारखा वावरत होता. नित्यक्रमानुसार गावातून फेरी चालू होती. तिसऱ्या दिवशी संध्याकाळपासून त्याची प्रकृती ढासळली. वारंवार चक्कर येऊ लागली. मळमळू लागलं.

दिल्लीहून कोणी मित्र आले होते, त्यांनी उपवास स्थगित व्हावा म्हणून प्रयत्न केले; पण सत्यजितनं निश्चय बदलला नाही. ज्या घरात एक माणूस स्वेच्छेनं उपवास करतो आहे, त्या घरात मला अन्न घ्यायचं नाही, असं म्हणून ते गृहस्थ परत निघून गेले. ते खासदार होते. संसद सदस्य या नात्यानं सरकारनं आपला निर्णय बदलावा, म्हणून ते प्रयत्न करणार होते. संसदेत आणि बाहेर दोन्हीही ठिकाणी ते स्टील टाउनला आव्हान देणार होते.

मेहराबाईंना पक्कं ठाऊक होतं की, स्टील टाउनचा हा पोलादी पुरुष नमणार नाही. कशाचं मूल्य अधिक? एका व्यक्तीचे प्राण का सबंध राष्ट्राचं हित? एखादा महत्त्वपूर्ण राष्ट्रीय निर्णय, कोणी उपवास केला म्हणून किंवा कुणाच्या प्रेमभावनेचा दबाव आला म्हणून जर असा बदलला गेला – हां, कदाचित सुमीतामुळे सी.ई. नम्र होतील. का होऊ नये त्यांनी? एकीकडे मेहराबाईंना असं वाटत होतं खरं; पण त्यांना मनोमनी हेही माहीत होतं की, व्यक्तिगत भावनेपायी सी.ई. आपल्या कर्तव्यापासून ढळणार नाहीत.

भास्करच्या चेहऱ्यावर कधी दिसली नव्हती, अशी एक नवीच कठोरता दिसत होती. तो ऑफिसमध्ये राक्षसासारखा काम करीत होता. आपल्या हाताखालच्या लोकांनीही तसंच करावं, अशी त्याची अपेक्षा होती. एक-दोघा आळशी लोकांना त्यानं ताकीद दिली होती की, कामात कुचराई दिसली तर डिसमिस करीन. तो हसत नव्हता, कधी विनोद करीत नव्हता. विश्रांती घेत नव्हता. चांगली झोप नसल्यामुळे त्याचे डोळे थकलेले दिसत होते.

मिल कामगारांमध्ये सत्यजितच्या उपवासामुळे असंतोष निर्माण झाला होता.

इतके दिवस सत्यजितचं महत्त्व कळलं नव्हतं. पण आज त्यांना जाणीव झाली होती की, ह्या माणसात गांधीजींच्या तेजाचा अंश आहे. सत्यजितनं सरकारला कळविले होते ते शब्द – वननिवासातल्या आपल्या एका जोरदार भाषणात बिरेश्वरनं कामगारांना सांगितलं होतं – 'सरकारी निर्णयाला स्वत:चे प्राण खर्ची घालून मला विरोध करावा लागेल आणि आमरण उपवास करूनच मी हे करू शकतो. माझ्यापुढे आता अन्य काही मार्गच नाही.' पण आणखीही एक मार्ग होता. जनतेचं जोरदार दडपण जर आलं, तर सरकारला आपला निर्णय बदलावा लागला असता.

जनतेची इच्छा काय आहे, ह्याचं दर्शन सगळ्या देशभर होत होतं. ठिकठिकाणी होणाऱ्या सभांची आणि त्यातल्या जोरदार भाषणांची इतिवृत्तं छापून येत होती. बिरेश्वरनं म्हटलं होतं, "जे स्वत:ला गांधीवादी समजतात, त्यांनी गांधीमार्गाकडे जावं."

पण जनेच्छेप्रमाणे काही घडून येण्याच्या आतच सत्यजितचं जीवन संपलं असतं. आपल्याच देशवासीयांच्या निर्ममतेची तो शिकार झाला असता. आणि ह्या घटनेचा परिणाम स्टील टाउनवर झाला असता. कारण ह्या सर्व अनर्थाला स्टील टाउनच कारणीभूत झालं होतं. स्टील टाउनच्या दहा हजार कामगारांना, त्यांचा प्रत्यक्ष काही संबंध नसला तरी, क्षमा कोण करणार?

संस्थेसमोरच्या खेळाच्या मैदानावर कामगार जमा झाले. घोषणा आपोआप बनल्या –

गांधीग्रामचे गावकरी आमचे भाऊ आहेत.
आमची लढाई चरख्याशी नाही.
आत्मशक्ती पशुशक्ती नाही.

ह्या विचित्र परिस्थितीत भास्करचं एक स्वप्न वेगळ्याच तऱ्हेनं खरं झालं. स्टील टाउन गांधीग्रामकडे गेलं. अनेक उत्सुक स्त्री-पुरुष कामगार सत्यजितच्या घरापुढे उभे होते. गावकऱ्यांकडे सत्यजितच्या प्रकृतीची चौकशी करीत होते. स्टील टाउनमधले लोक आणि गांधीग्रामचे गावकरी ह्यांची गाठभेट एवढ्या चांगल्या रीतीनं एकत्र कुठे झाली असती?

सर्वांत आश्चर्याची गोष्ट म्हणजे, सारं गांधीग्राम शांत होतं. गावचा किंवा सत्यजितच्या जीवनाचा अंत – हे संकट ह्या गावावर आलं आहे, त्या काळ्याकुट्ट छायेखाली गाव आहे, असं मुळीच वाटत नव्हतं. पंचायतीनं आपला उपोषणाचा कार्यक्रम निर्विकारपणे आखलेला होता. ग्रामपंचायतीचे आणखी चार सभासद एकामागून एक असे प्राणार्पण करणार होते. त्यांच्याशिवाय इतरही अनेक जण उपवासासाठी अधीर होते. स्त्रिया, पुरुष, तरुण, वृद्ध. ती बंडखोर पोर – स्टील टाउनमध्ये जाऊन राहते म्हणणारी झनक – तीसुद्धा अधीर होती.

सारे भेदभाव संपून गेले होते. गांधीग्राम हे पाषाणावर खोदलेलं शिल्प झालं होतं. हा पाषाण सजीव होता. मरण पत्करून तो अमर होणार होता.

मेहराबाईंनी ही सगळी हकिगत भास्करला सांगितली आणि परिणामासाठी त्याचा चेहरा न्याहाळून पाहिला. कठोरतेशिवाय दुसरा कोणताही भाव त्याच्या चेहऱ्यावर नव्हता. मेहराबाईंना वाटलं, गांधीजींचा अंश ह्या माणसामध्येही आहे. सत्यजितप्रमाणेच अगदी सहजपणे हाही आपला प्राण देईल. पण त्याच्या नंतर कोण पुढे येणार? अमोनिया प्लँटमध्ये दोन माणसं होती. पाइप मिलमध्ये दोन होती. त्या लोकांच्या नेतृत्वामुळेच लोकांच्या क्षुब्ध भावनांना काही वळण लागलं होतं. सक्रिय विरोध. सरळ कारवाई.

सत्यजितनं उपवास सुरू करून सतरा दिवस झाले होते. मीठ आणि पाणी ह्यावर तो होता.

सत्यजितला मुक्त वाटत होतं. गांधीवादी मार्गानं जाऊन त्यानं स्वत:वर विजय मिळवला होता. आता, कदाचित जिवंत राहिला तरी त्याला गांधीजींच्या पावलावर पाऊल टाकावं लागलं नसतं.

हा उपवास केवळ गांधीग्रामसाठीच नव्हता, हे सत्य शेवटपर्यंत अज्ञात राहील. हा उपवास आत्मशुद्धीसाठीसुद्धा होता. हे शरीराला दिलेलं आव्हान होतं; आत्मा हा शरीरापेक्षा मोठा आहे, हे निर्वाण होतं.

प्रत्येक तासाला शरीरातील दहा लाख पेशी भुकेनं मरू द्यायच्या आणि सोशीत राहायचं. शेवटी शरीर चालू राहील एवढ्यासुद्धा पेशी उरल्या नाहीत, म्हणजे कायमचं झोपी जायचं.

सुरुवातीला कष्ट झाले. चौथा दिवस सर्वांत जास्ती जड गेला. चौथा आणि सातवाही. केवळ शारीरिक कष्टच सोसायचे नव्हते. दहा लाख पेशी मरता-मरता विलक्षण जोरानं आक्रंदन करीत, विरोधी दर्शवीत आणि आत्मा त्यांना प्रत्युत्तर म्हणून म्हणे – 'नेति नेति!' जसजसे दिवस जाऊ लागले, तसतसं हे क्रंदन कमी-कमी होत गेलं. पंधरा दिवसांनी समाप्त झालं. मग आनंद वाटू लागला. आता आणखी काही आठवडे शरीर जरी जीवनाला घट्ट धरून राहिलं, तरी काळाचं भान उरलेलं नव्हतं. सुरुची आपल्या पतिदेवाला पाणी-मीठ देत राहिली. आपण गेल्यावर साधुत्व हिला मिळेल. सत्यजितला आपल्या मित्राचे शब्द आठवले.

सुरुचीसाठी आता जगायचं होतं, पुन्हा जगायचं होतं. गांधीवादी वृत्तीनं नव्हे; ह्या नव्या मुक्ततेतून तो जीवनाला सामोरा जाणार होता. मानवी गरजांचा स्वीकार करणार होता. पण काळ फार लवकर गेला होता.

फार उशीर झाला रुची? हा मूक प्रश्न सत्यजितच्या नजरेनं विचारला आणि सुरुचीचं सगळं अवसान गळालं. तिला रडू आलं. तिनं डोळे आपल्या पदरानं

पुन:पुन्हा पुसले आणि पुन:पुन्हा भरून आले.

सत्यजितला आठवलं, आपण तो निर्दय निश्चय ऐकवला हिला, तेव्हाही ही अगदी अशीच रडली होती. मी म्हणलो होतो –

"तू आणखी काहीही माग –"

आता, प्रथमच सत्यजितला वाटलं की, तिनं आपली मागणी नाकारायला हवी होती. तिनं विरोध करायला हवा होता, माझ्यासाठी तिनं स्वत:चं व्यक्तित्व पुसून टाकायला नको होतं. किंवा नंतर तिनं बिरेश्वरकडे जायला हवं होतं. बिरेश्वरकडे? ह्या विचारानं त्याच्या अंगावर शहारे आले.

मेहराबाईंच्या चेहऱ्यावर वेदना दिसत होती, परंतु सी.ई. खूश दिसत होते. किती तरी वर्षांनी गाढ झोप घेऊन उठल्यानंतर दिसतो, तसा चेहरा ताजातवाना दिसत होता. तेज दिसत होते.

मनोमनी केलेल्या प्रार्थनेला प्रतिसाद मिळावा, तसे उद्‌गार संतुष्ट होऊन त्यांच्या तोंडून बाहेर पडले.

"ह्यापेक्षा जास्ती काय हवं आणखी?"

निमंत्रण गेलं होतं. सूर्यास्ताच्या आत वननिवासामध्ये कामगारांची तोबा गर्दी जमली होती. मोठी मिरवणूक निघणार होती. हातात मशाली घेऊन हे सर्व कामगार आल्या ठिकाणी पुन्हा जाणार होते. गल्ली-गल्लीतून सेक्शन-सेक्शनमधून मिरवणूक जाणार होती. नव्या श्रद्धेमुळे स्फुरलेल्या घोषणा देत सगळी मिरवणूक सी.ईं.च्या बंगल्याजवळ जाणार होती.

"गांधीग्रामवर उगारलेला हात मागे घ्या... आमची लढाई चरख्याशी नाही. सत्यजित की जय... सत्यजितचा विजय असो!"

चिंतायुक्त आवाजात मेहराबाई म्हणाल्या, "साहेब, यामुळे हिंसा होईल. मिरवणुकीतले लोक बंगल्याच्या खिडक्यांवर दगड फेकतील."

भास्कर म्हणाला, "सत्यजितचा जयजयकार करीत ते हिंसाचार करतील, असं वाटतं तुम्हाला मिसेस मेहरा?"

मेहराबाईंनी आपलं म्हणणं चालूच ठेवलं.

"सर, उद्या संध्याकाळी तुम्ही बाहेरच कुठे राहिलात, तर बरं होईल. स्टील टाउनमध्येच तुमची रात्री झोपण्याची सोय करू का आम्ही?"

सी.ईं.ना ही सूचना पटल्यासारखी वाटली.

"हो, मिरवणूक निघेल तेव्हा मी बंगल्यात नसावं, हे बरं."

"सिक्युरिटीकडून आपल्याला अशी विनंती केली गेली असेलच."

"हो. त्यांनी कळवलंय, मिसेस मेहरा."

सिक्युरिटीला सर्वांत जास्त धोका कशात वाटतो, हे सी.ई. बोलले नाहीत. कामगार संपावर जाण्याची शक्यता होती.

"आपण सिक्युरिटीला काय कळवलं आहे सर?"

"मी सांगितलं की, तेव्हा मी इथून बराच दूर जाईन – अनेक मैल."

मेहराबाईंनी सुटकेचा नि:श्वास सोडला. पण त्यांना थोडा विषादही वाटला. आपण ज्याला मानत होतो, ज्याच्याबद्दल अभिमान बाळगत होतो; तो हा लढाऊ पुरुष नव्हता.

त्यांचा हा विषाद फक्त दुसऱ्या दिवसापर्यंतच टिकला.

हजार स्त्री-पुरुष मिरवणुकीत सामील झाले होते. इशाऱ्यासरशी मशाली पेटल्या. घोषणा निनादल्या – "सत्यजितचा विजय असो!"

मग एकदम आश्चर्याचे उद्‌गार निघाले.

मिरवणुकीपाशी येऊन एक जीप थांबली. प्रत्यक्ष सी.ई.च तिच्यातून उतरले!

सी.ई. पुढे झाले. त्यांच्या चेहऱ्यावर राग, संताप नव्हता; स्मितही नव्हतं. नेहमीच्या तपासणीसाठी येताना त्यांची चाल जशी असेल, तशीच आताही होती. काय करणार ते आता? मिरवणूक काढू नका. जा, घरोघरी आपापल्या – असं सांगणार? कसं सांगतील? का होऊ घातलेल्या अपमानाला तोंड देण्याची तयारी त्यांनी आधीच केलेली आहे?

काही जणांना सी.ईं.ची दया आली. काही जणांना त्यांच्या धारिष्ट्याचा राग आला. यापेक्षा हा घरात का नाही बसला? किंवा भ्याला असला, तर गाव सोडून का नाही लांब कुठे गेला?

आव्हानात्मक घोषणा उठली – "सत्यजितचा विजय असो."

आश्चर्याची गोष्ट म्हणजे, घोषणा ऐकून सी.ई. हसले. त्यांच्या चेहऱ्यावर आनंद दिसला. जमावावरून त्यांनी शोधक नजर फिरली. ओळखीचा माणूस भेटताच ते त्याच्यापाशी जाऊन म्हणाले, "मी आलो मिरवणुकीत, तर चालेल का?"

"आमच्याबरोबर?"

"घाई केली पाहिजे. वीस मिनिटांत आपण गावात पोहोचू."

"गावात... आम्ही?"

"उगाच वेळ गमावू नका. आपण सत्यजितना विनंती करू की, तुमचा उपवास थांबवा."

ऐकणारे गोंधळले. गवगव माजली.

"त्यांची मागणी पुरी झाल्याशिवाय ते उपवास कसा थांबवतील?"

भास्कर म्हणाला, "स्टील टाउनच्या सर्व कामगारांची इच्छा आहे, ती पुरी

झाली पाहिजे.''

भास्करनं आवाज उंचावला नव्हता. अगदी सहज बोलावं तसंच तो बोलला होता. तरीपण ते शब्द सर्व समुदायात पसरले. एका मिनिटभर लोक स्तब्ध राहिले.

''म्हणजे गांधीग्राम जसंच्या तसं राहील?''

''जोपर्यंत त्याच्यात जीव आहे, तोपर्यंत राहील.''

''आणि विस्तार योजनेचं काय?''

''तिच्यात बदल होतील. वेळ लागेल, पण आपण खूप काम करू सर्व जण मिलमध्ये आणि उशीर भरून काढू. बदल काय करायचा, याचाच विचार माझ्या डोक्यात चालू आहे.''

होय; वेळ जाईल, पण संपात जेवढा जाईल त्यापेक्षा पुष्कळच कमी. हा झगडा भास्करच्या मनातच चालू होता. इच्छा आणि कर्तव्य ह्या दोन्हींतला हा झगडा होता. संपाची धमकी बोर्डानं दिली होती, तिचा त्याला ह्या कामी उपयोग करून घ्यायचा होता.

समुदायात गवगव सुरू झाली.

उंच आवाजात भास्कर म्हणाला, ''तुम्हाला एक विनंती आहे माझी. आता आहे हा जोश ओसरला की, गांधीग्रामच्या लोकांपासून दूर होऊ नका. तुम्हाला त्यांच्या बरोबर राहिलं पाहिजे. नित्य राहिलं पाहिजे. त्यांचं ध्येय काय आहे, ते समजून घ्या आणि तुमचं ध्येय काय आहे, ते त्यांना समजावून द्या.''

समुदायातली गडबड शांत झाली – एक मिनिटभरच. पुन्हा लोक आपसात बोलू लागले. एकाच वेळी अनेक लोक एकमेकांशी बोलू लागले.

''आपल्या बाजूचेच आहेत ते. त्यांना आपली मनं माहीत आहेत, भावना माहीत आहेत. ते आपल्या बाजूनंच उभे राहणार आज!''

''इतका कणखरपणा स्टील टाउनमधल्या प्रत्येकात यायला हवा.''

''एके दिवशी विजेच्या वेल्डिंग सेटमध्ये काही बिघाड झाला आणि सी.ई. नेहमीप्रमाणे फेरी घ्यायला आले. जवळ येऊन पाहत उभे राहिले. काही वेळ बघून त्यांनी सेट माझ्या हातून आपल्या हाती घेतला आणि अर्धा तास एकाग्र चित्ताने ते काम करीत राहिले... आणि वेल्डिंग झाले! मग माझ्याकडे बघून सी.ई. म्हणाले, माझी आत्ताची नोकरी गेली तरी काळजी नाही, तुझ्यासारखी नोकरी मिळेल मला.''

भास्कर घाईनं म्हणाला, ''चला, आता घाई केली पाहिजे आपल्याला.''

तो मिरवणुकीत सामील झाला आणि कोणी तरी बोललं, ''पण सर, तुमची जागा सर्वांत पुढची आहे, ह्या मिरवणुकीत.''

ह्या मिसेस मेहरा होत्या. सी.ई.च्या शेजारी त्या उभ्या होत्या. त्या धापा टाकीत होत्या.

“हो-हो!” असे अनेक आवाज उठले.

एकदम घोषणा झाली – “सी.ई. आम्हाला पुढे हवेत.”

सी.ईं.नी मान्य केलं. मेहराबाईंबरोबर चालता-चालता त्यांना म्हटलं, “हां, म्हणजे तुम्हीसुद्धा माझ्या बंगल्यावर चालून येणार होतात मेहराबाई. म्हणून मला सांगत होता होय, बंगल्यात राहू नका म्हणून?”

“पण सर, मी ह्या लोकांतून फुटून जाणं तुम्हाला तरी आवडलं असतं का?”

“तुम्ही धोंडे फेकणार होता माझ्या खिडकीवर... माझ्या नोकरांना मारहाण करणार होता!”

“सर, पण...” तेवढ्यात मेहराबाईंचा गळा भरून आला.

मिरवणुकीच्या पुढे गेल्यावर कुणी तरी भास्करच्या हातात पेटती मशाल दिली. सगळी मिरवणूक गांधीग्रामच्या दिशेनं जाऊ लागली.

“सी.ई.चा विजय असो! सत्यजितचा विजय असो!”

भास्करच्या मनात आलं, एवढी मोठी मिरवणूक पाहून गावकरी काय समजतील? त्यांना आधी बातमी द्यायला हवी, कळवायला हवं. भास्करनं ही गोष्ट मेहराबाईंना सांगितली. त्या पट्कन ‘हो’ म्हणून गेल्या.

सत्यजितच्या घराच्या दिशेनं तीन लोक आता धावले. मिरवणूक कुरणापाशी थांबली.

भास्कर अंधाराकडे पाहत राहिला. त्याचा पोलादी निश्चय बदलायला भाग पाडणारं गाव पलीकडेच होतं. सत्यजित आणि सुरुची कारणीभूत होतीच, पण सुमीताही होती – सर्वांत जास्ती.

सुमीताची प्रथम भेट जाणवली. त्याला प्रथमदर्शनी ती आवडली नव्हती. जाडे-भरडे खादीचे कपडे, डोळे मोठमोठे आणि शांत. देखण्या बायकांसंबंधी भास्करच्या ज्या कल्पना होत्या, त्यापेक्षा ती अगदी वेगळी होती. पुढे जास्ती जवळीक झाली, तेव्हा तिच्या वडिलांची तिच्यावर पडलेली छाप पाहून तो आणखी मागे सरकला.

पण ती त्याच्या मनात घर करून राहिली.

हे भास्करच्या नकळत झालं होतं. मग रूपात बुडून जाऊन सुमीताला विसरण्याचा प्रयत्न त्यानं केला. अंत:प्रवृत्तीनंच रूपाला हे कळलं आणि ती निघून गेली त्याच्या जीवनातून.

सुमीता अंधारातून येत होती. तिच्या हातात कंदील होता. स्टील टाउननं पुढे केलेला मैत्रीचा हात गांधीग्रामच्यावतीनं स्वीकारण्यासाठी ती येत होती.

त्याच्या समोर सुमीता उभी होती. भास्करच्या हातातील मशालीचा उजेड

तिच्या चेहऱ्यावर पडला होता. काही क्षण एकमेकांकडे बघत दोघंही उभे होते.

भास्कर म्हणाला, ''आमचा उद्देश कळलाच असेल.''

सुरेख हसून सुमीता म्हणाली, ''हो, माहीत आहे.''

तिच्या गालावर जिथे खळी पडली होती तिथे स्पर्श करावा, म्हणून भास्करची बोटं हुळहुळली.

''चला.''

सुमीताच्या भावनावेगानं दाटलेल्या गळ्यातून शब्द आले, ''मला स्वप्न पडलं होतं याचं.''

तिच्या हातातला कंदील हिंदकळला.

स्वप्न... काही आशा उरली नव्हती, तरीही तासांमागून तास, दिवसांमागून दिवस तिनं हेच स्वप्न पाहिलं होतं. ह्या क्षणाचं स्वप्न. कधी संभाव्य, कधी असंभाव्य स्वरूपात; पण तो क्षण एवढा नाट्यपूर्ण असेल, असं मात्र तिला वाटलं नव्हतं. अत्यंत उत्कटपणे प्रतीक्षा चालू होती, ती अशी अचानक संपताच ती आनंदानं वेडावून गेली.

''तू आमचं नेतृत्व कर.'' असं म्हणून भास्करनं आपल्या हातातील मशाल सुमीताच्या हाती दिली. गांधीग्राममध्ये प्रवेश करता-करता तिच्या हातातला कंदील आपल्या हातात घेतला.

त्याच्या मनात आलं की, आपल्या ओळखीची सुमीता ही नव्हे. प्रथम आपल्याला गावच्या सडकेवर दिसली, ती ही नाहीच... त्या जुन्या देवळाबाहेर पडताच थोडी अधिक शहाणी झालेली, ती ही नव्हे... हिच्यात नेमका कोणता बदल झालेला आहे, हे त्याला सांगता येत नव्हतं; पण आत्ताची सुमीता ही नवी होती, एक चमत्कार होता.

''नवी दिल्ली कशी वाटली सुमीता?''

''फारच सुंदर.''

''आणि आता गांधीग्राम?''

''तेही सुंदर आहे. आणि तेही –'' स्टील टाउनकडे मशाल दाखवून ती म्हणाली.

''तेसुद्धा?''

पण भास्करचा हा प्रश्न घोषणांच्या आवाजात बुडून गेला.

''सत्यजितचा विजय असो, सी.ई.चा विजय असो!''

भास्करनं विचारलं, ''ऐकलंस का?''

''हो, समजलं की!''

मान हलवून ती हसली. पुन्हा ती खळी गालावर दिसली.

"तुला सगळंच समजतं, पण खरं का?"

एक मिनिटभर स्तब्ध राहून तिनं उत्तर दिलं –

"तुम्ही वचन दिलं होतं – आठवतं?"

"कोणतं?"

"तुम्ही म्हणाला होता – सुमीता, मी तुला स्टील टाउनला घेऊन जाईन आणि सगळं दाखवीन... वादळाच्या दिवशी? पण तुम्ही सगळं विसरून गेला असाल!"

"मी तुला घेऊन जाईन स्टील टाउनला!"

ते सत्य स्पष्ट झालं होतं का?

सत्यजित आपल्या नव्या कीर्तिशिखरावर पोहोचला होता. सगळा देश त्याला इतिहास घडवणारा माणूस मानत होता.

त्याच्या कह्यातून सुमीता मुक्त होती – अगदी मुक्त.

हा विचार मनात येताच भास्करचं अंग शहारून आलं. पण, त्याच वेळी सुमीताच्या मनात काय विचार होता, ह्याचा पत्ता त्याला लागला नाही.

नंदिनी म्हणाली होती, ती विलक्षण लाट हीच तर नव्हे? वाहून नेणारी... असहाय करणारी?

■

www.ingramcontent.com/pod-product-compliance
Lightning Source LLC
Chambersburg PA
CBHW060942030726
47503CB00003B/699
9788184983890